Anonymous

Kiristuvin

Anonymous

Kiristuvin

ISBN/EAN: 9783337815417

Printed in Europe, USA, Canada, Australia, Japan

Cover: Foto ©Andreas Hilbeck / pixelio.de

More available books at **www.hansebooks.com**

கிறிஸ்துவின்

சபையார் பராபரனுக்குஸ்தோத்திரமாகவுந் தங்

களிற்றெய்வபத்திக்கெழுப்புவதற்காகவும்பாடும்

ஞான

பாட்டுகள்

சங்கீதம். ௯௨, ௨. ௩.

ரைத் துதிக்கிறதும்; உன்னதமானவரே,
து திருநாமத்தைக்கீர்த்தனம்பண்ணுகிறதுங்
லயிலேஉம்முடையகிருபையையும், இராத்திரி
ங்களிலும்முடைய உண்மையையும் அறிவிக்கி
றதும், நலமாயிருக்கிறது.

நாலாம்பதிப்பு

கிறிஸ்துபிறந்த. ௲௮௱௨௰௫

சென்னப்பட்டணத்துக்கடுத்த வேப்பேரி மிசியோன்

அச்சுக்கூடத்திற்பதிக்கப்பட்டது.

ஞானபபாடடுகளுடைய

முகவுரைகளின

அடடவணை.

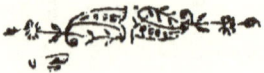

இயேசுகிறிஸது

இரடசகராகவநதவருகையின

பாடடுகள்

க. Seht da ist euer Gott

அதோஉஙகளகர்ததா, ஆஉஙகளையன்பாக ரட்சிககததககதாக ஆணடவராகிய அவர்உஙகளுட இககடடைபபடவநது, மாயேழையாயபபிறநது நாரினசுவாபததை எடுததடயவை மனமகிழச்சியாக தியாணிபபீர்களாக. உலகின ரடசகர்உஙகளசகோதரர்.

உ. அதோஉஙகளகர்ததா, இமமததியஸதர் வநதார், உஙகளுககாயிறநதார். ரடசகராகிய அவரெல்லாருட கடனைததீர்த்ததாலே அவரின மீட்பினாலே இபபோதனைவரும எலலாபபொல லாபபுககும அனநதசாபததுககும தபபுமவழியி ருககும, ஆம,மனுஷரெலலாம ரடசிககபபட லாம.

ங. அதோஉஙகளகர்ததா, சருவலோகததுககும அவர்உதிததிருககும பகலோனசகல மனிதராகிய திரளைததமமணணடககும அவர்வரவழைககும சொல்க்கூறபபடுது. ஆஉஙகளபாவததுவழிக ளைவிடுஙகள, எனனணடைசேர்நதிருஙகள எனு பார், கேளுஙகோளேன ஆநீஙகளசாவானேன.

௪. அதோஉஙகளகர்ததா, அவர்குணமளிபபார், பாவஙகளினமனனிபபார். வலலவராகிய அவர் கையாலெலலா இககடடுமநீஙகலாகும, செத தோர்ககுயிருணடாகும. பார்வையயநதகர் செவியைசசெவிடர் பெலவீனரூனமுளளோர் சுசததைநோககாடுளளோர் விணணபபமபணண சசே அடைகிறார்களே.

௫. அதோஉஙகளகர்ததா, ஆ அவர்தயவாலும பெலததசமீட்பினாலும திறநதிருககிற மாபரிபூ ரண உளறறில்மாஆசையாக நாம்மெணடு கொ ளவோமாக. இநநீசர்மேலஅவர் மகாதயாபரர். உஙகளிலேயனபாக நாமவநதுவாசமாக இருப போமெனபாரோ, ஆ அதுநேசமே.

௬. அதோஉஙகளகர்ததா, அவர்மாஉணமை யான சினேகிதர்அனபாள பத்தாவுமெனறெல லா விதமுமாகிய இககடடிலுமவிளஙகும. அவ ராததஙகளபஙகும கதியுமாககின பேர்அதைக காணகிற படியால்அதுககாக பணிநதபடி யாக அவர்களமனது துதிசெலுததுது.

௨. Wie soll ich dich empfangen.

உலகினவாஞசையான எனசுவாமியேசுவே, நானஉமமையேர்ததான வணககததுட னே சநதிககச்செயவதெனன, நானதேவரீருககு செலுததஉமககெனன பிரியமானது.

௨. நீர்சேருகிலக்கெலிககும சீயோனகிளிகளி வழியிலேதெளிககும, நானஉமதுணமையை சங கீதத்தாலத்துதிபபேன, மகிழச்சியுடனே நானஉ மமைததோததிரிபபேன, பெரியகர்ததரே.

௩. நானசகலகதியும இலலாதேபோனே

ளுய, நிறபநதமுஙகெடியும நிறைநதவனுமாய
இருநதபோதனபாக நீர்எனவிணநோககிலீர். நீரோ
எனமீட்புககாக வெளிபபடுகிறீர்.

௪. கடடுணடுநானகிடநதேன, நீர்கடடவிழ
கககிறீர், இகழ்ச்சியைசசுமநதேன, நீர்அதைநீககி
னீர். நீர்எனவிணமேனமையாககி எனஆததுமத
திலே ஐசுவரியவானுககி எடசிககவாறீரோ.

௫. மகாநிறபநதததாலே அழிவதாகிய உலகை
ததயவாலே நீர்பார்ததிருககிற சிலனசநதேவரீ
ரை அடியாரணடைககு வநதேஙகளகெடடசீரை
திருததவிறறு.

௬. வியாகூலம அடைநத சனததினகூடட
மே, இககடடுறவ நிறைநத ஆதாயினசாதியே,
இதோ சகாயர்வாறுர், கர்தத கெடடோருககு
இரடசககைததாறுர், அததாலமகிழநதிரு.

௭. இஙகிநததெயவபிளவின இறஙகஅவ
னை இழககததேவையிலலவ, தானதானே உஙகவின
அனபாயச்சநதிபபதறகு இறஙகிவாறுரோ, ரட
சிபபவாரவர்ககு சமீபமாகவே.

௮. சுமநதகுறறததாலே கலஙகினேருககு இ
மமானுவேலினுலே கிலேசமஆறுது. கடனாக
ளைசசெலுததி, நாளைததமயிலே ஆரோககியபப
டுததி தர்ககாககவாறுரோ.

௯. நெஞசே, துனமார்ககருககும, பகைஞ
ர்உனககு உணடாககுநதுனபததுககும பயப
படாதிரு. உனமீட்பர்இராசாவாக வருகிறுரல
லோ, அவருககுமுனபாக பேயககூடடம நிற
குமோ.

௰. பொலலாதவர்களுககு மாஆககினைகளும,
நலலோரினகூடடததுககு அனநதபூரிபபும மு
டிவிலேஉணடாக, அநநாளும வாறுரே. ஆம,
எஙகளமீட்புககாக நீர்வாரும,இயேசுவே,

௩. Gott sey Danck in aller Welt.

கர்ததருககிஸதோததிரம, மீட்போமெனறவா சகம பிசகாமல,சுவாமியார் மீட்பனை யனுபபினார்.

௨. முறபிதாககளயாவரும, தீர்ககதரிசிகளும சொல்லிஆசைபபடடது வநது நிறைவேறிறறு.

௩. ஆபிரகாமுடபலனை, இஸருவேலினகுரியன எனறகனனிமைநதனே வநதார்,சீயோனே, உனககே.

௪. வாழ,எனவெளிசசமே, ஓசியனனா, சீவனே, எனனிருதயததிலும தயவாயப்பிரவேசியும.

௫. உளளேசேரும,ராயரே, அதுஉமமுடையதே பாவமூககவளைததையும அதிலநீரேநீககவும.

௬. நீர்சாதுளளதயவாய வநதீர், அநதவணணமாய இபபோதெனமேலமெததவும நீணடசாநதமாயிரும.

௭. சாததானவெகுசர்பபிவினை பணணியுமஎனமனததை நீர்எலலாபபயததிலும ஆறறி தடதேறறிககொணடிரும.

௮. நானபெலதது, உமமுட மீட்பினாலகெமபீரிகக, சர்பபததினதலையைநீர் வெனறுடைககககடவீர்.

௯. நீர்திருமபவருகில, சீவாதிபதி, எனனில உமதநதஞசாயலும காணககடடவிளாயிடும.

௪. Mit Ernst, ihr Menschen Kinder.

சுணம அடை,சீர்கெடட ஆதாமினசாதியே, தெளிநதுபோநீ,மெதத இருணடலோகமே. என,வானராச்சியம சமீபமாயக்கிடடிறறு, ஓய,இதுகவனிதது விழிககுளுசமயம.

௨. பூலோகததுககனபாக நரதயாபார் உயிர்கதியுமாக கொடுததாடசகர் உஙகளிடததிலும இறஙகிறதுககாக, யிருநதகருததாக, இருஙகள யாவரும.

௩. இருதயககெவியை சுததிகரியுஙகள, ராசாவுககுவழியை சரிபபடுததுஙகள், நிரமபு, பளளமே, மேடானதே, நீ தாழு, போ,மூரடே, நீமாறு, திருநது,கோணலே.

௪. நொறுஙகபபடடஆவி கர்ததாவுககானது, ஆணவகொழுததபாவி கெடுநாளகிடடுது. தேவேவுதனுககு கீழபபடடசெமமையான மனநதானகிறிஸதுககான கூடாரமாகுது.

௫. ஆ ளனவனே நீரேமுறறும இககடாடக நாளிலே நலவாயிததபபடுததும, எனசுவாமியே சுவே. நீர்முனனவனேயிலே இருநதென்நெஞசில வாரும, நாணுமமைநிததம பாடும மகிழுணடாகவே.

௭. Nun jauchzet all, ihr Frommen.

சநதோஷததோடிருஙகள, எலலாசசனமார்ககளோ துதியலியிடுஙகள, ராசாதிராசாவே ரடசியபுணடாககுவார், பொலலாஙகவனெனருக செபிககவறைழயாக பிரசனனமாகிருர்.

௨. எளியோராய வநதேறி பிரவேசம பணணினர், என, லோகவாழவைததேடி பகிரவநதிரார். நமககுவானவர், சுதநதிரமுணடாக அவர் பலியாய்ச்சாக பிரவேசமபணணினர்.

௩. பாவஙகளுககும்ஏற உயர்நத சுவாமியார் செஙகோல்க்கிரீடநதேட இபபூமியிலவாரார்: அவர்மகததுவம இஙகவர்நமககாக மரிககும நாளமடடாக மகாஒளிபபிடம.

௪. துரைகளே,நற்புததி உணர்நது,இவர்க
கே கரமெல்லாருசெலுததி, நடுககததுடனே இ
ருநதாலபபாககியம, என, கீழபபடாதோர்மீது
இனிஇறஙகுநதீது மகாபயஙகரம.

௫. இபபோதுமிஙகும்ஙகும உபததிர
ததிலே இககட்டினால்க்கலஙகும எளியவர்களே,
பயம்மறநதோர்போல களிதது,இவர்தாமே எல
லாககதியுமாமே எனறடி பபாடுஙகோள.

௬. இனிபபிரஸதாபமாக வெளிபபடுகிறார்.
அபபோமகாபபூரிபபாக துககிபபைமாறறுவா
ர். கணணீர்துடைககிறார், நீபபடடியைபபிடி
தது செபததிலேமுழிதது இருஙகள,வருவார்.

௯. Warum wilt du draussen stehen.

நீர்வெளியேநிலலீராக, ஆசீர்வாதகர்ததரே க
டாட்சஙகூர்நதெனனிடமாக வநதிறஙகுமஇ
யேசுவே. என மகிழ்ச்சிதேவரீர், சமயசகாயர்
நீர், ஆ எனஉளளததிலஎரியும காயநோவைஆற
றிவியும.

௨. தெயவஞாயமெனற சததி உளளததை
நொறுககிறது, அதினபயமானபுததி கததிபோ
லறுககுது, தமபிரானினகோபமும சாபககுமுற
லசளும சததமாயெனமேலமுழஙகும, எனமனம
எலலாஙகலஙகும.

௩. கிருபைககுசகாததிராதே, நாகநெருபபு
ககு உளளாவாய எனறேயிலலாதே பேயுஙகூ
பபிடுகுது. ஆனாலஇதலலாமனும சுயமனச்சாட
சியும எனவலககுததினமேலேகுததும கூடடி
வேதனைபபடுததும.

௪. நோவைலோகததாரிடததில ஆறறப

போனேனேயாகில, சேடுபெருகுநதலததில சே
ர்நதேன, அஙகேஎதேனில், மோசமபோசகுமனு
றுதல, துககமாஞசநதோஷஙகள, எததான
அனுசாரர், பரியாசநேசக்காரர்.

௫. உலகததிலயாவுஙகுபபை, யாவுஞசாரமற
றது, எநதபபெருமையிருபபை பெறறுமனன
ன,வாடுமபூ, உலசஐசுவரியம அனறனறுளள
சஞசலம, இனபஙகண்டாலினறுவாழவு, நா
ளைத்துககமானதாழவு.

௬. உமமிலேசநதோஷமயாவும, இயேசுவே,
யிருககுது, நீரேஎனகுடாவுநதாவும. நீர்நீரோன
னபூரிபபு. எனமகாஇககட்டிலே எனனைததேற
றுமஇயேசுவே, சுவாமி,எனனைஆதரியும, சிவ
னேஎனககுதியும.

௭. மனதே,சநதோஷமாகு, உனமனுசகிர
ஙகிருர். திறவுணடுவிரிவாகு, உனனில்வாசமப
ணணுவார். அவர்சகாயிததபபடு, அவரைஉனவீ
டடுககு இசமானையேர்ததுககொளளு, அவர்க
குனகுறையைசசொலலு.

௮. பார்,உனநோவைஎனனமாக நீஙகிப
போககபபணணினர், எததனை இரககமாக உன
னைஉயிர்பபிககிருர். சாததானசெயயுநதுரசு எ
னனமாயடஙகிறறு, இகலாயததனாலுவோ
டும உனனைவிடடுநீஙகியோடும.

௯. உனககுநலவாழ்விருககும, இயேசுனனை
நிரபபுவார், எநதபபாககியஙகளுககும அவர்தா
மேகாரணர். அவர்தயவுனமூடி, அவர்தஙகுகா
கோடடைநீ, நீஅவருககுளளுநதாமே அன
பாயஉனககுளளுமாமே.

௰. சததுராதியின ஆஙகாரம அவமாகிற
துசரு அவர்வானததினகூடாரம சுறறுமுனனை

மூடுது, தெயவதூதர்நேசராய ராபபகலஉன பககமாய நினறு,உனவிலககாததிருநது, கையிலுஞசுமபபதுணடு.

௰௧. உனனுவிஙடபபிககபபடட பாவமயாவும்றறுது, சுவாமியினமகாபெலதத நேசம அதைங்ககிறறு. கிறிஸதினவெறறிவெறறியே உனமேல்உலசததிலே எநதககேடெழுமபினும, அவர்ஆசீர்வாதமஆளும.

௰௨. கிறிஸதுஉனவிணபபடசமாக எர்ததுககொணடிருககசசே, எநதத்தீஙகுமநனமையாக உனககுபபலிககுமே. நீதிருமப அவருககு மாறு உணமையாயிரு, அபபோதுனககெனறெனறைககும போர்நதஆறுதலகிடைககும.

௭. Liebes Hertz, bedencke doch.

மனதே,உனதுககததை விடடுபபூரிபபாயககிளமபு, இயேசுவினமாதயவை உறறுபபார்ததறிநதுநமபு. உனககுசசகாயராக தரபபடட இவரே கடாடசமுளளராசாவாக வாருருனனிடததிலே.

௨. உனககுசசகாயராய லோகததிலபபிறநதுதாழநதார், உனககு ஒததாசையாய உனனததிலஉளுககார்நதார், உனககனுகூலமாக இபபோதாணடிருககிறார், உனமகாசகாயராக அனறுநதமமைககாணபிபபார்.

௩. பேருககுசசகாயரோ, அல்ல, மெய்ச்சகாயராமே, போர்நதசாடசியிலவல்யோ, அவர்சொலலுமயாவுமாமே. பினவினயேன ஒததாசைததேட இஙகுமஙகுமபார்ககிறாய ? எஙகுமஉனசகாயர்சேர நிற்கிறார்,ஏனகிலேசிபபாய ?

௪. நிததமஆறறதிறகிருர், எநதநோவானுலு ஞசொலலு, பூரணததை ககூறினுர். தாடசிவந தாலவாஙகிககொளளு. லோகநதோனறும நா டகளுககு முனனேயுனனைநேசிததார். மெதத, உனனைமீடபதுககு நோவிலும அடிபடடார்.

௫. இபபோநோவிலேககூபபிடும உனனிபப ரதாபததோடே அவர்பார்ததுனவரையும இன னதெனறறிநதுனனோடே எனமனமஉனமீதிரக கம வைககஉருகிறது, யார் எனறுஅனபாய உன கலககம நீஙகபபணணபபார்ககிருர்.

௬. இபபோதும, எனறியேசுவே, உனசகா யர் நாமெனறீர், வா,வாஎனறுமனனிலே ஐ யததைஅவிததுமவெனறீர், அததாலஉடமை நானவணஙகிபபறறிககொணடு அணடினேன, தெயவமைநதனே,இரஙகி, ரடசிததாருமென.

௭. விசுவாசபபோரிலநான பினவாஙகா பப டிகளுககாரும, பாவஇசசைககினததாண ஓடட நீர் துவிககுவாரும. நீர்வெனறுபபோல் நானும வெனறு, எறுகடைசியிலும சமாதானததோடே செனறு போக,கடடளையிடும.

௮. ஆதரிககும உமமையே எனறைககும இ ஸதோததிரிபபேன, கறதராகியநீரெனன துவின எனறறிவிபபேன. உமமையேநான நமபிககொ ளவேன, உமமிலேபிழைககிறேன எனறுமனதா ரசசொலவேன, செயகையாலுஙகாணபிபபேன.

௯. அலலேலூயா,மீடபரா தநதசுவாமிககுத து திபபு, அவர்செயதகிருபை நமககுமனகளிபபு. அவர்தநத நேசமுளள மைநதன நமமை சசேவி டார், நமமையெனறுமஉணமையுளள மெயபப ராயவிசாரிபபார்.

அ. Nun komm der Heiden Heiland.

வாரும,லோகமீடபரே, கனனிபெறறமைநத
னே, நீர்பிதாவினகாணிககை, உலகததின
அருமை.

௨. தாயதிவவியஆவியால கெர்பபவதியான
தால ஆதிவார்ததைமசககு ஒததசெனமமாயிறறு.

௩. கற்புடையசுததகனனி சீர்கலஙகாககனனி
யின கெர்பபததிலமாசுவாமியார், உர்பபவிதது
சமசனமயிதநார்.

௪. சூரியோதயநதுககு சாயலொகநமது பொ
ருதாளொடககர் தாழவிலெஉதிததவர்.

௫. ஆறுலஉனனததிலே தானஇருநதுவநதா
ரோ. வநதுபூநதுபோயவிட்டார், மீணடுமவான
மனறிஞர்.

௬. நிததியபிதாவுககே ஒததசுவாமி, உமயிலே
நீர்பிறநதகாரிடம வெலவெவறறியாயிரும.

௭. உமமுடையதொழுவமவிண பிரகாசி, ராவிலொ
ளியை காடடும,எஙகளநெஞசிலும பிரகாசிததே
யிரும.

௮. உனனதபிதா, சுதன, ஆவியை அவனவன,
தயவுளளதமபிரான எனறுபோறறககடவன.

௯. Jesus ist kommen, Grund ewiger Freuden.

இயேசுவினுலேமெயபபூரிபபுணடாகும, அவ
ரிலமனித சுவாபமுமே தேவசுவாபததோ
டொருமையாகும, நமககுஅவர்ஒபபானவரே.
இதுபெரிய அதிசயமாமே, இயேசுவினுலேமே
யபபூரிபபுணடாகும.

௨. பாவிகளே, உஙகளமீடபாயவநதார்,

உஙகளகடவுளசொனனதததாமே சிலுவையிலே பெலியாகிறநதார், நமககாயததமமுடைய ததத தையே சிநதினார், நமககாயச்சீவனைததநதார், பா விகளே, உஙகளமீடபராயவநதார்.

௩. அவர்பிதாதான அநுபபினமீட்பர், நம மைபபிதாவணடைசேர்பபதறகு அவர்தாமளை ததகணசசையுநதீர்பபர், அவரை நீஙகளா ஜீவி தோததிரிதது வாருஙகள, அவர்எலலாததையுநதீர் பபர், அவர்,பிதாதான அநுபபினமீடபர்.

௪. அவராலக்கட்டுகள துணடுதுணடாகும, ம ரணசசகதிவிழுநதுவிடும, லெசசைபபடடோருக குமேனமையுணடாகும, பேயுநதனனுடடுமுறிந துவிழும. இயேசுவாலநமககுவெறறி யுணடா கும, அவராலக்கட்டுகள துணடுதுணடாகும.

௫. நமககுநிததியசீவனைததாறார், பாபததைநீ கி, இதையததையே நறகுணததாலேயுஞசோடி ததுவாறார். நமமுடததமையர்அவராமே, நமமு டபாவததைஅபபுறமபாரார், நமககுநிததியசீவ னைததாறார்.

௬. ஆடுகளுககவர்மெயயபபருமாமே, கெட் டுததிரிகிறஉஙகளினையும அவரேதேடும இரட்சக ராமே, உஙகளினதமமுடமெய்ச்சனுககும நோ ணடுவரஅவர்ஆயததமாமே, ஆடுகளுககவர்மெ யயபபருமாமே.

௭. செருஙகைததிருபபிகசர்ததராவாகும, அ வர்ககுவாசலைசசீககிரமாய நீஙகளதிறவுஙக ளேன, அபபோதாகும. நேசாம அவனாயுண மையாய நீஙகளசினேகிததால மோடசமுணடா கும, செருஙகைததிருபபிகசர்ததராவாகும.

௮. அவர்குணமபடடோர் பொககிஷமாமே தமமைசசேர்நதோரின துணையவரே, துககிதத

வர்ந்தவர்த்தியருமே, நீசர்மேல அவர்இதையத
திலே மித்திரியான இரககமுணடாமே, அவர்கு
ளைபபட்டோர் பொககிஷமாமே.

௫. வானவல்லாரையும இயேசுகொட்டிபபார்,
எனனணையாடவாருஙகள என்கிறாரே, தாகமஉள
ளோருககுநனமை அளிபபார், சீவததணணீரினஊற
றவாராமே. தேவையாம ஆறுதலவருவிப
பார், வானவல்லாரையும இயேசுகொட்டிபபார்.

௬. திககிலலாபபெருககவர்பிதாவாமே, ஏ
ழைககு அவர் அடைககலமும. சோகஸ்தரினபரி
யாரியுமாமே, துனபபபட்டோர்கள அவினவரு
ககும அவர்தானகோட்டையுந துர்ககமுமாமே,
திககிலலாபபெருககவர்பிதாவாமே.

கிறிஸ்துபிறபபின பாட்டுகள்.

௧. In dulci Jubilo.

அருபபிருககுமபோல மகிழநதுபாடுவோம.
நமமை ஆறறுமநனமை இமமுனனவின
யிலே மாசூரியன அததனமை விளஙகுமபின
விடீய. ஆதியநதமே : :

௨. தெயவீகபிளளையே, அனபுளள இயேசுவே,
உமமாலதான களிகக என நெஞசைததேறறுமேன,
நீரினறி ஆதரிகக நானஉமமை அணடினேன.
எனனைசசேருமேன : :

௩. பிதாவின தயவும குமாரனபடசமும பா
வஙகளைககழிககும. நாயகெட்டுதிககிலலார், ஆ
ளெலலாம ஏகிருககும வழியைச்சுவாமியார் உ
னடுபணணினார் : :

௬. மெயயாயமகிழவே வாழ்வேது,மோட்ச
மே, அஙகேசவானேர்பாடும சஙகீதமஇனபமே,
ராசாவின ஊரிலஆடும மணிகளொலியையே, வா,
வா, மோட்சமே : :

௰௧. Ein Kind ist uns geboren heut.

இதோஒர்பிளளைநமது மகாமகிழ்ச்சிககுபபி
றநதார், திவவியமைநதனநமககு பிதாவால
தரபபடடுவநதார். தெயவனபின பொககிஷததை
சுவாமியார அவருககுளதிறநதுவைககிறுர்.

௨. இபபிளளையின முகததிலே பிதாவின கிரு
பைவிளஙகும. புவியிலபொழுதவரே, ஆதாமவி
ழுநததாலேஎஙகும பிடிதத அநதகாரததைஅவர்
வெளிசசமாககவநதொடடசகர்.

௩. இபபிளளைசினனதாகியும, பூலோகததை
சசுமநதிருககலும, ஆமஅதுதானெலலாததிலுமபெ
ரியபாரததையெடுககும, அவருடைய தோளின
பேரிலே கர்ததத்துவமஇருககினறதாமே.

௪. இதோஇபபிளளையினுடைய பேர்நாமமஆச
சரியமானேர். உலகிலஅவர்செனமிதத அதிச
யததால தூதரானேர் திகைதது, மாமகிழ்ச்சி
யுடனே கர்ததாவைபபோறறிபபாடினுர்களே.

௫. ஆலோசனைதோனறுவிடடால ஆலோ
சனையின கர்ததராக கொடுககபபடடார், ஆகை
யால உனஆததுமமொடசிபபுசகாக உதவியாமநற்
புததியுனககு நீயவரைககேடடால்க்கிடைககுது.

௬. நறபாதையிலநடககிற பெலனுமஉனக
குககுறைநதால், அஞசாதே,நீயவருட அடைக
கலததில வநதடைநதால, பெலததுககொளவாய்,
இநதபபிளளைதான மாவலலமையுடைய தமபி
ரான.

௭. ஆகையினாலே நீயுன்று பகைஞரோடே
தீர்ந்துநிற்க பெலவின தந்தடிசசெ ணடிரு,
எல்லாதறையும்நனறுயமுடிகக பெலனுடையதி
வர்வசமாய நீயோடிவா, அபபோநீவெலலுவாய.

௮. உனநிததியபிதாவ ஞர், ஆமஉனவிரசசு
விசேஷததாலே புதிய செனமமாககிறார். பிதா
வைபபோலேதயவாலே அனநதகாலமும உனா
டசசர் உனமெலககணஞேகமாயிருபபவர்.

௯. மாசமாதானபபிபபு எனறுமழைககப
படடோரான இமமானுவெலநாருசரு பிதாவு
டையதினபமான தயையயசு அடுளைவதரிககிறார்,
அததால்த்தாழநதோரினெருசைத தெறறுவார்.

௰. இபபொதும,செருபெ,நீ களி, கர்ததர்கொ
டுககிறதைபபறறு, மகிழநது, அவரைததுதி.
பொலலாககுணஙகளை அகறறு. அனபுளளாடக
சரைததோததிரி, ஆஉனவள அவருககுஒபபிவி.

௰௫. Gelobet seyst du, Jesu Christ.

இராககாலளஇயேசுவே, மறுசெனமமாய
த்தானே, பிறநதஉமமைபபாடுவோம, வா
னோருமபாடககேடகிறோம. இரககமே.

௨. ஒனறான தெயவபுததிரர் எஙகளுருபமான
வர். ஓர்முபபனவினையிலேத்தோ படுததிருககிற
ிபபோ. இரககமே.

௩. அளவிலலாதவலலவர், உலகததைததாங
கினர் சிறுகுழநதையாயத்தாயார் மடியிலேகிட
ககிறார். இரககமே.

௪. அநாதிசோதிபூமிககு புதுஒளிவீசுது அ
தேஇராவிருளிலும உதிதது பபிரகாசிககும.இ
ரககமே.

௫. இஸனீசருசகுமோடச,நது வாழவஸடா இறநதுசகு, புவியிலதேயவபுததரர மாபரதேசி யானவர். இரககமே.

௬. நமககிரஙகி,வானததில நமமை மாளாஆ ஸதியில சமபனனாாகச, சடசசர மகாயெனி யோாானவர். இரசகமே.

௭. மடடறறதம்தனபட உட்கருததைசகாண பிாக பிறநதகிறிஸதுகளுததுதி. கிறிஸதோரின கூடடமே,களி. இரககமே.

௰௩. Ermuntre dich, mein schwacher Geist.

எனநெஞசே, கர்ததராகிய குழநதையைசசந திதது, சநதோஷிததோடெழுமபிட நீவா ளசையாககிடடு. இதுஉனமீடபர்தாழமையாய நாமைமீடகசசிததமாய பிறநதுவநதாரவே, மகி ழ்னனஆததுமாவே.

௨. ஆ நீனபமனவாளனே, ஆதெயவஆட டுககுடடி, ஆமகிமையினாாகாவே, நானஉம மைபபாதமுததி செயதுமமைமுழுமனதால து திதது,சீவனுளளநாள கெடடோரின மீடபாக இஸதோததிரிபபேனுக.

௩. ஆ சுவாமி, உமதுனனத அரமவீனையை விடடு, பசைகொவலியுமசேமபிய புவியிலநீர சென்மிததது, பசைஞரின நிமிததியம மரிசகஉ மதானநதம செஙகோவலியுமவெறுசகும அனே பேஜபபறறிருககும.

௪. நீர்நாடுமமணவாளியோ மாயேழைத்திடபு மாமே, ஆறுஹுமஅவளுககிபபோ இரடசசர்நீர தாமே ஆஇததவிலநிறபநதமும இருளுஙசேடும உளத்தையும அடைநதவளுமேல்லைவககும அன பெநிறலக்கிடைசகும,

௫. இவவுலகததைஆணடோரே, மெயசசமா
தானகர்ததா, பசாசைவெலலுமராசாவே, பெல
ததிலேகமர்ததா, இவவாழமானதாழவிலநீர், கர்
ததாவே,வநதிறஙகிறீர், எளியவர்களபிளளை யோ
லஉமககொனறுமிலலஙி.

௬. ஓர்ககாணும இதற்கொததா காணுததா
யிருககும, இதுலகததுக்குனனத வெளிசசததைக்க
கொடுககும. இதில்ப்பிறநதுவநதவர் பெலமு
டையரடசகர், விணமணசலமுநதியும இககர்
ததரைபபணியும.

௭. ஆதினபமானபிளளையே, நீர்சததத்தயவா
மே. சகோதரா, சிநேகரே, என பொககிஷம
நீர்தாமே. இபபாவிமேலஇரககமாய நீர்மூன
னவினையைவிடடனபாய எனநெஞசில த்தஙகவா
ரும, என வேணடுதலைததாரும.

௮. என மனமணவாளனே, நானஎஙகிபப
றறிநகொளளுங கெதியே,உமககெதுவே பிரி
யம எனறுசொலலும. ஆஆவிரோகமயாவையும
அஙசிகரியும, எனனைறககும நானஉமககெனவிண
ததாறேன, வேறொனறுமஇனிநாடேன.

௯. எனகேடடைநீககநீர், கர்ததா;எனசென்
மமாயககென்மிககும அதிசயததையெனறுட உ
ளளிநதிரியநதுதிககும. நானஇதைஇஙகே நிதத
முமபிறபாடு அஙகேயெனறைககும மகிழ்ச்சி
யோடேபாடும அனுககிரகததைததாரும.

௰௮. Wir singen dir, Jmmanuel.

கிர்ததாதிகர்ததாகிய புவியின பொழுதென
கிற இமமானுவேலே,உமககு துதிவாககட்
வது. அலலேலூயா.

௨. ஆசிககபபடடதேவரீர் அனபாசவநதிருககிறீர் எனறுமககளெலலாராலும இஸதோததிரமுணடாகவும. அல்லேலூயா.

௩. உலகுணடானநாளமுதல பிதாபிதாககளினதிரள உமககுவாஞசையுடனே காததிருநதார்கள், சிவனே. அல்லேலூயா.

௪. சஙகீதஙகளிலஉமமுட அதிசெயததைப பாடின தாவீத்விசேஷமாகததான நீர்வருவதை ஆசிததான. அல்லேலூயா.

௫. ஆ சியோனிலிருநதுணடாம ரெடசிபபுவநதாலவாசியாம, சிறையிருபபைககர்த்தர்தான அபபோதிருபபாரோளளொருவா. அல்லேலூயா.

௬. இபபோதும வநதீர்,மீடபரே! அஙகே ஓர்முனனணையிலே அடியார் வாழவுறறருநீர் எளியோராய்ககிடககிறீர். அல்லேலூயா.

௭. பரஙகளைவிட்டிங்கேநீர் மாபரதேசியாகிறீர், வானோர்வணஙகுமஉமககு மூவிபபாலதேவையாயிறறு. அல்லேலூயா.

௮. கடனுககெலலையைவைததீர், இபபோசர்ததாவாநதேவரீர் துணியில சுறறிபபுலலிலே படுககவைககபபடடீரே. அல்லேலூயா.

௯. எததிஙகையுமநாருட நியிததியஙசயிககிற உடமாலேஆறுதலெல்லாம விழுநதஎஙகளுககுணடாம. அல்லேலூயா.

௰. எரோதேயைபபோல உமககே அனேகர் உலகததிலே விரோதமான துர்ககுணர், நீரோநரினைசினேகிதர். அல்லேலூயா.

௰௧. ஆ தேவரீரைஅடியேன சினேகிததேயிருககிறேன, ஆனலஇநநேசமிகவும வளரபபணணியருளும. அல்லேலூயா.

௰௨. அதுபோதாது,ஆகிலும நீர்எனனிலேஅன்

பாயபபார்ததிரும, எனனிருணடான நுமககு ஒ
யடுககொடுததிருககுது. அலலேலூயா.

௰௩. எனபெலயீனததுககுநீர் அனுககிரகிக
கததேவரீர் தாமெஇபபூலோகததிலே பெலட
செயருபானீரோ. அலலேலூயா.

௰௪. ஆஅநதமாடடுககொடடிலும புலலே
ணகிறபடுககையும அடியார்ககாகஉமககு பிரி
யமாயிருநதது. அலலேலூயா.

௰௫. இநநீசயபாவிலாயயுமநீர் இரககமாய
ககணணோககுவீர் எனறதிருவுளளககு மனததிட
மிருககுது. அலலேலூயா.

௰௬. நானமெததஅவசுததனும பாவியுமாயி
ருநதாலும, பயபபடேனபாவியையே அழைக
கிறீரலலோ இயேசுவே. அலலேலூயா.

௰௭. நான ஆககினைககெனப வததால நேச
லெததனுபிராவிடடால, நீர்இநதசசிறுமையிலே பி
றசகததேவையிலலையே. அலலேலூயா.

௰௮. திடனகொணடுமமைபபறறினேன, உம
மாலரெடசிககபபடுவேன, உமமாலஎன பாவரு
சாபமும எலலாஇககடடும போயவிடும. அல
லேலூயா.

௰௯. நீர்எனனதலை, நானஉமது அவயவம
நானஉமககு தேவாவியினசகாயததால கீழபப
டடிருககுமவேலையாள. அலலேலூயா.

௨௰. இமமையிலநிததநிததமும, மறுமை
யில எனறெனறைககும துதியைஉமககடியேன
மாபூரிபபாயசசெலுததுவேன. அலலேலூயா.

௰௫. Freuet euch, ihr Christen alle.

கிறிஸதவர்களே, களிததுத, தமமுடனுமாசவின
னவாயநததகர்ததரை இனிதாய இஸதோததி

ரித்து போற்றுங்கள், பராபரர் நமக்குறவானவர். மாசந்தோஷம், தெய்வபிள்ளை மீட்பரானார், பயமில்லை, பூரிப்பாவோம், அவர்தாமே கிருபைப்பகலோறும்.

௨. ஆன்மனதே, நன்றாகப் பார், உன்மீட்பர் எத்தனை பட்சமாக, உன்னண்டை வந்திறங்கி, உனக்காக ஏழையாய்ப்பிறக்கிறார், அவர்முன்னே வினையைப்பார். மாசந்தோஷம், மி.

௩. உம்மையென்னமாய்த்துதிப்பேன், இயேசுவே, உம்மாலேதான் மீட்கப்பட்டேனென்றுதான் செய்கையாலே அறிவிப்பேன். உம்மாலத்தேறு, உம்மிலே தாபரிப்பேன், சீவனே. மாசந்தோஷம், மி.

௪. நீர்பிறந்தசாதியான மனிதரின்கேட்டுக்கு நீர்இரங்கி, உமது மந்தைக்குமகிழ்ச்சியான புது வருஷத்தையும், சுவாமி, கட்டளையிடும். மாசந்தோஷம், மி.

௰௬. Wir Christen Leut.

கிறிஸ்தோர்களாம் :: நாம்பாடலாம், நாம் மீட்பரை அறிந்தமார்க்கத்தார்கள். இதேவழி, இதேகதி, இம்மீட்பர்வசமானவர் கேடார்கள்.

௨. மா கிருபை :: குமாரனைத் தானேபராபரன் நமக்குத்தந்தார். மா அற்புதம், என் மாங்கிஷம் எடுத்து இவ்வுலோகத்தில்பிறந்தார்.

௩. போர்பாவத்தால் :: ஓய்விவரால் உண்டாம், இவருக்குள்ளானோர்வெல்லுவார்கள். ஏன், நம்முடன் பராபரன். இனிப்பகைஞர் நிற்கவே மாட்டார்கள்.

௪. ஆகையினால :: சநதோஷததால பிறநத லோகமீடபனைததுதிபபோம. நாமபாவதது இகடடுக்கு புறமபானோர்களாயினிசுதிபபோம.

௫. அலலேலூயா :: முடிவிலலா துதிபிதாவுககுஉணடாவதாக. அவருட அனபாகிய ஜ வெனனெனபதைமறவோமாக.

௰௭. Lobt Gott ihr Christen allzugleich.

சபையே,இனறுவானதநதை திறநதுதமது சுதவின ஐபுருசுவாமியை துதிதது உகொணடிரு ::

௨. பிதாவோடொததஇவரோ குழநதையாகிறார். இககறறுமுனனவணையிலே கிடககவுமவெடகார் ::

௩. சிறியோராக,ஆணடவர் பெலததைமாறறினார். பணசெயவனரூபைச்சிஷடடிகர் தாமேயெடுககிறார் ::

௪. தூதாககளின அதிபதி மூலைபபாலுணகிறார். எளியகனனியாளெதிரி கர்ததாவுடதாயார் ::

௫. புவியிலஅவர்பரம இராசசியததையே உணடாககவநதோராகிய தாவீதினமைநதனே ::

௬. தெயவீகசுவாபமநமயிலே உணடாக,சுவாமியார் நரினசுவாபமாயிஙகே பிறநதிருககிறார் ::

௭. தாழ்நதோர்அவர்,உயர்நதோனநான, இதெனனமாறுதல? இதுனனதசினேகநதான, இதனபின்ஆழஙகள ::

௮. இருமபயாநிசகரு வழிதிறநதுபோம, கேருபின காவலவாஙகிறறு, மகிழநதுபாடுவோம ::

௰அ. Froelich soll mein Hertze springen.

தூதர்களசந்தோஷமாக பாடசசே,எனனி
லே நெஞசுதுளளவதாக. சேருஙகள,ஆ
காசமெஙகும கிறிஸதுவின ஜெனமததின கீதங
களமுழஙகும.

உ. இனறு ரடசகர் ஜெனயிததார், நமதுமீ
டபுககு மீடபாராயஉதிததார், தெயவமைநதன
தாழவநதார், மாசகர்ததாநமமுடை சாதியாயபபி
றநதார்.

௩. கேடடைநமமைவிடடகறற, நமககுதத
மதுதார்பபிரியபபடட மைநதனைககொடுததந
லல ஆணடவர்மனிதர் சததுரு அலல.

௪. தமமைநமககீவாயததநது நமமுடைசகல
தீஙகைநீககவநது, மீடபாரான தெயவபிளளை நே
சமுநதயவும அறறிருபபதிலலை.

௫. தாமநாளககவிபபனைததால, அலலது
கேடடுக்கு தீர்ததுககொணடுவைததால, ஏன இங
ஜெனமமாயபபிறபபார்? ஏன அவர்மனிதர் பா
ரததைச்சுமபபார்?

௬. கெடடுபபோனநமககாக கஸதியாயநோ
வுமாய உததரிததுசசாக, ஆடடுககுடடியாக
த்தாமே தாழ்மையாய சாதுமாய இஙகேவந
தோராமே.

௭. அவர்வெருபட்சததோடே ஏழையைநீக
வினி ப்பார்தது,அவனோடே: என சகோதரா,
எனனாலே நோயசெலலாமமுகிவாம எனகிறார்
அனபாலே.

௮. ஆசையாலஅவனவராக துககததை தீ
ர்பபவரை அணடிககொளவோமாக. நமநேசர்
இவர்தாமே கிடடசசேருஞசீவனும இவரால
உணடாமே.

௯. ஞானபததாலவளைநதபேனை, சகலஞா
நதசெலவததுககுமகேசோ போருமவாசனுமவழி
யும கிறிஸதவலேலோ? பாடிபபோமிருஞ்யும,மு
கியும.

௰. எவவிணததனபாவஙகுததி, இரவுமபகலும
கவலைபபடுததி வருதோ, அவனுககாக படகு
கர்வநதவர் மததியஸதனுக.

௰௧. ஏழைகளதாராளமாக கிறிஸததனடை
கைககவிா நீடடுவார்களாக. இஙகே ஆததுமம
பிழைககும சகல பூரண நனமைகளகிடைககும.

௰௨. உமமைசகொமபாயநானபிடிபபேன,
மீடபரோ,உமமிலே எனறைககுநதரிபபேன, நீர்
எனசீவன, சாவைககாணோ, சாபமே,திகிலே,
போ,நானநீஙகலானேன.

௰௩. எனகடனெனமேல்நிற்காது, எனதிர
ளபாவஙகள அபபுறஙகாணுது. யாவையுஞசும
நதுதீர்பபர், சுவாமி,நீர்,தேவரீர் மாபெலதத
மீடபர்.

௰௪. உமமால்சுததமாயிருபபேன, உமமுடபூர
ணநீதியையுடுபபேன, உடமைமனதில அடைப
பேன, உமமையேஅதிலே ஆஸதியாகவைபபேன

௰௫. இஙகேஉமகருபபிழைபபேன, உமமை
யே காவிலே பறறிககொணடவிழபபேன, அ
ஙகேசொனககெனறெனறைககும உமமுடயாககி
ய சடூாகஙகிடைககும.

௰௯. Seyd zufriedcn, lieben.

நேசரே,சநதோஷமாகி, ஆறுதலடையுஙகள,
தேயவஜமநதனநமமைபபோல ஒததநரசிவ
னுகி, பாமகெதியிலவார் பேரிலேபிரஙகினுர்.

௰௨, ௧. இரககமுளளஇயேசுவே,மிட

௨. எததவிசேசயகேதததாலே தூதர்கள ஆகாசததை நிரபபி,மனுஷரை செயபவமைநதனதய வாலே சேர்நததால்திசைசததோர்போல பாடும பாடடைககேளுஙகள.

௨. ஒனறான தேவபுததிரர், மிடி,

௩. வானததைபபடைததசர்ததர், பூமியையுணடாககினர், யாவையுஞசுமபபவர், அணடஙகாசசமர்ததர் நமமைபபோலஉருவானர், சிலுபிஉசுறறுணகிறார்.

௩. அளவிலலாதவலலவர்,மிடி.

௪. ஞானபபிரகாசமாக எஙகளாததுமததிலும உருவாகி,மீளவும அதைததேயவசாயலாக சேர்பபடுததிககொணடிரும, ஒளிவாலுஞசோடியும.

௪. அறுதிசோதிபூமிககு,மிடி.

௫. உமமுடவெளிசசததாலே, நாஙகளுமவெளிசசததை பெறறிருளினதீமையை வெனறு, உமதனபினாலே தீஙகவினததினமுடிவை காணஎஙகளாவேணடுகை.

௫. இஙகீசருககுமோடசதது,மிடி.

௬. எஙகளோடேஐககமான உமமைககுமபிடுகிறோம, உமதனையைமறவோம. நீசனைநீர் மேனமையான தூதர்பாககியததுககே எறறினதிரககமே.

௬. நமககிரஙகிவானததில, மிடி.

௭. பாதீசினவாழவுமமாலே மீளவுமஉணடாகுது எனறுநிததமஉமககு தாழமையானமனதாலே தோததிரஞசெலுததுவோம. பாககியம, பிழைககிறோம.

௭. மடடறறதமதனபுட,மிடி.

௨௰. Vom Himmel hoch.

தெயவதூதன சொலலுகிறது.

பரததிலேயிருநதுதான அனுபப பபடட தூதனநான, நற்செயதி அறிவிககிறேன, பயபபடாதிருஙகோளேன.

௨. இதோஎல்லாசசனததுககும பெரியநன மையாயவரும சநதோஷததைககளிபபுடன் நான கூறுஞசுவிசேஷகன.

௩. இனறுஙகளகர்ததரானவர், மேசியாஉங களாடசகர், தாவீதினஊரிலதிககிலலோர் ரட் சிபபுககாகசசெனமிததார்.

௪. பரததிலேநாமஏகமாய இனியிருககததக கதாய இககடடுமபாவமுமெலலாம இமமீட பாலநீஙகிறறியாம.

௫. குறிபபைசசொலவேன: ஏழையாய து ணியிலசுறறபபடடதாய இபபிளளைமுனனணை யிலே படுககுமஆர், கர்ததர்தாமே.

விசுவாசிகள சொலலுகிறது.

௬. களிபபாயநாமுமமேயபபரின பிறகாலே செனறு, சுவாமியின ஈவானததைநாஙகேடட சொல் படியேபார்பபோம,வாருஙகள.

௭. ஆர்அஙகேமுனனணையிலே கிடககிறார்? எனமனமே! இபபிளளையைஉறறுபபார், இ தேயுன ஸ்ரீயேசுசுவாமியார்.

௮. எனசுவாமி, வாழ, பாவியை நீர்கைவி டாமல,இததனை தாழ்வாயஎனனணடைவநதது அளவிலலாததயவு.

௯. எலலாருஞசிஷடிததவீர் இமமடடு
ககும இறஙகினீர், இஙகே இபபுவினமேலஐ
யோ நீர், சுவாமி, வைககபபடடீரோ?

௰. பூலோகமவெகுவததவன விஸதீரணமநே
ததிமகிமை ஆளுமஉடமைககொளளுமோ? அ
துமதூகொருபெடடடிலோ?

௰௧. மகாஇராசா, உமது பொறசரிகைசிங
காரிபபு, விஆததிப்படடுமெததனில, துணியின
துணடு, காய்நதபுல.

௰௨. பூலோகததுபபிரஸதாபமும மிகுசகு
ச்செலவமஆஸதியும அவளெததுமமாயவையெனறு
நீர் இததலனறுககககாணபித்தீர்.

௰௩. ஆஇனபமான இயேசுவே, மெயயாஸ
தியானஉடமையே நான பெறறுககக, எனறைக
கும எனநெஞசிலவாசமாயிரும.

௰௪. அததாலநான நிததமபூரிபபாய இருந
து, மாசநதோஷமாய இமமாயகையைவெறுக
கிறேன, கதியாமஉமமைபபாடுவேன.

௰௫. பிரியஎசமைநதவன பாவமலத்தநதசுவா
மியை இஸதோததிரிபபோம, பூமிககு ஈடசிய
பினநாளஉதிததது.

௨௧. Herr Christ, der ein'ge.

பிதாவுடஒனறான செயா, அவருட தறசு
பாவஅசசுமான அருதிகுரியா, வாரேகா
விளைவராலும பணியபபடடனபாலும நிறைநத
கிறிஸதுவே.

௨. அடியார்நனமைககாக குறிததகாலததில
நீர்நாசெனமமாக எளியகனனியில பிறநதுசா
வைவெனறு உயிரைததாரேமெனறு ஈடசிப
பைசகூறினீர்.

௩. நற்பத்தியிற்பெலத்து, நற்சீரிலப்பெருகி உம்மால்நிரப்பப்பட்டு, மா வாஞ்சையாயினி தெய்வறிவில்வளர தெய்வனையுமுணர சகாயமாயிரும்.

௪. எல்லாத்தையுஞ் சிருஷ்டித்த பிதாவின்சத்தியே, நாளக்கவிரட்டித்த தெய்வீசமிட்டமோ, உம்மோடேஐக்கமாக, நீர்எங்கவிங்னருக திருப்பும்,இயேசுவே.

௫. நீர்எங்களிலுண்டான பொல்லாப்பைமுற்றிலும் அழித்து,நவமான குணத்தைச்சிருஷ்டியும். எப்போதுமும்மைத்தேட நீர்எங்களைநேருக்கையேற இழுத்துக்கொள்ளுமேன்.

௨௨. Das neu geborne.

பிறந்தபிள்ளையாகிய அன்புள்ளஇயேசுவென கிற கர்த்தர்நமக்குரட்சகர், இக்கட்டடையாவுந்தீர்ப்பவர். ஓசையாயினிதாய சங்கீதம்பாடும் நாளிதுதானே, துதிப்புமாகும்.

௨. இவரெல்லாஇடுக்கணும் பொல்லாப்பு,விச்சை,சாவையும் நீக்குகிறபிதாவுடன் ஒப்புரவாக்கும்புத்திரன், ஓசையாய, மி.

௩. குணப்படுமெல்லாருக்கும் ஆனந்தமிளைவரும், இப்போதுங்கிறிஸ்தினதைவு நாள்தோன்றுமநமக்கெந்தேறுது. ஓசையாய, மி..

௪. வானோருடனேநாமனைவோரும் பரத்தில்வாழ்ந்திருக்கத்தாய அங்கவர்க்கமையிசவும் அன்பாய அழைக்கும்நாளவரும். ஓசையாய, மி.

௨௩. Jesu Christ, dein.

மாதாழமையாய என்செனமமாய பிறந்தஇயேசுதானென்யோகியமே. இச்சிறுமை

இமமுனனவினை எஃஆவிமேயுமபாதீசமாமே.

௨. விண,மண,கடல, தீ,குமுறல பணசெயயு
மஇசமான பணசெயயவநதார். தறசபாவர்தான
மனுஞானான பிறநதமாநகிஷகதிலேபிறநதார்.

௩. மாசர்ததமோ, இததுடனே எனசபாவத
தைமாமேனமையாகவைததீர். புலபுகழபமும
போலஉலகும நகஷாதிரியைஉமமோடிவிணத
தீர்.

௪. பிசாசினி எனமேலதி இறைநதுமனனக
கெனனதீஙகுசெயயும? ஆதாயிலே விழுநதாயே
எனறேஎனமேலநகைததுபாணமேயயும.

௫. கேடடாயநீயே, பொலலாஙகனே, இ
தோஎனஇனததார்உனவிழியழிபபார்! திஙல அ
டை, நீயெய்ததை கர்ததாஇகர்ததர்பெலனுயய
டசிபபார்.

௬. குணநதருஞ சுருசிஷியும எனநீதியுமஎன
மீடபுமஅவர்தாமே. இமமானுவேல எனறுறு
தல, இனிபேயசாவுநரகஙகிழாமே.

௭. இடனிலலா சகோதரா, எனறேடடே
றிசகொணடையபபடாதே. கிறிஸதுவில தரி
சகையில, பிதாவமஉனனுடபிதா, அஞசாதே.

௮. உனபாடெலலாம முடிவுதாம உயர்நத
மகிமையைவருவிததார். அதேதேனறுல குமார
னல வானோர்களமேனமையைஉனககளிததார்.

௯. உனவமிசர் ஆர்,ஆணடவர். பார்பூமி
வானமுமஅவர்கடஙகும. எநதாலஉஙகில ப
யநதிசில உணடாகலாம,எநதாலமஙகலகுமும?

௰. உனமனதே: ஐயோஐயோ எனறுறு
தலதோனறு,சோயததாளாடும. திடனஅடை, இ
பபினவிளைவை நீபார், அபபோதேலவாமுசிபபும
ஆறும.

௰௧. இககடடிலே நீதொயயாதே, உனதமை
யர்உன நேசவைபபிரசகணியார் அவர்மனம மாக
றகுணம, நெரிநதநாணலை அவர்முறியார்.

௰௨. குழநதைபோல மனருடிசகொள, கேட
டேயிரு, உன துயரஙகழியும. அவருககும திறபந
தமும வதையுமநோகிறவிதநதெரியும.

௰௩. ஏன, நமமுடட பலபல உபாதியைநிவிரத
திருகக, தாமே, மகாபொலலா உபததிர கொடூர
பாரததைசசுமநதோராமே.

௰௪. அவர்எலலா சமபூரண மகிழ்ச்சிககுமநேர்
வாசலானகர்ததர் நமககுணடாம இககடடைத
தாம நிமையிலநீககவும அவர்சமர்ததர்.

௰௫. இவவுலகம திரவியம தேடடடும, இயேசு
நாதனைநீதேடு. இவவொனறைபபார், இமமுததை
ஆர் பிடிககிறரோ, அவனுககுபபேறு.

௨௪. Komst du nun Jesu vom.

இயேசுவே, வானததைவிடடிஙகேவருகிறீரோ?
வினனுடனமனவணநீர்ஒபபரவாசகததாழ
நதீரோ? ஆணடவரோ, எனவினநீர்மீடபதறகே ம
னிதசெனமமானீரோ?

௨. ஆதிததகபபனுறபோனதெலலாததையும
நீரோ எனககுஉமமுடமீடபினுலநதேடிவைததீரோ.
எனககுணடாம நோவுமஇககடடுமெலலாம தீர
நீர் உரபபவிததீரோ.

௩. எனவிளப்பிசாசுபிடாததுகெடுகக விரும்
பும. மரணமநரகமனைவும விழஙகளுமபும. மீ
ட்பரே, நீர் வநததாலனனுடேசர் பாககியமாசத
திருமபும.

௪. இயேசுவே, எனககுள நலகுணததையுணை

டாககும, ஆவியையோககததைஉமமுடைருடுககோய பாசகும. உமமைமகா பததியாயபோறறிவா எ ணவினநீர்சாககிரதையாககும.

ரு. எனவினயும நீர் விசுவாசிகளுககு ககொடுக கும நிததியசீவனினவாழவுககும ஆனநததுககும கொணடுபோமென எனறுமனறுடுகிறேன, அங கேஙஙனனே இருககும.

வருஷபபிறபபின பாடடுகள

உரு. Helft mir Gott's.

அவிணவர்ஏகமாக இபபுதுவருஷ பிறபபில் த்தாழமையாக பணிநது,உனனத கர்த தாவின அடையே தியானிததுசசிநதிதது, வண ஙகித்தோததிரிதது புகழுவோயமே.

உ. பிதாவாலததயவாக கிறிஸதெனறகாணிக கை இநநேரமுமடடாக காணபிககபபடடதை நிவிணசககடவோம. தயாபரர்கொடுதத மெயய போதகததினசுதத விளககைககாணகிறோம.

ந. கர்ததாவுடைய உணமை இராசசிய சாநத மும கேடானபலதீமை சோரமலபபோகவும வி லகீககவும பணணிறறிநநாளவரையும இவவு ருமஇசசவையும அததால்சசபபடடும.

ச. பிதாபோல்த்தபபவிட்டு பொறுததார்,எ னனறுவ தாமநீதியைபபிடிதது விசாரிததா ரானால நாமபூருவததிலே தளளுணடுபோயமடி நது, வேரறுககெடடழிநது இலலாதேபோ யோமே.

௬. தயாபரா இரஙகும கடாட்சமே துவின கிலேசததாலக்கசஙகும நெஞசாலேஇயேசுவை நாமபறறுமபோதவர் அருளாயததைககுவிதது, அடியவாகளுறைநதது, இககடடைநீககிறார்.

௭. பிதாவே,எஙகளுககுப்பிரியமைநதனால நீர் செய்யுநதயவுகளு எலலாமஅடியாரால துதியுணடாகவும. இனியுமஆதரிதது, சீர்நதசீர்வதிதது, இரககமாயிரும்.

௨௧. Nun lasst uns gehn und treten.

இமமடடுஞசீவனதநத கர்ததாவை அததியநத பணிவாய உணமையாக ஸ்தோததிரிபபோமாக.

௨. நாளபேச்சைபபோலக்கழியும, தணணீரைப்போலவடியும, ஆனாலஇநநாளவரைகளும இவவேழைமனுபிழைகளும.

௩. அநேக விதமான இககடடையும, உணடான இக்ஷியுஙகடநதோம, கர்ததாவின மீடபைகணடோம.

௪. பிசவிவாசகளோட தாயதனுட உகநத குழநதையைநனறாக தற்காககுமவணணமாக,

௫. கர்ததாவினகை துணையில இரடசகரின காவல விழுநதணைநதுயார்களும சனமார்ககைததறகாககும.

௬. ஆம, எஙகளைசசரிபபும விசாரிபபும்முழிபபும, தயாபரா,நீர்தாமே காககாவிடடாலவீணாமே.

௭. இனறுமநவமான அனபாயநீர்செயததான அனுககிரகததுககாக துதியுணடாவதாக.

௮. இனியுமநீர்நேரிடடு, அடியாரைரடசித

து, எல்லாஇககடடிலேயும அனுபாயச்சகாயரு
செயயும.

௯. துணைஞரிலநாஙகளதாழநது மிரணடுமனு
மமைசசார்நது நிலிககிறததுககாக இடஎ அளி
பபீராக.

௰. மாகனசபேசததுககு உணடானபோர்க
ளுககு ஜீர்முகிவுவாடடும, போறுஙகினைதககட
டும.

௰௧. சபையையாதரிதது அனபாயாசீர்வதி
தது, எலலாரினமேல்அக்றனறும அருளுதி
ககபபணணும.

௰௨. பொலலானாததயவாக நிருபபிசகோன
வீராக, இருளிலேதிரியுஞ சனததுககொளிவீ
யும.

௰௩. திககறறவரைககாரும, நோவாளிசவிள
பாரும துககிததவரைததேறறும, சாவாரைகக
கையேறறும.

௰௪. பாததுககுநோாக நடககிறதுககாக,
அடியாரையெநநாளும தெயவாவியாலேயாளும.

௰௫. அடியார்அதஇயநத பணிவாயககேட
டுவநத வாஙகலியனபாக தநதருளுவீராக.

௨௭. Hilf Herr Iesu, lass gelingen.

வருஷபபிறபபுணடெனறு புதுபபததியுட
னே தேவரீரைநானபினசெனறு வர,நீர்
தான,இயேசுவே, எனககுமனனேவலகரும வ
ழிகாட்டியாயிரும, எனககிபபோதுமஇனியும
ஆசீர்வாததததையளியும.

௨. இதுதிருவைபோறறியும வருஷமாசடடு
மேன, எனவிசாசிர்பிராகாசிபபியும, என அழுககை

யடியேன மனஸதாபததுடனே பார்ததருளு சகலெ நற்குணததையுமிளியும, பாவமயாவையும மனனியும.

௫. நீரென அழுகையைககணடு, துககததால்க கலஙகின அடியேனைததேற்றுவாது, நிததம நிததமஉமமுடை கையாலெனனைபபணததாஙகவும, பாவததுககுஙகேடடுககும தபபுவிககவுமஅனபாக தயவருளுவீராக.

௬. மாயமறறகிறிஸதோனாக இநதவருஷததிலே நானநடககததககதாக ஈவளியுங,கர்ததரே, யாவர்மேலுமபட்சததை வைததுதேவபததியை யோககிடடிபபுணடாக காணபிததேயிருபபேனாக.

௭. பூரிபபாயஇவவருஷததை நானமுடிகக எனனைநீர் தாஙகி,உமமுடகாரததை யெனமேல வைசககககடவீர்; சகலதுககடடிலும எனவினையா தரிததிரும, உமமைபபறறிசசுகமாக சாவிலுங சேவிபபேனாக.

இயேசுவினுடையநாமஙகளின பேரிலுமஉததியோகஙகளின

பேரிலுமபாடுகிறபாடடுகள.

௨௮. Ach Jesu, dessen Treu.

ஆ இயேசு, உமமுடை சிநேகமளபபிலலாது, விணமணணிலுளளவர் துதிபபுககுமணட டாது! நீர்மனிதசெனமததை யெடுததெனசாப ததைச சுமநதுகொணடது மடடறறகிருபை.

௨. நீர்பெறறநாமமே குளுநததாயிருககும,

அபேதனவியாகுலம எல்லாதவையுமணடுககும நீர் இயேசுஎனறதய அழைசசபபடடது மாஇன, பம,அதிலேல என துககமனீஙகிறது.

௩. அனபுளள இயேசுவே, நீர்எனனுடைகளிபபு, நீர்கொணடநாமமும எல்லாததிலுநதிததிபபு, நான துயரபபடேன; என? இயேசுவெனபவர் வி யாறதியினபடி பவததாடசகர்.

௪. பிசாசுமனனைத ததனா தீவிவினைகளாலே சவி சசபபார்ககையில இமயேனைமைநாமததாலே தி ருமபஆறுதல, வெளிசசம்ஞானமும உணடாகி, சகல மநதாரமபோயவிடும.

௫. எனமீறுதலகளால நானமெததககுறறவா ளி நீர்இயேசுவாகையால நானமோடசததினப ஙகாளி எனபாவககுறறததை நிவிர்ததிபணணி னிர் பிதாவினதயவை எனமேலவிரிககிறீர்.

௬. எனபாவததிடமைநீர் பரிகரிபபீராக அ சுததததுனநான மாசறறுபபோவேனுக, உமபா வெஞசாபமும எனகுஷடதோசமும போயஆ சீர்வாதமுஞ சுகமுஙகாணவும.

௭. நீர்இயேசுவெனபது மகிழசசியைகொடு ககும வறடசியிலஅது மழையைபபோலிருககும. ஆஉமமுடையபேர் எனதாவுஙகோடடையும க ளமுஞசெலவமும கதியுமாகவும.

௮. நீர்மோடசததினவழி நீர்சததியமஉயிரும; உமமாலஇபபூமியில எனஆததுமமகிழும நானசாகபபோகையில உமமாலஎன முடிவும நறபாககியததுடன இருககசசறபியும.

௯. ஆனாலஇருககிற நாளமடடும உணமை யாக நடககஎனககு ஒததாசைசெயவீராக நான செயயவேணடிய எனஊழியததுககும நீர்உ மதாவியின வரததைததரவும.

E

௰. நான இயேசுநாமததில ஸ்நானமபெறறிருநது நான இயேசுநாமததில எலவேவஸிகருளப் புகுநது நான இயேசுநாமததில எபபோதும யாவையுந துவககிககொளளவும முடிததுபபோடவும.

௰௧. நான தேவரீருககு இவவுலகிலப்பிழைப பேன, நான தேவரீராலே மரிககுமபோதவிழைப பேன, உமமாலேமோடசததில நானபிர வேசிபபேன, அவவுடமைகளைககுந துதித துபபோறறுவேன.

௨௯. Jesu, frommer Menschen Heerden.

ஆடுகளின உணமையான மேயபபரே, இரங குமேனே, நானும உமமைச்சேர்நததான உமதாடடாகட்டுமேனே, ஆடுகளுககாய அனபாலே சீவனை நீர்தநதாலே எனனையும மீட்டீரல லோ? அநத அனபுககொபபுணடோ?

௨. மநதைககுமநலமேயபபனுககும ஒனறு கொனறு அனபுணடே, அபபடியிருக கும, எனமேலநேசததைநீரோ வைககககொளள, உமமைநானும எனகர்ததாவுமஇசமானும என றுபறறிஉமமையே நேசிபபேன,என்நேசரே.

௩. தஙகளமேயபபனினனருக ஆடுகளஅறி யுமே, மேயபபனுமமாதிரிடடமாக தனனுடைமந தையிலே எநதஆடடையுமஅறிநது காககும போல,ஒனறையுதிரிககு பிறபபார்ததனைவினைநீர் யாததுககொணடிருககிறீர்.

௪. மேயபபனகாடடுககுசசெனறததுககு ஆடுகள செவிதரும, ஆடுகூபபிட்டால அதுககு மேயப பன கவனிபபதும உணடு. நீர்கூபபிட்டால, கேட்பேன, எனவினைதீர்ககணடிததால, சேர்அடை வேன,எனககும அனபாயநீர்செவிகொடும.

௫. ஆம,நானகூபபிடடாலநீர்கேட்கும, உண
மையுளளமெயபபரே, மனதாயிலலைவொனறின
மேலும ஊககமானதோணடாலுககே தபப.உம
மைககருததாக நாஙமனறுவேதறகாக எஙவிளை
வும,எலலவிளநீர் அபபோதூறறிததேறறுவீர்.

௬. என்றாவியுமமைபபறறும, கர்த்தரான
இயேசுவே, வேணடிககொணடுதேடததேடும
எலலவிததயவுடனே கேடடுததரியபிரோசனறும,
உமமாலநானசுகிபபேனெனறும, இயேசுவே,நா
னநமபினேனே, நமபிஆமெனனகிறேன.

௩௰. Dich, Jesu, loben wir.

ஆ, உமமை இயேசுவே, வணஙகததுடனே
நாஙகளபோறறிபபணிவாக இபபவும
எனறைககும உமமுடைய அனபுககாக
தோததிரிததுவரவும.

௨. நீர்அடியாருககு அனறுபோழுது, எ
ஙகளுககுயீடபாக தேவமைநதனாநீர் பூமி
யிலமாஎழையாக மனிதபுததிரனானீர்.

௩. கோவாளருகலநீர் ஆரோககியநாறீர்,
எஙகவிராடடிககநீர், எஙகளபாவஙகளுடட ஆ
கினவினைபயகுமநநீர், உனனததயாபரா.

௪. நீர்மெயயவெனறநானா உயிர்தெழுநத
தால மோடசவாசலிததிறநது, உமமுடகோ
டியினகூட வாறபேனைபறிவதது பொவுமய
னனாகிறீர்.

௫. பிதாவினபககததில நீர்அஙகிருககையில,
யாவும உமககவாாலே ஒபபிவித திருககசே,
லோகமுமஇனியுமமாலே நாயநதீர்ககபபடுமே.

௬. மாசேனைகளும பிரதான தூதரும

உம்மைநமஸ்காரம்பண்ணி, இயேசுகிறிஸ்துஅரசர் என்றுஉமக்குஊழியவன்றி ஸ்தோத்திரஞ்செலுத்துவர்.

௭. எல்லாப்பிதாக்களும், முன்சென்றநாளிலும் உம்மைப்பற்றிக்கொண்டிருந்த யாவரும், நீர்ரட்சகர் என்றுஉம்முடயிருந்த அன்பைப் போற்றிப்பாடுவர்

௮. நீங்கும்முடச்சபை உமக்குச்சாட்சியைத்தந்துகொண்டிருக்கக்கொள்ள, ஸ்தோத்திரத்தையுமக்கு பால்வரினாயுஞ்சொல்ல, ஊசியனறு ன்குது.

௯. உபத்திரவங்களும் பிராணமோசமும் அனுபவமானதையும்வங்காலும் உம்மைப்பற்றுமத்தியர் ஊமையானாலுமனசாலும் போற்றிக்கொண்டிருப்பவர்.

௰. ஆம், உம்மைப்பற்றின பேர்தேவரீருட் சேஷ்டராய உம்மைப்பின்சென்று பேயைவெல்லுஞ் சேவகர், அவர்களப்பதாநீரொன்று கற்றைக்கா கூமனிதர்.

௰௧. பூலோகமுமும்முட பெரியதாகிய மகிமையைத்தெரிவிக்கும், வானங்களுமக்குண்டாம வல்லமையைவிவரிக்கும், இது அளவற்றதாம்.

௰௨. ஆ, எங்கள்பேரிலே இரங்கும், கர்த்தரே பேய்ச்சேவகருவரப்பண்ணும் மோசத்துக்கும் வாதைக்கும் அதைத்தேவரீர் அன்றன்றும் நீங்கலாக்கியருளும்.

௰௩. ஆ, வெற்றிவேந்தரே, நீர்ராஜங்களவக்கே தங்கிராக்களசிவனுள்ள நாளச்சன்மார்க்கம்பண்ணவும் வெல்லவும், நீர்பூரிப்புள்ள வெற்றியைத் தந்தருளும்.

௩௧. Jesu, lass mich mit Verlangen.

எனககுமமிலபபஙகுணடாக வாஞசையாக
உமமைபபறறிககொளளவேனே, இயேசுவே.

௨. உமதணடையிலநான்நிலைததது நானபிழைத
து, பாவததுககுமுழுதுஞ சாகவும.

௩. சிதறிபபோயசசிககபபடட பெலனறற
ஆடடைததேடும,இயேசுவே, மேயபபரே.

௪. உமமுடையிரததததாலே நீர்அனபாலே
தீஙகைநீககியருளும, ரடசியும.

௫. சததுருககளியகறறும, உமமைப்பற
றும எனனைநீர்தறகாபபீரோ, இயேசுவே.

௬. எனனிலதேகமஆததுமாவும உளளயாவும
உமமாலசிருஞசகமும ஆகவும.

௭. பேழைககுநானபுறமபான தூரமான
புறா;ஆனனவினிமீளவுஞ சேர்ததிரும.

௮. உமமாலமாததிரமபெலனும நறதிட
டமும வரலாம,நீர்ஒருததர் ரடசகர்.

௯. நானபாககியைநாடும ஒருஙசததா
ரும, எனனைவிடபபினசெலலெனறீரோ, இயேசுவே.

௰. உமமிலநறகிரியைததர நானவளர உமமில
நானகொடியாமே, இயேசுவே.

௰௧. உமமுடைசெடடையினகீழே தேவரீரே,
இநதககுஞசைநிததமும வைததிரும.

௰௨. நேசரே,நீர்எனறெனறைககும என
மேலவைககும அனபினுளளமனேது வாழுது.

௰௩. உமமிலபபேயோடுலோகோடும பாவததோ
டும நானபோராடியாவையும வெலலவும.

௰௪. உமமைவிடடவிலகேனுக, நீர்அனபாக
உமமிலஎனனைஎனறைககும காககவும.

௰௫. எநதபபாடேனமேலவநதாலும ஒரு

ஙகளும பினவாஙகாமலஉமமிலே நிறகவே.

௬. நானமுடியஉணமைகாடட நீர்காபபா றற தேவையாயிருககுமே, இயேசுவே.

௭. ஆகுழநதைபோலமனறும எனவினப பாரும, ஏழையானவனநீர் கடாடசிபபீர்.

௫௨. Mein Hertzens Jesu, meine Lust.

பிரியமானஇயேசுவே, எனநெஞசைததயவா க நீர்பூரிபபாககி,எனனிடே பெலததததே றறலாக தெயவீகஅனபையூறறிய படியி னாலநானஉமமுட துதியைசசொலவேனாக.

௨. எனநெஞசிலஉமமாசசிபபறறின சிநேகத தீயெரியும, எனமனமஉமமாலஉததம மகிழ்ச்சி யை அறியும. நானஉமமைநோககுமபோதெல லாம எனதுககமஉமமிலேஅடஙகாம அருளினால ததெளியும.

௩. நீர்எனவெளிசசம,உமமாலநான இறநத முகமாக பிதாவினஇனபநெஞசைததான என ஆறுதலுககாக கணடடைகிறேன. ஆதயவாய நீர்எனவிசுவாசககணசூரியனாய பிரகாசிபபீ ராக.

௪. நீர்மோடசததுககுபபோமவழி, இதற குளளானஆரும தபபாயபபோவானோ, இதேசரி, விலகிபபோவாரும அழிநதுபோகிறவர்கள தான. வழியானசுவாமி,உமமிலலாமல திவவிககக எனவினககருடம.

௫. நீர்சததியம,நானஉமமையே தெரிநது கொணடிருபபேன, பொருளுஞசாரமுமநீரே, வீணமாயையைவெறுபபேன. உமமாலேபாக கியமவரும, மெயயே,எனநெஞசைஎனறைககும நானஉமககேகொடுபபேன.

௬. நீர்சீவன,எனனைநீர்நேரோ தருமபெலனை எவடடும, திடனஇலலா அநநேரமும எனனெ ஞசைநீர்திடநதரும, அபபோ துவாழநதுதேறு மே. இநதேயவசீவனைஎனனிலே மெனமேல பெலனகொளளடடும.

௭. நீர்வானததபபம,பஞசததில பசியுமமா லேயாறும. நானபோமவழிததயகளில எனம னசமமைநாமும. பிதாவின ஞவாமமனனுவே, நீரெனனைவெறெநிசசைககே விலககமாககா ரும.

௮. நீர்சீவஉளறறு,உமமிலே குடிததாலததா கநதீரும,நீர்தாறனவுநிததமே சாககிறதணணிரும. ஆனனவினோ பமிககடாடநிதது இரும,அததால உணடாவது ஆரோககியமநறசீரும.

௯. நீர்எனவினசமோடிககுமஉடை நீர்என அவஙசரிபபு. நானஉமமுடையநீதியை அணிவ தெனஇசசியபு. பூலோகததினசிவகாமமாம வி ரோதகமபிரமமளலலாம கணமிலலாததரிபபு.

௰. நீர்நானசுமநதுததகுகிற அரமனையும வீடும பிசஞ்டிததுமவிருதா, பேயவீனய எனனைசசேரும. நானஉமமிலதிறபேன,ஆகை யால கெடடேன,பொலலார்எழுமபினால, நீர் எனவழககைததிரும.

௰௧. எனமெயயபபராயிருககிறீர், எனமெயக கதுமநீர்தாமே. காணுமலபோனஎனனைநீர் மோஅணபாயமீடடோமாமே. இனி இவவாட டைஎனறைககும நீர்சிதறவொடடாதேயும, நானஉமமுடையோனுமே.

௰௨. நீர்எனறைககுமநானவாருசையாய ப லிநதுகொளளுமபததா, நீர்என ஆசாரியருமாய பலிபோலமாணடகர்ததா. நீர்எனவின ஆளும

ராசாவும, உமமாலெனதபபோரிலும செயி பபோன,மாசசமர்ததா.

௰௩. நீர்உததமசிநேகிதர், எனனெருசுமம ணைடசாயும, நீர்உணமையாருசகோதரர், நீர் எனவினைபபார்ககுநதாயும. நீர்நோயிலபபரியாரி யே, உமமாலேயாறிபபோகுதே எனகாயமும விடாயும.

௰௪. படையில்நீர்சேனாபதி, வில்க்கேடையரு சீராவும, கருஙகடலிலநீர்வழி காணபிககுஞ சுககாவும, எழுமபுஙகொநதளிபபிலே நீரென நஙகூரம,இயேசுவே, நானஉளபபடுஙகுடாவும.

௰௫. நீர்ராவிலென்நடசேததிரம, நீர்பகலில எனதீபபடடி, குறைவிலலாவ ஐசுவரியம, எனதா ழவிலலன உயர்ததி, கசபபிலேஎனமதுரம, நான தொயநதாலமீணடுமெனமனம பெலககநீர்என சததி.

௰௬. நீர்சீவனினவிருடசமும, நீர்செலவஙகள பொழியும பூஙகாவனமும,எனனைமசககும சுகந தருஙகனியும. முளளுளளபபளளததாககிலே என ஆவிககுநீர்இயேசுவே, லிருநதபூருசெடியும.

௰௭. நீர்துககததிலென ஆறுதல, நீர்வாழவில என களிபபு, நீர்வேலையிலென உதவல, பக கிலென சிநதிபபு. நீர்ராவிலென அடைககலம, நீர்தாகததிலென சொர்பபனம, முழிபபிலென குறிபபு.

௰௮. ஆரபபிலலாத அழகே, நாளெததவனை சொனனாலும, எனநாவினால்முடியாதே, நான எனனவானுசிதத லும அதெலலாமநீரோ, இயே சுவே, ஆதயவுளளநேசரே, நீர்,என்ஜீவன விணஆருடம.

௩௩. Grosser Prophete.

மாதீர்க்கதெரிசியே, நீர் அன்பாக பரமகல்வியைக்கற்றுக்கொடும், பாவியைக்கடாட்சிக்கும்போதகராக வந்தநீர்என்னவியுஞ்சேர்த்தருளும். சற்பத்தவல்லமையுடைத்தநீர்தாமே பாவிக்குஉத்தமபோதகராமே.

௨. என்பிரதானஆசாரியராக உம்மைப்பணிந்துதியானிக்கிறேன். நித்தியமீட்பரே, நீரெனக்காக மாண்டதால் நீதிமானாக்கப்பட்டேன். வானத்திலேநீரென்காரியக்கர்த்தர், என்றைக்கும் என்னாவிநீர்காக்கச்சமர்த்தர்.

௩. உன்னதஅரசா, உம்மைத்துதித்து, தேவகளோடும்புகழுகிறோம், உம்மைச்சாஷ்டாங்கமாய் நமஸ்கரித்து, உமக்காதீனங்களாயிருப்போம். உம்முடமநதையைச்சசவநாளும் காத்துவிசாரித்துராச்சியமாளும்.

௪. என்னிலுள்ளது உம்மைக்கொண்டாடும், உம்முடநேசத்தைப்போற்றுகிறேன், என்னுடநாவுமநீர்செய்ததைப்பாடும். நானுமஅவ்வேஓயாஆமென்பேன், சீவனுடையதெல்லாம் பணிவதாக சீவனின்கர்த்தரைப்போற்றுவதாக.

௩௪. Wer ist wohl wie du?

இயேசுகிறிஸ்துவே, உலகத்தில் கெட்டுப்போனவருக்கான ஒளியுமுயிருமான ரட்சகர்நீரோ இயேசுகிறிஸ்துவே.

௨. என்னைமீட்கநீர் சீவனைவிட்டீர், குற்றத்தையெல்லாம் அடக்க தீவினையெனக்குவிலக்க, எனக்காகநீர் சீவனைவிட்டீர்.

F

௩. எஙகளமீடபுககு லோகததோறறதது நாளினமுனனேவார்ததைததநதீர் காலமானதையிலபபிறநதீர், பாவிகளுககு மீடபுணடாசசுது.

௪. வெறறிவேநதனே, பாவஞசாவுமபய நரகததையுஞசெயிததீர். நாஙகளவாழநீர்மரிததீர். உமமாலதுஷடபபய வெலலபபடடதே.

௫. மாஇராசாவே, பணிவுடனே தேவரீருககுககீழபபடடு, உமமுடைய மொழியைககறறு, அதைநெஞசிலே வைபபேன,இயேசுவே.

௬. தெயவஆவியால தெளிவாஙகணணால உமமைநோககி,உமமுடைய நேசததாலேநானநிறைய வேணுமெனறு நானநீர்கொணட ஆள.

௭. எனனுயிர்முழுதும உமககுளளிருமம, நேசததாலநானவாழுகையாக உமமோடொடடிககொளவேனாக. எனனுயிர்முழுதும உமககுளளிருமம.

௮. உமமாலசசாநதமும மனததாழமையும எனனிலேயுணடாவதாக, கோபமுமஇடுமபுஞசாக, உமமைஎனறைககும நானபினபறறவும.

௯. லோகவாழவுககு சாயுமனன மனதைநீர்திருததும, நீரேவாழவும நீரேதரும. லோகககேடடுககு நோயபபோகுமே.

௰. சாததானனது வைகலுஙகணணிககுததபபி,மோடசததுககுபபோற பாதையிலலேயாமல ஓட, கணணினதெளிவு தேவையானது.

௰௧. நானநாழிககவும நிததமநிததமும செருகவும,நீரேயனபாலே உமமோடநலலாவியாலே எனனிநிததமும எவியருளும.

௰௨. செநதளிபபிலே காருஙகர்ததனே. படடவையவலகளமோதி முடுமபோதுபபுதுசசோதிகாண,கைகளைபபயே நீடடுஙகர்ததனே.

௰௩. ஆணடிசிவனும சகலததையும உமக-காககாணவெறுககு, தயிரியமஉணடாயிருசக, எ-னவிளாயிகவும நீர்திடததவும.

௰௪. சாகிறஅனறேற நீர்ஆணை—யிலே நி-னறு,எனவினீரிருககும வாழவுககுள சநதோஷ-ததுககும கொணடுபோய,அஙகே தேறறும-இயேசுவே.

கிறிஸதுவின மகிமைவிளஙகின பணடிகையின பாடடுகள்.

௩௫. Jesu ruffe mich.

எனனை,இயேசுவே, உமமிடததிலே வாச-சொலலும, சேர்ததுககொளளும, சுவாமி-இயேசுவே.

௨. தாழ்விற்செனமித்தீர், பெத்லசேமில்நீர் ஏழைககாகாமையாக வநதுசெனமிததீர்.

௩. நலலதானமே, பெத்லகேமஊரோ, நீ அனநதவாழவைத்தநத நலலதானமே.

௪. நீசிறியது, ஆனாலபூமிககு ச்சோதிகாண-ஊமமான நீபெரியது.

௫. தெயவவசனம எனடசேததிரம இறி-விளைநககாடடிததாறவாதது தெயவவசனமே.

௬. உமசசேவிககிறேன, காடசிதாருமேன, ஆவலோடுமெபததியோடும உமககுசசேவிககிறேன.

௭. உமமைககாணபியும, மறையாதிரும, தெளிவாகஅனபுமாக உமமைககாணபியும.

௮. தேடடமினவினமேய, வலலமைப்பரோ, உம

னைநாடுமமெஞசுவாழும தெயவபிளளையே.
௬. இனபநேசரே, தேவரீரையே எனனும
பாடுமபேறறதாரும, இனபநேசரே.

௩௬. Ein Kind geborn zu Bethlehem.

இராசாபிறபபூர்பெத்லேகேம, பெத்லேகேம, ம
கிழநது தே ளா, யெருசலேம. அலலேலூயா.
௨. அயர்படுசகைமுனனணையின, முனனணையின,
செகமீசாமேல தெயவவலலமை. அலலேலூயா.
௩. ஓசசெனனமமா அறபுதம அறபுதம, வா
னோருகளும அதிசயம. அலலேலூயா.
௪. வணஙகவநதுகணடோர்ஆர்? கணடோர்
ஆர்? உளர்மேயபபர், தூதசாஸ்திரிமார். அலலே.
௫. பொனதூபமபோளமதீவர்கள, இவர்
கள, பணிநதுவைததாருககல. அலலேலூயா.
௬. ஸ்ரீபபிளளையிகனனிபபுததிரர் புததிரர், மகா
கர்ததாவுமானவர். அலலேலூயா.
௭. புவியில இவர்ஒருததர் ஒருததர் விஷநதீண
டாதமனிதர். அலலேலூயா.
௮. நாம அவரால மாசநதோஷம மாசநதோஷம,
ஆணடுமஅவர்கருணைம. அல்லேலூயா.
௯. தாஙகேடடை நீககினமககு நமககுக்குணந
தாந்தாசசுது. அல்லேலூயா.
௰. ஆர்த்திநைநனறுயபபாடுவர் பாடுவர், திரி
யேகனவாழிகெறுபபுகழ. அலலேலூயா.

௩௭. Lobet den Herrn, ihr Heyden all.

கர்ததாவைபபோறறுஙகள, எலலா உலகின
சாதியாரே, கர்ததாவைபபாடுஙகள, மகா

திரளபூலோகததாரோ, இதோ பிரியமைநதவனை த்த நதிவராலேஉருகவினா, யனபாயசசநதிததுவாருர்.

௨. அநீததேசருலஅவருட இரககமுநதயை யும திவவியஉணமையும, மகா உயர்நதகிரு பையும அடியார்மேலேமிகவும பெரியதாகி, எனறைககும நிலைககும: அலலேலூயா.

கிறிஸதுவினுடைய

பாடுகளினபேரிலும மரணததினபேரிலும பாடுகிற பாடடுகள.

௩௮. Hertzliebster Jesu.

அனபுளளசுவாமி, நீர்நிறபநதமாக மடியத தீர்ககபபடடதேதுககாக? நீர்எனனசெ யதீர், தேவரீரினமீது என இநததீது?

௨. வாராலஅடிககபபடடுணணமறறீர், கு டடுணடுமுளளமுடியுஞசூடடபபடடீர். பிசசனை கததநதுஉமமைததூககினுர்கள, வதைககிருர்கள.

௩. இவவாதையாவுமஉமககெதிருலே உண டாசசுது? ஐயோஎனபாவததாலே; அதுமமை, சுவாமி, இததவினையடிதது, வதைபணணிறறு.

௪. மாஆசசரியம, கர்ததர்சாகவாருர், நல மேயபபர்மநதைககாகசசிவனதாருர், அடியார் தபபு,குறறமறறமீடபர் கடனைததீர்பபபர்.

௫. எனமாறகர்ஆககிவினைகளுளளாயவிழுநது, மரிததார், பாவிககாளுவ்சசீவனுணடு, வெடடுண கமனிதர்நோஸதாமே, மாணடோர்நீர்தாமே.

௬. எனஉளளமகாலததுவககிஉசசிமடடும பொ

வலாபபினாலநிறைநதுமனனமையறறும இருக
குமநானேனளனாறுமநொநதினாயும அடையனா
யம.

எ. இவவாதைதயைநீர்உததரிககுஞசாது இர
ககமபடசம அளவுமமடடிலலாது. நானமோக
ததோடேடவாழுநதேன, உமமைமுறறும நிறப
நதனுசுறறும.

அ. ஈயர்ததாகா, இதுககொததாரும து
ிளைபபபாடஎவனேயாகும? செலுததததககதே
வனமனதுககு யோனறுககும.

கூ. நானஉடதனகைபயோசிததுமுடியேன, எத
றகுமஅதைதவியாபபிட,ஆறேயன, பினனபபடி
வதினாலம அளபபேன, நானவெட கிநிறபேன.

௰. ஆனாலுமஉனறுஉமககேககிருககும, நா
னுமதைபபறறி, யாவையுமவெறுககுஙகருததா
யபபாவஇசசையைவேர்பபேர்ககும பயஉமககே
ர்ககும.

௰க. இதறகுமளனசாமாததியமபோதாது,
பழையதுறறுனமளனாலீஙகாது, நீர்உமதா
வியைஅளிததுவாரும, பெலதைததாரும.

௰உ. அபபோநானஉமதனபினாலநிறைநது,
பூலோககருபபைககோவெறுபபடைநது, என
செனசையுமகருணைமையாயககொடுசகும பெ
லன இருககும.

௰௩. எதறகும,உமககுபபுகடசிவர துணிந
து,சிநதைவாதைதயையுமபட அஞசாதிருபபேன,
சாவுககுமஅடியேன அஞசேனியேன.

௰௪. இதெலலாமகொஞசககாரியமானாலும,
குறைபிழைநிததுடனேகணடாலும, எனபெல
யீனததுககுசசரிபபீர், பிழைமனனிபபீர்.

௰௫. பாதெநதிபிநோனைவைககபபடடு ரெந

ஸிநகுமபோதெலலாககுறைவுமறறு எபபோதும
உமமை, இயேசுவே, துதிபபேன, இஸதோததிரி
பபேன.

௩௬. Unveraenderliches Wasen.

அளவறறதயவுளள நேசானே ஆனநத சு
வாமி, நீர்பிதாவுககுளள கோபததாலெ
ரிகிற தீயிலபாயநது, அவருககு ச்சாவுபரியந
தமே கீழபபடிநதடியானுககு மீடபானீர்,
இயேசுவே,

௨. சிலுவையிலெனககாக நீரே ஆணிகளினலெ
கிடாவபபடடுத்தொஙகிசசாக உமமைமாறக
கததால எலிசு உருககமான அனபுளநதநோவிலும
எனவிணததேறறி, எஙகலான எனவிணமூசிபபாற
றவும.

௩. மெயதான, இதுகளுனனுமேல நானமநா
அபாததிரன, நானனனெகெடடசுவாபததாலே
ஏழைபபூசசியானவன ஆனுலடனககசநது அ
ழுமபாவிகளையே நீர்அனபாயசசநதிததுவநது
தேறறும்ாடசசாமே.

௪. ஆ என ஆவியையிலிசக பணனுமா
சுமையையே நேசிககொணடு, நானபிழைகக
அதைநீககும, இயேசுவே பாவஙகளின பாரததா
லேவாறகளதேவரீர் தாமேபடடவாதையாலே
இனனதெனறு அறிவீர்.

௫. தேவஆடடுககுடடியாக நீர்சுமநதி
ததவினகளபாரததினிமாக எததவின அவஸதை
யை ப்படடீர், ஆ இககஸதியோடே மாணட
தாலேதேவரீர் எஙகளுககுபபிதாவோடே ஒபபு
ரவுஉணடாககினீர்.

௬. இயேசுவேஇததாலுணடான தெயவ
அனபைஎனனறைககும நானருசிககிறததுககான
பாககியததைத்தந்திரும. உமமுடைய ரத்தத்தா
லே எனபொலலாபபவினைதயும மூடியெனக
குஉமமாலே சீவனைததநதருளும.

௭. பககககுததாலத்திறவுணட உமமுட இருத
யம பெயயினததால்ச்சூழுணட எனசகுஅடைக
கலம. ரததநதணணீருமபொழிநத அநதசகா
யஉளறறுசகு த்திடனறறதால்நெரிநத எனம
னமவருநது.

௮. இநதததயிலமனனிலுளள யாவுககும
பெலவினயுந தநது, எனனிலஉணமையுளள நற
குணமுணடாககவும எனவினஇநதாததமளநத
அழிவுககுஙகேடடுககுந தபபபபணணி,எனவின
யெநத நாளிலுநதறகாககவும.

௯. எனககுமமைததயவாக தநதீர்,ஆடடுக
குடடியே, உமககெனவணசசொநதமாக நா
னுமஒபபிவிததேனே. நீர்இபபோதுயர்ததபப
டடு ஆளககொளளனவினயும உமமணடைக
குஅவவிடத்து பாமசெதிககிறும.

௪௰. Herr Jesu, was von dir.

ஆ இயேசுவே,நீர்பாடுபடட சரிததிரததைக்
கேடகிறோர் அனேகர்தஙகளமாபேதை
த மாயததிலேஅசைவறறோர். சிலர்யூதாவை
யுஞசிலர் சாயபபாவையுமபழிபபவர்.

௨. சீமோனநிலவாயில்லாதோன, மூள்ப்பின
னிறோர்காற்கோடகர். பிலாததுநீதியைசசெய
யாதோன, சனஙகளமாபபொலலாதவர் என
றோலலார்அமமனிதர் ஆகாததியததைககோபி
பபர்.

௩. நீர்படடதைநனறுயச்சிநதிதது, கபிசசப படடபாவஙகள அவிறறையுமபகைததுவிடடு, அவவேதவிைகளினறிபள ஙகளிறுலஉணடானா, தே எனறழுமபேர்களசொருசமே.

௪. நீர்எஙகளபாவததாலஉணடான விறபநத தறைதசசுமநதீரோ, அனேகரோஇனநதீஙகான படிநடககிருர்களே. அதுமமைததாலஅடிகக படி வதைககிறததுசசேசரி.

௫. நீர்படடகனவாதையாலே அடியானெ ருசுளனனிலே நொறுஙகி,வெருதுககததாலே க ளாயபபண்ணும,இயேசுவே. நரகமோசமபோ கிற பிசாசுளனவிலிலக.

௬. நானஜனறினபிறகாலஜனறுக நீர்படடதி ஙகைபபாடியும, நெருசிளகாத கெடடியாக இருநதாலஎனனசீர்வரும மனநிருமபவேறு மே, இதறகுஉவும,இயேசுவே.

௭. நானமெததவுஙகசபபுமாக எனபாவங களநியிததியம புலமபியழுததககாக, தெயவ் சமானதுயரம எனஉளளததைநயவிறறையும நி ரபபககடடவிாயிடும.

௮. இனிநானஉமககேர்ததிராத அவிறறை யுமவிடடோடவும, உமமோடேஐககமாயப பொலலாத வவுகிசஇசசையாவுசகும மாணடும பிவேசிவிலககவும, சகாயஞசெயதுசொணடிரும.

௯. எனவிசுவாசததைததகக போர்செய யுஞசததுருககவிள நானவெலலபபெலறுயிருகக, எனமீடபரோ,நீர்தான துவிண; உமமாலஎனபததி மிததமும அதிகமாயவளரவும.

௰. நீர்உததரிசததைநனறுக சசிநதிததுககொண டமனிதன பேயககூடடநதனககெதிராக வநதா லும இடருதவன. அதேதெனிலஉலகததான ஓ

ஊசிகசிறத்தைரோசிபபான.

௰௧. ஆர்உமமுடையஜகதகதுககு, ஆர்சிறு
வையினதாழமைககு ப்பகைகளுரோ, அவர்களு
ககு ப்பூர்வாகதத்தினசிகாகாரியபபு, புகடசி,செலவ
மூமஎல்லாம எலலாததிலுமபிரியமாம.

௰௨. ஆ தேவரீருடைய தவிப்பும இரததவேர்வை
வாதையும, அமமரண அனுபவிபபும எனநெ
ஞசிலத்தங்கி,நிததமும எனகெடடஇசசைகவின
மேய முறிககபபணணும, இயேசுவே.

௪௧. O welt, sieh hier dein Leben.

இதோமரததிலச்சாக உனசீவனஉனககாக ப
லியாம,லோகமே. பொலலாப்படியிகை
யை ச்சகிககுமாதுரையை ககணணோககுஙகள,
நாணககேள.

௨. இதோ, மாதருசோடும வடியுமசொத
தமஒழுகி எலலாஇடததிலும. நலநெஞசிலேது
டியபும தவிபபினமேலததவிபபும வியாகுலத
தாலபெருகும.

௩. ஆர்உடமை,படசமான கர்ததா,இததனை
மையான வதைபபாயவாஇததான? நீர்பாவி
யாயிரீரோ, பொலலாபபை அறியீரோ, ஆர்இந
ததகேடுணடாககினனை?

௪. ஆ இதைசசெய்தோனநானும என அக
கிரமஙகளதானும, கடறகரைமணல அததனை
மையாயக்குவிநத எனபாதகஙகளிநத வதைபபு
ககாரிரூலஙகள.

௫. நானேவைகால்கடடுணடு, பாதாளததில
த்தளளுணடு படககுாயமே நானேமுடிவிலலா
மல சநதோஷததைககாணமல வதைககபபடடி
ருகிய.

௬. ஆறுதலளளமேலஉணடான அழுததபபா ரமான சுமைசுமநதோர்நீர் ஆசீர்வதிககநீரோ போய,சாபமாகிறீரோ நானதபபநீர்படுகிறீர்.

௭. நீர்எனகடனைததீர்கக, பலியாயஎன னைமீடக மரததிலஏறினீர்; ஆசாநதமாயிரு நதை நீர்முளமுடியினாநிநதை எதநியதையும பொறுககிறீர்.

௮. நானசுகவினைவாயககுததபப, நீரோ அதை நிரபப அதிலவிழுகிறீர்; நானநீஙகநீர்முளவிற பீர் நானவாழநீர்மரிபபீர் அததனமையென னைநேசிததீர்.

௯. நீர்எனனைமீடடதாலே நானசுவாமிஉம தாளே, எனஆவிதேகமும ஒயாதபருததோடும நானமரணமஅடையும நாளமடடுமஉமமைப போறறவும.

௰. நானஏழையாயிருகக வதிளுககுககொடு கக கூடாதேபோயினும எனறுமெபபோது மாக நீர்சுவாமிஎனககாக சகிததததைநினைகக வும.

௰௧. அதேநானஎனறெனறைககும எனகண முனபாகவைககும கணணடியாவது, அதனாலெ விளஙகபபடட மெயநேசமுமமாசறற சனமா ர்ககமுமஎனயோகிபபு.

௰௨. எனபாவததாலஎரியும கர்ததாவினகோப ததீயும தானசெயயுமநீதியும, தானதேணடிக குமகணடிபபும அழிககிறஅழிபபும எதேன றிபபாடுகாணபிககும.

௰௩. நீர்சாநததோடுமபடடு பொலலார்மே லக்கோபமறறு எலலாஅருனுாயமூறு சகிதத தைநானநோககி எனபேயககுணததைபபோககி, தேயவீகசாநதமாகவும.

௰௪. துனறுககுகளைவதாலும, எனமேலமி ணைகொணறாலும, நானசாதைபபூறுவேன. அருளாயககைசசிதது, நலமனதாயமனனிதது, பசைகருர்மேலஇராஙகுவேன.

௰௫. கர்ததாவே,நீர்பாடுகளுககும பொலலாபபைஎனறெனறைககும வெறுததுரோசிபபேன். எனஇசசையைநாளதோறும ஆகாதசிநதையோடும நானசிலுவையிலக்கடாவுவேன.

௰௬. ஆதமருடசெபமும அவனதையுநதவமும கணணிருநகிலேசமும, நானசெததாலபபரலோக சநதோஷததுககுபபோக வழிததுணைககிருககவும!

௫௨. O Haupt voll Blut und Wunden.

இரததஙகாயஙகுததும நிறைநது,நிநதைககே முளாக்கிரீடததாலேசுறறும சூடுணடசிரசே, முனகனமேனமைகொணட நீவெட்கைசசாணபாயோனே? ஐயோவதைநதுநொநத உனமுனபணிகிறேன.

௨. பூலோகமுமபணியும முகததினமேனியே, ஏனஉனவெளிததானஉயிரும தீட்டாசநதமே? ஐயோநீவேறுபட்டாய, பரவெளிசசமாங கணசோதிமாறிககெட்டாய, இருணடுமஙகலாம.

௩. அனபுளளகனனருபும உதட்டுவர்ணமும வெட்டுணடபுலலும்பூவும பனிமபோலஉலரும். மாகர்ததரோ,நீர்தானோ மடியவேணுமோ? அழிககபபட்டநானே நோவெததனலலவோ?

௪. நீர்பட்டவாதையாவும எனபாவப்பாரமே, இததீஙகுமநோவுளாவும எனகுறறஙகர்ததரோ. இதோநானஎனறுசாக கிதாணமனன,

கிறேன, ஆனாலெனமேலஅனபாக க்ஷையார்
வையாகுமேன.

௫. நீர்எனனிஉமதாடாய அறியும,மெயப
பனே. மூனசிவனஉளளுமஆருய எனதாகநி
ர்ததீரோ, நீர்எனனுனைப்போதிவிகக அயிர்த
ணடேனே, நீர்தேறறாவளிகக பேரினபம
சசுதே.

௬. உமமணடைஇஙகேநிறபேன. எனமேல
இரஙகுமேன, விணணபபததிலந்தரிபபேன என
கர்ததரா விடேன. இதோநான உமமைபபறறி,
கணணீர்விடடனுடிவேன, மரிககுமஉமமைக
கடடி அவிணததுககொளளுவேன.

௭. எனஏழைமனதுககு நீர்பாடுபடடதேமகா
சநதோஷிததுககு ப்பலிகளுமமீடபரோ, என,
சீவனேநானகூடி இசசிலுவையிலே உமமோ
டெனகணவிளமூடி மரிததாலவாசியே.

௮. நானஉமமணிமததாழமையாக வணஙகிநி
ததமே நீர்படடகஸிதிககாக துதிபபேனஇயே
சுவே. நானஉமமிலஉளளனறிநிறக ச்சகாயமாயி
ருமு நானஉமமிலேமரிகக நீர்சடடவிளியிடும.

௯. நானமாளுஙகாலமவநதால, பிறிநதிரா
தேயும. நானதொயநதுபோயக்கிடநதால, தெ
ரிசவிளகொகாடும. எனமனககிலேசமெதத பா
டாமளநநேரமும நீர்சிநதினஇரததப்பெலததால
லொடசியும.

௰. எனமூசசொடுஙகுமஅநத க்கடைசிககட்
டிலும, நீர்எனககாயநதநத ரூபாககககாணபி
யம. அபபோநானஉமமைபபார்தது, சநதோ
ஷி, நெஞசிலே அவிணததுககொணடுசாதது,
தூஙகடடும,இயேசுவே.

௪௩. O wir armen Sünder.

எததவினிறபநத பாவசசாதிநாம பாவததா
லேவநத கேடுமிசசமாம. நமமையெனறு
ஙகொலலும மரணமலலோ, தெயவவாககுக
கொலலும ஆககினை, ஐயோ! சுவாமிநீரிரஙகும,
கிறிஸதேநீரிரஙகும, சுவாமிநீரிரஙகும.

௨. பாவததாலப்பெறறத சாவைநீககநாம எ
னறுஞசததியறற ஏழைககூடடமாம. சபமி
நீஙகலாக தெயவமைநதனதாம தாழநதுநமக
காக சாகததேவையாம. சுவாமியிரஙகும. மி-

௩. கிறிஸதிஙகேவநது நலமனதால ஏ
ழையாயபபிறநது செததிராவிடடால, நாம
எலலாருமாக மூடிவனறியே சாபததுககுள
ளாக போயக்கிடபபோமே. சுவாமி மி-

௪. மோட்சவாழவைததேடி, தாவாஞசை
யால சிலுவையிலஏறி மாணடமைநதனால சுத
தத்தயவான அனபாயசுவாமியார் இநதமேன
மையான மீடபுணடாககினார். சுவாமி. மி-

௫. பாவஞசாவுசாபம எனறதுகளால தோ
னறுமனஸதாபம போசசுதேனெனறல இயே
சுநாதராலே கேடுகளெலலாந தீர்நதபடியா
லே ஆறுதலுணடாம. சுவாமி, மி-

௬. இநதஅனபுககாக நமமாலசுவாமிக்கு ம
ஹிமைஉணடாக தாமேதயவு செயது,நலமார்
கக சீலாநமககு உணடுபணணிககாக்க நமமூ
டமனு. சுவாமி. மி-

௪௪. Wann meine sünd' mich.

எனபாவஙகளினாலே உணடாநதிகிலிலே நீ
ரோஇரககததாலே, எனசுவாமிஇயேசுவே

என பாவபபாரமயாவையும சுமநதுமாணட அ
னபு என நெஞசைததேறறவும.

௨. இததயவைநனருக ஆராயபவர்களார்?
கர்ததர்அடியார்ககாக பாடுத்தரிககிருர். மாஅ
றபுதம,பராபரர் சீர்கெடடபாவிககாக உயிரைத்
தநதவர்.

௩. என பாவசசேவகியாலே இளிப்பயமுண
டோ, கர்ததாவின ரததததாலே நானநீஙகமா
னலலோ? நானகிறிஸதுகளுளஒதுஙகினேன,
நானநரகாககினைககு இனிபபயபபடேன.

௪. ஆஉமமுடயிருநத உபாதைகளுககும, கண
ணிர்ஜெபமு,சிநதுணட இரததந,துயரம அவ
லதைசாவுககாகவும், கர்ததாவே,உமககென றுந
துதிபுகழ்சியும.

௫. நீர்படடமா அகோர பாடெனவினிதத
மே துறிசசையைவிடடோட ஏவடடும,இயே
சுவே: மகாஉயர்வில்லாயநான ொடசிககபப
டடேனென்று நனருயறிவிககததான.

௬. என சிலுவையைநிததம இகழ்ச்சியாவையும
நானதாஙகி,தெயவசிததம ஆகடடுமெனனவும
எல்லாமவெறுததுஉமமைமயே பினபறறவுமபெ
லததை யளியும,கர்ததரே.

௭. எனமேலநீர்வைததிருககும அனபாயஅரு
ததோவின நானநேசிததெவனுககும தஞ்ருசகா
யததை ஆகாநநாடடம்மாயமூம இல்லாமல்ம
னசார ஜீராஙகிசசெயயவும.

௮. செததாலஉமமணடைசெனறு, அனநத
ஆறுதல உமமால்அடைவேனெனறு நீர்பட
டகாயஙகளை பெல்ஞனெய விளததேறறவும,நா
னஉமமையேகொமபாக பிடிததேன,ொடசி
யும.

௪௫. Jesu, meines Lebens Leben.

என்னுடையசாவினசாவே, எனஉயிரினசீவ
னே, எனவினைமீடடகர்,சர்ததாவே தேய
வகோபததீயிலே பாயநது,மாஅவஸதையாக ப
டடகஷடவாதைககாக உமககாயிரநதரம, இயே
சுவே,சஙகீர்ததனம.

௨. கேடடழிநதபாவிகளுககு எனவினைநீஙக
லாககவே, உமமைததியோர் துஷடததுககு நீ
ரே,தெயவமைநதனே, சூறையிடடு,கள்ளருக்க
டடபபடடதினதைககாக உமககாயிரநதரம, மி.

௩. நானசபிககநீர்நிககபபடடு, துனபமவாதை
நோவிடர், குடடறைபோலொபபுமபடடு, வா
ரடியுமுணடவர். ஆசிர்வாதமேஜணடாக சா
பமானீரானதற்காக உமககாயிரநதரம, மி.

௪. சிவககிரீடமநானதரிதது, வாழவுமகெபாரவும,
ஆஷணைமேலவாளுசகிதது, நினைததுபபுதவி
யும வர்ததுககொணடுஎணணமறற முளமுடி
சூடணகபபடட உமககாயிரநதரம, மி.

௫. நானநான ஆககிவினைபபடாமல பூரிபபாய
மயிழவே, சுயமோகததைபபாராமல வாதிபபா
ரினபிசசைககே அதைவிடடு,ககளர்கிடட தாக
கபபடடோராயததவிதத உமககாயிரநதரம,மி.

௬. என அநியாயததைககழிதது எனவினைமீ
டடுவிடடவே, நோவையாவுமஉததரிதது, நல
மனதுடனே ரெததஞசிநதிமாநிறபநத சிலுவை
யிலேஇறநத உமககாயிரநதரம, மி.

௭. உமமுடையபணிவாலே என இடுமபின
ஆககிவினை, உமமுடையநிநதையாலே எனனு
டையசிறுமை தீரும,உமமுடையசாவு சாவில
எனககானதாவு; உமககாயிரநதரம, மி.

௮. இயேசுவே,நீர்சாநதமாக உளளேயுங் புறமபேயும சீவனபோகுமளவாக படடபாட வினைததுககும எனனைசொலவேன,எனககாக படடவொனறுதாழமையாக உமமைநானவணஙகிறேன, எனறெனறைககுமபோறறுவேன.

௪௬. Ein Laemmlein geht und.

ஓர்ஆடடுககுடடிமீடகுதல உணடாககிங சேவநது, பூலோகததாரின பாவஙகளை எலலாததையுஞசுமநது, இளிபபையுநதவிபபையும அடைநது,எநதநோவுகளும உபாதிகளும அடிகளும கீழாகி,தூஷணததையும, திடபானசாவைககூடவுஞ சாதாய அநுபவிககும.

௨. இவவாடடுககுடடியெனனுட இரககமுளளமீட்பர். சுதனுமஇவபிதா குறிததசாபநதீர்பபர்: எனபிளளையே,நானதெணடிசக நேசஸதரானசகல நரரைமீட்பாயாக. கோபாககினிபெரியது, நீயோஎலலாருசகிததிரு எனறுர்இரககமாக.

௩. ஆம,எனபிதாவே,படுவேன, நானநலலமனதாக எவவாததைககுஙகீழாகிறேன எனறுர் உததாரமாக. ஆநேசததின அதிசெயம, இததனைமையாகவுவசம நேசிககபபடடிருககும! சினேகநதேயவமைநதவினை பபோலலாதவர்களசாபததை ச்சுமபபதறகிழுககும.

௪. மரததிலஆணிகளினால அறையபபடடுததொஙகி, உளளேவியாகுலஙகளால நிறையபபடடுபபோயகி, புறமபேயோததளறருனர், எததாலஇககேடடுககுளபபடடார்? சினேகததாலேதானே. ஆஉமதனபுககேர்ததராம துதியை

ஆர்செலுததலாம, மகா இரககவானே ?

௫. இவவளவைசசிவனுளளநாள எலலாம்மறககமாட்டேன, இததாலொழியவேறொனறுல இனியெனனெனுசசைஆறறறா. நீர்எனவெளிசசம, எனபெலன, நானமாளுமபோ துபுளனதிடன, எனகனமவிழியுமபஙகும. ஆஎனமனமகிழ்ச்சியே, நானஉமககுபபிழைககவே ஜததாகைசெயகிறகும.

௬. நானஉமமைாவுமபசனும, அனபுளளசுவாமி,பாடி, பவியாயஉமசெனவிழியம திடமபடைககநாடி, கருததாயஉமமைநிததமும எலலாநடகையாலேயம இஸதோததிரிககபபார்பபேன. எபபோதைககுமஇபபாவியை நீர்மீடடஉபகாரததை எனஞாபகததில்க்காபபேன.

௭. எனனெனுசசே,இபபோநீவிரி, எபபொககிலுங்களுககும மேறபொககிஷததையேபிடி, இதைபபிலலாதிருககும. மணஞஸதியாமபொனவெளளியும பூலோகஉசசிதஙகளும எலலாம் வீணையொழியும, எனமீடபரானஇயேசுவே, நீர் சிநதின இரததமே எனபொககிஷஙகெதியும.

௮. அதெனசசெகநதவேவளிகளும தருளுசகாயஙகாடடும. படையிலேசெயநதரும, சலிபபிலத்துககாறறும. அததாலேமெயசசநதோஷமும குறைகாணததிறிதியும எனஆவிககுக்கிடைககும. அததால எனதாகநதீருது, அதெனகடவிளாகிகிறது, எனகுறறததைசசுவிககும.

௯. வியாகுலததின பாரததில அதெனவினஆதரிககும, உபததிரததின வெயயிலில குளிர்ததியைஅளிககும. பகைஞர்தஙகள மூறகததால விரோதமாகபபேசினும, அதெனசகுபபரியும:

சாவெனவினைசொல்ல அணுகில், அததாலென்ன
அவஸ்தையில எல்லாப்பயந்தெளியும.

௭. அப்போது இந்தப்பொத்தமே அடியேன
பரலோக சந்தியாமபாத்திலே மகிழ்ச்சியோடே
போக பிரவேசமடைபண்ணுமே. அததால
ஓர்மாசுமற்றிதேய பிதாவின முன்னேநிற்பேன.
அததாலப்பொறகிரீடமபெறறேனாய திவ்யே
களிசசந்தோஷமாய எப்போதுந்தோததிரிப
பேன.

௪௭. Gekreutzigter, mein Hertze sucht.

என ஆவிசிலுவையிலே அறையப்பட்டஉம
மைப்பறறும, ஆத்மரீத்தபலனை ஒட
சிப்புகழ்செனறெனமேலவரட்டும. நானசிலுவை
யிலத்தேவரீருடனே அறையப்பட்டடும, எனனொ
டசசகோ.

௨. ஆஉமமுடையசாவிலே நானமுழுகி, இந
தடவாக பராபரனின பார்வைககே நானநீதி
யாகிறததுககாக, நானசிலுவையில, மிட.

௩. ஆபரிசுததஞாயததுப பிரமாணமபாதசர்
களுககு ககாணபிககுஞ்சாபததீர்ப்புககு நானநீங
கலாயிருப்பதுககு, நான மிட.

௪. ஆநானஉமமோடேலோகததை மரிககிற
வனுககெரப்பாக விடடதுககினபமானதை சீ
யெனறுரோஷிப்பதறகாக, நான மிட.

௫. ஆனன்துறிசசையானது இனியெனஆத்து
மததைநோக ப்பணணிருககிறதற்கு எனது
றகுணமமடிநதுபோக, நான மிட.

௬. இநதடவாக, இயேசுவே, பேயலோகரு
சாபததையுங்கூட நானவெனறுகொணடுமமு

டனே மரிததெனபாவககளைவிளமூட்ட, நானசி லுவையில, மிட.

௪௮. Meine Seel ermuntre dich.

என இதயமேமுழி, இயேசுதமமை உனககாக தாறஅனபைசசவனி, அதையேதியானமாக பார், இதோஉனககேடுநதிருககும அவர்மீட் பிறுலேவீருககும.

௨. மூளமுடிசூடுணடிதோ சிலுவையிலக்கிடாவபபடடார், தேவமைநதனதானலலோ காயபபடுஎனனைமறறார்? அவர்ஜனவினமீடகச் சாகும நேசமளபபிலலாததாகும.

௩. கெடடபாவியாகிய நீதானகுறறவாளியாமே, எனறுமவாதிககபபட நீஅலலோநேரலெதனுமே? ஆனாலஇயேசுஉனவினமீடடார், உனகடவினயவர்தீர்ததார்.

௪. அவர்படுபபடடதால தேவகோபம ஆறறபபடடு, நீதிதீர்நததாசையால பேயின அடிமைததனதது லெச்சையைஅவர்முறிததார், சீவனைஉனககளிததார்.

௫. மனமே, இபபோதுமநீ எனனசெயயஎர்ததிருககும, படட அவருககுநீ அநதஎலலாநேசததுககும எனனதைசசெலுததவாறாய? அவருககுஎனனதாறாய?

௬. ஆனாலஒருகாலமும அவர்எனசொடசிபபுககாக படடநோவினததுககும ஏதையாகிலுமுணடாக செயயஎனனாலாவதிலலை, நானஆதாயினகெடடபிளளை.

௭. ஆனாலபாவததையெலலாம நானினிஅருவருபபேன, இயேசுவுககுத்துககமாம சகலததை

யுமவெறுபபேன, அவர்பேரில்ப்பததியாக நல
வழியிலபபோவேனாக.

௮. பாவமே, துனமார்ககமே எனனைவிட
டுபபோ, உனனாலே யாவுஙகெட்டுப்போகுதே.
உனனுடையசகததாலே ஆவியெனனிலசெதத
தாகும, எநததினமையுமுணடாகும.

௯. இயேசுவே,நான உமககே முழுதும ஆதீ
னமாவேன, உமமைபபறறி,உமமையே நான
பினசெலலுஞசிஷனுவேன, உமமிலஎனறுமநிலை
நிறபேன உமமிலசசாவிலுநதரிபபேன.

௰. எனககுமமைததநதீரோ, உமககெனனை
நானுநதாறேன, உமமைபபறறிஉமககே எர்தத
தைநானசெயதுவாறேன, எர்தநிராததைபபகை
பபேன, இயேசுவேஉமமிலநிலைபபேன.

௰௧. உமமுடநடததைககுரு சொலலுசசுஙகீ
ழ்பபடடிருபபேன, நானஎனசிலுவையையும
நலமனதாயஎடுபபேன, எனககுமதாவிதாமே
மோடசததின அசசாரமாமே.

௰௨. நீர்நீஙகாஎனபொககிஷம, உமமையே
னறுமவிடமாடடேன, உமதைககமேநலம, வே
றெனறுமெனனவினஆறறேன, நான நீர்மீடட
ஏழைபபிளளை, ஆ, நீர்எனனைததளளவிலலை.

௰௩. விசுவாசததாலேநான உமமைபபறறிக
கொணடதாலே எனககுஇமமையிலததான பூ
ரிபபுணடு, ஆகையாலே மறுமையிலஎனறென
றைககும வெகுவததவினகிடைககும.

௰௪. போரினபினபு எததவின பாககியஙகள
எனறெனறைககும அஙகுணடாகும,எததவின
செலவஙகளஅபபோகிடைககும? எனறும அங
கேநானகளிபபேன, எனறுஙகர்ததாததுதிப
பேன.

௰௫. இயேசுவே, நீர்எனககுத்தேடின அவவாழவின மேலே மிகவுமஎனமனது வாஞசையாம, இமமானுவேலே, அதிலநானபஙகாளனாக நீர்சகாயஞசெயவீராக.

௪௯. Christe, du Lamm Gottes.

பாவததைசசுமநத தெயவஆடடுககுடடி, அடியார்மேலிரஙகும.

௨. பாவததைசசுமநத தெயவஆடடுககுடடி, அடியார்மேலிரஙகும.

௩. பாவததைசசுமநத தெயவஆடடுககுடடி, சமாதானநதாரும. ஆமன.

௫௰. Die Seele Christi heil'ge mich.

மரிககுஙகிறிஸதின ஆவியும வதைககபபடட தேகமும எனதேகம ஆவியாவையும நனறாயககுணபபடுததவும.

௨. அவர்விலாவால மிகவும பொழிநதோடநதணணீரும எனஸநானமாகி, எனககு உயிர்தரககடவது.

௩. அவர்முகததின வேர்வையும கணணீர்அலல்லைத்துககமும அநநாளின தீர்பபழிபபுககும இபபாவியைவிலககவும.

௪. ஆ இயேசுகிறிஸதே, உமமணடை ஒதுககைததேடுமஎனனை நீர்படடகாயஙகளிலே மறையும, நீர்என மீடபரே.

௫. எனமரண அவஸதையில நீர்எனவிணததேறல், மோடசததில, நானஎனறுமஉமமைததொழுதே வாழவையுமகர்ததரே.

௫௧. O Lamm Gottes unschuldig.

மாசறறஆடடுககுடடி, நீர்சிலுவையிலெதொஙகி, எலலொர்கடனசெலுததி, இரககததாலே பொஙகி, பொலலாபபை சசாதால வெனறீர், பொலலாருககாகசசெனறீர். அடியார்மேலிரஙகும.

௨. மாசறறஆடடுககுடடி, மிடு. அடியார்மிடு.

௩. மாசறறஆடடுககுடடி, மிடு. நீர்சமாதானநதாரும.

௫௨. Geduldig's Laemmlein, Jesu Christ.

மகா உபாதிசவினியே பொறுமையாயசசகிததீர் தேவாடடுககுடடி இயேசுவே, நோவிலசசாதாயததரிததீர். நானபடுமபோதுளனவினையும பொறுமையாககியருளும.

௨. உபததிரததிலககூடவ, நீசிலுவையினகீழே அடஙகிககொணடு,நமமுடை பிறகாலேவா வெனறீரோ, ஆனாலுமஆடடுககுடடியைபோலசசாதாயபபோறுலதத விலல!

௩. உமமோடேசிலுவையிலே அறையபபடடுசசாக நானஆசையாயிருபபேனே, எனனெருசில அதுககாக ஓர்ஆடடுககுடடியினகுணம உணடாயிருநதாலபபாககியம.

௪. எலலாததிககிலுமஆபததும உபாதியும வாடடும, எனமேலஙகிலிகாரமஙகளையும அமகளுமவிழடடும. ஆனாலேஓர்ஆடடுககுடடிககே நானஜெயபாககடடுமஇயேசுவே.

௫. பாதகனசகுபபோரெருககு உபததிரமுணடாமே, நீர்மகிமைககுபபோனது அநதவழி

வுமாமே, ஆர்உமமுடனசகிககாறோ, உமமோர் டேவாழககூடுமோ.

௫௩. Jesu meiner Seelen Licht.

இயேசுவே, எனசீவனே, எனசோதியுமான நி ததியவெளிசசமே, நீசபபாவியான நான நீர்பட்டவாதையை நோககிககொணடுசொலலும ஏழைத்தோததிரஙகளை அன்பாயஎர்ததுககொ ளளும.

௨. ஆநீர்தானேமெததவும பாடுமநோவுமா ன வேதனையவினதையும வெருநிநதையான சாவையுமஅடைநதது எனன,எதுககோ - அது கருமமையேயிறறு, பரிசுததவானே?

௩. ஆதமமனச்சாடசியில குறறவாளியாக த்தீர்ககபபட்டோன உளளததில ஆறுதலுணடாக, நீரோதேவஅனபினால மீடபாராகவநதீர், எனக காயஇரககததால சீவனையுநதநதீர்.

௪. இதுயாவர்புததிககும ஆசசரியமான த யவுமஇரககமும. நாஙகளசெயததான பாவங களகணககுககு மிசவுமவிஸதாரம, ஆனால அது உமது மேலச்சுமநதபாரம.

௫. எனபொலலாதஇசசையால உமமுடமே லததீது வநதது,எனபாவததால தேவரீரினமீது கனவாதைககவியே உணடுபணணிவிததேன, உ மமைசசிறுமையிலே அதினால அடிததேன.

௬. எஙகளஆககினைககளை நீர்சுமநததாலே ஆணடவரின கிருபை எஙகளுககுமமாலே தே டிவைககபபடடது, நிததநிததமாக இதுக காகஉமககு த்தோததிரமுணடாக.

௭. இபபோதுமமரணததின பயததையகற

றுந் தத்தலிகளுமஆவியின ஆகுலமநீஙகடடும
நோவைபடட இயேசுவே, திகிலாலசசலஙகளும ஆ
ததுமததினபேரிலே தேவரீர்இரஙகும.

௮. தேவஅனபின ஆறுதல எனககுநேராக
வநததாலஎன துககஙகள மாறுமபடியாக, நீர்
இரஙகி,யாவையும எனககுமனனியும, தேற
ரவுமபூரிபபும அதிலேஅளியும.

௯. இபபோதுமனனமபிசசை, இயேசுவே,
நீர்தாமே, நீர்துககிததபாவியை தேறறுபவரா
மே. ஆகையாலஎனனிலப்பயம பேயினாலேவந
தும, எனதாவியுமமிடறு சேர்நது,உமமைய
ணடும.

௰. நீர்,அனபுளளஇயேசுவே, எறுஙகடைசி
யில எனவினையுமமிடததிலே பரமகெதியில ச்சே
ர்ததுககொளளுமடடுகளும உமமைநானனனறுக
பபறறவுமபின செலலவும ஈவளிபபீராக.

௫௪. Schau! wie das Lamm mit tapferm Herzen

பார்தெயவாடுதனவினயடிகக மாவீரமாய்
எதிர்பபடும உபாதைகளதனவிளபபிடிகக
திரணடசேவினபோல்வரும எனறறிநதும்மரண
ததை லெககாகபபார்ததுததானே ஓடும விவா
கமபணணுமபோலேஙகடும தொடர்நதுவாதைத்
தானததை.

௨. உமமனமபடசததாலெரியும சினேசம
அருஙகுட்டியே இநநேசமஉமமைசசாககுற
றும சஞ்வேறஇழுககுதே எனதோஷிஞசாவு
நரகு போயபபாவபபூசசினானபிழைகக நீர்
கோபககடலிககடகக உமமைமயலலோஇழுக
குது.

௩. என மனதேகவிதெளிநது இபபட்சமி ஏயிததுபபார், சுறுசகாய்ஞசயெனமளழுநது ழுவினிபினசெலலசசேர் சணபெலன இலலி யெனறலை இரகஞமனன றுபோகூசவேணும், அ பபோவெளிசசருசிவனதோனறும அபபாவா அவர்பிறகூாவ.

இயேசுசீஷாககளினகாலகளை கழுவினது.

௪. பணிநத ஆசசரியஅனபே நீயேசுறதா வைமேல்கிழகொணடாய சீஷாககளபாத த்துககுமுனபே நீயவனாயிருநதிறைய இநதக மாதிரியாமபடி அவர்சிறைநேயாலநீர்எடுததார் காலகழுவியவதைததுடைததார்; யூதாவின கால ளை முருகரி.

௫. உனமேட்டிமையைவிட்டிறஙகு புழுவு காஉடுகேன பெருமை? அவர்காலகதெணடனுயவன னது நாளனனஉஇறஉனனனனததை தமதாழமை யாலஒளிககிறார், முடிபொருகதோர்பணசெய தாலும பயநதுதாமாயனினறுஙும பணசெய துகாககததாழததிறார்.

இயேசுசீஷாககளோடு அனயாகவிருநது சாபபிட்டது.

௬. இனமினவிருநதையுணபதறகு பெருஙக ஆசையுறறார் உளுசிறவையவகளுககு செருஙகசார்நதருளினர் மவர்நதஉடபொனவாய மொழி அமிர்தமபோலேஆறுய்ததும உமகெரு கையபாடுநதிபபோடும உஙகாட்டியாமபடி.

௭. உமபட்டசததைவிளககிவிககக சிறநதஉவ

கைமசொனனீர் மாததில்கொபபுசசேர்ந்திருகக உமபடசததுககுளைபபிடடீர் எனறுமஅஞானி யொனனியம சேஷ்டோடடிலும பெருசயம உட லஉயிர்போலாமநெருககம அவாளநீர்ஆறறுமா ததுமம.

௮. ஜீலோகம அளவறறுநிததம தேயவாறபுக கசளசெயகுநா, நமசகுமாயகிலஷயிரததம ஆ காரமபானமாசசுது, எனஅருயிர்எனபோறத தோ நமபாவததாலெ்செததுபபோக நமகருப பிராணநாயகருக நமமுளநீர்வாழவேனுமோ?

௯. என ஆததுமமநெருசாவியாவும இப போமா ஆவுவாயவிரி, பாம செகததிலஉளளெலல லாருமம ஞனமவெறுததுவிடடெறறி உனகாவி யாடசிஇயேசுவை அடிசெருஙிசபபறறியவைத தால அபபோவெலிககுமேஅவரால நதாபெர் ருனநறசருவின.

இயேசுபோராடிஇரததமஉதிர்ககிறததுக குததோடடததிலதுருசாயபபோனது.

௰. நீ சாவாயஎனறுதீர்நதசாபம பிவிளைபப டடேர்ததுதீர்ககநீர் குறிதததோட டமபோசததாபம குருளைஉறறருளனீர்; அவ கேகோபாகஇவணியாவும உமபேரிலமோதியதி னாலே நீர்தறையிலவிழுநததாலே உமமுடலஉயிர் நடுவுறும.

௰௧. பாவாததுமாபார்தததளிதது பாவாய கிலிகாள தேனபதை பபார்மோசெயினஇடியிடி தது தேயவாடடைசசுழுதுவதை செருயபுவெ ளளம அவவியாய எடுசசபபூசஙிபோலசதிவையும தனதமமோததமவேர்ததுவளயும அநலிறிதசச த்திசசதாய.

௰௨. பார்பாவததாவேளனன ஆகும பார்நநதஉகிரமவரும! பசுமவிருடசநதானேவேகும நீதறியாமைதீபபடும, ஆஙகாரபபாவவெடடியைத் தொடர்நதஉனவிணயுமபிடிககும சினததின அககினியழிககும அலலோ உலர்நதகழியே.

௰௩. இபபோநிததிரைவிடடேனஎனில என நெஞசேசொலலுமநிவிணவை, பார்தெயவாடுகன னுதிரததிலக் குததுயிராயததவிபபதை உனவிசுவாசவாயதிற உனதாகநதீரவொததமஊறும அருசிபபைநீககிபபோடும உனநெஞசினநோவு நீஙகிட.

இயேசுகயிறறினாலேகடடுணடு அனனாயநீதி
சுகாநர் அணடையில கூடடிவிடபபடடுநி
நதைஉமிழ்நீர்குததுமுதலானதுபடடது.

௰௪. தெயவாடேநீர்கடடுணடவராய அனநீதர்முனனேநிறபதும எனனுடதானஙகுககுஆளாய கடடுணடதிலவிழாமலும கடடுணடகுடடிநெஞசிலே மாபாவ ஆசையுமஅறுககும உமநெஞசென நெஞசைசுகடடிககொளளும சிறையாயபபடசககடடிலே.

௰௫. சணடாளர்உமமைததோலுரிதது சதை தெறிககடிபபார்ஆம நாராசமஎறறுமபோல கிநதிதது பழிததிடஉமநெஞசநோம உம அருமைச்சிரசிலே முளககிரீடமபினனிசசூடடுவார்கள முகததில்தருபபிககுததுவார்கள மாசறியாதகூடடியே.

௰௬. நீர்படடபாடுபலநிநதை எலலாததுககுமநானகாரணம சிறறினபமேஎனநெஞசினசிநதை அநநதைநெஞசின துர்ககுணம பிசாசதீனைபிடிமனம அனநதஆசைவிளைவிககும அக

சேவிண துனபம வருவிககும உமககுககுடடிதோ
ததிரம.

இயேசுககபாலஸதலததுககு பபோயசிலுவை மாததிலசீவவிணவிடடுககலலறையில வைகக பபடடது.

௰௭. அபபாலககோவலககளததைககிடடி க
ழுமாமேலஎறுவீர் மாததில அருமங
தககுடடி செத்தோடடம்நிறைவேற றுவீர், புமர்
குற றததாலசகாபுமாய சபிததபேருஈகாசீர்வாதம
சாகாதவாபபிரசாதம உணடாககசெதநீர்தய
வாய.

௰௮. சினேகக்காநதியேமிகுதது சாவைவிட
பபெலககுதே, சிஷடிசரை ததேயவாடடிலஉ
றறு பிடிததடிததுசெயிககுதே, விணமண ணு
ககவராலயபயம அவர்ககுளயாவருசிவஈ ஆடும
இருநதுககலலறையிலபபோடும, அதேசினேக
ததினகனம.

பலிககுதல..

௰௯. சினேகமேஉமமையவிணகக மெயவிசுவா
சததைசசொடும உமமேலஞானநமபிக
கையைவைகக பிசாசுபாவஞசீறியும உமமைவி
டாமலபபுறுககளபோல ஓயாதவுணமைபடசத
தாலே உமமோடொனறுகபபததியாலே என
விணததிடததுமேஉஙகோல.

உ௰. உம அனபினியெனசீவனுககும இமமையி
லமறுமையிலே என அனபெலலாமஉமமோடு
சாகும உமமோடுசிலுவையிலே மயககபபடட
லோகஙகேள நீயெனககுசசமமதியாது உன
பொககிஷமெல்லாமநிலலாது உனவாழவெலலா
மமாசொருசநாள.

௨௧. இசசைகளேயிமமடடுமபோதும இவை களையுணணவேணடாம மறறுமயமபொனவெள ளியாவும மேலபகூசநதானகடகசபபோம எ னமனமமோட்சசிறபபை விருமபும அதைமயக காதே மறநதிலததோஙகுமஆடலலாதே வேறு பாணமஉணடோஇலலை.

௨௨. உணடாககின பொருளகளுககு உலகம நேறறியெனகுது எனறுமஅதெனமனதுககு வாடிபபோமபூவாயககாணுது எனநெஞசைததா றபிரியமாய அனைததுமீடகுமபொருளாக தன சீவியததுககுததோககொபபாக யாதொனறுஙகா ணேமநேறறியாய.

௨௩. உமசகெனநெஞசையபேதவிகக பேய லோகநதேடியும அபபம நீரொததநாயனுயிருகக நனைகடடிசகொணடேர்ஆகதுமம அதுமமை முததிசெயயுமஆம இபபோநதி விடடுபபோகு மபோது எனகணமணியுமமைவிடாது நீரோ னானஇசசிககுமனலலாம.

௫௫. Jesu, deine heilge wunden.

இயேசு, உமதைநதுகாயம நோவுஞசாவுமன னககு எநதபபோரிலுஞசாயம ஆறுத லுமாவது. உமமுடையவாதையின நினைவுஎன மனதின இசசைமாளுவதறகாக எனனிலேதரி பபதாக.

௨. தனககினபமானவாழவை மாயகிஷட இசசிககசசே, எனககுமமுடையதாழவை நினை பபூடடும, இயேசுவே. சாததானஎனவினசசுற றுகில உமமுடையகைகளில உளளஅசசைநான நமபடடும, இயேசுவே, அதைததுரததும.

௩. லோகநதனசநதோஷமான நாசவழியி லே எனனைககூடடிககொளளவதான யோசத தில்நான,இயேசுவே, உமமுடவியாகுல பாச ததைநதியானிகக எனறிதயததையுசையும, அ பயோமோசஙகளகவிலியும.

௪. எநதசசமயததிலேயும உமமுடையகாய ஙகள எனககுளசூவிருஞசெயயும எனயதேயென ஆறுதல, எனனிலநீரெனககு வதிலாயமரீத தது எனவினையெநதஆவதிசகும நீஙகலாககிவி டுவிககும.

௫. நீர்மரிததிர்ஆகையாலே சாவைருசிபபா ரேனே, இதைருமுழுமனதாலே நானநமபபடுமஇ யேசுவே. உமமுட அவஸதையும சாவினைவேத வினைகளும நானபிழைககிறததுககாக எனககு பயிலபயததாக.

௬. இயேசு,உமமைநது காயம நோவுருசாவு மனனககு எநதபபோரிலுஞசகாயம ஆறுதலு மாவது முடிவிலவிசேஷமாய எனைவினைமீட்ட மீடயாரய எனவினைஆதரிததனபாக அஙகேசே ர்ததுககொளவீராக.

௫௬. Christus der uns selig macht.

இராததிரியிலகிறிஸதுவின ஆததுமஇககட் டு தோடடததிலமுநதபின அவர்கடட் படடு, குறறமிலலாமலும சாகததீர்கக படடார், வெகுவிநதையாலேயும மெததனனை னமறறார்.

௨. காலததாலே அவரை குறறவாளியாக கொ ணடுபோயபிலாததணடை மிகுதியுமாக கூபபிட் டுமபுலுகியும குரோதஙகாணபிததார்கள, போ

ய, எரோதேகிடடவும பிராதுபணணினார்கள்.

௩. ஒருசாமஞசெனறபின வாரடிகளாலும முணமுடியால, போர்வையின பரியாசததாலுந துனபபபடடார் மெததவும உததரிததுவநதார், பாரசசிலுவையையும அவர்தானசுமநதார்.

௪. அதிலெக்களளர்நடுவில அவர்கடாவபப டடு, தூஷணிககபபடுகில அனபாயகுரோதமற று ரெததஞசிநதி, நல்மனு பாவிகளுககாக கே டடார். ஞாயிறுமாறிறறு அநதகாரமாக.

௫. மூனறுஞசாமததிலமகா துககசசததமிட டார், யாவுமநிறைவேறின போதுயிரைவிட டார். தெயவசனனிதித்திரை ரெணடுதுணடுமா சசு. மணணிலும அநநாழிகை மா அசைவுணடா சசு.

௬. அநதநேரமாகிய போதுஈடடியாலே இயேசுவினுடலில குததபபடடதாலே நம முடையநனமைககு ரெததமுநதணணீரும பாய நது அததாலநமது பாவககுஷடநதீரும.

௭. யோசேப்சாயஙகாலததில கூசசததைவி லககி, போயஎலலாருமபார்ககையில இயேசு வையிறககி, வெகுபததியுடனே கலலறையில வைததான, கலலைவாசலப்பேரிலே போடட தையடைததான.

௮. எனமரிததீர்எனபதை யோசிபபாயநி னைதது, பாவதுர்க்குணஙகளை யாவையுமபகை தது, உமமைத்தெயவமைநதனே, நிததநித மாக போறறிபபறறிகொளளவே ஈவளிபபீ ராக.

கிறிஸதுவடககமபணணப
படடதினபேரிலே

பாடுகிறபாடடுகள.

௫௬. O Traurigkeit! O Hertzeleid·

என மனது துடிககுது, கொவவிபதைதது
நோகும. தெயவமைநதனினசவங கலலெ
றைசருப்போகும.

௨. ஆ,அவரோ மரததிலே அறையபபடடிற
நதார், கர்தர்தாமெபாவியின சாபததைசசு
மநதார்.

௩. எனபாவததால எனதீயகிறுல இககே
டுணடாயிருககும ஆசையாலஎனஉளளததில தத
த்தளிபபெடுககும.

௪. என ஆணடவர் எனனொடசகர் வதைநத
மேனியாக ரததமாயக்கிடககிறார் எனனொடசி
பபுககாக.

௫. வெடடுணடோரோ, ஆ உமமையே பணி
நதெனஆவிபெறும, ஆறுலஎனநிமிததியம நான
புலமபவேணும.

௬. குறறயிலலா கர்ததாவுட அனலாமமொத
தமஉளளும, மனஸதாபமனறிஆர் அழைப்பா
ர்ககக்கூடும?

௭. ஆ இயேசுவே, எனசீவனே, நீர்கலலறை
களுளளாக வைககபபடடதைததினம நானசி
நதிபபேனுக.

௮. நானமிகவும எநநோயும எனமரணநாள
மடடும, எனகெதியாம இயேசுவே, உமமை
வாஞசிககடடும.

௫௭. Nun ist es alles wohlgemacht.

மகிந்துதென ஆணடவர் தலலயைசசாய்தது மனிதர் மிறைகளைகொணடுபோனது அடியார்களுக்குப் பயித்தாலயாவுமநலலது.

௨. கர்த்தா கிகர்த்தர்இவவிதம மரிததருபயஙகரம, இததாபகவிலப்பொழுதும இருளபடும, புவிகுலுஙகிஅதிரும.

௩. தேவாலயததிரையெனில கிழியுங, கலலறைகளில அனேகஙகளஅவவேவவிடயே திறபபாசசே, கறகுனறுகளபிளநதுதே.

௪. எசசியஙகடியும அசையசசே அசையாயோ நீபாவியே ? கறகுனறுகளபிளசசையில உனனெஞசுணணில பிளவாதோ இநநேரததில?

௫. பராபரனுடசுதன மாததிலககளளர்களுடன இறநது,மணபடுகலககககு உளளானது உனகுறறமெனறறிநதிரு.

௬. நீகூடஅதிலமுழுகி, உனபாவககெடடு கருமரி, நீஇதுககவர்சாவினுல சாகாவிடடால, நீநரகததுககானஆள.

௭. ஆசுவாமி,உமமுடசுதன நானதபபநிநதைகளுடன மரிததுவினுவானேன? மனனியுமேனனறுமனமைகெஞசிககேடகிறேன.

௮. நானஇயேசுவினசவததுடன குழிமடடாகசசெலலவன, ஆமஅவரோடேமுழுதும அடியேனும மரிததடசகமாகவும.

௯. உமமோடேபுதுசசிஷடியாய எழுநதுவாழததகககதாய பபேயசசாயலானசுபாவமே எனனெஞசிலே அழியவேணுமஇயேசுவே.

௰. நானபாவஉளததையைஇனி பொறுததிருபபதெபபடி? அபபாரததைசசுமநதிரோன, அ

ரோசிததேன, நானகிறிஸதுககுளளிருககிறேன.

௰௧. நானஉமககுபபிழைககததாள இனறே டேபாவததுககுநான மரிபபேன,சீவனுககுநீர் அழைககிறீர். நீர்எனககதைததேடினீர்.

௰௨. நானதேவசொலபபடியினி நனறுய ப்போராடி,இபபடி கிரீடமபெறநீர்தாமே, ஆஇயேசுவே, நிலவாஙகொடுபபீரோ.

௰௩. நீர்எனககாகமரண பாதாளததிலஇற ஙகின தயையைஇஙகேநிததமும அஙகெனறை ககும நானபோறற,எனனைரடசியும.

கிறிஸதுஉயிரோடெழுநத பணடிகையின பாடடுகள்.

௫௮. Heut triumphiret Gottes Sohn.

இநநாளிலஇயேசுசுவாமியார் பிறஸதாப மாயககெலிககிறுர் அலலே. அலலே. எழு நதஅவர்எனறைககும இஸதோததரிககபபட வும. அலலே. அலலேலூயா.

௨. பிசாசினசததியையவர் முறிததுபபோட் டபராககிறமர். அலலே. அலலே. அவனவரும அததறுணடாம கொடூரககைககுநீஙகலாம. அல லே. அலலேலூயா.

௩. ஆபாவிகளினமீடபரோ, செயிததஇயேசு கிறிஸதுவே, அலலே. அலலே. பிசாசினகீ ழேநாஙகளும இராயபபடாககுரடசியும. அல லே. அலலேலூயா.

௪. புவிஇககடடாலமேமபுது, நீரோ அடி-
யார்பூரிபபு, அலலே. அலலே நீர்மோடசத
துககுவாசலே, அஙகேயமைமையும,இயேசுவே.
அலலே. அலலேலூயா,

௫. பகைஞர்யாருமஇபபோ முறுமுறுத
தும அசசமோ? அலலேல. அலலேல. பொலலா
தசததுருவுககு கடகேடானதோர்வைவநதது. அ
லலேல. அலலேல.

௬. அநின அகநதைகளெலலாம அடஙகவே
டஙகணுமடாம. அலலே. அலலே. ஆனால
சசீர்படடமனிதர் கர்ததாவுடையபுததிரர். அல
லே. அலலேல.

௭. இததால்சசநதோஷமாகிறோம இததயவை
பபுகழுவோம. அலலே. அலலே. திரியேகரே,
எபபோதுமநீர் துதிககபபடககடவீர். அல
லே. அலலே.

௫௬. Erschienen ist der herrliche Tag.

இநநாளேகிறிஸ்துவெறறியை ச்சிறநதெலலா
பபகைஞரை ச்சிறைபபிடிததுககொணடு
போம. செயநாளெனறுபாடுவோம. அலலே.

௨. பேயபாவஞசாவுநரகம, எககேடுமஇனை
றையிறறிறம எழுநதகிறிஸதினகாலுககு ககீழாய
விழுநதுகெடடுது. அலலேலூயா,

௩. ஸ்திரிகளஞாயிறறுககிழமை விடியறகா
லஙகர்ததரை செவியிலபபார்ககவாசசே, மு
தானெழுநதிருநதாரே. அலலேலூயா.

௪. தெவியைததூதனகாணபிதது: இஙகில
லை, வெறறியாசசுது, உயிர்ததெழுநதாரெனறு
தான போய்அறிவியுஙகோளெனறுன. அலலே

ரு. இரணடுசேஷரோடனறே வழியிற்கர்த்தர் பேசச்சே பேரின்பமழுமண்டு,பிறகு ஆமோன றறியலாச்சுது. அல்லேலூயா.

சா. அநகாளில்சசீஷர்க்கறதரின தெரிசிவினையைப்பார்த்தபின, துக்கித்தவர்களநெஞசுக்கு சசநதோஷபபூரிபபாச்சுது, அல்லேலூயா.

எ. இசசிம்சோனதுஷடசிங்கததை ச்செயித்ததின அரணகவின த்தகர்ததுபபோடடபாக்கிறமர்; அததாலநாமஙகசவானவர். அல்லேலூயா.

அ. மூனறேநாளாயமீனயோனவை ப்பிடித்திருநததிவன்ா யநிகக்காலமாய்க்குழி அடைத்திருப்பதெபபடி? அலலேல.

சூ. சாவாலமுழுங்கபபடடபின அவர்தெயவிகசிவனின பெலத்தாலசசாவைப்போககிஞர், செததோருக்குமஉயிர்தாரூர். அலலேல.

ய. எகிப்ததுக்கினஞீஙகிஙோம, சிறைபிருபபுதநீர்நதுபோம. ராபபோசனததிலசிறிஸதுதாம நாமஉணகிறமெயப்பஷாவாம. அலலேல.

யக. புளிபபில்லாதஅபபமாம நன்மார்ககபபோதகததைநாம வழஙகிககொணடிருககிறோம, புளிததமாவைததளளுவோம. அலலேல.

யஉ. சஙகாரனகிறிஸதுதோழததில உளளோரைததொடான,எனனில நாமதபப அவர்சொததததது விராசமநமமைககாககுது. அலலேல.

யங. ஆகாசமபூமிபொழுதும, மூனதுககடாமளசசிஷடடியும இனாளிலலோகபபிரபு விழுநததாலமகிழுது. அலலேல.

யச. ஆளஙகளஆறுதலுக்கே எழுநதஇயேசு கிறிஸதுவே, செயிததஉமதசேனைகளுககும இளைப்பாததிறமுணடாகவும. அலலேல.

௯௰. O aller schoenster Freuden-Tag.

என இயேசுவெனறபெருமான உயிர்ததெழுந ததாலே எனஆததுமமகிழ்ச்சிககு உதி ததநலலநாளே, நாளுமஉனபிரகாசததால ஒளி வடைநது, அதிலே களிபபாயப்பாடவேணும. அலலே.

௨. எனமீட்புககுஅசைவிலலா அடிபபெ லனஉணடாமே, நான இயேசுவோடேமரண இ ருளிறநதாணடலாமே, இஸருவேலருககோப பாப கடலைககடநதுசுகமாய எனசீமைககு நானபோவேன. அலலே.

௩. போ,சாததானே,போ,பாவமே, எகிப்த் தைநானவெறுபபேன, பிரியகானானசீமைககே போவ,இயேசுவோடிருபபேன. எனகெதியே உமமிலதான எபபோதுமஇவவிபபார,நான பலிககுததாராமாவேன. அலலே.

௪. என இயேசுவே,நானபாவததின குழியைவி டடெழுநது, உமமோடேபுதுச்சீவனின பஙகா ளியாயிருநது, சுததமாகி,எனககாய ப்பிழைககும உமககுளளமையாய. ப்பிழைததிருபபேனாக. அ லலே.

௫. நீர்உயிரோடெழுநதீரே, ஆநாளுமபூரிப பாக அநநாளளழுநதெசககாணிககே களிபபாய ச்செலவேனாக. இததருணமெனமனது உமமண டைஅஙகிருககுது, அஙகெனவசசேர்பபீராக. அலலே.

௯௧. Auf! auf! mein Herz mit Freuden.

துககததின பிறபாடு இனறேவிளஙகிய வெளிசசததைககொணடாடு, எனநெஞசே,

நீமகா மகிழ்ச்சியாயிரு. பார், மாணடபிறகு கு
ழியிலேரடசகர் கிடநதிருநதவர்.

௨. அபபோதகநதையாக பேயககூடடந
துளளிறறு, இபபோதோ நிகிலாக முறிநததிரு
து. எழுநதரடசகர் செயமஅடைநதோ, கொ
டியைஎறறினார், எதிர்பபவர்களார்?

௩. மணமீதிலஅவர்நினறு, செயமிசைமைநத
ஞய விளககைகயாலெழினறு பிசாசபயமாயத
தெறிததுபபோகுது, தனகோடடைககுககு இ
டிபபுமஅழிவும வருமெனறுணரும.

௪. ஜீதேனனைஞுககாய சங்கீதாவழிவேட
கசை, எனமனதிலஉணடான சலிபபினபாரந
தை எனஇயேசுநீககினார், கெதிஅளிககிறார், நா
ன அதைபபறறினேன, இனிபபயபபடேன.

௫. பேயனவிளப்பல்கடிததும, விஞன
கோபமே. பாதாளஞசவாலவிடடும, அதெ
னவிளசசேராதே. இனிநானசாவுககேன நடுககு
கவேன? அதையெனரடசகர் முறுககிப
போடடவர்.

௬. எனபேரிலலோகததாருகு சினநதுஞசீறி
யும, அபபெததரிககமவாறும, அமருமசமஉ
லரும. எனமேலஉபததிரம வநதாலுமபாககி
யம, இககடடினபிறகு மெயவாழவுணடா
குது.

௭. அவையனுசிரசோடெ எலலாஇடததிலும
போமாபபோல,கிறிஸதுவோடெ இககடடை,
சாவையும பாதாளததையுமெ மீறியினறியெ,
நலநமபிககையுடன நானதாணடிபபோறவன.

௮. உயர்நதமகிமைககுட்பேருர்பஙகாளன
நான, ஆர்எனவிளையெனதவிககு விலககிபபோ
டுவான. பகைஞர்மிகவும வறுததிபபோரிட

டும, அவதஉயிததம, அவர்ஈனசேடயம:

௬. நானஇயேசுகிறிஸதுவோடே யாததின வாசலில உளபோறேன, அவரோடே சகிததோனேஇதில பிரவேசமபணணுவான. இவவார்ததைஅதிலததான பொனனுமமொழியைபபோலபபதிநததெயவசொல.

௬௨. Lasset uns den Herren preisen, o ihr.

கிறிஸதவர்களே,நாமபாடி, கர்த்தனாயவனைநாம மிகுதியுமாயககொணடாடி, போறறுநதுதியையுங கூடேவாம,இதோசெயிததார், அவர்பலசாலியாய பாமசிமசோனுமாய மாணககுகிரியையிடடார், ஆர்ஷிர்ககலாம இனி. கிறிஸதுவை ஞயகமேகளி.

௨. சிலுவையிலசெனறு மாணடுகலலறையில வைததடககமபணணபபடடு போனவர் எழுநதாரே, மாணததைபபாழககடிததார், சாததான காவலபணணின நமமைமீடடதிருடகோடடையைததகர்ததழிததார், அவரே அதிபதி. கிறிஸதின மிட.

௩. கலலறையிலநீரிராமல, தெயவமைநதனே நீர் செததும அழிவைககாணாமல, மீணடுமவநதிருககிறீர். மண அதிர்நததுகளிபபாய, அழியாதசீவனே! சாவைககொளளியிடடோ. நீர் நாருககுசெடசிபபாய வெனறவெறறியிருநதி. கிறிஸதின. மிட.

௪. சாவே, உனனுடடூளளெஙகே? நாகபாதாளமே, உனனுடடசெயமெஙகே? பேயினவிலலுடைநதுதே. கிறிஸதுசாவுகருநுசாமே, அவர்நாகததுசுருமபெருவாரிககாசசுலுமசேடும

வருததிவிததோராமே. அவர்ககெனறைககுநது தி. கிறிஸதுந மிட.

ரு. நமமுடஅனபுளளகர்ததர் நமமுடையவா தையை நீககிறதுககுசசமர்ததர். எஙகுமஅனு கூலததை நாஙகாணுததபே துவாரூர், மூனறு நாளினபிறகு அவர்நமமைககூடடசிதது நமக குசசநதோஷநதாரூர் எதிரிககவர்செடி. கிறி ஸதின மிட.

சு. தெயவநீதிககுககடவினை ததீர்ததுயிர்ததபி றகு இவர்சீவனினபெலவினை ச்சொலலஆசால்ஆ குது. சோடிககுததவிலககவலாஞர். ஞானமூ ளளசர்ததரே, இதுஉமமாலஆசசுதே. பாவிக ளினநீதியாளர். மோடசததுககவர்வழி, கிறி ஸதின.. மிட.

எ. தொயயுமடடுககுமபோரிடட பராககி றமனவழியணடை ஒடுமஆறறிலேகுடிதத பி றகுதனசிரசை ஏறெடுககுமவணணமாக இயே சுசுவாமிதமமுட சிரசையெடுததெலலா ச்சதது ருககவிநனருக வெடடினசேனபதி. கிறிமிட.

அ. கர்ததரே.நீர்வெறறியாக உயிரோடெ ழுநததால நாஙகளநீதிமானகளாக நிறகலாம, அதேதெனறுல சமாதானமுமமனனிபபும கிரு பாகடாடசமும சகலவரஙகளும வாழவுமநித தியொடசிபபும நீர்எழுநததினகனி. கிறி மிட.

கூ. இயேசுவேஉமமாலுணடான இநதசசமா தானததின பேரிலநிததமவாஞசையான எனனு டையமனதின தாகததைநீர்தீர்பபீராக, நீர்போ ராடினதிருவ தேடினபலனகளால இபபோ தேழையைநனருக ரொபபுநதயவினபடி கிறிஸ தின மிட.

௰. எஙகளகேடடைதநுககமாக நாஙகளபா
ர்ததுஉமமிலே செததுயிர்ககுமபடியாக ஊவ
ளியுமஇயேசுவே. எஙகளநெஞசிலநீர்உதிதது,
பாவஞசாபமநரகம தீமைகளவியாகுலஞ சக
லததையுஞசெயிதது எஙகளிலிருமஇனி. கிறி
ஸதின மிடி..

௰௧. சாவுளளககுசசாவலல, தேகம்மணணுக
குளபபடும, ஆணுவளளறெஙறைசகுமலல, கர்
ததர்அதைமீளவுந தாமஇனிபிரஸதாபததோடே
வநது: செததவர்களே, புறபபடுஙகளளளகவே
உயிர்பபிபபவர், அத்தோடே எனஇககடடெல
லாஞசரி. கிறிஸதின. மிடி.

௰௨. மணணுநதூளுமாய் அழிநத என அவை
யஙகள அஙறே அழியாமைபெறறு, இகதலோ
கசுககாததிலே எனறைககுஙகாணுதிருசசும ஒளி
வாயவிளஙகுமே ஆமனஊதேகமஇயேசுவே உம
முடையதேகததுககும ஒபபாம உமககுததுதி.
கிறிஸதின மிடி.

௬௪. Jesus Christus, unser Heiland.

கிறிஸதெனறபாவநாசனர் உயிர்தெழுநத
வர் பலியாயச்செனறுர் உயிர்ததுச்சாவை
வெனறுர். ஆமன, அல்லேலூயா.

௨. மாசறறேுர்தெயவகோபததை ச்சுமநது,
நீசனை மாசசுவாமியோடே சிநேகமாககினு
றோ. ஆமன அலலேலூயா.

௩. பேயசாபஞசாவுயிர்அருள எலலாமஅவ
ர்கைககுள சேர்வார்அவிவர் அனுககிரகம
அடைவர் ஆமன. அலலேலூயா.

௬௫. O Jesu der du dich.

செத்தோரின் சீவனே, பாதாளக்காவலிலிராமல் எழுந்தபின் முடிவில்லாமல் பிழைக்கும் இயேசுவே மெய்ப்பத்தியாய் உண்மை நான் அண்டிக்கொள்ளட்டும், ஆம் உம்முட சீவன் என் சீவனாகட்டும்.

௨. நீர்பட்ட மரணம் என் சீவனானபடியாலே நீர்மீண்டும்பெற்ற சீவனுமே வாராதோ பாக்கியம். ஆம், மாயகை அவிளத்தையுந்தள்ளிவெறுப்பேன், என் மனதையுங்கேழ்ப்புக்கொடுப்பேன்.

௩. நீர் கல்லறையிலே இருந்தெழுப்பப்பட்ட சத்தி என் மரணத்தையும் அச்சற்றி உயிருண்டாக்குமே. அப்பாவத்தைவிட்டுயிர்த்தவனாக நடக்க, நீர் என்னை விண்ணெழுப்புவீராக.

௪. இனிப்பிழைப்பர் நீர்; நான் அல்ல, உம்மில் நான் அடங்கி சேர்கொள்ள, நீரே என்னில் தங்கி என் சீவனாகிறீர். என் ஆவியுஞ்சிந்தையுஞ்செய்கையும் வாக்கும், என் இயேசுவே, உம்முட ரூபுக்கொப்பாகும்.

௫. இறப்புயிர்ப்பிலே அன்பாய் நீர் எனக்கும் மைத்துனுந் தந்தீர் என்றுஞ்செகவிணநாளுந் தாறேனென இயேசுவே. நான் உம்முட சொந்தம், நீரென்னை வினியாளக்கொள்ளும்; என் ஆத்துமம் நித்தியதோத்திரஞ்செய்யும்.

௬௬. Triumph! Triumph! der Herr ist.

செயஞ்செய்து, கர்த்தர் எழுந்திருந்தார், இங்கில்லை, அதிகாலமே மரித்தவர்களிலிருந்

தெழுநதார், செயமமொடசிபபுணடாககசுதே.

௨. எழுநதானறவாரததையால நடுஙகு பிசாசுகளினகூடடமே, விழுநதுநரகததிலேஒ துஙகு, இராசாவானோர்இயேசுவே.

௩. சாவேஉனமுள,நரகமேஉனவெறறி எங கே? விழுஙகபபடடுதே. பெலததஉஙகளசயிறு கவிளெயடடி மகிமையாய்எழுநதாரோ.

௪. தெய்வீகமைநதவனமடியவைதத பேய மூறகமனிதர்களே, குழியைநீஙகளகெடடியாய் அடைதத தடைவீணசெழுநதாரோ.

௫. விரியனபாமபுகளினசாயலான நெஷ்டுரக்கூடடமே, இதோ உனகாவலக்காபபும்முததிரை யுமான பெலவீனததளிஞரலலோ?

௬. சல்ஙநிபரேபா,நீகுததிவாதையாக வதை ததஇயேசுஉனசகே அனநதவாதைவேதனையுமா க உயிர்ததெழுநதுவநதாரோ.

௭. தெயவாகதிவினைசகுஇனனநதபபிபபோக உணர்விருநதால,உனனுட பொலலாக்குணததை நீஉனஉளளமநோக அறிநதுஇயேசுவணடைவா.

௮. மனததரிததிரோ, நீஙகளவநது மகிழுங கள, எழுநதாரோ, உலகினபாவததையவர்சுமநது மரித்ததாலமனனிபபுணடே.

௯. மகிழுஙகள, மரிததோனனபபடட யோ சேப்பிழைத்திருககிறார். மரிததஉஙகளுககுமமுடி வறற உயிரை இயேசுதருவார்.

௰. அவருடனமரிததோன அவரோடே பிழை ததெழுநதிருபபவன, தெயவீகபததியாலேஇயே சுவோடே இணைககபபடடோனபாககியன.

௰௧. இனிசசாவாலுஙகலலறைகளாலும பயமே துஙகளொடசகர் திருமபஉஙகளைபபலததிஞ லும அன்பாலும உயிர்பபிபபவர்.

௰௨. செயஞ்செயங்கர்த்தர்எழுந்திருந்தார், பிசாசினராச்சியமவிழ மரித்தவர்களிலிருந்தெழுந்தார், செயஞ்செயம, அல்லேலூயா.

௬௭. Triumph! Triumph! es Kommt mit Macht

நல்செயமபோர்செய்தினறே செகிப்பாய இராசாவாருரோ, அவரைச்சேர்ந்தோர்யாவரும இந்தசெயத்தைப்பாடவும நல்லசெயம, நல்லசெயம, முடிவில்லா பூரிப்புமாம, அல்லேலூயா.

௨. மீட்பர்அடைந்தவெற்றிக்கு எச்சிஷ்டியுங்களிக்குது, சீர்கெட்டபூமிக்குஉள்ளாம சாபம அத்தாலநிவிர்த்தியாம நல்ல. மிட.

௩. கர்த்தர்மரிக்குமநாளிலே இருண்டசூரியனஇனறே அவர்உயிர்த்தவெற்றிக்கு மகிமையாயவிளங்குது. நல்ல. மிட.

௪. சாந்தமாமஆட்டுக்குட்டியாய இருந்தோர்வல்சிங்கமாய வாரூர், பகைஞரினுட பத்திரசகாவல்விறுதா: நல்ல. மிட.

௫. ரெண்டாமஆதாமினதூக்கமாம இறப்புக்குளதிறந்ததாம அவருடையபக்கத்தால அவர்மணவிதோனறினாள, நல்ல. மிட.

௬. ஆரோனினகோல்ராப்போனபின துளிர்த்துப்பூத்துக்காய்த்ததின சாயலாயக்கிறிஸ்தினமேனியும சீவனுண்டாயக்கனிதரும. நல்ல. மிட.

௭. பாவவிஷத்தினதோஷமும அத்தாலஇருந்தினமையும ஓட்டக்காவேணுங்கிறது மகிமைதேடப்பட்டுது. நல்ல. மிட.

௮. உத்திரவாதமாகசது, சபிக்கப்பட்டஆ

விகரு நமமில்லப்பெலனில்லாதேபோம, சாவுககி
ளிபபயநதிரோம. நலல. மிட.

௬. மேட்டிமையாளபேலியாள தனனுணடு
போயவிழுநததால அதின அரணகளயாவுககும
நிறமூலம சுருதலவரும. நலல. மிட.

௰. சிஷ்டரின ஆகருமஙகளின நீர்தேறறி,சமா
தானததை தநததுபோலேஇயேசுவே எஙகளு
ககுமநீர்தாறீரோ. நலல. மிட.

௰௧. நாஙகளஉடநதையாயஉமமால செயித
து,மோட்சவாசலால உள்பபிறவேசிததெனறை
ககும உமமுட அனபைபபாடவும. நலல. மிட.

௬௮. Christ lag in Todes banden.

நாஙசெயதசன பாவததால கொடூரச்சாவினக
ட்டில விழுநதகிறிஸ்துமூனறுநாள எழுந
து,நமமிடததில சீவனஉண்டுபணணினார், மகி
ழாயஅவனை யெலலார் துதிததிஸ்தோததிரிப
பேரம, அலலேலூயா.

௨. புவியிலச்சாவராரலேயும விமோசனமா
காது. ஏனெனிற பாவததாலேமுழுதும நாஙகெட
டோம,சீர்கானது. பாவமநமமைசசாவுக்கு இ
ரையாயஒபபிவிததது, கிறிஸ்தோபலததமீட்டபர்
அலலேலூயா.

௩. ஒனறுனதெயவபுததிரன நரனைமீட்டபோ
மெனறு மரிததுயிரதது,நமமுடன இருநதசா
வைவெனறு அதினநியாயந்தீர்ததாரோ, அதிப
பே வெறுமவேஷமே, கூர்நமமைககொலலவ
ஙகேசே? அலலேலூயா.

௪. உயிருஞசாவுமபணணின போர்எஙகுங
கணடதிலலை, அஞஞாயமாயளயயுணசிற உயி

சோவினைவில்லை தெயவவல்லமையினால் முறித
துப்போட்டுத்தையால இனிநாஞசாவுக்கஞ
சோம. அல்லேலூயா.

௫. தெயவாட்டுக்குட்டியாகிய மெயப்பஸ்கா
கிறிஸ்துவாமே, அதன்பினதீயால உயர மரத
திலச்சுட்டதாமே, அதினொத்தமமுதத்தினை ய
டைந்தவிசுவாசியைச்சங்காரனதொட்டமாட்
டான. அல்லேலூயா.

௬. மகிழுவோம, இவவுணனத, பஸ்காவின
நாளினறுமே, உதித்துக்கொட்டசமொமபிய ப
கலோனகர்த்தர்தாமே ஒளிவுண்டுபண்ணினார்,
மனமபிரகாசிப்பிக்கிறார், பாசகாலனுசென்று
போச்சு. அல்லேலே.

௭. புதியமாவாகாரமாய பஸ்காவையாசரிப
போம, அருளினவார்த்தைக்காசையாய புளித்த
தைக்கழிப்போம. கிறிஸ்துதாமேபோசனம,
வேறேதினாலும ஆத்துமம பிழைக்கக்கூடவில
லை. அல்லேலூயா.

௬௪. Nun ist auferstanden.

தேவமைந்தனான இயேசுபலமான வல்ல
மையினால சாபத்தைச்செயித்து, கல்ல
றையைவிட்டு. தாமெழுந்ததால நமமூடைபய
ஙகர ச்சத்துருக்களைச்செயித்தார் நம்மையோ
ரட்சித்தார்.

௨. நாம அடையப்போற மிகவும அகோர
சாபமநீங்கவும, நமக்குமோட்சிப்பும நித்திய
செளிப்பும தேடுவதற்கும, அவரோமரத்திலே
கடாவப்பட்டு, அவர்தாமே கொல்லப்பட்டோ
ராமே.

௩. பாவஙகளுககாக இநதவிதமாக தேய
வநீதிககு த்தாடசியொனறுமனறி அவர்சரீப
ணணி தீர்நதபிறகு அபபுறமநாநதான இன
னந தீர்ககததககக கடனெனன, அதிலேமீதியெ
னன?

௪. கிருபைககுளளான நமமைககொலலவதா
ன எதுவுமுணடோ? பேயமிரடடினாலும அ
தினசீறலமாலும, ஏனெனறால இதோ திகிலும
நடுககமும பேயககுணடாககுஙகிறிஸதுதாமே
நமமைச்சேர்நதோராமே.

௫. உனனுடகெடியும அறறுபபோய்அ
வியும நரகததீயே, எஙகளபிவிளையான இயே
சுவுககுணடான வாதைநீஙகிறறே, மிகவுமநீ
வாதிததும தீர்ததுதே, அததாலேநாஙகள என
றுஞசுகவானகள.

௬. சொலல ஆசையுக சாவுளதிராக நின
றுமநமமிலே அததால்ப்பயமில்லை கிறிஸதுஅ
தினவில்லை வாஙகிபபோடடாரோ. ஆகையால
சாவதினால மாறி,நமககஙகுணடாகும வாழ
வினபாதையாகும.

௭. ஆகையாலநானசாகும நாளினபினமண
ணாகும தேகமானது இவவிபபாறததகக தா
னததிலேக்கிடகக வேணடியதுககு ப்பயமென
நான அடைவேன? கலலறையில இயேசுதாமே
வைககபபடடோராமே.

௮. கெடடலோகததுககு சசெதது அவருக
கு ஐககமானோமே, அவருககுளளான நாம
அடககமான பினபுஅவர்ககே ஒததாயச்செ
யமுமாய நாமும்மணவிடடெழுநது வாழ்
வடைவதுணடு.

௯. கலலறைககுளளான மததியஸதரான

சிரசுஅல்லோ? அதிலேயிருநது உயிரோடெழு
நது வநதாரோ,இபபோ சசல்அவருட நலல
வையவஙகளுககுங செயமேயிருககும.

௰. இபபடிநாளுசெனற பின்புவாழவோ
மெனற நிச்சயமுணடே, ஆசையால்ப்படழைய
சடடையைககழிய ப்போமெனறுமெனபதே நமது
மகிழ்ச்சிககு ஆனது,பிறபாடுணடாகும ருபம
புதுசாகும.

௭௰. Glorwurdigstes Læmmlein.

ராசாதிராசாவே,நனறுககசெயிததீர், நீர்சா
வைமுழுஙகி,பிழைததுக்கசெலிததீர், பிசா
சுபாதாளததினசஙகிலியாலே கடடுணடுகிடககு
துதேவரீராலே.

௨. கர்ததாவுடநீதிககுஈடுசெலுததி, அடி
யாரினகுறறததைநாசபபடுததி, திருமபதேயவ
அனபையெலலாமவருவிததீர், நீர்சாவினபயங
காமுனவிணயோடிததீர்.

௩. இபபோதுமபரததிலுமபூமியிலேயும நீர்
சிநதினோததம அதிசெயஞசெயயும, அதஙகே
யிருநதுமனனிததலைக்கூறும, இஙகேருணபப
டடவனபாவததைமூடும.

௪. நாருககுஉமதுமொநததிலுமே நீர்தான
சமா,தானமுணடாககினதாலே, பூலோகததின
சாபமவிமோசனமாசசு, நாருககுசசுவாமியோ
டோபபுரவாசசு.

௫. பிதாவினஇருதயமபாவிகளுககு உருகக
இரககததைசசெயகிறதறகு எததன்மையாய்ப்
போஙகுது,எஙகுமிருநது எலலாரையுமஅவர்
அழைககிறதுணடு.

௬. இதோசமாதானத்தையே அறிவிக்க வாரு ர்கள், அவர்களிதஅருமையாகிறக ஓட்டாமல்க்கர் தர்மசாஇருவையாக தருநூசவிசேஷத்தைக்கே டபீர்களாக.

௭. ஆ இயேசுவின்காயில்விழுந்துகிடந்து கு ணபபடஆசையாயக்கெளுஇயிருநது, அருளுககும பாவமனனிபபுககுமாக மனருடுஙகளகேடகிருர் நல்மனதாக.

௮. சேருன அழுககுததணணீாவெறுஙகள சிவாறறுசசலததினமேலஆசைபபடுஙகள, பா நதுடஅபபதருசருவதினாக அபபனறிகளநினை பைநாடீர்களாக.

௯. ஒட்டுகிடப்பின உளநறுகியஇயேசு அனபோ [illegible] ளாகஇறதாவது: தாசருமணளோரோ, நாம ய[illegible]யுமஉஙகளுககாக சசமபாதித [illegible]டபபீர்களாக.

௰. [illegible]மயிர்நியைத்தாரேும பலத்தையுந்தாரேும, [illegible]யவைக்கொணபிதாவாரேும, நாங [illegible]ருந்தவிரநானே இதோஉஙகளசொ [illegible]யப்பதுதானே.

௧௧. உயிர்த்தவிரோ பெலயினைப்பாரும, உயி ருளளதாமவிசுவாசத்தைத்தாரும, மடடறறகே டபியாமலீருக்க உமமனடைடிடபபதுளன வேதனுககாக?

௧௨. நீர் அவிசுவாசத்தைகவெட்சப்படுத்தி த்தா னமாயத்தருவீர்உமமைமேயெசபுதி எளிகீயார்வந் தாலெதிசமபனனமாவார்கள மாநதமைககதிகே யமாயிருப்பார்கள.

௧௩. ஆமீடபரோளணணிசசைககுளளடஙகாத கோடாகோடிநாவுகளமுடிவில்லாத துதிபபும மகிழ்ச்சியுமபத்தியுமாக நீர்செயதஇரகசுததைப பாடுவதாக.

கிறிஸ்து பரமண்டலங்களுக்கு

ஏறின தினப்பேரிலேபாடுகிற

பாட்டுகள்.

௭௪. Du Lebens Fuirst, Herr Jesu Christ

ஓ சீவனினபிரபுவே பரத்திலேஉயர்ந்த என
மீட்பான கர்த்தரே நீர்எங்களமேற்சு
மந்த கடனைத்தீர்த்து,எங்களை ரட்சித்துக
கொண்டுவெற்றியை த்திணமனாளுயவில்லாதே
கொண்டாடியும்போதாதே.

௨. நீர்பாவருக்காபருசக்கல திமையையருமெசு
யித்தீர், நீர்மாண்டதாலேமரண சக்கடியையும
முறித்தீர். பிசாசமலோகமுமஉமமால சசெயிக
கபபட்டதாலையால நாஙஉமமைவாருசையாக
த்திரைநீத்திப்பெனு.

௩. செயபிரதாபத்தோடெதேவரீர், எககாளஙகள
தொனிக்க, பரமருக்குஏறினீர். பணிவுடன
ஆதிக்க, வானோர்சேவியுமக்கு எதிர்கொ
ண்டேகிப்போது, கர்த்தாவுடைய தங்கள அ
னேகமஆயிரஙகள.

௪. கொடூரமாய்அடியாரை க்கெடுத்தவல்லக
ழிந்து சிறைபிடித்தவர்களை நீரோசிறைப்பி
டித்து கீழாக்கிப்போட்டீர்,தேவரீர் செயரு
சிறந்தாரறீனீர். ஆகஉமமைபபூரிப்பாக இஸ
தோத்திரிப்போமாக.

௫. நீர்ஊனதபாநுக்கில எல்லாத்துக்குமேம
லாக பிதாவினவலபாகத்தில அடியார்நனமை
க்காக உயர்ந்துஉருககார்நதீரோ. முடிதரித்த
கிரேசே, எந்நாளும்ஆணடிருப்பீர், பேயச்செய
யிசசெடுப்பீர்.

௬. இபபோதுநதேவரீருககு எல்லாஙகீழப பட்டடஙகும, பாததிஸ சேவிணயுமது பிரஸதா பததைவணஙகும. விணமணசலஙகாறறகளினி நீர்கட்டவிள இடும்படி பிழையனறியிலேயும மா வேகத்தோடுஞசெயயும.

௭. சபைக்குச்சிரசானநீர் அவயவஙகளா ன அடியார்ககாதரவாவீர். இககட்டிலேஉ ணடான திகிலாலெஙகளநெஞசுகள துடிதகா ல,எஙகளஆறுதல நீர்,சுவாமி, நீர்ரட்சிபபீர், மகிழ்ச்சியும அளிபபீர்.

௮. நீர்உமமுடைய ஆவியை அடியார்மே லேஊளறறி, ரட்சிபபிஞ சுவிசேஷததை ப்பசியு ளளோருககூட்டி, மனநதிருமபுமபாவியை ச்சே ர்த்துமமுடையவர்களின அனபாய்ஆசீர்வதிப பீர், முடியவுமரட்சிபபீர்.

௯. பாததிலப்போனதேவரீர் வழியைஎஙக ளுககும அததாலேஉணடுபணணினீர், உமமால ந்திறநதிருககும, அடியார்அஙகேபோகநீர் வ ழியுமாயிருககிறீர், ஆமோட்சவாசலமட்டும நீ ர்எஙகளைநடத்தும.

௰. சபைககுசசிரசாகிய நீர்வானராசசியததில உயர்ப்பட்டுபபோயிருககிற படியாலஉமமிடத தில நீர்மீட்டுககொண்டஉமமுடைய அவயவஙக ளுமவர, மகாவிரககமாசச சகாயஞசெயவீராக.

௰௧. அடியார்மனதுமமுடைய பக்தியைத தேடி, எபபோதும அஙகேஉயர உமமண்டை த்தேனறி, உமமோடேசஞசரிததெலலா நற சிரிஞநதிடபபட, நீர்அதைநிததமாக எழுபபி ககொளவீராக.

௰௨. புவியில்நாஙகளஇனறையுந தெதியும பஙகுமாக எணணமல,மாயதையாளுககும மரி

ததவர்களாக இவவுலகையினபாளததை க்கடந
துபோயப்பிறஞறைதை மறநதவனோடும இரு
தயததைததாரும.

௰௩. உமமணடைசேரளஙகவின யிழுததுக
கொளவீராக, அடியார்ஆவியுமமணடை பரு
பபோலப்பறபபதாக. எபபோதடியேனனன
றைக்கும மகிழுஙகாலஙகளவரும? கர்ததாவை
த்தெரிசிககும அநநாளளபபோ துவககும?

௰௪. என இயேசுவே, உமமணடையல எப
போநானவநதிருபபேன? நானபரதிசினதோட
டததில எபபோ களியறுபபேன? இபபளளத
திலததவிககிறேன? பரததிலனவாசமசேருமேன,
என ஆவியுடனைநாடும, ஆ எனபத்தாவே, வா
ரும.

௭௨. Herr Jesu Christ, zich uns dir nach.

ஆ இயேசுவே:நாமவானததில உயர்ததபப
ட்டிருககையில எல்லாநமமணடையி
லே இழுததுககொளவோமெனறே . அலலே.

௨. நீர்ஙகளியிழுககையில அடியார்ஆவி
யெஙகளில எழுமபிமணவிணமோசிதது, பரகெ
திசகுளககுது. அலலே.

௩.. ஆணலப்புவியிலஉமமுடன உபததிரபபடா
தவன உமமோடேஅஙகேவாழநதிரான, சகித
தோனமகிழுவான. அலலே.

௪. நீர்காட்டிபபோனபாதையவிலகிபபோ
னோர்உமமணடை சேரார்கள. சேர்பவர்களார்?
பினசெனறதெயவமார்கததார். அலலே.

௫. பினசெலபவவினசகைவிடீர், நீர்அவவின
நடததுவீர், நீர்அவனுககுபபோதகர் கைவா
ரையுஙகொடுபபவர். அலலே.

௬. அனேகம்பாடுகளும் இங்கவனுக்குண்டாகியும், அங்குமமைப்பரதீசிலே களிப்பாய்த்தெரிப்பானோ. அல்லே.

௭. வாசஸ்தலத்தைத்தேவரீர் அங்காயத்தப்படுத்தினீர், அம்மகிமையிலிந்திரியர் இக்கட்டும் நோவுமற்றவர். அல்லே.

௮. அனந்தவாழ்வை அங்கேநீர் அவர்களுக்கு நேமிசதிர், அவர்களுள்ளமுமக்கு இப்போ தந்தரப்பட்டது. அல்லே.

௯. அவர்களோடே நித்தம் நீர் கிருபையாயிருக்கிறீர், அனந்தபாக்கியத்துக்கு இது துவக்கமானது. அல்லே.

௰. பிதாவின் வலப்பாரிசத்தில் நீர் உளுக்கார்ந்திருக்கையில் இங்குமமைத்தேடினோர்க்கும் நீர் சமீபமாயிருக்கிறீர். அல்லே.

௰௧. பரத்திலும் புவியிலும் எல்லாத்தின் அதிகாரமும் உயர்ந்த தேவரீருக்குக் கொடுக்கப்பட்டிருக்குது. அல்லே.

௰௨. மனிதரோ, ஈழானதை வெறுத்து அவர் வார்த்தையைக் கேட்டோர்த்துக்கொள்ளுங்களங்கே மெய்யானபொக்கிஷமுண்டே. அல்லே.

௰௩. இதையத்தையுங்கண்களையும் அவரண்டைக்கெந்நேரமும் உயர்த்தி அவர்சீஷர்போல்ப் பரத்தைநோக்கிப்பாருங்கள். அல்லே.

௰௪. அத்தாலே பாக்கியமவரும், அத்தாலே துக்கமவிலகும். ஆர் இயேசுவுக்குள்ளானனோ அவனிழைத்தவனல்லோ? அல்லேலூயா.

௭௫. Wir danken dir, Herr Jesu Christ.

ஏறிப்போனகர்த்தரே, அடியாருக்கும் விண்ணிலே இடங்கொடுக்குமுமக்கு

இஸ்தோததிரமுணடாவது. அலலே.

௨. தேவசுதனுமநமமுட சகோதரனுமாங சர்ததா ராசாசனததிலஎறசசே, சபைமகிழந துபாடுதே. அலலே.

௩. அவர்அஙகுனனததிலே இருநதுதாழ நதவரையே கணணோககிஆதரிககிருர். போரா டுமநமமைககைவிடார். அலலே.

௪. பாவததாலசெததஆததுமம உமமாலஉ யிர்ததுஉமமிடம நிலைததுககொணடுமமுடனே தானுமபரததுககேறுதே. அலலே.

௫. பிதாவால்யாவுமஅவர்ககு ஒபபுககொடு ததிருககுது, எலலாமஅவர்செஙகோலுககே கீ ழ்பபடடுபபோகவேணுமே. அலலே.

௬. குணபபடடோரெல்லாரையும பேய்பா வமநரகததுககும விலககிககாககிறஅவர் ஆவ லோபெலததபராககிரமர். அலலே.

௭. பிசாசினஆறறகமனததவின பெரியதாகியும நமமை அதுகெடுககககூடாதே, நாமஅவர் வசமானோமே. அலலே.

௮. அததாலமகிழநது, நமது சகோதரனும அவர்ககு இஸ்தோததிரஞசெலுததுவோம, எ ஙகளகெதிரிரோனவபோம. அலலே.

௯. பாதததிலநமககவரால் பபஙகுணடு,விசுவா சததால இநநேசருககுளளானவன குறைவில லாதபாககியன. அலலே.

௰. அஙகேறிபபோன இயேசுவே, நீர்எங களஆததுமததையே கபடிலலாதஉணமையும நறசீருமாககியருளும. அலலே.

௰௧. மாசர்ததரே,நீர்உமது மகிமையைஅ டியார்ககு விளஙகபபணணியருளும எஙகளை சேர்ததுககொணடிரும. அலலே.

௰௨. அதாகுமெனறுநமபிறோம, பரகெதி
யைநோககிறோம, அஙகுமககுமுடிவிலலா த்துதி
யுணடாம. அலேல்லூயா.

௭௪. Zeuch uns nach dir, so kommen wir.

ஆ இயேசுவே, புவியிலே இருநதிரககமாக
அடியாரை அஙகுமமணடை இழுததுக
கொளவீராக.

௨. இழுமஇழும, அடியாரககும பரகெதி
யளியும, அபபோதெலலா உபததிர வருததஙகள
முடியும.

௩. ஆஙகவிள நீர்உமமணடை போமபாதை
யிலநடததும, அடியார்கால த்தபபாயப்போ
ளுல, நீர்மோசததைஅகறறும.

௪. இவவுலகம ஆகாததலம, இழும.அடியா
ர்தேடும தலமபாம் ஆஅவவிடம நீர்கொண
டபோசசேரும.

௫. நீர்ரொடசகர், நீர்மீட்டவர். நீரேஇமமா
னுவேனும. இரட்சியும, இழுமஇழும, இவ
வேணடுதலிதகேளும.

௭௫. Gen Himmel aufgefahren ist.

செயிததஇயேசுசுவாமியார், அலேல்லூயா.
பரஙகளுககேறினூர். அலேல்லூயா.
௨. பிதாவினபாகததில அவர், அலேல்லூயா.
விணமணணையாளுமஅரசர். அலேல்லூயா.
௩. இதேமுனதாவீத்சொனனது. அலேல்லூ.
அதிபபோ நிறைவேறிறறு. அலேல்லூயா.
௪. பிதாவோடுஒருகார்நதாரோ, அலேல்லூயா

பகைஞர்கீழபபடடதாலே. அலலேலூயா.
௫. அததாலேஆறபரிசகிறேம, அலலேலூ
களிபபாயககிறிஸதையமபோறறுவோம. அலலே
௬. திரியேகருககுஸதோததிரம, அலலேலூ.
கனமபுகழசசிகீர்ததனம. அலலேலூயா.

௭௬. Nun freut euch, Gottes Kinder all.

மகிழ,கர்ததாவினமநதையே, இதோகெமபி
ரததுடனே பாததுககுள அதிபதி போய
எறினர்,இஸதோததிரி. அலலே.
௨. பாததினசேனையாய சகொணடா
டி,மாவணககமாய பணிநதுஇயேசுசுவாமிககு
ஆராதனைசெலுததுது. அலலே.
௩. கர்ததாகர்ததர்நமககு ததேவிவாரோ
னபது பாததினராசசருககெலலாம விசேஷித
தசநதோஷமாம. அலலே.
௪. தவததைபுமநாமளளநறைசசும மகிழும
பாககியததைபும பிதாவினவளவில அவர் போய
ஆயிததபபடுததினர். அலலே.
௫. நமமோடசததினசுதநதிரர் வாளேருக
கொபபுமானவர், இததாலமகிழ்சசியாயவானோர்
எலலாஞசர்தத வைபபோறறுவோர். அலலே
௬. இனிககெடோம, அதேனெனறால கிறிஸ
தெனறொணடாமஆதாமால பொலலாயபபா
வஞசாவுபேய எககேடுமவெலலபபடடதே. அ
லலே.
௭. தெயவாவியைஅவர்அனுபபாய. அனுபபி,
நலலமெயபபராய சசபையைபபிராமரிககிறார்,
போர்வநதாலநமமைககைவிடார். அலலே.
௮. மோடசவழியெலலாருககுந தெரியககா

ணைபிக்கப்படுமே, தன இயேசுவுக்குள்ளானவன ந
ல்லறிவுள்ளமனிதன. அலலே.

௯. திடனுயவிசுவாசித்து, சகித்துநமமபங்க
குத் தேயவ விசுவனிக்கிருர், இகசட்டிலநமமை
த்தேறறுவர். அலலே.

௰. மரிகருங்கிறிஸதுவாகிய இஷடசர்சமபா
தித்த வரஙகளவிசுவ சிசகு த்தேயவாவியால்ப்
பகிசருது. அலலே.

௰௧. இவருடவெளிசசததை அலலாமலியே
சுகிறிஸதுவை அறியோம,நமமைஇவர்தாம சு
ததிகரிபபவருமாம அலலே.

௰௨. இததேயவகிருபைகளும பெரியஆசிர்
வாதமுங் கிறிஸதேயவர்செயத்துடன பாத
துசசேறறிபபவன. அலலே.

௰௩. ஆனகையினுலவ்வாறேனை பரிபால்ச் சநதோ
ஷமாகபப டுஙகள துதியுநதோததிரஙகளுந தி
ரியேகருககுணடாகவும. அலலே.

௰௪. அநாதியாமபிதாவே,நீர் இததன்மைத்
தயவைசசெயதீர் என றுமமைநிததநிததமும தோ
டசிசசபப டோர்போறறவும. அலலே.

௰௫. ஆ இயேசுதேயவமைநதனே, சர்ததா,
பத்தா,சவககோ, அடிய ர்நெஞசுஉமககு ஆ
இனம யிருபபது. அலலே.

௰௬. அனபுள்ளதேயவஆவியே, வெளிசசம்
வீசுஞசோதியே, நீர்எஙகளாலேன்னறைககும
இஸதோததிரிககபபடவும. அலலே.

பரிசுத்தஆவியினபேரிலெ

ப டுகிறபாட்டுகள.

௭௭. Komm Gott Schoepfer, Heil'ger.

அடியார்நெஞ்சைசத்தபவாய ச்சந்நிதத்துபோப
ப்பி, ரமக்கே பொருந்தும அலங்காரமாய
ப்படையும,தெய்வஆவியே.

௨. டெயதேற்றரவளிக்கிற பானவ-யிருக்கி
றீர், வானபிஷேகமாகிய சீவாறும்நெசத்தீ
யும்நீர்.

௩. பல்வரமங்டத்திய நீர்தமபிராணுடவிரல
தெய்வீகசொல்ப்புறப்பட உமமாலப்படியும
பாஷைகள.

௪. வெளிச்சந்தாரும அறிவில், ஞானமைபெரெ
ருசிலேகொடும, சதையினபலளனத்திலெ ப்பெ
லனஉணடாக்கியருளும.

௫. அடியார்எச்சரிக்கையாய நீர்எவுமபோல்
நடக்கவே பிசாசினசூதைத்தூரமாய விலக்
கும்,மனவாசமோ.

௬. பிதா சுதவினயமனனறிய அறிந்து அனு
டிகொள்ளவே நீர்எங்களுக்கு ரெயவலாத்தியாய
இரும,இருவர்ஆவியே.

௭. திரியேகதெய்வமாகிய பிதாகுமாரனஆ
விக்கும எப்போதொதுமறைகளுக்கல புகட்சியுண்
டாகவும.

௭௮. O du allersuesste Freude.

ஆனந்தமகிழ்ச்சிக்கான இனபமுளளஒளியே
துசகநாளிலும அனபான ஆறுதலெசொ

றியே, யாவையும அளவில்லா ப்பெலனுககதாங கிற ஆவியே, துரிககமாக என்செபத்தைக்கே ட்பீராக.

உ. யாவிலுமநீர்மேனமையான உன்னதவ ஸமாமே, நீர்இருநதாலநெஞசுககான பரிபூரணம உணடே. ஆ இறஙகி,நனமையால அதைநோ பபும,எனனுள அதுஉமககுநீர்தாமே மூனு னேநேமிததவீடாமே.

ங. நீர்பிதாகுமாரனுனும வநதிறஙகி,எஙக ளிா ச்சகலவஙங ளாலுஞ் சோடிககுமபாமழை. ஆ என்ஆவிதேசமும உமமாலபபஙகிடபபடும, அவைகளினாந முக ெப்பபபடுபபோவதாக.

ச. சகலததையுமநீர்கணடு, யாவையுமஅறிகி றீர், நீர்கடலசவிாயளநது, மணணிைததாவிாயெ ணணினீர், என இருணட நெஞசுடகேடையும அறிகிற ஆவி,எனனிைனாலககணணுனு சறகு ணமுமஉணடுபணணும.

ரு. பரிசுததமாயிருககும தானததிலநீர்தஙகு வீர், நானுமபிராததைவெறுககும புறுவைப போலிருககிறீர். சுததமானவெளளமே, என னிலபபயநது, உமககே ஏர்ததிராததைககழி யும, ஏர்ததைபபயிராககியும.

சா. சாநததைநதையுமகணடு, கெடடஎஙக ளுககுநீர் அனைபககணைபிதேயிருநது, நன மையாவுஞசெயகிறீர். ஆநீர்நேசிததோவினான பகைககாமல,அனைபதான யாவர்மேலுநதய வாக வைககளவளிபபீராக.

எ. எனவிளததளிபபோடாக என்றுகெ ஞசிககேடகிறேன, எனககுளளேவாசமாக நீர் கிலிததால்தேறுவேன. உமமுடையசொநதம நான, உமககுததுதியாயததான பரிசுததனாயிரு நது, நனமைசெயயஆசையுணடு.

௮. உமதருளினாலேதமான யாவையுமவெறு க்கிறோம, உமக்கேற்றதிருப்பமானவையுடந தொடருவோம. சாததானவேணடியசறகுச்செ ட்டியாயவிரோதிதது, அந்தக்குதைச்சவனிப பேன, அதினாலவலிசசெபிபபேன.

௯. ஆறுதலுமமாலெநாமபெலகக எனவிாத தாயகதியருளும, எனநிறபநததுககுததகக அ னுகூலமாயிரும. பழைககிதையயும என னிலநீாமூறிககவும, சுவ மிசசதமேல அனடினா டாக புதுச்சிஷடியாவேனுக.

௰. நானசிககுனடால,விடுவிடம, விழுபபோ னாலஎ டசியும, செததாலனனனிலசரியும, ம னனனுனுடவைததரும. மீணடுமநான எழுமப ய , என வினபபாலேகததில கிறிஸதுவின அவயமாக சேர்ததஙகள்டபிராக.

௭௧. Komm, heiliger Geist, Herre Gott.

இறஙகும,தெயவஆவியே, அடியார்ஆதது டததமே பரவநதருவியூறறும, தெ யவஅ பிாதியை அதிலமூடடும. நிர்சசுருதோ திய லஅ பாய எலனாதுய ை யுமஒ ருய மெ யவிசுவாசததிறகுசசேர்ககும ைசருதுதோதத ரஙகளாவர்ககும. அலலே. அலலே.

௨. பரததின துயயஒளியே, உமமாலப்பாப ரவினயே அறிநதபபாளனாறுனனமையாக ஒழு ககநனறுயக்கறபோமாக. அடியார்கியேசுகிறி ஸதுவை அலலாமலவேறேமெயபபரை தேடா மலஅவர்மேலஎலலாரும மாபததியாயிருக்கத தாரும. அலலே. அலலே.

௩. அனலபபெலனுமாககிற நலவாவி,நாஙகள

உமமுட வசததில்த்திடமனதாக இசசட்டிருந
தரிபபோமாக. அதறகொததாசையாயிரும, பி
ழைபபிலுமஇறபபிலும அடியார்வெறறியாய
பபோராடும மூவனையெஙகளுககுததாரும.
அலலேல. அலலேல.

௮௰. O heil'ger Geist kehr bey uns ein.

கர்ததாவினசுததஆவியே, நீரஎஙகளஆததும
ததிலே இறஙகிவாசமபணணும, பாவெ
ளிசசமாகிய உமமாலேநாஙகளசேர்பட டெனி
நதநெருஙகணணுந தநதுவநது, மெயசசெ
பததைநறகுணததைபபோதிவிடும, மெயசச
தே ஷிததைமயளியும.

௨. நீர்பபாதிவிககுமவார்ததைதேய எபபோ
துமஎஙகளநெஞசிலே தீயாயெரிவதாக. பிதா
சுதன இருவரால இறஙகுமஉமமையுமஅதனால
த்திரியேகதெயவமாக நலலவலல பததியோடும
பணிவோடுமபோறறியபாடும வாககையெஙக
ளுககுததாரும.

௩. நலலோர்அடைகிறஎல்லா மெஞ்ஞானதது
ககுமகாரணரே, நீரஙகோமேலெவாரும. மறறோரு
ருககுஞசனமார்ககததை அனபாககிககாட்டுககல
வியை நீரஎஙகளுககுததாரும. நாட்டிலக்காட
டில த்தேசமெஙகுமபோய்அடஙகுமநாளஉண
டாக உமமாலமெயபபெலபபதாக.

௪. வழித்துணையாஙகறதுவே, நல்யோசனை
யறியோமே, நீர்வழியைககாட்டும, எல்லாஉ
பததிரவததிலுந திடமனிலவாததையும அளிததது,
முசிபபாறறும. வாரும,பாருஙக கைசலிததுக்க
ட்டுவிட்டுப்போனயாவுஞ சேர்பட்டீரோஉசாவும.

௫. பொல்லாதசத்துருக்களை யெப்போதும வெல்லு வல்லமை குறைபறவுண்டாக, நீரெங களைமேல், நற்சயிலேமே, ஓ றஙகசபேசவசததிலே மூ லைசெ டுபபீராக. தேறறற கணணெடுகரும யாவருககுமநவமாக ஆறுதல அளிபபீராக.

௬. சுவாமி, நஙகளஇயேசுவின பிரியசுவி சேஷததின பெரியபததாலநிறைநது, மெட்சிப் பினநீளமுக கலம, சிநேகம ஆழமுளயாம ஏ தேன றுணர்வடைநது, பாவஞசாபம வெனற கர்ததாஎஙகளபததாவெனறறியுந இடநிசசயம அளியும.

௭. பாததினம தூயபபணி, நோயகளஉளளத துருசி, அனபாலதிமயபபணணும. சகோதரர் ஒனறுகிய இசைகததைககெடுககிற பொருமை யுமவனகணணும வாடிமாறி, நலஇணககம மெய்யிரககமசேசககடடும, சாநதம அனபுமவ ளரடடும.

௮. சறபோடேஎஙகளநாளகசவின நடததஎ ஙகளஆவியை பபலபபடுததிவாரும, பொலலா தஆசைஇசசையை விலககி, அதுவெஙகவின வி ஷநதீணடாதேசாரும. ஆனவான வாழவைசா டுஞசீடததாரும, மோடசஙகாடடும, அததால எஙகளசெஞசையாறறும.

௮௧ O heiliger Geist, o heiliger Gott.

ஓ தூயவாவியாகியசர்ததரே, இலேசமஆ றறுநசயிலமே, பிதாகுமாரனுமநீர் அனுபபபபடடிறஙகிறீர். இறஙகுமபாமஆ வியே.

௨. நீர்தெயவவசனதேசததை வறதிகசபபண

ணியங்களை அற்றுக்கிறப்படியவும் பெல
னுய்சலிக்கொண்டிரும். இறங்கும் மிட.

௩. இந்நேருசைப்பெய்யவிசுவசத்தால் நிறை
யப்பண்ணுமென்றென்றால் ஆராகிலுந்தன்னாலே
தான் சீர்ப்படுவிசுவசியான். இறங்கும் மிட.

௪. அடியர் உம்முடவார்த்தையால் வெளிச
சமெபெற்று, அதிலே பயித வையுருசுதவினையும
அறியசகட்ட வினயிடும். இறங்கும் மிட.

௫. நெருக்கமானவழியிலீர் சனமார்சகளை
யழைக்கிறீர், உம்மாலேஅதில்நாங்களும் நட
க்கவுயிருக்கவும். இறங்கும் மிட.

௬. எல்லாஇக்கட்டிலுஞ்சாவிலும் நீர்எங்க
ளிலதரித்திரும், எப்போதுந்தேவரீருக்கு கன
மவாசகடவது. இறங்கும் மிட.

௮௨. Des heil'gen Geistes reiche Gnad.

தேவாவியின் வரங்களால் அப்போஸ
தலர் நிறைந்தவ அநேகப்ப பாஷை
களிலே பேசிப்பைச்சூறினார்களே. தெய்வா
வியைத்துதியப்பார் அளித்தஅன்புக்குப்புகழ்.

௨. மெய்த்தேவவார்த்தையைப்போல் புறத்தி
லும்பிரசங்கிக்க அனுப்புளாதி யேசுசுவாமியார்
அவர்களையனுப்பினார். தெய்வாவியை மிட.

௩. தெய்வீகஆவியென்கிற வரத்தைவாங்குங்
களெல்லா நல்அறிவையுந்தருவார், இடைபெ
லனஉண்டாமென்றார். தெய்வாவியை மிட.

௪. துரைகளுமுன்னேஉங்களை நிறுத்துங்கால
மெருஞானத்தை பயசருமவாயைத்தருவார் பக
ர்வர் அவர்தாமென்றார். தெய்வாவியை மிட.

௫. சத்தாங்கத்தினவரங்களை சகொடுக்குந்தே

ய்வஆவியை எலலாவணககததோடேயுந துதி
யுஙகளஅவினவரும. திரியேகருககுளளறைககும
இஸதோததிரமுணடாகவும.

௮௩. Gott Vater, sende deinen Geist.

பிதாவே,உமதாவியை அனபாய்அனுபபும
அவரை அடியார்ககீவாய்ததாரும; செ
பததிலஉமமைமொட்சகர் இவவீவைககேடகச
சொனனவர், இவர்முகததைபபாரும.

௨. சகலமானமனிதர் இவவீவுககுஅபாததி
ரர். நீர்தயவாய்ககொடுககுந தெயவாவியினவ
ரமமகா அனபுளளொடசகருட சமபாதிபபா
யிருககும.

௩. பிசாசாதாமினசாதியைக்கெடுததுத்தெய
வசாயலை எலலாருசமூலமாக நருககுளஅ
ழிததது. இவவேளைபபாவிகளுககு இரககஞ
செயவீராக.

௪. கெட்டோம,திருமபககடாட்சிததீர், விழு
நதோம,மீடபுணடாககினீர், இம்மீட்பைநாஙகள
பறறும மெயயானவிசுவாசமும, புதியநறகு
ணஙகளும அடியாரிலவரடடும.

௫. இபபுதுசசீர்திறமிலலா இநீசபபாவிக
ளுட பெலததாலஉணடாகாது. நீரிதையுமதாவி
யால அளிததுககொணடிராவிடடால அடி
யாரிலிராது.

௬. மெயவிசுவாசமஆவரால க்கொளுததபப
டடுதேயானால, பொலலாதலோகததார்கள பே
யோடேகூடமிகவும அதையவிககததேடியும,
வீணாய்எழுமபுவார்கள.

௭. சர்ததாவினஆவிதஙகிற இடததிலபரி

பூரண செயமஉணடாயிருககும. பிசாசுகடடி பபோடடதை அவருடையவலலமை ஒர்நா ழியிலநொறுககும.

௮. இருளுடபெலனகளை முறிதது; எழை மனதை ச்சுகபபடுத்திவாருர். புசலினமபபுவரு இல காபபாறறிததேறறி,உளளததில நிலவாத தைததாருர்.

௯. கசபபைததிததிபபாககுவார், இருடடி லச்சோதிகாணபிபபார், நலஆறுதலச்சொல வார். மநதாரமானராவிலே நாமநமபி,சுகதது டனே இருக்கக்காததுககொளவார்.

௰. கர்ததாவுககுபபயபபட எழுபபிச்சுததமா கிய இதயததில்த்தரிபபார். பணிநது,தாழநது மனதை த்திருபபிககொளபவர்களை த்தெரிநதா சீர்வதிபபார்.

௰௧. தினம்நாளுசாகுமடடுககும நமமோட வர்சகாயருந துணையுமாயநிலபபார். நாளு சாவினபளளததாககிலே உளபபடுகில,கேடன றியே பரகதிககழைபபார்.

௰௨. இபபோதுமஆதயாபரா, அடியார் உமமைககேடகிற விணணபபததையளியும. நீர் பரிசுததஆவியை த்தநதவராலேஎஙகளை அன பாய்ஆசீர்வதியும.

௮௪. Nun bitten wir den heil'gen Geist.

மெயயானவிசுவாசததை த்தநது,வாழவி லச்சாவிலஎஙகளை காபபாறறநாஙகள உடகருததாக இபபோதேவரீரை வேணடிக கொளவோமாக./ தெயவாவியே.

௨. வெளிசசமே,ஒளிவிடும, இயேசுவைநன

ருய் அறிவியும, மோடசத்தைததிறநத அவர்களுள
ளாக நிறகவும அடியார்வாததியாவீராக. தெ
யவாவியே.

௩. அனபான்ஆவி,நேசததால நாஙகளஒன
றுககொனறுஉளளநாள ஏககிநதையாகஇருந
தெலலாரும கிறிஸதுககுளஒனறுயிருககுமஆன
ைபததாரும. தெயவாவியே.

௪. இககடடித்தேறறுமஆவியே, நாஙகள
தீஙகுடையநாளிலே நமபி,சாவிலேயும வதையி
லேயும பயமறறிருககநீர்சகாயஞசெயயும. தெ
யவஆவியே.

௮௫. O theurer Troester, heil'ger Geist.

ஓடசிபபினதாகததுடனே தாழநதோரின
ஆததுமததிலே பாய்நததைாபபுநதெ
யவஆவி, ஆவாருமேன,நானஏழைபபாவி, அன
லிலாதிருககிற எனநெஞசையுமதனபுட நீயால
எழுபபிப்புதிதாககும, நீர்அதையுமமுடவீடாக
கும. அலலே. அலலே.

௨. எனநெஞசுமணணின்நேசததால க்கடடு
ணடுலோகவிசசையால நிறைநதிருககிறதாகாதே,
அதுமககுவீடாயிராதே, ஆஅதினகடினகுணம
முறிநதுபோனுலபபாககியம. சலநெஞசைததே
வீர்நொறுககும, அபபோதுசீர்உணடாயிருக
கும. அலலே. அலலே.

௩. தனபாவததாககமஅதுககு ப்பிரியமாயி
ருககுது, மெயயானநனமைகளுஙகெதிககும வ
திளாயநஞசையேபிடிககும. தெயவீகவார்ததை
அதுககு மறைபொருளபோலானது. ஆவாரு
மேன,வெளிசசநதாரும, அபபோபொல்லாககு
ணஙகளமாறும. அலலே. அலலே.

ச. இருளுஙகேடுஞசகல அழுககுநதூர்ததிரு
ககிற இவவீடடிலேஆவநதிறஙகும, போல
லாயமைஙககிஅதிலதஙகும. தெயவீகமனஸதா
பமும மெயவிசுவாசபபததியும புதியசிநதையு
முணடாக, உபாயமயாவுமபார்பபீராக. அலலே.
அலலே.

ரு. சிஷோககளநெஞசைசோபபின தெயவாவி
யே,நீர்எனனுட இதயததையுமசோபபிததேறறி
மெஞ்ஞானததினவிளசசைகயேறறி, எனனோடே
வாசமாயிரும, எலலாததையுமநடபபியும, அப
போதெனசீர்திருநதலாகும, நறசாஙகோபாஙக
மும உணடாகும. அலலே. அலலே.

சு. கர்ததாவைநோககியுததம சருததாய்ககெஞ
சிககூபபிட எழுமபுமஆவி,நானமனறுடும செ
பததுககுமபெலததைததாரும. அசதியாயிருககி
றேன, அனலையெனனிலமூடடுமேன. நீர்உன
னதவரம,நீர்தாமே, தீயாய்இறஙகிவருமாமே.
அலலே. அலலே.

எ. நானதெயவபிளளையெனறதாய நீர்எனனிலத்
திடசசாடசியாய ப்பகர்நது,எனவிளைவிவாருந
துதிசசைககோவிலககிக்காரும, நானபிளளைப்பத
தியாய, அபபாபிதாவேஎனறுகூபபிட கர்ததா
வினநேசததைதநதருக என்நெஞசிலவிஸதரிபபீ
ராக. அலலே. அலலே.

அ. ஆனவினையெநதபபோரிலும பெலபபடுத
தியருளும, நானவிசுவாசமார்ககமாக நடநதெப
போதுமசெலலவேணுக. ஞானததுடையஆவியே
நீர்எனனிருதயததிலே தெயவீகஞானததை யளி
யும, இபபேதையைநீர்,போதிவியும. அலலே.
அலலே.

கூ. தெயவாவியே,நானஉமககு நனறுயக்கீழ

ப்படடு,பாவதது பெலவினவெனறு,கோமபல
னறி மனருடனீர்சகாயமபணணி எனமேருகெக்
சமாதானததை தநதெனனுடையஆவியை சுத
திகரிததுவெள்ளமாக எனஉளளமெஙகுமபாய்
வீராக. அலலே. அலலே.

௮௬. Komm, himmlischer Regen!

வறணடபுவிககுககுளிர்ததியுணடாககி, நிலத
தையெலலாம நறசீர்நிறுவாசமுமபொங
கமுமாககி ப்பயிராககிறதாம மழையைபபோ
ல விணணிலிருநதுவரும, தெயவாவியே,வநது
குளிர்ததியைத்தநது, டெடசிததருளும: :

௨. வா,சீவததணணீரே,மாவெயயிலபபோ
லான உபததிரததால ப்பாழாகியதெயவசுதநதர
மான நிலததிலஇநநாள திருமபசமபூரணமாக
ப்பாயேன பலனகவினககாணேனவறணடதாமா
னேன, இளைததுபபோனேன: :

௩. வா, பரமகாறறே, மாஅசதியான என
ஆததுமததை த்தெயவீக உயிராயுணடாககிற
தானபெலததாலஅசை. ஆம,எனனிலஉணடான
தெலலாததையுமநீ மாபததியுணடாககுமபுவா
யாக நனறுகஅடி: :

௪. திடவினையளிககுமஎனதேறறரவாளா தி
கைததவனுய இருககுமஎனமேலேநீர்வநதென
வினையாள மகாபணிவாய நானசேள்கிறேன் த
யிரியநதாரேன்நீர்தான நீர்ஆறுதலசொல,தி
டனதரககொளள, நானதயிரியவானா: :

௫. இவவிதத வருசகுததிவவியபெலததை ச்சோ
பெபவரோ, நீர்கிருபைகூர்நது, பெலததினவரத
தையெனஉளளததிலே அளியும,அபபோதுதோ

ப்பா இருபபேன. இசகடடைசசகியபேன, படை
யிலேவெனறபேன, செயம அடைவேன.

௬. மெஞஞானததை கறறுசகொடுபபவ
ரான மாபோதககோ, வநதருளும, உமமால
எனபயிததியமான இதயததிலே ரகசியமானமெ
ஞஞானமவரும. உமமாலேகெதியுஙகெதியின
வழியும அறியபபடும : :

௭. காணாதவர்க்கான வெளிசசமே,வாரும நீர்
எனககனயாய தெளிநதநலலசண பார்வையைத
தாரும இருவினநனறுய எனபுததியைவிடடு அ
கறறிவிடும, அபபோதுதிவவியமொழியை அ
றிய உணர்வுவரும: :

௮. நீர்சறகுணமாககுமபரிமளஎணணெய என
சிரசிலும எனஉளளததிலேயுமஇறஙகிவநதெ
னவினை நறகிறிகைககும எனபுணணியததுககும
எழுபபிவிடும எனபததிபெரியவிளககாயஎரிய
த் துணையாயிரும : :

௯. குழநதைகளைசகொபபாயககவடடனறி படி
நதவரின தெயவீகதுணையே, நீர்தயவுபணணி
இபபாலகரின நடையைமுடியநறபாதையிலே
நறபோதகததாலுமநலலேவுதலாலும நடதது
வீரோ : :

௰. நீர்வானபபுறுவாய்இமமடடுமஇறஙகி,
மாகிருபையாய சசனமாறகாரவினவரின பேரிலுந
தஙகி, எலலாருமஒனறுய ஓர்ஆததுமமபோலே
எககாலததிலும இருபபதறகானமகாஇனபமான
வாரததைககொடும : :

௰௧. உமமால்சசமாதானமஎனனஆததுமதது
ககு பபவியபதறகு நீர்வாரும, குனிநதுபணி
நதவருககு நல்தேறறரவு உமமாலவருமபோலே
அடியானுககும உமமாலேயததன்மை யுயர்வி
வினமை அகபபடவும: :

௰௨. சீஷாககளினமேலேஇறஙகினதான தேய்
வாககினியின கொழுநதாமநீர்வநது,எனறுணட
வான இராடசகரின சினேகததின தீயைஎனறு
ளளததிலும நனறுககசொளுததியெரியபபடுததி
வளர்ததருளும : :

௰௩. மகிழ்ச்சியினஉளறறேறதெயவீகசொடசி
பபை இதயததிலே விளஙகபபடுததி,மெய்யா
னகளிபபை க்கொடுபபவரே, உள்மனிதனளன
ளிலே அநதமகா இரமமியததாலும சநதோஷித
திருளும. நிறையபபட: :

௰௪. ஆறுதலாயானநல்லாவியே,வாரும
நானமோடசததுட சுதநதரனெனறுநீர்நிசசய
நதாரும அபபாவெனகிற குழநதையினபததி
யாய்க்கர்ததரைநான பணியஅனபாலேஉதவும,
அததாலே நானபாககியவான: :

௮௭. Komm, O komm, du Geist des Lebens.

வாரும,தெயவஆவி,வாரும, எஙகளஆத
துமததிலே எஙகளுககுயிரைததாரும;
வாரும, சுதத.ஆவியே. உமமுடன்வெளிசசமுஞ
சீருஞசீவனுமவரும.

௨. எஙகளநெஞசிலேநறபுததி தெயவபயமும
வர அனைததீர்குணபபடுததி, தபபுநினவாகிய
யாவையுமஅதிலநீரே நீககும,தெயவஆவியே.

௩. மோடசததினவழியைககாடடி சகலத
டையையும நீககி,எஙகளைககாபபாறறி, நல
லோராககியருளும. காலஇடறிறறேயாகில,
தூககநதாருமமனதில.

௪. நாஙகளதெயவமைநதரெனறு நீரேநீங
குநாளிலுஞ சாடசிதநதிவ்வாவெனறு சொளுகை

தநதேறறியருளும, தெயவஆவியின தெணடிபபு
எஙகளுககுஙகலலது.

௫. எஙகளாப்பிதாவிடததில முழுபததியோ
டேயுஞ் சோரபபணணி,ஆததுமததில நீருஙகூ
பபிட்டேயிரும, அபபோகேடடதுவரும, நம
பிககைகயுமபெருகும.

௬. மனசெஙகளிலக்கலஙகி, சுவாமி,எநதமட
டுககும என்றுசெஞசமபோதிரஙகி அதைஆ
றறிககொணடிரும, நிறகவுநதரிககவும நீர்சகா
யராயிரும.

௭. ஆ நிலவாததுககான சததுவததினஆவி
யே, பேயினகுதுககெதிரான ஆயுதஙகளைக்கோ
தநது,நாஙகளநிததமும வெலலககடடளையிடும.

௮. விசுவாசததைஅவிககக சததுருககளபா
ர்ககசசே, அதைநீர்அதிகரிசக பணணும,தெய
வஆவியே. நாஙகளபொயயையபபார்ககிலும தெ
யவவாககைநமபவும.

௯. சாகுஙகாலமவநதால,நாஙகள நிததியம
கிழ்ச்சியாய வாழபபோறமோடசவானகள என
றபபோவிசேஷமாய நிசசயததைநெஞசிலே தா
ருமநலலஆவியே.

தெயவசுபாவமகிமையின
பேரிலேபாடுகிறபாடடுகள.

௮௮. O Gott, du Tiefe sonder Grund!

ஆராய்விலலாதஆழமே, எனமனோவாக
குககெடடாத உனனதமானவஸததுவே,
நீர்மடடுமஅளவுமிலலாத சமுததிரம,பராபரா,

னமேலேகிருபைபுரியும. நானஞானமறறிறேன, உமமுட வெளிசசததையெனமேலவிரியும. நீர்ஞொனறெனனுட உடசணஞெல்லைய நானபார்ததுகூசசபபார்வையாமே, எனபுததியுமகளு மூனபாயககவிலது, நீர்ஆதியநதமறறிருபபீமே.

௨. அறுநியானதேவரீர் இகடபமுமனநத நாளுமஉணடாகுமமுனனிருககிறீர் நீர்ஆளுமமேனமைஒருககாலும முறியாதேபோகிறனறைறககுமநீர் பெலனமகததுவருமுமானீரார் நீர்எனைறுமஒருகணடசீர், நீர்முகவாறறசீவனுளளோர். நீர்குறையறறவர், நீர்மாறுதலாகர் சுவாசமுளளசீவனயாவும நீர்பிரசணணததால உணடாகி, அதிலூல பிழைததுககொணடேயிருககுதுவொவும

௩. சருவததுககுமவலலோனே, உமமாலனலலாமஉணடாயிருககும, தறசெயலொனறுமிலலையே. எவர்செவிககுமகணணுககுமநேராகுமானததசசியிடடடியும, விணமணணிலுளளவையிலஅடஙகும கணடபடிககணடிபபறறுமம நீர்நுஙகவிளககிடடடிதசீர்தொனகுமே. கூடாதுநதாகிய அவிநதுமஉமமுட சொலலாலெயேதிமையிலஆமே. ஒபபறறஉமது மகாபெலததிககு நீர்ஆளுமஞானமுமஒபபாமே.

௪. விணஉமதாசனங, கர்ததா, மணஉமமுட பாதபபடியும. நானிலஞானமஉமமுட முனனே வீணமாயகையாயஅழியும. அடியார்க்கினவும்கரு எலலாநதெரியும,லோகமெஙகும அடககமானதுமது கணபார்வைசுகொளவாயவிளஙகும. நீர்வாசமபணணிய வெளிசசமபபிலொபபிரகாசமானகாநதிதானே. யாதொருவாயதும இஙகுமககெறிலும நீசரோ, வலலபெலவானே.

௫. எலலாபபாதததினசெயலுககும நீர்கர்த

தர், தேவரீர்முனபாக கணததிழ்பபுமவெடக மும பொயத்தேவருககுணடாவதாக. தூதாக களசேவினயுமககு முனபாகப்பயததோடேநிற கும, முகஙகளமூடி,உமது மகததுவஙகளை ததுதிககும. விணமணணுமஉமககு பபணிசெய் திருது. கர்ததாவேமேலுஙகீழுஞசுறறும உண டானசகல சிஷடடிபபுமஉமமுட புகழ்ச்சியை வெளிபபடுததும.

௬. ஆளவலியறறகர்ததரே, அநேகமலட் சமஉலகஙகள இருநதும,உமமைககொளளாதே நீர்சசவிடேசேததுஙகள இருககுமஉயாததிலும உயர்நதோர்,உமககுமுனபாக எலலாநதூளபபரி யநதமும பணிநதபிறகாரமாக க்குனியததககதே. ஆனமனதில நொறுஙகபபடடவரவினவர் விணணபபமபணணினால, நீர்தாறசோதியால க் குளிர்நதஆறுதல அடைவர்.

௭. நீர்செயயுஞசெயகையிடடமே, நீர்குறை யறறநிதியுளளோர். நீர்மனிதரினபேரிலேமிகுந தபொறுமையுமுளளோர். நீர்கிருபையுநதயவும இரககமுமபெருததோராமே. ஆம, உமதுணமை நிததமும அடியார்பேரிலப்புதிதாமே. நிமை ஒவவொனறுககும அடியார்உமது தயைககும உபகாரததுககும பஙகுளளோரலலவோ, ஊற றுமஉமமாலலவோ எலலாஞசாநதுகொணடிரு ககும?

௮. எலலாததையுமுணடாககின நாதயாபப பிதாவே, நலமெலலாமஅனபாகிய உமமா லுணடானது,கர்ததாவே. நீர்சீவபபிராணியாவு ககும அதினதின ஆகாரநதாறீர், குறையற ஒவவொனறையும பிராமரிததுககொணடுவா றீர். நீர்பூமிககேறறின விளககுசசகல நலலார்

பொலலாருககுமவிளஙகும, நீர்தாறமாரியுஞ
சன்மார்சகர்பேரிலும துனமார்ககர்பேரிலும
இறஙகும.

௬. இதுககுததககதோததிரம செலுததின
வனநெஞசமவாயும போதாது,சகலஇடம நீர்
செயயுமஉபகாரமபாயும. அடியார்தேவரீரு
ககு கொடுககததககதெனன உணடு? அவனெத
துமஉமமுடையது ஆர்உமககுபயயநதிருநது ப
ணிநதிருபபாரோ அவனமேலநீர்அலலோ தயை
பெருததோராயிருபபீர். அடியார்கையில நீர்
எதாகிலுமபெறறீர், அடியார்ககுநீரோ கொடுப
பீர்.

௭. சனமார்ககருககுததேயவாய மகாபலனை
கவிழயுநதாறீர், ஆனாலபொலலாஙகாககோப
மாய தணடிதது சஙகரிததுவாறீர். பாததின
சேவிநிததமமே சர்ததாவாமஉமமைமேயகொ
ணடாடி: அ சுததசுததசுததரே எனறேயவில
லாததுதியாயபபாடி, பணிநதுஉமககு ககனஞ
செலுததுது. முடிவிலலாதகாலததுககும இரா
சசியம, பலம, கனம,மகததுவம, துதியுமஉம
ககேயிருககும.

௮௬. Seligstes Wesen, unendliche Wonne.

உ—னனதமான அனுதிகர்ததாவே, பாககியம
ொமபுஞசமுததிரமே, நிததியமகிமையுள
ளாசாவே, எனறுமவிளஙகியசூரியனே, தூ
தாககளோடுமமனிதரோடும அஙகுமமைபபா
டுமகாலஞசேருமட்டாக இஙகுநினறுஉமமைப
போறறுவேனே.

௨. மோட்சததிலுமமைககணணாலநானகணடு

மாசில்லாப்பூரண உத்தமமாய உம்மைவணங்கி, சிநேகித்துவந்து பூரிக்க இன்னம அபாத்திரனாய இருக்கிறஏழையானபூதலமான தூரத்திலத்தங்கியும, என்மேல அன்பாக பட்சக்கண்களைவீசுவீராக.

௩. லோகமுண்டாகுமுன அளவில்லாத பாக்கியமுள்ளபராபரனே, தானேய்ப்பிறைந்து சுகிக்கக்கூடாத யாவருக்குமாதாரவானவரே, தோத்திரிப்போடுமுட்கருத்தோடும என்பல்லனந்தி ஞானத்தினமாத உம்மைத்துதித்துப்புகழுவேனாக.

௪. என்வின இக்கட்டின இருட்டுச்சூழ்ந்தாலும உம்முடையசோதிவிளங்கிவரும, என்னவல்லவிசாரம மட்டுக்கடங்காதாலும உம்முடைக்கையென்னையாதரிக்கும. சாவெல்லாவினைக்கொண்டுமனசஞ்சலத்துக்கு செய்யக்கூடாது,என்சீவனீர்தாமே. உம்மில் நானமோட்சசந்தாருமே.

௫. பூமியநார்ந்தும,விலைகுழியினாலும, பேயுட்கூட்டமும உலகமும பலவிதத்திநாலத்துன்பஞ்செய்தாலும, உம்முடைகிருபைதாங்கிவரும. உன்னதமான ஆண்டவரான உம்மைநான பற்றுகையால்சீவிக்கிறேன, உம்மாலநான அவதிகளுள்ளுங்செலிப்பேன.

௬. சோதியென ஜீதுமத்துக்குஉண்டானால, ஐம்மாலைக்கண்டாகும,தயாபரனே. உம்மைநான நோக்கிமன்றாடிவேனானால, செருசிலமகிழ்ச்சித்தருகிறீரே. இந்தஉடவாசமுனருசியாக எனக்கு மோட்சத்திலேயீர்அளிக்கும இன்பத்திலகொஞ்சமதிப்போதும்பலிக்கும.

௭. பாக்கியமுள்ளவர்பாக்கியந்தாரீர், உம்முடைகிருபைபெற்றவனி நித்தம அன்பாகவிசாரித்துவாரீர், உங்கிலஉம்முடையபிளவிகளின எங் தசியமுமனந்தவிருமும சேதப்படுத்தப்பெலனா,

பெறறதிலலை, எஙகுமநிறபாககியகிறிஸதவனி லலை.

௮. ஆனாலநானபாககியனஎனபதைநீ என னுட நெஞசிலபபதிததருளும, இநதடவாகநான வாதையினகீழே தெயநதும,என னுககததைநீ ககிவிடும. இஙகேயிருநதுககேட்டோடிருநத எனவினைநீர்பாககியனாககி,அனபாக சசேர்ததுகொ ளறயுகேகானபாடுவேனுக.

௬௰. Jehova ist mein Licht und Gnaden Sonne

கர்ததர்என ஒளிவு,ஆம அவர்தாமே அருதிரு ரியனுமானவர், அவர்என ஆததுமததினபூ ரிபபாமே அடியேனுககவர்தயாபரர். அவ ருடவெளிசசமனனசகு நானகாணவேணடியத தைககாணபிககும. அவர்மாசறறவர், ஆனனனி னு சததாஙகநதேனவயாயிருககுது: :

௨. கர்ததாவினயோசனைககிருககும ஆழம ஆராயநதறியபபடககூடுமோ? அவருடையஞா னததினபெலததாரம யாரொருவனாலஅடங குமோ? எல்லாவெளிசசஙகளிலும அதையள வறுககததககவன உணடோ? ஆராகிலுநதானகு ருடன எனறிககைசுபிட அலலோதகும? : :

௩. கர்ததாவே உமமவெளிசசததிலநடகக நான உமமைகெஞசிவிணயாபபுவிககிறேன. ஆகாவழி கணகாலசவினிவிலகக எனவிசனீரோவழிநடததது மேன. அடியேனஅநதகாரமயாவையும பகை தது,தேவவார்ததைககொததாய நடககத்தே வரீர்கிருபையாய அடியேனைபபிரகாசிபபித்தி ரும: :

௪. கர்ததாவே,நீர்என னுடனேயிருநது, நீர்

எனவினஉடமுடகணருலேதான நடததிருவ,மா
லாபமளனசகுணடு, அததாலநானமெததவுமஅ
திஷடவான. ஆ அநதகாரபபடடலோகமே, நீ
அபபுறமஇருவினநேசிததால, நீளனறுயகெடட
து,அநேதெனறுல வெளிசசததைபபகைததுவா
ருமே: :

௯௩. Allein Gott in der Hoeh sey Ehr.

தெயவனபுகழாகஉனனத கர்ததாவுககுப்
புகழ்ச்சி, எனபாவககேடடைநீககின
அதுமகாதிராட்சி. மெயசசமாதானமனனறைக
கும நாளககளமேல்ப்பிரியமும உணடாமஇர
ககமபெறறோம.

௨. மாறுமலலூணடிருககிற மகததுவபிதா
வே! துதியோடுமமைககுமபிட பணிகிறோங
கர்ததாவே! அளவிலலாப்பெலனுயநீர் நினைதத
யாவுஞ்செய்கிறீர், மாபாககியர்அடியார்.

௩. ஆ இயேசு,தெயவனமநதனே, கடனக
ளிசசெலுததி, கெடடோரைமீடடமீட்பரே,
மாசறறஆடடுககுடடி, மாகர்ததரேதயாபரா
நீர்ஏஙகளசததஙகேடடெல்லா ச்சபையினமேலி
ரஙகும.

௪. மெயயாசுத்தேறறுமஉனனத தெயவாவி
நீர்அனபாக இறஙகி,இவ்வளதுமமுட சாவால்
ப்பிரியமாக மீடடோரைச்சாததானகணணிகெ
விழாதேகாதது,துனபததில ச்செயிககபபண
ணும, ஆமென.

௯௨. Gott der Vater wohn uns bey.

பரமதகபபனே, துவினசெயததபாய்க்கா
ருட, பாவமீகளுங்கர்ததரே,. நனமரணத

னைததாரும. பேயினசூதைததவிரும, மெயவிசு
வாசமாக இருககிறதுககாக வரமஅளிபபீ
ராக, உமமைநமபப்போறறியும, பிசாசுஅமபை
யெயயும எசசோதனையிலேயும நீர்அனுகூ
லஞசெயயும, ஆமனஅதுநிசசயம, தயாப
ரர்ககிஸதோததிரம.

௨.. சுவாமீஇயேசுகிறிஸதுவே, தூவின. மி..

௩. பரிசுததஆவியே, தூவின. மி.

௬௩. Wir glauben all an einen Gott.

பிதாவாஙகர்ததர்பேரிலே பததிவிசுவாசமாக
இருககயாவுமஎவுதே. எஙகளுககு நனமை
யாக விணமணயாவையுஞசிருஷடிததார், ஆவி
தேகததையுநதநதார், உணண உடுபபையுமஅளித
தார், மிகவுமஇரஙகிவநதார். அவர்மகாதயாப
ரர், சறுவததுககுமவலலவர்.

௨. ஒனறுமதேயவமைநதனும எஙகளாண
டவருமான அனபுளளஇயேசுகிறிஸதையும நா
ஙகளநெஞசினபததியான விசுவாசமாயததுதி
தது த்தோததிரிககிறோம. தாழவான எஙகளசெ
னமமாயச்செனமிதது, பாடுபடடிசாஞசியான
மாததிலமாணடு, மூனறுமநாள உயிர்ததார்தே
யவ சததியால.

௩. தெயவாவியானோர்பேரிலும நாஙகளவிசு
வாசமானோர், இருவரோடேஅவரும ஏகதெய
வவஸதுவானோர். அவர்ஆளுமமெய்சசபையும,
நீதியினஒருமிபபும ஐககூமஉறமுறையும, பா
வஙகளுடமனனிபபும. செததோர்உயிர்ததெழுத
லும உணடு, அனநதசீவனும.

௬௪. Was alle Weisheit in der Welt.

மகததுவமுமயநீதியும மாகிருபையுமான உன
னதமானதேவனும ரெட்சிககபபெலனுன
பராபரனுமாகக்ர்ததா ஓர்வஸ்துவுமமூனறு
ளுமம. இதைததாநதான வெளிபபட ப்பணணுவி
டடால,ஓர்ககாலும மனுஷவாககுககெடடாது.
௨. பரததிலதஙகிநீதியர் சபையிலுமஉலாவி,
எஙகுமிருககிற இவர் பிதாகுமாரனஆவி. இப
பரிசுததநாமமாய விளஙகிய அனபுளள திரியே
சர்கோடாகோடியாய இருககுமெஙகுமுளள
சேவிணகளுககுங கர்ததர்.
௩. அனாதியிலப்பிதாவிலே குமாரனுர்பிறநதார்
இவவுலகததிலிவரே நரனாயீடகவநதார். இரு
வராலுமஆவியார் பரிஙகுகளுபபான ஆருயப
புறபபடுகிறுர். இமமூவர்ஏகமான மகததுவமு
டையோர்.
௪. இதோ,என்நெஞசே,உனனுட செதிஇகக
ர்ததர்தானே. உனவாழவைபபிரமரிககிற உன
நேசர்தமபிரானே. பார்,உனவினையுணடுபணணி
னுர், உனபாவததைசசுமநதார், மோட்சவழியை
க்காணபிததார். இரககஞசெய துவநதார், முடி
யவுமகொடடிபபார்.
௫. நீஅவரணடையவரை நனறுயஅறியவனு,
அவருடையதயவை ருசிககக்கிட்டிசசேரு. இட
னுநதெயவநேசமும பாககிககுபபோக விருபப
மும அததாலவரும, ஆ அநதபபரலோக மோட்
சானநதத்தைததேடு.
௬. ஆனுலலௌகிகலுதையால க்கர்ததாவைவிட
டுவிடடு, தனமனககட்டோததினுல ப்பிசாசைத
தெணடனிடடு பினபறறுஞசேவிணகளுஐயோ!

அகருடர்ள்ணணுந கர்ததாவெளிபபடுமஅபபோ
ொடசிபபில்ப்பயகில்லாத துனமார்ககராய்த்தள
ளுணபோர்.

எ. ஆமகிமையினசர்ததரோ, உமமணடைகரு
எலலாருந திருபபபபடுவதறகே இரசகமாசய
பாரும. நீர்அநதகததைநீககுமேன, தபபாய்ப்
போனோரைததேடும, பேய்யாவனைசசெடுபபா
னேன? அடிபபெலனுமவேரும இல்லானை
யூனறககடடும.

அ. பிதாகுமாரனஆவியே திரியேககர்தத
ரான உனனதமானதெயவமே, ொடசிககபபெ
ஞன ராசாதிராசா,உமமணடை வநதுமமை
யெனறுமபாட, அடியார்நறபோராடடததை
யிவவுலகில்ப்போராட அநுககிரகமஅளியும.

௬௫. Monarchc aller Ding.

விணமணணிலுமுணடாம எலலாததுககுங
கர்ததாவே, வானோர்அனைவருமபணிசி
றராசாவே, எனனெனிமையிலஎனவினநீர் அன
பாயக்கணணேக்ககடவீர்.

௨. ராசாதிராசாவே, நானஉமககுமுனபாக
மாநீசபபூசசியாயிருநதுந,தயவாக தாளாகிய
எனபேரிலநீர் இரககமவைக்ககடவீர்.

௩. நீர்குறையறறவர், உமககொபபொன
றுமிலலல, ஆனலநீர்நீகவினபபோவெனறுதள
ளிலலல, அடியாரைபபிதாவாமநீர் உமமண
டைதான அழைககிறீர்.

௪. எலலாருமநமமுட நலலிழிவின கீழே ப
யபபடாதோராயவாருங்களளனகிறீரோ, ஆகை

யினாலஉமமணடைககே நானுமஒதுஙகிவாறேன.

௫. நீர்ஆதியநதமும இலலாதோராயிருககுங கர்த்தர்தான, ஆசையாலஉமமுட நேசததுககும ஓர்ஆதியநதமிலலையே, இததாலமகிழ்,என ஆவியே.

௬. நீர்அஸதமிபபிலலா மாசூரியன,உமமாலே இருளத்தெளிநதுபோம,நீர்வீசுஞசோதியாலே அடியேனஆததுமததுககும வெளிசசத்தைத்தநதருளும.

௭. நீர்மேசநதான,கர்த்தா, உமமிலிருநதுஊறும அனபாவளததாதரினமனமூஙகளிககூரும, அதேனனிறுதயததையும நிரப்பபபணணியருளும.

௮. சீர்படஆசையாய இதயததையசைககும பெலனுஞசிவனுமநீர்தான,உமமால்ப்பிழைககும, ஆ,நீர்எனசாவினகடடையும அகறறிசிவனருளும.

௯. நீர்உனனதப்பொருள, நலலோர்நேசா,அடியேன வேறொருநனமையையிவவுலகில அறியேன, உமமாலேதானஎனனுளளமும நலகுணமடையவும.

௰. புகழ்ச்சியாய்அபபோ நானஉமமைததோததிரிபபேன, ஆமஉமக்கெனனைததானபலியிடடொபபுவிபபேன, தெய்வீகசாயலும அபபோ எனனிலஉணடாகுமலலவோ.

௰௧. கர்ததாதிசர்ததரோ ஏராளத்தாதாலும எசசேவினயாலேயும,ஏழையடியேனுககும மிகுதியாயநீர்எனறைககும இஸதோததிரிககபபடவும.

தெய்வதூதரினபேரிலே

பாடுகிறபாடடுகள.

௭௬. Es stehn vor Gottes throne.

கர்ததாவைததம பார்ககும தூதாகளபூமி
யில ச்சிறியவாயுஙகாககுந துவிணகள,
எனெனில குமாரனமீடடயாவரு, ஓிறியர்ஆத
துமாவும சர்ததாவுககருமை.

௨. சர்ததாவால்த்தஙகளுககு க்கற்பிககபபட
டதை யவர்களசெயவதறகு மினனலகளதவிலே
லேசாய்இறஙகுவார்கள நறகாவவலககாபபார்
கள இரவுமபகலும.

௩. மாததானகளினபலதத சதியைததாஙக
ளாய விலககததிருணியறற ஒிறிலதோர்களவா
சமாய இருககிறஅஙகள, காததஙகிறதலஙகள
தூதாகளகாவலதான.

௪. தூதாககளதஙகளநேசர் எனறுகார்ஆபிர
காம, லோததுவிடடார்,எலியேசர், யாககோ
புமமறறுணடாம அஙனகருமஙனறுக மர்ஆ
றுதலுககாக அறிநதுகொணடவர்.

௫. எலியாதூதனாலே விசாரிககபபடடான,
எலிசாதூதராலே இககடடில சகூழணடான;
இடடசகர்பிறநத இராவிலமெயபபர்கணட தூ
தாககளமிகுதி.

௬. இபபிளவினையழிகக வாறுர்கனளைப
தை யோசேபபுககறிவிகக ஓர்தூதன அவனை
யெழுபபி, துஷ்டனுககு இடைநதுபோற
தறகு வழியைககாணபிததான.

௭. அனபுளளதூதர்கையில எளியவொசறு இறநதஅநநிமையில மோடசானநததுககு எடுதுபபோகபபடட நறசெய்தியுமபெலதத மகிழசசிககானது.

௬௭. Herr Gott, dich loben alle wir.

பரததினசேவினயாகிய தூதாககளையுணடாககின கர்ததாவே,உமமையதுககாம பாடடாலேபோறறஞாயமாம.

௨. வெளிசசத்தூதராகிய அவர்களநிததம உமமுட முகததைபபார்பபார்,எல்லவர் மாஞானிகள, மாசறகுணர்.

௩. அவர்களுககுஉமமுட எளியகூடடமாகிய சபையைககாககிறததுககு மகாசருததிருககுது.

௪. பழையசறபம்மிகவும சினததாலவறமததாலேயுங காய்நதுமமுடசனததுககு க்கேடுணடுபணணபபார்குது.

௫. நரரைமரணததுககு உளளாககின இச்சததுரு சபையைவேதத்தையெலலாம நிறமூலமாக்கஆசையாம.

௬. மூழுஙகராவுமபகலுந திரிநதுகொணடு எஙகேயும கெடுததழிககிறதற்கு த்தனகணணிகளைவககுது.

௭. நறதூதர்சேவினயோவெனறுல தெயவீககடடளையிலுல மூழிததுநினறு,அதுககு விலககமாகக்காககுது.

௮. லோத்சோதோமினநெருபபுககும எலிசாதனனைசசுறறிலுஞ சூழநதோரினகைககுமவிலகிக்காபபாறறபபடடதிபபடி.

௯. கெவியிலத்காணியேயவங்யுங தூதாககளகா
தது,மிசவும எரிகிறகுழியிலே மூனருவியுங
காததார்களே.

௰. அநேகதீயவருககளுககு இநநாளவரைக
குமஉமது அனபுளளதூதரானேவ்பீர் அடியா
ரைவிலககிறீர்.

௰௧. எபபோதுமஉமமைநேசறியாய் த்துதிக
குநதூதருககொபபாய அடியார்அனுதினமுங
கர்ததாவேயுமமைப்போறறவும.

௰௨. ஆ சுவாமி,நீர்இரககசதநால இபபரம
தூதாசககளால ச்சபையையினிமேலககும அன
பாய்ககாபபாறறிககொணடிரும.

பராபரனுடைய நரசீவதயவினை

பேரிலேபாடுகிறபாடடுகள.

௯௮. Sey hochgelobt, barmhertz'ger Gott.

இரககமுளளகர்ததரே, அடியாரைநீர்தயவா
க நினைதது,எஙகளகேட்டிலே கணணோ
ககி,எஙகளமீடபுககாக ப்பிரியமைநதனையனுப
பின தயைககிஸதோததிரம,பராபரா.

௨. நீர்எஙகளுககுஅவரில மிகுநதஆசீர்வா
தநதாறீர். இவவேழைஆததுமாககளில ச்சமபூர
ணததைவைககவாறீர். நீர்இததனையிரககஙகா
ணபிகக மணளுனநாஙகளஆர்? பராபரா.

௩. ஆதாமின கெட்டமககளுந செனமகது
ணததினதோஷததாலே உயிர்செவியுமபார்வை
யும இலலாமல,அககிரமததினாலே பொலலாத
பாவிகளுமானோமே, அடியாரிலச்சீர்ஒனறுமி
லலையே.

௪. நீரோவெனிலக்குமாரவின அருதியோசவினை
யிறுலே ஒபபுககொடுததது,எஙகவள ரடசித
து,புதுப்படசததாலே அரவவினததுககொண
டிருககிறீர், பிரியபுததிரருமாககினீர்.

௫. நீர்எஙகளுககுஇயேசுவின இரததததால
ரடசிபபளிதது சுமநதஅககிரமஙகளின அ
கோரருறறததைமனனிதது, அடியார்நிரதைதயை
விலககிற அனபேயொபபறறது,தயாபரா!

௬. குணபபடாஎலலாரையும எழுபபி,இயே
சுவசமாக வரவழைககயாவர்கருமம ரடசிப
பைசசுவிசேஷமாக நீர்கூறிவிககிறீர்இவரைநீர்
ரடசிபபினமூலமாயஇஸதாபிததீர்.

௭. நாஙகளபகைஞராககசே' இமமீடபர்
சமாதானமபணணி, இபபோ துஞசேர்ததுக
கொணடாரே, இனிமுடியவுஙகேடனறி இசச
சமாதானததில்க்காபப றறுவார், தேவனவை
எஙகளமேலவிரிககிறார்.

௮. கிறிஸதெஙகளிவிருககையால உமமோடும
ஐககபபடடநாஙகள அவருடையநேசததால சசு
கம அடைநதநிதிமானகள. அததாலெஙகளுககு
அபயமாதே மோடசானநததிலமூவருசியுண
டே.

௯. பலியாய அவர்தமமுட அகோரபாடுக
ளினகீழே மாணடெஙகளுககுததேடின சுதநத
ரததைதயுநதாறீரோ. பிரியரினமுகததைபபார்தது
நீர் அடியார்மேல்ப்பிரியமவைககிறீர்.

௰. உமமாலேஅவர்மூலமாய மெஞஞான
வார்ததைதயயுணர்நது தினம அதிசததெளிவாய
அறியும அறிவிலவளர்நது நறசீர்பபட,வெளிசச
மானநீர் இருவிளஙகளில்அருககிறீர்.

௰௧. உலகததாருஙகாததாறும அவிககவல

லமையிலலாத மெயவிசுவாசததாலேயும அடி
யாரைககுறைபபடாத. தெயவாவியினவாததைத
தநது, நீர்சுதவினைகொணடலஙகரிககிறீர்.

௰௨. அடியார்உமமுடனம சுதநதரமுமள
ளறதற்கு ச்சநதேகமறறநிசசயம உணடாகுமப
டிககெஙகளுககு மகா அனபாய்த்தெயவாவியை
த்தானே நீர்முததிரையுமாய்ககொடுததீரே.

௰௩, இபபோதுமஉடகருததினால அடியார்
தெயவபததியாக நடநது,உமமைநறசீரால இஸ
தோததிரிககிறதற்காக, அடியார்உம துபுகழ்ச்சி
சகே நீர்கிறிஸதுககுளச்சிஷட்டிததசிஷட்டியே

௰௪. உமமோடேஏகசுவாபமாம குமாரவனை
யெளியவர்களு, தரிததிரரில்இவர்தாளு சகலமா
யிருபபதறகு, நீர்தாறீர்,எஙகளையுமமாலேநீர்
நிரபபசசிததமாயிருககிறீர்.

௰௫. மகாஇரககஙகளுட பிதாவே,எஙகள
ஆததுமததை நீர்இபபடிவிசாரிதத பிராமரி
பபுடபெலததை துதிககிறோம,நார்அனைவரும
இததயனைவபபுகழநதுபோறறவும.

௰௬. தயாபராமஉமககு முனபாகஙகள
ஆவிதாமும, மகாசநதோஷமாயஅது இஸ
தோததிரஞசெலுததிபபாரும. பிதாகுமாரன
ஆவியெனகிற திரியேகபோசர்ததா. அலலேலூ
யா.

௬௯. Solt ich meinem Gott nicht singen ?

எனகர்ததாவைநானபாடாமல மவுனமாயிரு
பபேனோ, அவர்உணமைமாசில்லாமல எதி
லுமவிளஙகாதோ முகிவனறிஅவர்தாமே தமமு
டையவர்களை த்தாஙகிஆதரிபபதை பபார்ககால
வலலநேசமாமே. யாவுஙகொருசிமிஷம, தெய
வநேசமநிததியம.

௨. இநதமடடுசகுமஇருககுளு சீவனிததா மெனககு த்தாயினயொ்பபததிலக்கொடுககும நாளைத்துவககிததமது செடடைகளிளுலேநிததம அவர்எனனைமூடிஞர், அனபுமாயவிசாரிததார். நானபிழைபபதவர்சிததம. யாவுங மிட.

௩. நாகததைநானகாணுமல வாழவே,தயாப ரர் ஏகமைநதவனைப்பாராமல வாதைகளொபபு விததவர், ஆசசரியமளனவனைமூடும. தெயவஅ னபினஆழமே, உனவனையுல்கததிலே ஆர்அள வறுககககூடும. யாவுங மிட.

௪. தேபவவசனத்திளுலே எனவனையுபதேசி தது த்திடவிசுவாசததாலே ராபபஅவர்எனககு ந்தமதாவியையுநதாருர், இவரெனவனசசகல நோவிறதேறறி,உததம பாதையிலநடததிவாருர். யாவுங. மிட.

௫. இபபடியெனஆததுமததை தயவாயவிசா ரிததார். எனசரீரததினஇககடடை கூடவுஙக ணணெநகிருர். எனபெலனளலலாநதயஙகும போது,அவர்கடாடசமும ஞானமஉணமைசத தியுந தனவனைககாணபிககததுடஙகும. யா வுங. மிட.

௬. விணமணஅதுகளிலுளள சேவனயாவும எனககாம, எஙகேபார்ததுமனமேலுளள தெ யவஅனபைககாணலாங. காடுகளகடல்நதியும பளளஙகளமலைகளுந தோபபுத்தோடடமவயலும எனககுஆகாரமளயும. யாவுங மிட.

௭. தூஙகுமபோதுஎனககாக அவரோழி ககிருர், காவமாருமநவமாக எனவனககடாட சியாநிரார். எனபராபரனொடசிககுங கிருபை யிலலாவிடடால, எனவனப்பேயின துஷ்டடத தால சசேவனதுனபஙகள அழிககும. யாவுஙமிட.

௮. பேயாலளததவிஙசேடான வாரைதகளநட்சகுது, நானே அதினமூர்கசமான லைசககுததப பவானதது த்தூரதர்சள துவினசெயதார்கள, அவர்சளகர்ததாவுட கடடவளாயினுைஎலலா த்திதையுமவிலககிஞர்சள. யாவுங மிட.

௯. பிளவிளதபபிதருசெயதாலும பெறறவனினநெஞசிலே உளளஅனபுஒருககாலும முழுதும்மறையாதே, அதைபபோலஅவர்மனனிததார், எனவினைபபடடையங்களால அவ்வேமிலாறிஞல டகோளுசயகொளுசமாய்அடிததார். யாவுங மிட.

௰. ஆணடவருடஅடிசள நோவையுணடுபணணியும, அததால்நீதியின கனிகள பிறகாலே காணபிககும. சுவாமிககெனமேலஅனபிருககும, ஆகையால்நானகேடடுககு த்தபப அவர்தெணடிபபு நெஞசையுயாஇழுககும. யாவுங மிட.

௰௧. கிறிஸதவர்களின இககடடு வேவிவநதால நினறுபோம, அவதியில்முகிவறறு எனறைககுமநிவிலததிரோம, மாரிகால்நதீர்நதிருககும போததறுபபுககாணுது, காததிருநதால்முகிவு போர்நதபூரிபபைககொடுககும. யாவுங மிட.

௰௨. தேயவஅனபுமடடுத்திடடம அறறதாமே ஆகையால, கர்ததரோ,நானஉமமைநித்தம முழு ஆததுமததினுல அணடிககொணடிருககங்கோ கிருபையளியுமென என றுகெஞசிசசேடகிறேன; நித்தநேசர்தேவரீரோ, உமமையிகிழையிலும எனறைககுமானபாடவும.

௱. Liede, die du mich zum bilde.

எனவிணடதெயவசாயலான சிஷடியாககி,பின
புநான செடடபோதெனமீடபரான கர்த
தரே,நீர்நேசநதான. நேசமேநானஎனனறைககும
உமமுடையோனாகவும.

௨. எனவிஅயபபோதானதெரிநது, கால்மநி
றைவேறின போதெகருனையையேயணிநது நல
செனமமாகிய நேசமே, மி.

௩. எனககாகபபாடுபடடு நிநதையுளளதா
கிய சாவால்பபரமணடலத்து பாககியததைத
தேடின நேசமே, மி.

௪. எனககொளிவுமவழியும சததியமும,நித
திய சீவனுமபாககியுமு சகலமுமாகிற நேச,மி.

௫. என துறசிநதையைய றுதது, எனவிணவெ
னறு,எனனுடைய உளளத்தையெலலாமஇழுதது
பபரவசமாககின நேசமே, மி.

௬. எனறுமஎனவிணயுணமையாக நேசிதது,
பிதாவுட பாரிசததிலஎனககாக வேணடிககொ
ணடிருககிற நேசமே, மி.

௭. எனவிணமணகுழியைவிடடு வரசசொலலி,
பரம சோதியால அலஙகரிதது, சேர்ககச்சிததமா
கிய நேசமே, மி.

௱௧. Jehova ist mein Hirt und Hueter.

கர்ததர்எனமேயபபர்,ஆகையாலே நானதாழ்ச்
சியையினிககாணேன, அவர்தருமநலமேய்சசக
லாலே குளிர்ததியையடைகிறேன. சீவநதணணீரா
யவர்காட்டி, எனதாகததையததாவேயாறறி, ஒ
வவொருஆடடைககாககிறுர் நானதொயநதுபோ

ளூலஅவர்வநது, எனநெஞசுககுபபெலவீனததநது திருமபஆறறித்தேறறுவார்.

௨. எஙகவர்வழியைககாட்டிப்போனார்நான பினசெலலுகிறேன, இருட்டிலுமஎனனைககாட் பாறறி, நடததுவாரோ,பினவாஙகேன. எநத நெருககமும,பளளம,மேடும, முளககாடுமநேரி டடும,ஓர்சேடும வாராது,கோலால்நீர்அலலோ எனககுஆறுதலிததாரீர், அடியேனோடுஙகூட வாறீர் ஓர்பயமுமெனககுணடோ?

௩. கொழுபபுமபாலுநதேனுமாக இருககிற விருநதைநீர் பகைஞருககுஎதிராக நீர்எனககு ணடுபணணினீர், நீர்எனமேலவார்ததஎணணெ யயாலே நானதேறறரவடைநததாலே மகிழந துகொணடிருககிறேன. எனஆவிககானவாழவு ணடாச, எனபாததிரமநிறைநததாக இருககுந தாகமாயிரோன.

௪. இனிநானஉமமையெனறைககும விடேன,அனபுளளமெயபபரே, உமமால்நானஉள ளநாளவரைககும ஆசீர்வதிததிருபபேனே. என தேகஞசெததும,பயமிலலை நானதேவரீருடைய பிளளை, ஓர்அடிமைகருவீட்டிலே சுதநதரமு ணடாயிராது, மகனுககோஅதுதபபாது. நீர் எனனைததளளீர்இயேசுவே.

௫. அலலேலூயா துதியுமககு உணடாவதாக மெயபபரே. அனேகநாவுகளெனககு நானஉம மைபபாடுவதறகே, இருநதாலவாசி,ஆளுலநாவும அதினதோததிரஙகளயாவும போதாதுஉம மைநேசிககும இதயததையெனககுததாரும. என மெயபபர்நீர்,நானஉமதாடும, ஆனனவியென றுஙகடடாடசியும.

௱௨. Nun freut euch, lieben Christen g'mein.

கிறிஸதோர்களே,நாஙகறதரின மாஆசசரிய
மான பெரியஉபகாரததின உயர்ததிககே
ர்தததான மனமகிழ்ச்சியுடனே இருநது,அ
தினபேரிலே சஙகீதமபாடவேணும.

௨. பேயாலக்கடடுணடு,சாவுககு நேராயவ
ழிநடநதேன, தினமனனசெனமபபாவததது உபா
தியைநானகணடேன. வரவரககேடாசசுது, நீங
கா ததுறகுணத்துககு க்கீழபபடடோனாயக்கிட
நதேன.

௩. நானசெயதபுணணியஙகளை ப்பார்ததால
அதுசெலலாது எனசுயமாயத்துறகிறிகை யொ
ழியநனறிராது. மகாதிகிலெடுதது, நானசெ
ததுநரகததுககு த்தளளுணடேபெனனறுதீர்த
தேன.

௪. ஆனால அனாதியாயபபிதா எனமேலேஅன
பைவைததது, எனகேடடைநீக்கததமமுட இரககத
தைநினைதது, எலலாததிலுமஉகநததை பபாரா
மல,இநதபபாவியை இரடசிபபதறகுததநதார்.

௫. ஒனறான மைநதனுடனே : இரஙககால
மாமே, எனனெருசினநேசசகிரீடமே, போய,
ஏழையாயநீர்தாமே மீட்டவனஆகிவிளகவி சம
நதுமமோடேயவவினை வாழவியுமெனறுசொ
னனார்.

௬. அநதடவாயஎனனணடையில த்திவவிய
மைநதனவநதார், ஓர்கனனிகையினகெர்பபததில
எனசெனமமாயப்பிறநதார். தெயவீகசோதியை
நனறாய மறைதது,ஏழைரூபமாய த்திரிநதார்
பேயைவெலல.

௭. எனனோடேஅவர்சொனனது : அஞசாதே,

நானமுனனிறபேன, நீயெனனைபபறறிககொ
ணடிரு, நீதபபநானமரிபபேன, உனசொநதம
நான,எனசொநதமநீ, நீயெனனிலப்பதியாயத்
தரி, அபபோபிறியோமனறும.

௮. கொலலியுணபேன,எனனொததமேனு சிநது
ணடுசெலவாகுமட, இபபாடுகள அவஸதையும நீ
பறறு,உனககாகும. உனபாவததைசசுமககி
றேன, உனசாவைநானவிழுஙகுவேன, எனனீதி
யாலப்பிழைபபாய.

௯. பாததிலெனபிதாவணடை நானஏறிப
போயிருபபேன, அஙகுனனையாணடு,ஆவியை,
உனெநஞசிலேகொடுபபேன. நீதேறிககொண
டென அறிவில வளர,மெயயினபாதையில உன
காலைநடபபிபபார்.

௰. நானசெயதுபோதிவிதசதை நீசெயதுபோ
திவிதது, கருததாயத்தெயவஅறிவை புவியில
வறதிபபிதது, சுலபபாமபோதகததுககு மான
சசரிககையாயிரு எனறவர்சொலலிபபோனுர்.

௱௬. Mein Heyland nimmt die Suender an.

கெடடோரைஇயேசுசேர்ககிறுர், மாபா
வககேடழுநதபபடடு, பூலோகமெங
குமஆறறுவார் ஒடசிபபார்தேறறுவாருமற
று, துறசெயலகளதிசிலிறுல நிறைநது,மோசே
ஞாயததால தீசசெநதசபபாதாளததுசகு த்தளரு
ணைகததிர்நதவர்களுககு த்துணையாய அவர்எற
பட்டார். கெடடோரைஇயேசுசேர்சகிறுர்::

௨. மடடறறதாய்அனபாயஅவர் வானுசன
மவிட்டிஙகேவநது, சீர்கெடடபாவியினஇடர்
இசசடடையுமஎல்லாருசுமநது, சபிககபபடடந

மசகாய தாமேமாததில்ச்சாபமாய அறையபபடடிரசகததாலே உயிரைத்தநதபடியாலே இனி அஞசாதிருனபார். கெடடோரைஇயேசுசேர்க்கிருர் : :

ங. இககறறஆததுமஙகளி யவர்இபபோதாவவினதது, அவர்களுககுவேதனை இலலாமலக்குறறததைககுவித்து: நாளசிநதின இரததததை நிவினை,யுனபாவசசேவகையை கடலினஆழததிலபபுதைததேன, நீவாழமோடசநதேடிவைததேன, மகிழெனறுறறிததேறறுவார், கெடடோரைஇயேசுசேர்ககிருர் : :

ச. பிதாவணைககவர்களி தாமேதையேநதிககொணடுவாருர், அததாலஇவர்களுககிருபைபிறககும,இனிபபாவமபாரார். பிருநதபடசமாயபபிதா அவர்களுககுததமமுடட பிளளைகளோடேபஙகுநதது, பாததினவாசலிததிறநது, மகாஇராககியமாளிபபார். கெடடோரைஇயேசுசேர்ககிருர் : :

ரு. கணணீர்சொரிநதோர்பேரினும, ஆம,இனனஙகெடடலைநதோர்மேலும இவர்ககுமனசுருதும. இமமையபபருமஇமமாறுவேலுந நீடபாயககாரர்கிடடவும அலலோசசேயுவீடடிலுங குணம அரிசசவநதுதஙகி, மாயாவிமீதிலும இரஙகி, அவளதுககபபையாறறினுர். கெடடோரைஇயேசுசேர்ககிருர்: :

சா. மறுதலிததபேதுருவை திருமபவுநதாஙகைவிடாமல கணடுணகிருர்,ஆனால அதை யபபோதுமாததிரஞசெயயாமல, எபபோதுமஅவர்சறகுணர் இரககமஅனபுமுளளவர். முனபாவிகளஙகேசதாழவிடததில இரககஞசெயதோர் உனனததததில உயர்நதபினவேருயிரார், கெடடோரைஇயேசுசேர்ககிருர்: :

௭. வா, பாவி,நீஆராகிலும, வா, உனபொல
லாவழியையவிடடு, ச்குனிநதுசேர்நதஆளையும தள
ளாதபொடசசொககிடடு, ஓய,மோடசவாழவுவே
ணடாமோ? விணாயநீசாகமனதோ, மீடடோரிருக
க,பபேயகளுககு க்கீழபபடடுருபபதெனனதது
களு வேணடாநதபபிததுககொளளபபார். கெ
டடோனை இயேசுசேர்ககிருர் : :

௮. சிலுவையைசுமநதோனே, வா,வா,என அங
கலாயபபை ககேட்பார். நீபாரததாலததனையி
லே நகர்நதுவநதும,உனவிடசசேர்பபார், அ
டைககலம அவர்மனம, வாவாஎனறெததனைத
ரம நினறுனைநோககிசுததமிடடார், வாஎன
னலலததையும்மனனிததார். வா,ஏழைபபூசசி,
தெணடியார், கெடடோனை இயேசுசேர்ககிருர்::

௯. நானமா பெரியபாவியே, நானமடடுத்
திடடமிலலாதே தெயவனைபபோககடிததே
னே, இனிமனனிபபுணடோஎனகாதே, நீசபடற
றஊணமையாய ப்பணிநது,கிறிஸ்தையணடினுல
ப்பெலததசையிஞலொடசிபயார், ஆம,இனலங
கிருபையளிபபார், நீஙகாதகேடடைநீககுவார்,
கெடடோனை இயேசுசேர்ககிருர்: :

௰. ஆனல்ஆகடடும,இனறுதான அவர்இர
ககமமுகியாதே, இனனினன இனபமமுநதினான
ருசிககலாமனனறுசொலலாதே, அவர்அழை
சசையிலபபணி, அவர்சைநீடடுகிலபபிடி. ஒட
சிபபினநாளிலத்தூஙகிறோர்கள மோடசானநதத
திலபபஙகறறோர்கள. பிறபாடுகூபபிடடால்,க்
கேளார், இனறேவா,இனறுசேர்ககிருர்: :

௰௧. கெடடோனைததேடுமநேசனோ, ஆளன
வினைசசேர்ததுககொணடவினையும, எலலாளையும
வெடசிபபையே பபிடிககபெலனுய அசையுந.

தவிபபவர்க்குஉமது அனபுளளநெஞசைககாண
பிதது, அவனவனஉமமணடைசெனறு: இப
பாவியையுஞசேர்ததாரெனறு யநிழநதுதேறும
டடுககுய கெடடோரைசசேர்ததுககொணடி
ரும: :

௱௪. Seelen Braeutigam, Jesu Gottes Lamm.

ஞானபததாவே, பாவககெடடிலே சா
குமெனனவினதநபபிவிதது சேர்ததஉம
மைநானதுதிதது பபோறறவேணுமே, ஞான
பததாவே.

௨. அனபினருபுநீர், எனவினததேவரீர் அன
பாயப்பார்ததால,அதினாலே எனவினமெயமகிழ
ச்சியாலே பூரிபபாகிறீர், அனபினருபுநீர்.

௩. எர்ததமீடடபர்நீர், கெடடைநீககிறீர் அது
ககெனறுமமிலதெயவீக சுபாவததோடேமனு
ஷீக சுபாவததைசசேர்ததீர், எர்ததமீடடபர்நீர்.

௪. உமமையணடினேன, எனவினததேறறு
மேன, விசுவாசததினஇரிககு, அதுஅவியாப
படிககு, எணணெய்வாருமேன, உமமையண
டினேன.

௫. நீர்எனகனமலி, நேசபபததிலைய, உம
மிலஉளளனற,க்கெடடியாககும, இதுஉமமை
நெஞசுமவாககுங கேடகுஙகிருபை, நீர்எனகன
மலி.

௬. பெலசாலியே, நானதுனனாளிலே லோ
கததினசநிககுததபப, எனவினபபெலனுயநிரபப,
வாருமஇயேசுவே, பலசாலியே.

௭. தேவனானநீர் ஆசசிவினயினகீழ உமமை
ததாழததி,உததரிதது, எஙகளமீடபுககாயததவி
தது, ததாகமஉணடானீர். தேவனானநீர்.

௮. மததிபஸதனே, நீர்அநநாளிலே தேவரீ
ருடபிராணன் தநது,கொணடசமாதானம வே
ணும,இயேசுவே, மததியஸதனே.

௯. பாமகுணம வாஉமமிடஞ சேர்நது,
லோகததுக்குசசெததோர் வாழுவர்,சாகாதோர்
கெடடோர். எதுபாககியம? பாமகுணம.

௰. உமமைபபறறினேன, எனறைககுமவி
டேன. உமமைவிசுவாசததாலே நானதரிததேன,
ஆசையாலே லோகததைநாடேன உமமைபபற
றினேன.

௰௧. துககநாளிலே எனவினை,இயேசுவே, நீர்
அநுபவிததபாடும நோவுமபார்ததனபாய தற
காரும, ஆறுதலநீரே துககநாளிலே.

௰௨. தேறிபபூரிககும வெளியிஙகேயும
உமதனபிருலககிடைககும, ஆனால்அஙகேயென
றெனறைககும ஆவிதேசமும தேறிபபூரிக
கும.

௰௩. இஙகேயீஙகிஷை அஙகேமகிமை, இங
கிருளிலவிசுவாசம, அஙகேபூரணப்பிரகாசம.
அஙகேமகிமை. இஙகேயீஙகிஷை.

௰௪. ஆனால்நீர்துவினா, நீரேலோகததை வெ
னறீர்,அனபடியாலே பொறுமையுடனஉம
மாலே நானுமலோகததை வெலலநீர்துவினா.

௰௫. எனகிரீடமே, சுவாமினனிலே உம
ககுப்புகடசியாக யாவுஞசேர்படுவதாக. ஆமென
இயேசுவே, எனகிரீடமே.

௱௫. Womit soll ich dich doch loben.

தேவரீரைநான துதிதது தோததிரிககிற
தற்கே உமதாவியையளிதது, திரா

ணிதாருஙகர்ததரோ. உமதனபளவிலலாது, மறெ
வாககுககுமளடடாது. உமககாயிரநதாஙு கர்த
தரோ,சஙகீர்ததனம.

௨. நிததமஉமமுடபெலததை யுமமுடதயை
யும போறறிஎனஇருதயததை நீர்எழுபபியருளும,
உமதனபெனபேரிலதாமே நிததநிததமபாயுதா
மே. உமககாயிரநதாஙு கர்ததரோ,சஙகீர்ததனம.

௩. நானமுனனெனிலநடபபிதத பாவமயாவுமெ
னககு நினைவ கையில,துககிதத நெஞசிலவெட
கமவருது. ஆனமேலநீர்தயவாலே சாநதமா
னபடியாலே, உமககாயிரநதாஙு கர்ததரோசங
கீர்ததனம.

௪. ஆம,எனசீவனுளளநாளும அடியேனனை
ததேவரீா எநதககாரியமவநதாலும தயவாயநட
ததினீர். எனனையிபபடிநீர்தாமே காததாச
சரியமாமே. உமககாயிரநதாஙு கர்ததரோ,சஙகீ
ர்ததனம.

௫. எனனைநரககககினிககு தபபபபணணி,
மாயனையை நாடுநதுர்ககுணர்வழிககு தபபாமா
ககச,இததவனை அபபாயெனனைபபோதிவிததீர்,
வாவேனனெனறுமஅழைபபிததீர். உமககாயிரந
தாஙு கர்ததரோ,சஙகீர்ததனம.

௬. பாவககேடடைநானவெறுதது எனககாக
ததமது சுயசீவனைககொடுதது மாணடஇயேசு
வணணைககு வாநீர்இரககமாக எனனையேவினை
தறகாக உமககாயிரநதாஙு கர்ததரோ,சஙகீர்த
தனம

௭. கிருபையுஙகுறைவறற உணமையுமநிதா
னமும உமமுடஎலலாபபெலதத கிரிகைகளா
லேயும மாவெளிசசமாகளஙகும யாவர்ககணணி
லுமவிளஙகும. உமககாயிரநதாஙு கர்ததரோசங
கீர்ததனம.

அ. எறறததாடசியறறிடடம உமமாலத தானஒவவொனறுககு உணடு, உமமாலயாவும நிததம நீதியாயநடககுது. எனனையும மாசூனமாக நீர்நடததினதறகாக உமககாயிரநதரங கர்ததரோ, சஙகீர்ததனம.

௯. நானனமுழுமனதாலே உமமுடையோனாகவும, நானநீர்காடடுமவழியிலே வரவுமநீர் நிததமும நயமுமபயமுமாக எனனிலேயிலி தறகாக உமககாயிரநதரங கர்ததரோ,சஙகீர்ததனம.

௰. நானசீர்படததககதாக எனபிதாவாநதேவரீர் யாவையுமஎனநனமைககாக செயதுகொணடிருககிறீர். ஒருவேளைநீர்கொடுபபீர். ஒருவேளைநீர்எடுபபீர். உமககாயிரநதரங கர்ததரோ சஙகீர்ததனம.

௰௧. பளளமமேடுஙகாடுமான எவவழிகளிலுமநீர் எனனையுமதுணைமையான காவலாககாபபாறறினீர், மோசததிலஉததாசையாக வநதீர்எனகிறதறகாக உமககாயிரநதரங கர்ததரோ,சஙகீர்ததனம.

௰௨. வேறனேகரைபபிடிதத தீஙகுககெனவினயமமுட தூதராலநீர்தபபுவிதத தயவாலுணடாகிய உமமுடபராமரிபபு எனனைததாஙகினரடசிபபு. உமககாயிரநதரங கர்ததரோ,சஙகீர்ததனம.

௰௩. ஆபிதாவே,எனமேலுளள உமதனபுபெரிதே. இயேசுவே,நீர்தயவுளள கணவிளனமேல வைததீரோ. தெயவஆவியே,எபபாடும உமதாறுதலாலமாறும. உமககாயிரநதரங கர்ததரோ, சஙகீர்ததனம.

௰௪. இநதமடடுஞசுகமாக ககாககபபடட

அடியென தேவரீரை இதுககாக ப்போறறித தோததிரிககிறென. இயேசுவே, எனககினியம நிததியரெடசிபபளியும. உமககாயிரநதரங கர்த தரே, சங்கீர்ததனம.

௱௪௫. Jesus Christus, Gottes Lamm.

ரோமர். ரு, அ—௰௧.

இயேசுகிறிஸதுஎனனகிற ஆடடுககுடடிநம மைமீடடார், சிலுவையிலநமமுட பாவத தினகடனைததீர்ததார். மனஸதாபததாலததளளா டும நெஞசுகிறிஸதினசாவால்ஆறும.

௨. நாமபகைஞராககசசே கிறிஸதுநமககாய மரிததார், இததால்த்தமதனபையே தமபிரான விளஙகிவிததார், கிறிஸதால நீதியாககபபட டோர் எனறெனறைககுஞசாபமறறோ.

௩. நாமபகைஞராமஅபபோ சுவாமிஅவர் சாவுககாக த்தயவானால, இபபோவோ எததனை யதிகமாக நாஞசீர்பபடடபின, அபபாலே வாழ வோமஅவர்சீவனாலே.

௪. நாமஅவருககுளளேயும அவர்நமககுளளு மாமே, அவராலேமூறறிலும பாவததீஙகழிவ தாமே. வெகுமேனமையையடைநதோம, தெய வமைநதராய அமைநதோம.

௫. ஆபிதாவே, உமககு த்தோததிரஙகளநதுதி யும. இனனமபாவமானது கணடால, துயரம அளியும, உமதாவியாலநனறுக யாவுஞசுததமா வதாக.

திருடடிபபிணைபேறிலெ

பாடுகிறபாடடுகள.

௱௭. Hoechster Formirer.,

ஏழையாமனனைவிணணிமடடுநதறாநத உன
னதமாகியசிஷடிகரோ, இநதவசிருபை
யாயெனவிணப்பார்நத உடமைநாளமுழுககருத
துடனே என்வாயினுஞ், சனமார்கத்தாலும
பே றறுவேனுச,தயாபரனே.

௨. கணகளே, உஙகவிணயேனககனடாக த்தநத
கர்த்தாவைத துதியுஙகளேன, தெயவசிஷடிப
பையதிசெயமாக உஙகளாலப்பார்த்துமகிழுகி
றேன. தெயவகாததைத்தெயவபெலததை யத
தாலநனறாய்க்கவனியுஙகளேன.

௩. கேடகுஞ்செவியைககொடுததவரான கர்
ததரைபபோறறுஙகள,காதுகளே. சீவனிலவார்
ததையிலஉனனதமான ஆணடவர்கூபபிடுஞசதத
ததையே கவனமாகககேடடீர்களாக, அவராலக்
கேளவியைப்பெறறீர்களே.

௪. ஆணடவர்நாசியிலஊதிககொடுதத சீவசு
வாசமாமஆவியேநீ உனனுடகாரணர்கடாடசம
பெருதத தமபிரானனனபதைநனறியறி. அவரைத
தேடு.உயரஎறு, மணேணடோடடாமல,ககர்த
தாவைததுதி.

௫. நாவே,நீபேசச்சாமார்த்தியநதநத சர்த்தரை
யொவவொருநாழிகையிலும போறறிச்செபஙக
ளினனுமஉகநத தோததிரததாலுமபுகழததரும.
உளமையாகாதே, வீணாய்ப்பேசாதே, கர்த்தருக
கேநீயுததேசிககவும.

௬. வைகுணே, செயயுமாலவேவலகளாலுங, காலகுவை, கர்தகாமமுடிசயசவையே நிததஙகருததாயப்பினசெலவத்திறேலும சுவாமியைவெருகளிபபுட்னே பிராததிரியஙகள பேசவிததிருஙகள, நறபலன அஙகேகலவேவலகருணடே.

௭. புததியே, மனதே, என்னிலக்ஷணடான யோகமே, சிநதையே, ஞாயகமே, கர்தகள. நிததியசாகஷியான வாஞசையாயப்போறறுஙகள, அவனையே ஆசைபபடுஙகள, மனவிணவெறுஙகள, உததமபோசகிஷமவிணணிலக்ஷணடே.

௮. கர்தகதே, என்னிலக்ஷணடாகியயாவும உமசகாததமம, எனசிஷ்டடிகமே. தேவரீர்தநதஆகாசமுநதாவும உமமுடைஆனபுககததாட்சியாமே. எஙகேதினறுமஎஙகேபார்ததாலும தெயவததையெனவிளசகுதே.

௯. என்கருணைடானதைததநதவர்நீரே, ஒனறுளனதொநதமெனவெனறைக்குமநான சொலலககூடாது, எலலாநதேவரீரே சுததததையிலைலைநதுதான நீர்செயததாளனரானமான. நனமைககுமணணில்ஆர்பாததிரவான.

௰. இனனமாலவாததிலுமஉனனதமான காணிககையாலவானவிணககடாடசிததீரே, அதுநீர்தநததிவடசரான உமதோனறுனகுமாரனுமே. அதினதுதிககுபபோர்நதபடிககு பாடமனைஞனவர்வாயபோதாதே.

௰௧. ஆசையாலவானவர்நிததியமான பததியாயஉமககும அவருககும முனனேபணிநதுசெலுததியதான ஞானமஐசுவரியமமகிமையும அவ்வளவுககாகஉமககுணடாக. சகலசிஷ்டடியுமஆமனவும.

௱௮. Himmel, Erde, Lust uud Meer.

கர்ததரை விணமணகடல தோததிரிககிறதுகள,
எலலாததுமாவே, நீ கூடவுமதிலதோததிரி

௨. விணணிலசூரியனநிலா இதரவெளிநடசே
ததிர சேனையுஙகர்ததாவுககு சசாடசியாயவிள
ஙகுது.

௩. பூமியிலஎஙகாரிபபு வெருநேறறியான
து, நாடடிலககாடடிலககர்ததரை நோககுரு
சீவனெததனை.

௪. கர்ததரினபுகழசசிககு ககுருவிகளகூவுது,
கறறுமாரிமினனலும இசமாவெளிசசேவிககும.

௫. மாகடலின அகலம ஆழம ஓடடமும
மாம எறறமவறறம: கர்ததரே, நீர்பெரியோ
னெருதே.

௬. நீர்உணடாககினதெலலாம வெகுஆசச
ரியமாம, அதைசசொலலமனிதர் யாவருமபோ
தாதவர்.

தெயவபராமரிபபினபேரிலே

பாடுகிறபாடடுகள.

௱௯. Befiehl du deine Wege.

உன்னெஞசிலேஉணடான விசாரஙகளைநீ
கர்ததாவினஉணமையான காததுககொ
பபுவி. விணமணவிணயாணடிருககும நாதயா
பார் உனகாரியஙகளுககும வழியுணடாககுவர்

௨. செயமடைநதுவாழ கர்ததாவைபபிள
ளைபோல நீநமபி,மனதார பபணிநதுபறறிக

கொள. உனகவலைகளாலே பயமொடடிககு
து, வேணடாரு,செபததினுலே நீவேணடிக
கொணடிரு.

௩. ஏழையடியாருககு பபிதாவாகதேவரீர்
இனனிலனதெயகளுககு ஆமெனறுஅறிவீர்.
நீரோநைநலமதாக ககணடபோ அதைநீர் ஆம
போதுபலருக வரவிடுகிறீர்.

௪. பலவழிவகைசயும உமமாலேஏறபடும
நீர்செயவதுஇதையும நீர்சொனனதுவரும.
நீர்வாககுத்ததமபணணி மொழிநததுவெலலாம
உமமாலத்தைடயுமினறி நறசாலததிலுணடாம.

௫. பேயகூடடமனேகமாக மாவறமததுடனே
எதிர்ததுமஅதுககாக கர்ததர்பினவாஙகாரோ.
ஏறதுஅவராலே நிருணிககபபடடுதோ, அத
றகுயாதொனறுமே மாறுடடமவருமோ.

௬. இககடடுகளினுலே கலஙகினேனோநீ திட
னகொள,கர்ததராலே இககடடினாததிரி சந
தோஷமாகமாறும. சறறேபொறுததிரு, நீபூ
ரிபபாயககொணடாடும நாளவரபபோகுது.

௭. உனகவலைகளுககு இபபோவிடைகொடு,
இனிவிசாரததுககு இடஙகொடாதிரு நீயா
ளுமதேவனலல, நீபூசசியெனறறி, சருவததுககு
மவலவ, கர்ததர்அதிபதி.

௮. பராபரனஆளடடும, திவவியசைஎல
லாம மாஞானமாயநடததும. உனபேரிலேயுண
டாம மபபானகவலைகளு தெயவீகசெயலாயத
தெளிவுணடாம அனறைககு நனறுயமகிழுவாய.

௯. மெயதானேஅவநாளும தேறறுமல,உன
து இககடடையொருககாலுந தாமதிககமனது
இலலாதோர்போலஒளிபபார், உனஅவதியிலே
ஒடடிககததாமதிபபார், ஆறுலதிலையாதே.

௰. நீபதறிமைபவிடாமல ப்பொறுததிருககை யில, கர்ததர்நினையாமல இருககுமநேபததில உன துககததைஅகறற வெளிசசஙகாணபிபபார், நீநனமைககாகபபடட சலிபபைநீககுவார்.

௰க. அநதடவாயபபெலதத செயமுமபூரிப பும ஆசிர்வதிககபபடட தெயவீகத்தேறறனும அடைநதுஇனபமான மனமகிழ்ச்சியாய அன புளளமீடபரான சர்ததாவைபபாடுவாய.

௰உ. சர்ததாவே,எஙகளுககு எலலாஇககட டிலும ரொடசிபபளிபபதுககு நேரிடடுககொ ணடிரும. ஆனஙசலித்திடசதும பாககிககுப போம வழியிலுமநடததும, அபபோபிழைக கிறோம.

௱௰. In allen meinen Thaten.

எலலாஙசர்ததாவினகைககும தெயவீகஆளு கைககும நானஒபபுவிககிறேன, அவர்வழி காடடாமல, அவர்செயநதராமல ப்போனால வாயககாதெனறறிவேன.

௨. நானஎனனதானசெயதாலும நானக்வலி பபடடாலும, அததாலேஆகுமோ? எனசெய் தியைத்தபபறற விசாரிபபாயநடதத பிதாவிரு ககிறாலலோ.

௩. எககாரியததிலேயும எனநனமைககவர் செயயுஞ செயலிருககுதே. ஆகையினாலேபி தத்ம அவருடையசிததம நடநதாலப்பாககிய மாமே.

௪. எலலாஇரககததோடும இககடடைநீககிப போடுஙசர்ததாவைநமபுவேன. நானதெயவ பததியாக நடநதாலச்சுகமாக இருபபேன,கை விடபபடேன.

௫. எலியாவைமாபஞசததில ச்சீதோனியரின
சீமையில ஓர் ஏழைவிதவை அவனோசர்ததா
வினசெயலால அநேககாலம்போஷிததாள.

௬. ஞானாயினகீழக்கிடசசையில ஓர் தூதனஅ
வனருகில வநதசனயிட்டான, அதைபபொசித
துபலங்கொணடான, மாபயணமுமபணணினான.

௭. அறுநாறுயிரஞசாங சர்ததாவால்வெ
குவருடம விளைபபறுபபில்லா வனாநதரவெளி
யிலே போஷிககபபடடவாமே.

௮. யோசேபனவல்லாஙிகசடடையுஞ சநிதத
பின,பிதாவுககுஞ சகோதரருககும எகிப்ததி
யர்ககுங்கூடததான பிழைபபைததாறவனானான.

௯. எததேசகாலங்களிலும எல்லாச்சனமார்க்
கததாரையும அனபுளளஆணடவர் உனடாங
தாழ்ச்சிகளிலே விசாரிததாதரிததாரே.

௰. நீர்ஈவிரககததுடை மானாவூறறுகிய
கர்ததா, என ஆததுமததுககு ஐசுவரியம அளியு
மேன, அபபோநானஏழையாயிரேன.

௰௧. அநிததியகனததைமேன இசசிபபேன,
அதைநானநாடேன. எனமீடபர்தேடின மோ
டசானநததைதயே கிடைககபபணணுங,கர்
ததரே.

௰௨. பணம,பொனவெளளிசகல வெளங்கிஆ
ஸ்திசொததுதரவியமெலலாம அநேகநாளிருக
குமோ, ஐயாணடோவனையிரடசிககுமே?

௰௩. இவவறிவுந்தீவுதானஎனறுணடவரே,உ
மமைநான இஸ்தோததிரிககிறேன. நலதிவினா
வெளானிலனனறைககும நிலைககக்கடவினாயிடும.

௰௪. நீர்செயததயவைஎல்லாம பார்ததாலம
காதிரணுமாம, முடியமொடசியும. எனபரமத
கபபனே, எனகேடடைநீர்விருமபீரோ.

௱௰௩. Wer nur den lieben Gott laest walten.

கர்ததாவைநல்லபதியாலே எபபோதுமநம புமநீதிமான ஏததீஙகிலேயுமஅவராலே அனபாயககாபபாற்றபபடுவான. உனனதமானகர்த்தரை ச்சார்நதோருககவர்கன்மலல.

௨. அழுததுஙகவலைகளாலே பலனஏதாகிலுமுணடோ, நாமநிததஙகளுஞசலததினாலே தவிபபதுஉதவுமோ? விசாரததாலேநமககு இககடடதிசரிககுது.

௩. உனகாரியத்தைநலமாக இருபபவலலவருககு நீஅதையொபபுவிபபாயாக, விசாரிபபார், அமர்நதிரு. மாதிடடமாயத்தயாபபர் உனதாழ்ச்சியையறிநதவர்.

௪. சநதோஷிபபிககிறதுககான நாளவதெனறவர்அறிவார். அநேகமநறுணஙகளகாளா அநதநதவேவளைதணடிபபார். அசுபபிலே திருமபவுந தெயவானபூரிபபைததரும.

௫. நீகர்ததாலக்கைவிடபபடடோன எனறுபததிலநினையாதே. எபபோதுமபாடுமநோவுமறமேறுன பிரியனெனறுமளளுதே. அநேககாரியததுககு ப்பினமாறுதலுணடாகுது.

௬. தெநயுளளோனையேழையாககி, மகாளனியவனையோ திரவியசமபனனனாககி, உயர்ததசுவாமிககரிதோ? தாழவாககுவார்உயர்ததுவார், அடிககிறார்அணைககிறார்.

௭. மனறுடி,பாடி,ஜெபிஸதோறுக நடநதுகொணடுனவேலையை நீயுணமையாடே செயவாயாக, அபபோ தெயவாசீர்வாதததை ததிருமபககாணபாய,நீதிமான கர்ததாவாலகைவிடபபடடான.

௱௰௪. Meine Hoffnung stehet veste.

நானமகாஉறுதியாக நமபிரேனை தயாபபர்,
எவவிககடடையுமநனறாக நீககநதககவர்
அவர், அவர்கு எனது நெஞசதநதிருககுது.

௨. பெலஙனமநரவின நமபிறனை. உதவு
தோ? நாம ஆகாசததில அரவின ககடடநமமாலா
குமோ? மணணெலாம விமபெலலாம போகு
து அவததமாம.

௩. ஆணடவகர்ததருககிருககுந தயவொழியா
தது, உளளனநதசசீவனுககுந தாறுர், அவர்த
யவு நிததமும மிகவும அததாலததனவினககா
ணபிககும.

௪. தானாய அவர்கொடாமல இருநதாலுமந
மககு அவர்அளவிலலாமல வைககபபட
டிருககுது. ஆகிது நமககு தயிரியமுண
டாககுது.

௫. இநநாளமடடுமபாராமரிதது வநதவிஷ
டிககாநம இயேசுமூலமாயததுதிதது ககும
பிட அவர்ககுணடாம ஞானமும பெலனும
நிததமநமமையேவவும.

௱௰௫. So suchest du doch recht selig.

நீர் மமுறையுடையவர்களினடததும விதமஜெர்வி
துமாயககணடும, அதே மாபாககியம, கர்ததா
வே, உமமைபபறறும அவர்களுககுநீர்பிதா
வாமே, வழிகளாஙகளசயபததிககு மிதநத
சோணமாகநீதானறியும, நறசெமமையாமன
னிவிபெனறைககும மாநெறியாயவிளஙகப
போகுது::

௨. கர்த்தாவே, உமமுடைய ஆலோசனைகளும நம
முடையசிநதைப்புத்திக்கும மட்டுத்தூரமாகும, நாங
களநெருங்கிவைசசுருகு சந்தேகங்கள்வுகளயும வை
யும நீர்விருமபுவதுமவீணாயாககிறீர் உமமசெது
ர்க்குமயோசனையெல்லாந தாயிலேவிழுந்தப
ததமாம, உமமககுளார்ததைசசடததுவீர்.

௩. நமர்ஜ ருசக்கூடடபபார்கிறதை நீர் தூ
ரததுக்குத்தூரமாக்கிறீர், நமர்பிடித்தமுககிசக
டடுவதை நீர்கூடடவிழுத்துநீங்கலாககுவீர். உல
குகூடடும, நீர்இடிக்கிறீர். உலகிடிககுது, நீரோ
வேனறுல சகெட்டுபபடுததிவைககிறதிகுல மே
லவடடமாகனறுயாளுவீர் : :

௪. உலகத்தார்நறுணைசாவியெனறு புசழந
துவாறவங்களததளளுவீர், அவர்களதகாளுககா
காதேதாலஎனறு பகைக்கிறவங்ளநீர்சேர்க்கிறீர்.
உமககுபபரிசேயருடனே சாவகாசமில்லை, ஆய
ககாரரை நீர்அனபாயசசேர்ததுககொணடிவர்
கவிள ளொடடிசசுருங்கர்ததராயிருபபீரோ : :

௫. பெருமைசசாரர்உமககாதேரால்லை, தாழ
நதோர்தானஉமககேசர்ததமனிதர், நீர்வார்ததைக
ளின்சோடிவினையயல்ல, இருதயததைநோககிப
பார்பபவர். புறமபேஒருகிறிகைகளுணடாம நல
வர்ணமஉமமைமேய்ககககூடுமோ? நறசிநதை
யாலஅதுணடாளுமபபோ அததால்ஆதுமககு
பபிரியமாம : :

௬. உபததிரவழியால்சசுகநதாறீர், கறதாவே,
உமககுஸதோததிரம. நீர்உமதாவியாலுநதேற
றிவாறீர், உபததிரவங்களபிரயோசனம என
றிவர்ளங்களஆததுமததுககு த்தெயவீசஞானத
தினவெளிசசததால த்தெரியக்காடடுவாறுர்,
அதினால அடியாருககுமஞானமவருது : :

௭. சிலவிசைசநீர்சறறேகோபமாக, சிலவிசை
யனபாயககாணபிககிறீர், சீர்தபபிரேமையாலநீர்
கடிசாக ங்கடிநதுகொணடுபுததிசொலலுவீர்.
அபபோதுககிததிரககுககேடகிற அடியாரை
நீர்புததியவாய பபார்ததும்தாவியாலேநற
லாய நடககபபணணுமபாம்பிதா : :

௮. எஙகளபெலடசயமும,எஙகளுககு இரு
ககுமபுததியீனமுமனறுய படிதா வாமஉடமுனை
யறிததததுககு த்தெரியும,ஆகையாலஇரககமாயத்
த்தாயபிளளைகளைககாபபாறறுமபோலேநீர் அடி
யாரைககாபபாறறி,உடமுடை ஐககதநுளள
மையாகிய யாதொருசவிலநீர்மறநதீர் : :

௯. கர்ததாவேஉமமைவிசுவாசமாக அடியார்
பறறிககொளளுவார்களோ, பறறிருநதாகா
தநிவிலவாக அடியார்மனதுபினவாஙகுமோ
எனறெஙகவிளசசோதிபபதறகுநீர் உமமிலிருககி
றநலதயவை யநேகநாளககளாயசறிலவிசை விள
ஙகபபடுததாதிருககிறீர் : :

௰. நானலோகததாரினகிரோலிதமார்சகமாக நட
பபதாலேமோடசமவருமோ? நானமறுபடியும
பிறநதோனுக நடநதுகொளளததேவையிலலை
யோ? நீர்சொனனவசனமநிதானமாம, ஆனால
எனமாயககிலிததினகிவிளவு ஆகாதது,நீர்எனவின
அதுககு விலககிறதினலகருணமுணடாம : :

௰௧. எனசிநதைதேவரீருடவழிககு விரோத
மாய உயர்நதுபோககசசே, நீர்சீககிரமஅதுவி
ழுமபடிககு அபபெருமையைததாழ்ததுங,கர்த
தரே. உமமண்டைவநதெனசயநீதியை நமபா
மல,இயேசுவாயிகளுளளேநான நிலைததுகொ
ளளவேணும,அபபோநான பிழைபபேனசயநீதி
தபபனறு : :

௰௨. நீர்எனனை உமமுடைய சிததத்துககு ச்சரி
பபடுததி, உமதாவியின வரமாநதிட்டவிளையான ம
னதுககு த்தநதருளும அனபுளள இயேசுவின சம
பததுநான, நீர்எனனைவிட்டுததளளீரோ. ஆஎனபிதாவே,
உமமாலெனககு வருமவெளிசசததாலநானபூரி
தது, வெகுவிசைகுளிர்ததியானேனே: :

௰௩. நீர்எனனையுமமுடையபிளளையாக ச்சே
ர்ததததிலேதேவதூதரும, பரகதியில்மோ
ட்சவானகளாக ப்போயஎறிபபோனவானவர்க
ளும, எனநேசராகளனவளையும அஙகே வரபபா
ர்ப்பார்கள், இவவிடததிலும உமமால அநேகம
ஆறுதலவரும. மகிழநதிருககிறேன, போ, துக
கமே: :

தெயவ வசனததின பேரிலே

பாடுகிறபாடடுகள.

௱௰௬. **Ach bleib bey uns Herr Jesu Christ.**

அஙகேஙகளுடனே இருமஅனபுளள இயேசுவே, மெயவேதததினவிளககை நீர் போகாமலவைககககடவீர்.

௨. இககடைசித்துநாளிலே இஙகுமமுடை யவார்ததையை த்தனமுததிரைகளோடேயுந தரி ககககடடளையிடும.

௱௰௭. **Erhalt uns, Herr, bey deinem Wort.**

அகிறிஸதுககெதிராளியின விளையைபபார்தது, வேதததின வெளிசசமஎஙகளுடனே தரிககபபணணுங, கர்ததரே.

௨. எழுமபும,தெயவமைநதனே, ராசாதிரா
சா இயேசுவே. புகழ்சசியுமகனெ்றைகளும வர,
சபையையோடசியும.

௩. தெயவாவி,தோணைடான கவியும ஆடுக
ளாககியருளும. அநநாள்லௌஙகளநெஞசிலே இ
ரும, தேறறரவாளனே.

௪. திரியேகரே,இககட்டுககு க்கீழாஞசபையைய
க்கடாடசிதது, திடவிளககட்டவிளயிடும, இக
கட்டைநீககியருளும.

௫. பகைஞர்யோசனையையே அவததமாக
குங,சேர்ததரோ, படுகுழியைவெட்டடினோர் குழி
யிலவிழககடவார்.

௬. அபபோதவர்களதிகிலாய விழிதது,
வெடகபபட்டோராய, சபையைககாககிறநீரே
கர்ததாவெனறறிவார்களே.

௱௰௮. Herr Jesu Christ, dich zu uns wend.

ஆ இயேசுவே,நீர்எஙகளி யனபாயசசேர்த்
துமதாவியை யருளஅனுககிரகததையுந
தநதெஙகளமேயபபராயிரும.

௨. பாததிலநாஙகள:சுவாமியே, நீர்சுததசுத
தருததரோ எனறேறறி,யுமமையெனறைறகரும களி
பபாயபபார்சசுமளவும,

௩. வாயுமமைபபோறறி,மனது தெயவா
னபைநனறுயோசிதது, உணர்வுமவிசுவாசமும
பெலககக்கட்டவிளயிடும.

௪. ஒனறுகஆணடிருககிற திரியேகதெயவ
மாகிய பிதா,குமாரன,ஆவிககும இஸதோத
திரமுணடாகவும.

௱௰௪. Hoechste Vollkommenheit seligstes Wesen

உனனதமானசர்ததாவே, உணடான சருவ
ததுககுமஅதிபதிநீர், விணவிணநீர்உம
சசாமவலியான இஸதலமாகததெரிநதுகொண
டீர். அஙகுமமைபபாடி, உமமைககொ
ணடாடி, எணணவிறநதூதாககளஇருநது
நீர்இடுமவேலையைசசெயகிறதுணடு.

௨. கிறிஸதுவினமீடபிறனவானவரான யா
வருமஅவர்களகூடடததாராய பூரிதது, உமமு
டமகிமையான ஆசனததுககுமுனனினறுநன
றுய உமமைககளிதது, உமமைததுதிதது, உம
மைககணணாரததெரிசிககிறார்கள, எனறைககும
பாககியராயிருககிறார்கள.

௩. ஆ, எனறாவியுமபூமியைவிடடு, வேறறி
சிறககுமவாரேறருடனே உமமைமேமாடசனாநத
ததிலததெரிசிதது போறறுமநாளவநதால, மா
வாசியாமே. மணவிணமறநது, விணணினனாவ
நது, உமமாலஇனிககளிகூருதலாக அஙகேநான
தேறிமகிழுவேனாக.

௪. ஆனாலநீர்தாமே அதுககுககுறிதத நாள
வருமுனனேநானஇபபடியேன ஆசிபபேனா? சு
வாமிநீர்தாமேநிருணிதத நாளுககுமவேலலிசசூங
காததிருபபேன. உமமாலஉணடான கிருபை
யான பாவமனனிபபிலநெலைபபாககியனானேன, அ
ததாலநானஇஙகேயுமசமமியமானேன.

௫. நானஇதுசசுளளோ அனிததியமான யா
வையுமஅறபமாயெணணி, நீரோ எனனுடைய பஙகு
எனறெனனிலஉணடான யாவையுமஉமமுடைய
ததுககே நானஒபபிவிகக நீர்ஏவலிகக தய
வுபணணும, அதுககேதுவாக வாறதெலலாமவி
ருதாவாவதாக.

௬. உமமைநானவாஞசிககுமவாஞசைவளர்நது,
உமமைநானமிகவுஞசிநேகிககவே தேவரீர்அது
ககொததாசையைததநது எனவினையெழுபபும,
ஏனனுணடவமோ. உமமையேநாடும நெருஙகை
சீர்தாரும, முழுதுமநான உமககேசேர்ததவனாக,
சீர்தானசகாயததைபபணணுவீராக.

௭. மாஙகிஷஜிசசையின மோசததினாலே உம
மைவிலகிபபோனேனேயாகில, அபபோநான
துயரபபடடு,உமமாலே சீர்படததயவுபணணு
ம,எனனில, நானசெபததோடுங கணவிழிபபோ
டும மனதைககாவலாயககாபபதறகாக வேண
டியநலலெசசரிககையுணடாக.

௮. எனறைககுமபிளவினபோல்உமககிருநது
உமமைசசிநேகிககவாஞசிககிறேன. வேறேஅ
நேகமபொருளகளுமஉணடு, உமமையேமாததி
ரமபறறிககொணடேன. யாவுமபோனாலும,
நானமரிததாலும, எனனுடபொசகிஷமபஙகும
நீர்தாமே, அததாலநானபூரணபாககியனாமே.

௱௨௰. Der Herr ist mein getreuer Hirt.

எனமெய்பபர்கர்ததரானவர், நனறுககாதது
வாரார். அவினததையுமஎனனெ டசசர் கு
றைவிலலாமல்தாரார். எலலாததிலுமருசிகர
தெயவீகவார்ததையினுட நலமேய்சசலனகரு
ணடு.

௨. சேவாறறுடகாலவாயகவின எனககுஅவர்
காடடி, எனஆததுமததினதாகததை யததால
நனறுகஆறறி, தாமஇயேசுஎனனபபடுகில அ
டியாவலாநறபாதையில நேரோநடததிவாரார்.

௩. ஓர்ஙேவவினசோதியனறியே நானமாணக:

கெடியின இருணடபளளததாககிலே நடந
தும அவதியின பொலலாபபுககுபபயபபடேன,
நீர்நீடடுஙகோலைபபறறுவேன, அதுவழியை
ககாடடும.

௪. அடியேனுககோர்பநதியை பபகைஞர்
ககெதிராக வைததெணணெயயாலெனசிரசை
மகாகடாட்சமாக நீர்அபிஷேகஞசெயகிறீர்,
அடியேனைநீர்மறவீர், எனபாததிரமநிரமபும.

௫. எனசீவனுளளமடடுகளுந தெயவாலயததை
நானஉணரும படிககு,எனனினநனமையுங கடா
டசமுநதொடரும. கர்ததாவினவீடடிலிஙகே
யும பிறபாடுஅஙகேயெனறைககும நிலைததுக
கொணடிருபபேன.

௱௨௧. Heut ist des Herren Ruhe Tag.

கர்ததாவினஓயவுநாளஇபபோ, விசாரமவே
ணடியதுவோ அதையெல்லாமமறநதோர்
போல அவர்முனபாகவாருஙகள. அலலேலூயா.

௨. கர்ததாவின ஆசனததுககு முனபாயப
பணிபுஙகள.இது குணமடைவர்மாததிரம வாத
தகுநதெயவாலயம. அலலே.

௩. பொலலார்மேலக்கோபமாம அவர் தாழ
நதோருககுததயாபரர். இததயவுளளவனைநாம
துதிபபதுபிறதானமாம. அலலே.

௪. துவககததிலஒனறிலும இலலாமலவிண
மணயாவையும உணடாககினகர்ததாவைபபோல
ஆர்எனறுபோறறிபபாடுஙகள. அலலே.

௫. புவியும அதிலுளளதும ஆறுபபோலமனி
தவினையும தெயவீகசாயலினபடி சிஷடிதத
அவர்ககுததுதி. அலலே.

௬. தினமுமநமமைபபோஷிதது அநேகவி க்கினததுககு விலக்கிககாததுவாருமோ, அதிவர் சுததப்பட்சமே. அலலவே.

௭. கெட்டபோருககனுசாரமும ரடசிப்பும நிததியபூரிபபும கிடைக்க இனறுரடசகர் குழியைவிட்டெழுநதவர். அலலவே.

௮. பிசாசின அடிமைகளால ச்குரூரணடிவர்கள மூர்ககததால வதைநதுசிலுவையிலே மாண டோரினவெறறிநாளிதே. அலலவே.

௯. பிறஸ்தாபமாயெழுநதபின இநநாளிலஅ வர்சீஷரின துககியபைபபோககி, திககிலலார் இருதயததைததேறறினார். அலலவே.

௰. தானுசொனனவெனறுசெயமாய உயிர்த தெழுநதோமெனறதாய மிகுநததெளிவுடனே எலலாருககுமருபிததாமோ. அலலவே.

௰௧. இநநாளகர்த்தரினநாளாய மெயயான ஓயவுநாளுமாய நாமஆசரிததுவாபபோங கதியைநோககக்கடவோம. அலலவே.

௰௨. விஸ்தாரமானலோகததைச்சிஷ்டிததசு வாமியெஙகளை இநநாளமட்டாகததேவரீர் காப பாறறிககொண்டிருககிறீர். அலலவே.

௰௩. அடியார்உமதாளுகை இரககமஞா னமவலலமை பெலனமகததுவததையும மென மேலஅறிநதுபோறறவும. அலலவே.

௰௪. உயிர்ததெழுநதகிறிஸ்துவே, நீர்எஙகளை ஆததுமததிலே பிழைததது, ஏநதநனமைககும அடியாரையுயிர்பபியும. அலலவே.

௰௫. எலலாஙகாலமுமது உயிர்ததெழு நதலநெஞசுககுத்திடனதர,இபபோபொலலா க்குணஙகளசெததுபபோயவிட. அலலவே.

௰௬. தெயவாவியே,நலஅறிவும மெயவிசு

வாசனேசமுள்ள ச்சபையிலதேவரீருட நலவார்த
தையாலேபெருக. அலலே.

௰. வெளிசசநதந்தடியாரில ஞானபாககதகய
கும,எஙகளில எலலாஙகர்ததாவினமேலானமைககு
உதயேதகிககக்கடவது. அலலேலூயா.

௱௨௨. Wir Menschen sind zu dem, o Gott.

கர்ததாவேநாஙகளளஙகளில மெஞஞானதது
ககாகாதோர், நீர்அறிவைததரீராகில, அடி
யார்அறியாதோர். நீர்அருளினவேதமும அத
தோடேஉமதாவியும வெளிசசஙகாடடவேணும.

௨. நீர்இதுககாககிருபை புரிநதொததாசை
பணணி, மூனதீர்ககதரிசிகளை யனுபபினது
மன்றி, பிறபாடுநேசமைநதனை ச்சீர்கெடட ஆ
ததுமாககளை ப்போதிபபதறகுததநதீர்.

௩. இககிருபைககிஸதோததிரம, இவர்சொ
ற்கேடபோமாக, திவவியவார்ததையைததினம
அடியார்பததியாக ததியானமபணணியோசி
தது, கைககொளவதறகுஉமது நலலாவியையளி
யும.

௪. சகசநதசகோதர்வாயகளை யததாலஅடககி
வியும, அவர்களவேலையெததனை நிறபநதமாய
முடியும. ஆசுவாமி,உமமுடையசொல பெல
ததகுமுறவிலபோல மேலவடடமாவதாக.

௫. அடியாரிலஅதினுட விளைநனறுயத்தரி
தது ஒனறேநூறுயககனிதர நீர்கிருபையளிதது,
அடியார்அதையெனறைககும நனறுளிலுநதுந
நாளினும விடாபபடிககருககாரும.

௬. வழியிலேவிழநததை ப்பேயகொணடு
போம,இராது; சறபாறைபபூமியிலவிழ மு
ளைநதுமவேர்உளளனறுது, முளடுவிலவிழுநத

தோ பயிராகவேணடியதபபோ நெருககபப
டடவியும.

௭. பயிர்ஓஙகுமநலநிலததுககு அடியார்
நெஞசொபபாக இருபபதறகுஉமது நலவார்
ததையநனறாக க்கேடடேடர்ததுககொணடுகாகக
வும எலலாபபொறுமையோடேயுங கனிகொ
டுபபோமாக.

௮. எபபோதுமபாவிகளுட வழியைவிடடு
விடடு, உபததிரததிலஉததம கிறிஸதோர்களா
யததரிதது, துறிசசையினமுளளுககவிள ப்பிடுங
கிவநது,சாததாவின ச்செபததாலவெலவோமாக.

௯. ஆஉமமுடையவார்ததையை நீர்சுததமா
னதாக அடியாருககுககாததை யெஙகளவெ
ளிசசமாக இருககபபணணி,சாவிலும அததால
ப்பெலனஇடவினையும நறபுததியையுநதாரும.

௰. பிதாவே,எஙகுமஉமமுட நலவார்ததைசே
ர்வதாக. ஆ இயேசுவேநீர்காடடிய வழியே
செலவோமாக. தெயவாவி, எஙகளஉளளததில
நீர்தஙகி,வார்ததையாலஅதில நறசீரைஉணடுப
ணணும.

௱௨௩. Dis sind die heil' gen zehn Gebot.

நா நதமககுபபயயப்பட சீனமலயினமேல்க
கர்ததா கொடுததப்பததுசறபனை எதெ
னறுகேடடு,சீரடை, மனிதனே.

௨. உனதேவனுஙகர்ததர்நாமே, வேறொனறை
யும்பணியாதே, நீவிககிரகவணககததை வீணப
ததியாவையுமபகை, மனிதனே.

௩. கர்ததாவினநாமததைவீணில வழஙகாயா
க,எனெனில வீணிலவழஙகுமயாவறகும தப
பாதனுககிலனைவரும, மனிதனே.

௪. நீஓய்வுநாளிலச்சகல லௌகீகவேலையைவிட டுவிளைத்தநாளமுழுதும நீபரிசுததமாககவும, மனிதனே.

௫. சுகததுடனஉனஆயிசு நீடிததிருககிறத ற்கு, தகபபனையுநதாயையும நீகனணிசசட டைபணணவும, மனிதனே.

௬. சொலலிசெயயாமல,உனககு அடுததவ னைநேசித்து, எலலார்டோசிபஊபபாஷையாய விருமபிததேடககடவாய, மனிதனே.

௭. நீவிபசாரமபணணாதே, அசுததஉலகததி லே உனனெஞசுமவாககும்மார்ககமுஞ சுததாங கமாயிருககவும, மனிதனே.

௮. நீகளவுசெயயாமலுந திருககுமஅநியா யமும பணணாமலுங,கர்த்தாவுககு ப்பயநதுஉ ணமையாயிரு, மனிதனே.

௯. பொயசசாடசியைபபிறருககு விரோத மாயசசொலலாதிரு. பொயககாரரானமனிதர் பிசாசுடையபுததிரர், மனிதனே.

௰. அடுததோனவீடுவஸதுககள பெணசாதி வீடடாளசிவனகள உணடே,அதிலஒனறுகிலும நீயிசசிககாதிருககவும, மனிதனே.

௰௧. இககறபனைகளாலேநீ, நீகுறறவாளியெ னறறி, கிறிஸதுககுளளாயககிறிஸதோவினைப போல இநநூலபபடிநடநதுகொள, மனிதனே.

௰௨. ஆ இயேசுசுவாமி,தேவரீர் இதறகோ ததாசைபணணுவீர், அடியார்கிரியையெலலாம மகாபிழைகுறையுமாம, இரஙகுமே.

௱௨௪. Hier lieg ich nun o Herr zu deinen Fuessen.

நானஉமமுடையபாததததிலவிழுநது, பணிகி
றேன,உமமாலேதேறறலைககணடு எனற
றிவேன,இபபோதுமஎனவினையும, எனகர்ததரே,
நீர்தேறறியருளும.

௨. நானஉமதாறுதலிலலாதேபோனுக க்கிடசச
எனவினைநீர்நெகிழ்பீராக, பெலனதர்ராளுலநான
தொயகிறேன, திடனைநீர்தநதாலநானதேறு
வேன.

௩. விடாய்த்திருககிறஎனமனதுககும நோ
வாயிருககிறஎனதேககததுககும நீர்வயிததியன,
ஆஎனவினையுமயிலே நீர்குணமாககிககொளளுங
கர்ததரே.

௪. எனமேயபபர்நீர், ஆஎனவினைத்தயவாக
பார்ததெனவினையுமனைடைககுச்சேர்பபீராக நீர்
எனவினைததேடிமேயநதுநிததமும இரககமாய
த்தறசாததுககொணடிரும.

௫. எனபொழுதுநீரே, வெளிசசங்காடடும,
அததாலேதானநீர்எனவினைமுசிபபாறறும, நான
உமமுடவெளிசசமஅனறியே இருடடிலேயிரு
ககவேணுமே.

௬. நாமஉஙகவினைபபிரகாசிபபிபபோமெனறு
நீர்சொனனீரேநீர்அதைசசெயவீரெனறு நான
நமபிஉமமைபபணிவுடனே இரககஙகேடகி
றேன,எனஇயேசுவே.

௭. நானஉமதினபததையுணர்வேனுக, எல
லாததையுமவெறுதது,வாஞசையாக நானஅதை
த்தானேநாடினேனுமே, ஆ எனசெபததைககே
ளுங,கர்ததரே.

௮. நானஉமமைமெயளனமுழுமனதாலும சிநே
கிசககிர்உமதனபிறாலும ளன்னெனுசைசொபபி,ன
எகருமமைமெய ஸுவாசததாருந,தேவமைநதனே.

௱௨௫. Wohl dem Menschen der nicht wandelt

பாதகரினதீவினைகளும பாவிகளினபாதை
சகும துற்சனரினதோழமைகளும மா
ர்ககததுககுமிகவுந தூரமாகி,கர்ததனை ந்தேடி,
தனஇதயததை யவருககொபபுககொடுததோன
எனறுமபாககியமபெருததேதான.

௨. ஆம கர்ததாவனபாசத்தநது போதிவிக
குமவார்த்தையை வாஞசையாயஆராய்நதுவந
து ராவுமபகலுமஅதை யோசிததுஉட்கொள
பவன மிகுதியுமபாககியன, அவனஆவிபென
றெனறைககும அமமனனுவிஞ்பபிழைசகும.

௩. அவனஆறறுககாலிடததில நடபபட்டு,
தனனுடைய நறகனியைததருணததில த்தநதுபுஷ்டி
யாகிற நல்மாததுககொததவன, அவனநல்ல
யோசகியன, அவனசெயகைகிலெல்கிறகும அது
நனமையாய்பபலிககும.

௪. ஆனலப்பாவமனிதர்கள காறறிலஓடிப
போமபதற, ஞாயததீர்ப்பிலேஅவர்கள தள
ளபபட்டுபபோறவர். நீதிபருடவழி கர்ததரு
ககுபபிறிதி, அதுசொடசிபபாயமுடியும, து
ஷ்டமார்ககமோ அழியும.

௱௨௬. Es woll uns Gott genaedig seyn.

புவியில்த்தெயவவார்ததையும எலலாஇடமு
மாக சொடசிபபினசுவிசேஷமும பயிரா

கிறதற்காக ககர்ததாவிராஙகி,எஙகளை யன
பாயஆசீர்வதிதது, வஞசதாமாமஉலகை த்திரு
ததததீவிரிதது, குணமஅளிபபாராக.

௨. கர்ததாவேபொயமதஙகளை நீர்ஞாயங
தீர்ததழிதது, நாருககுமெஞஞானததை நறசீர்
வாஅளிதது, பொலலாபபைநீககியுமமுட நல
வசனததினாலே சனததைநீர்மெயததருள, சன
மூமபூரிபபாலே, கர்ததாவேயுமமைபபோறற.

௩. கர்ததாவே,உமமைசசகல சனஙகளுமபு
கழ, கர்ததாவே,உமககேர்ககிற பலவிணபபூமி
தர, திரியேககர்ததர்எஙகளை யாசீர்வதிபபா,
ராக, எலலார்திரளுமஅவரை த்தெயவீகபயமாக
ப்பணிவதாக. ஆமென.

௱௨௭. O Jesu Christe wahres Licht.

மெயயொளிவான இயேசுவே, இருளிலுள
ளோர்பேரிலே இராஙகி,அவர்களுக
கும வெளிசசஙகடடவிளயிடும.

௨. பொயபபோதசசததாலஆருககு த்தபபாயி
ருககுமநிவினவு உணடோஅவர்களநெஞசிலே
மெயவாபபணணும,இயேசுவே.

௩. காணமலபபோனபாவியை யனபாயநீர்
தேடி,அவவினை க்குணபபடுததியருளும, கெடா
ப்படிகளுமோடசியும.

௪. செவியைசசெவிடருககும, உளமையரு
கருவாயையும நீர்தாரும,உமமைததான அபபோ
பினசெலலுவார்கள அலலவோ?

௫. பிறிந்துபோனயாவரை ப்பார்ததவர்களம
யககததை த்தெளியபபணணியருளும, அநதகரு
ககுககணகொடும.

௬. அடியாரோடவர்களும அவவனபுககா
கஎனறைககும கர்ததாவாமஉமமையேஅபபோ
புகழுவார்களலலோ?

௱௨௮. Iesu Komm mit deinem Vater.

இயேசுவே,நீர்பிதாவோடும வந்துஎனனைக
கடாட்சியும, பரிசுததஆவியோடும வந
து,எனனிலஎனறைககும வாசமாகததாவரியும,
எனககுநறசீர்அளியும.

௨. ஆததுமததுககினபமான உமமுடைய
வார்ததையை நமப,நீர்உறுதியான நலலவிசு
வாசததை யடியேனினவாழவுககாக எனககுஅ
ளிபபீராக.

௩. மோடசபபாதையினனதெனறு உமமு
டையவார்ததையால ககேடடநாஙகள அதில்ச்
சென்று போவதறகுநீர்அனபால அடியேன
கவனிஎழுபபும உமதாவியையனுபபும.

௪. எனககுநனறுயத்தெரிய அவர்எனனைப
போதிதது எனனையேவிடுலொழிய எனஇரு
ணடநெஞசுககு த்தேவையானதெளிவிலலை நற
குணமுஞசீருமிலலை.

௫. ஆ, நலலாவியே,நீர்தாற தெளிவால்த்தே
வனைபததான நானஉணர்நதுமனசார, என
னைநேசிததோனை நான பறறிநேசிபபதறகாக
எனககிவளிபபீராக.

௬. கர்ததர்உனனைககேளாசாககும எனறெ
னநெஞசிககட்டிலே எனககுபபயமுணடாககும
போது,இயேசுசொனனதே மெயயெனறெ
னனைத்தேறறியும அபபோதெனபயநதெளியும.

௭. இயேசுஎனனிலததஙகுமட்டும பயமில

வி அவனை நானசிநேகமாகபபறறும போது
அவர்வார்ததையை நமபுமபோதுநதேறறிவா
ருர், நலவரஙகளையுநதாருர்.

௮. அவனையுமபரிசுதத தேவவசனததையும
நேசிககாமல, அவசுதத லோகஇசசையாவுககும
உளாராகுறுமா அபபிளவர் ஆககினைகளையடை
வர்.

௯. நெஞசே, நீபயபபடாதே, இயேசுவை
விசுககாககசசே, பேயககுனமேலபெலனிராதே,
தேவசமாதானமே உனவினபபேயினளசசதிக
ருந, தபபபபணணியாதரிககும.

௰. பாவிகளினசஞசரிபபு வேணடாம,பேய
சருளளாகிய லோகததாரின ஆதரிபபு நிறகாதது
விருதா. எனசரு,கர்ததாநீர்தாமே கோடடை
யும அரணுமாமே.

௰௧. எவவியாகுலமுமபாடும, எநதசகுதும
பெலலும வநதும, அதுஉமமாலமாறும, என
வினயொனறுமெனறைககும உமமைவிடடுபபி
ரிககாது, விடஏவவுமமாடடாது.

௰௨. எனவினமீடடநீர்மூனறுமே விணணுக
கேறியபோனீரோ, நானுமஉமமுடபிறகாலே
வரவாஞசையானேனே. ஆநீர்எனனைவரசசொ
லலும, அனபுமாகசசேர்ததுககொளளும.

௱௨௯. Liebster Jesu, wir sind hier.

இயேசுசுவாமி,யுமது வசனததினபாலதேட
வநதோம,எஙகளமனது மணவினைவிடடுஉ
மமைசசேர எஙகளசிநதையைநீர்மூறறுந தெய
வசொலலுககுளபபடுததும:

௨. உமதாவியெஙகளில அநதகாரததையறு

தது, ஒளியைவீசாமாகில, புததிசசனமெலலாம
இருடடு. சீர்கெடாகுமநறசிநதிபபு உமமுடை
யாடபயிபபு.

௩. மகிமையின சோதியே, சுவாமி,நாஙகள
மாயமற பாடிககெஞசி,நெஞசிலே வசந
தைககேடடுனா, வாயசெவிமமுகஙகளு ஞா
திறவுணடுபோகபபணணும.

ஞானஸதானததின

பேரிலேபாடுகிறபாடடுகள.

௱௩௰. O Gott, da ich gar keinen Rath.

ஆ, சுவாமிஎனபிறபபிலெ உமககுததூர
மான நானமீணடுமஞானஸதானததால
உமககுபபிளளையான சீர்மாறுதலமாபாககியம
ஆ, உமககுஇஸதோததிரம, பிதா,குமாரன,
ஆவி.

௨. நீர்எனனைததளளிபபோடடவும தெணடி
ககவுமஎனபாவம எனனைநோவெதஙகியும நீர்
எனமேலபபாதாபம வைததெனைஉமமணடை
யிலே அனபாசசேர்ததுககொணடீர, ஆத
யவுளளசுவாமி.

௩. இததாலெனனபிதாநீரே நானஉமமுடை
யபிளளை பெலட்சயததைஎனனிலே நீர்கணடும
மோசமிலலை நானபததியாயுளளதாழமையில
மனனிபபுககேடடுககொளளுகில நீர்எனசெபத
தைககேடபீர்.

௪. திரியேகரான உமமையே நானமுழுபபததி
யாக பபணிநதுஉமககேர்ககவே நடபபேன

னற்தாக இஸ்தானததாலேயடியேன உடன
படிசசைகபணணினேன, இதைநிவினபபேறுகை.

௫. பிசாசைநானசமூலமாய எனமனதாலேவ
றுததேன எனறபபோதுமககுமுனபாய நான
வார்ததையைககொடுததேன. ஆ, அதினதநதிரங
களின நானவெலலளள இதயததை நானஉமககொ
பபுவிபபேன.

௬: பொலலாதமாஙகிஷததுட துறிசசைசகும
நானசாக ககடனஎனமேலிருககிற படியால,
நானநனருக ப்போராடி, சிலுவையிலே அதைய
றைகிறதுககே நீர்பெலவிளையளியும.

௭. பிதா, குமாரன, ஆவியே, நானஉமமைபப
றறிவநது, நானஅனறுதநதவார்ததைககே இ
சைவாயத்தான்நடநது, முடியபபாவததுககே
ளிவ இடஙகொடாமல, மோடசததில உமம
ணடைசசேர்வேணுகை.

௱௯௧. Gott Vater, Sohn und Heil'ger Geist.

திரியேகரோ, தயாபரா நீர்ஞானஸ்தானமான
முழுககாலஙகளிமகா பெரியதயவான
அனபோடேபாவஙகளற சுததிகரிததஊனனத
அருளுககுபபுசமூசசி.

௨. நானபாவமுளளசாதியில பபிறநதகெடட
பிளவிள, நீர்தெயவமெனறெனமனதில பபணி
நதளணணமிலவலி, நானஉமககுளநேரமூசு தெ
யவீகவசனததுசகும `எதிர்பபதேனனசுபாவம.

௩. இததன்மைகெடடோனாகிய நானமீளவும
பிழைதது வெளிசசஙகணடுசேர்பட, நீர்என
மேலபபடசமவைதது, இபபாவியைஇஸ்தானத
தால வேறுககசெனிபபிசசையால க்கடாடசித
தீர், பிதாவே.

௪. என இயேசுவே,நீர்எனககாய இரததஞசி
நதினாணட பலன இஸநானததிலுணடாய, ப்பிற
பபால்ஏனவளையாணட எனசாபததைவிலககுது,
ஆதாமஇழநதவாழவுககு- த்திருமபவுமஉளளாக
கும.

௫. தெயவாவியே,இபபோநீர்தான எனனா
விககனபாயத்தாற பெலததசாடசியாலேநான
மகிழநது,மனதார அபபாபிதாவேயெனறதாய
ககர்ததாவைநோககி,பிளளையாய விணணபபஞ
செயயககூடும.

௬. நானஇதைநிததஞசெயயவும, இஸநா
னததிலத்தரிதத எனொடசணையெனறைககும
விடாமல,அவர்கிடட பிசாசினமோசமயாவை
யுஞ செயிககச்சததிதேடவும அடியேனைநீர்
எவும.

௭. தயாபரா நானஉமது தெயவாலயமாய
ப்போன கனமளபபோதுமஎனககு இககடடுவ
நதால,தோனற நீர்அதையெனககுநனறாய என
விசுவாசநதிடனாய இருககநிவிபபூடடும.

௮. நானஉமமுடையோனாகவும இஸநானம
பெறறேனெனறு எநதெநதபபாவஙகளையும
விலககி,பேயைவெனறு என ஆவிதேகமயாவை
யும, கர்ததாவே,உமககெனறைககும மெயயா
ய்பபடைபபேனாக.

௯. நானபெலவீனததாலவிழும போதோ,
அனபாயமனனியும, ஆயெனவினையனுதினமும
மேனமேல்ச்சுததிகரியும. கர்ததாவேயெனவினைமு
ழுதும நீர்மீடடுசசேர்ககுமடடுககும கானமா
யமறறிருகக.

௱௯௨. Christ unser Herr zum Jordan kam.

தெயவீககிரியாவுகளுக சரிசெலுததவநத
இரடசகர்இஸதானமும யோர்தா
னிலபெறறு,அநத தாஞசாசபபோறசாவுககே
முனனடையாளமான முழுககுடபலனிலே நாமப
ஙகடைவதான இஸதானததைககறபிததார்.

௨. இபபோதுமஞானஸதானததைக் குறித
துகர்ததர்தாமே கொடுததெயவசாடசியை
நாமநமபஞாயமாமே, இதுதெயவீகவசனம
உணடானதணணீர்எனறுந தெயவாவிஎனகிற
வரம அததோடேறறுணகுதெனறுங கர்ததா
வினவார்ததைசொலலும.

௩. அநநாளிலுமநடநததை நினைததுக்கொ
ளவோமாக யோர்தானிலநிறகுமஇயேசுவை ப்பி
தாமகாஅனபாக க்கணணோககிஇவர்நமது பிரிய
மைநதனான சுதனஎனறார்அநதடவு நாமுமஇவ
ர்ககுளளான இஸதானததாலப்பிரியர்.

௪. புறாரூபமாயத்தெயவாவியார், நதியிலஇ
யேசுநிறக, வநதிவர்மேலிறஙகினார்.. மூனறுளும
ஒருமிகக நாமுமஇஸதானமபெறுகில ச்சமீப
மானோர்எனறும, இததாலேநமதுளளததில க்கு
ணநதாறுர்களெனறும நாமநனறுயநமபததானே.

௫. இரடசகர்உரைததது: போய,நாசிவனு
ன எலலாருககுமநமமணடைககுத் திருமபுவத
றகான நலலுபதேசஞசொலலுஙகள, ஆர்விசு
வாசமாக இஸதானமபெறறு,உஙகளசொல ப
டியேபததியாக நடபபானோ,பிழைபபான.

௬. ஒடசிபபினதெயவதயவை யார்விசுவா
சியாமல ப்போறானோஅவனமோடசததை யடை
யவேமாடடாமல க்கெடடாககினைககுளளாகி

ருன, தனசுயநீதியாலே வீணா அவனஉபயினுன,
ஆகாமரததினுலே கனியேதெனறுரைததார்.

௭. தணணீராமாததிரஙகளாலை க்கணடா
லும,விசுவாசம அததோடேஇருநதினொததத
தால உணடானபாவநாசம இருநகுதெனறறி
யுது. ஆம,ஞானஸ்தானததாலே பொடசிபபுயா
வுமநமககு ப்பகிகக,ஆவியாலேநாம புதுசசிஷ
டியாஞேமே.

௱௩௩. Du Volck das du getaufet bist.

நீ ஞானஸ்தானமபெறறதால, நீகிறிஸ்துவுக
குளளான ஆளாணுய,உனககிருவை மாஅல
ஙகாரமான பேர்வநதது;ஆ,உனககு நீஞானஸ
தானமபெறறது மாபாககியமெனறெணணு.

௨. உனனதமானகறதனை விலகிபபோறதான
மகாபொலலாதசுபாவததை நீயுனவினபபெறற
தான உனதாயினகெர்பபததிலநதானே உறப
ததியானநாளிலே அடைநததுமெயயாமே.

௩. கர்ததாவினசாயலபாவததால இலலா
தேபோனதாலே உனசுபாவமயாவுமபேயினுலை
ப்பாவவிஷததினுலே கெடுததுபபோடடபபட
டது, பிறநதநாளிலசசுவாமிககு அததாலநீபிள
ளையலல.

௪. ஆசையினுலேசாபமுங கறதாவினகோ
பஞசாவும உனமேலிருநதுதிதுவும அலலாமல
உனனிலயாவும பிசாசினவசமானதால நீயென
றுமஅதினகடடினுலை சகடடுணகமோசமாசசு.

௫. இபபோதுமஞானஸதானததில ககர்ததா
வினதயவாலே இசசேடெலலாமமனிதரில மூறி
யும,ஆதாமாலே கெடுககபபடடதுகளெலலாம

திருமபவுமநறசிருணடாம. ஆ,சுவாமிககுபபுகழ்
சசி.

௬. நாமஞானஸதானமபெறுகில ப்பாவ அழு
கருநீஙகும, நமககுபபேயினகாவலில இருநத
கேடுநீஙகும அறுநதுபோஙகர்ததாவுட பிரி
யமைநதாகிற கதிநமககுணடாகும.

௭. ஆம,அதுமறுசென்ன் முழுசகுஅததால
ச்சாவும, தெயவீகசோபம,நாக கெடியுஙகே
டுமயாவும இலலாதேபோறதனறியே கர்ததா
வின ஆசிர்வாதமே நமககதாலஉணடாகும.

௮. இராடசகரினநீதியை நாமஞானஸதான
ததாலே தரிககிறோம,நாஙசெயததை த்தமமு
டமீடபிறுலே அவர்குவஙதநது,தமது இரத
ததாலேநமககு ச்சுததிகரிபபைததாருர்.

௯. ஆ, ஞானஸதானமளததவின யாரோகசி
யஙகொடுககும, இததணணிர்ஆததுமஙகளி
யெலலாநிறபநதததுககும விலககும,அநதபபெ
லனறு கரததாவினவார்ததையாலலலோ அதுக
குணடாயிருககும.

௰. அததோடேதேவஆவியார் மிகுநதசய
வாக நமமுடமேலஇறஙகிறுர். மாஆறுதலு
மாக திரியேகானஉனனத சர்ததாவினநாமம
நமமுட இஸதானததைததிடததும.

௰௧. மனிதனே,அததாலககர்ததா மாஉபகா
ரமாக உனமேலவைததிருககிற பெரியஅனபு
ககாக நீயவரைஇஸதோததரி, அததயவுகவளையினி
மாளணணமாகளணறு.

௰௨. இஸதானததாலேசிறிஸதுவில ப்புதியசிஷ
டடியான நீநஙாருயககிறிஸதுமார்ககததில வள
ர்நதுசுததமான நடகையிலநிலைததிரு, அபபோ
துனகர்ததர்உனககு க்கிரீடததைககொடுபபார்.

பரிசுததஇராபபோசனததின

பேரிலேபாடுகிறபாடடுகள.

௱௩௪. Schmuecke dich, O liebe Seele.

ஆததுமாவே,உனவிணசசோடி, அநதகார
ததைவிடடோடி, ஒளிவணணடைவநது
சேரு, மகிமையடைநதுதேறு. ஜனககினறுக
டடசமுளள கர்ததர்தமமுடஅனபுளள பநதி
யிலபபொசிககததாருர், உனனணடைககுததஙக
வாருர்.

உ. பொசகிஷிஙகவிளியளிசருந தயவாசவந
துநிறகும உனபத்தாவுசகாசைசயோடு சீககிரம
ளதிர்ககொணடோடு; நெருசலவாசலிதிற
நது: நேசரோயெனகிடடவநது வாசமபணணு
மெனறுசொலலு, அவனைபபணிநதுகொளளு.

௩. நறசாககைததேடிவிற்கும போதநேக
மாயபபிடிககும. நீரோ,சுவாமி,ஈடடைபபாரீர்,
இலவிசமாகததாறிர். லோகமளஙகுமஉளளநலல
பொககிஷஙகளஈடுமலல, இநதமனறுஇநதரத
தம யாவிலுமஉயர்நதத்தம.

௪. ஆ,இபபோசனததினமேலே வாஞசைய
ணடிமமானுவேலே, நீர்சஞசீவியாயககொடுக
கும ஊணினமேலபபசியிருககும. இநதசசீவ
பானததாலே தாகநதீர்சசஆசையாலே ஏஙகி
றேன,அதநாலநனறுக நானஉமமோடேஐகக
மாக.

௫. நானசநதோஷததாலநிறைநதேன, நான
நடுககமுமஅடைநதேன, ஒணடுமஇபபோதெ
னனிலஉணடு. இநதபபரமவிருநது. எநதஅர்பபுத

ஙகளுககும மேனமையானதாயிருககும, உமத
னபும்மெதத ஆழம, சததியும்மகாவிஸ்தாரம.

௬. லட்சமபெருககுககொடுககும இநதஊண்
மாளாதிருககும. ரசததோடுஙகிறிஸதினொத
தம தானேனளயபபடடதத்தம எனறுசுபாவகக
ணகாணாது, நார்புத்திககுநதோனறுது, தெயவ
ஆவியாலதெரியும சணணுககேஅதுதெரியும.

௭. இயேசுவேமகிழ்ச்சிககான அனபுஙகிரு
பையுமான பகலோனேவானராசா, உணமை
யானவிசுவாசப்பதத்யாய,எனஆவிதேற, இநத
ப்பநதிககுநானசேர ககடாடசஙகூருமாறதாக
க்கேடகிறேனசாஷடாஙகமாக.

௮. வானமகிமையைவிடடு, சிலுவையிலேம
ரிதது, உமமுடையரததஞசிநத உமயிலத்தீயை
பபோலஎரிநத அனபினலேநானமிறைய எனக
குநீர்உமமுடைய மாஙகிஷததைஉணகதாறீர்,
ரததமுமஇறைககவாறீர்.

௯. ஜீவனினமெயயபபமான இயேசுவே,ர
டசிபபுககான இநதபபநதிகளுவீணாக, அலலதெ
னககுககேடாக நானசேராமல,இனறுவே உம
முடையநேசததாலே ஒபபிவாரேனோடினியுஞ
சாப்பிடனககரியும.

௱௩௫. Hier ist der Herr zugegen.

இ இயேசுஇவவிடததில இருககிறாரலலோ?
எவர்களஆததுமததில த்தெயவபயமுண
டோ, அவர்களகணணுககு ரடசிபபுடவழி
யும மோடசானநதகதியும இஙகேதெரியுது.

௨. ஞாககததிறுலநிறைநது, மெயவிசுவாச
மும. நமபிககையும அடைநது, இபபநதிககுவ

ரும மனததரிததிரன தளளபபடான, அனபாக அவனபஙகாளருக ச்சேர்ககபபடுகிறுன.

௩. ஆர்பிரயாசபபடடு ப்பாரஞ்சுமநதாரோ அவர்களபயமறறு ச்சேரடடும, இஙகயபோ கிறிஸதினசரீரமும இரததமும அனநத சதியுண டாக, அநத ப்பெருககக்கபபடும.

௪. கர்ததா வுடசனததை யிபபநதிதேறறுது: தஙகளபெலடசயததை யுணர்நதவருககு அத தாலபபெலனவரும, பேயகளும பததியாலே வ திர்பபதறசதாலே மணநதிடபபடும.

௫. நாம மனததாழமையோடே இருநது, பாவததை மெயமனஸதாபததோடே நிவிரத து, நீதியை மாவாஞசையுடனே துடர்நதால, கி றிஸதுதாற இநதவிருநதாலவாற பலனபெரி யதே.

௬. இபபநதியிலப்பெரிய அனபுவிளஙகுதே, ஆசையிஞலத்திவவிய சிநேகததுடனே அடுததவ னையும நாமநேசிபபதறகாக அதுநமமைநன ருக எழுபபிபபோதிககும.

௭. ஆ, நானும ஆசையாக இஙகேவருகிறேன; என இயேசுவே அனபாக நீர்எனனைநோககு மேன. நீர்எனககுமமையே ராபபோசனததிஞ லே கொடுககிறீர்இதாலே நானெனறுமவாழ வேனே.

௮. ஆ, எனனைததயவாக இபபோதுயிர்ப பியும, நானஉமமைசசிஷிருக ப்பினசெனறநே நேரமும, மாருடடமனறியே எனமுகிவுமட டாக உமமிலநிலைபபெறுக, எனசுவாமிஇயே சுவே.

௱௩௬. Wie wohl hast du gelabet.

ஆனதநவிணநனருக, நீர்தேறறினீர்என இ
யேசுவே! நீர்உமமைததானஉளளுககு இ
பபோகொடுததநதீரே. இததால அடியேனு
ககு நீர்செயதகிருபை நீர்எனவிளவிடடது
ககு எனககுமுததிரை. ஆ,மா அருமையான இவ
வனபுயாவுசகும உமககனநதமான துதியுணடாக
வும.

௨. இதநயவைநிவிணதது நானஎனறுமஉம
கடுகனறுட இருதயததைததநது சனமா
ர்ககமாயிருககிற நடககையாயநடநது, நீர்கா
டடுமபாதையில உமமைபபினசெனறுவநது,
மெயவிசுவாசததில எபபோரிலுமநிலைகக, அடு
ததவரையும அனபாலஅரவணைகக இதென
னைஏவவும.

௩. இநதமகாஉசநத அதிசெயசிநேகமாய
நீர்எனககுமமைததநத படியிறுலேஉணமையாய
அடியேனஎனனிலுளள இருதயததையும எல
லாததையும அனபுளள கர்ததாவே,உமகருந தா
றேன;ஆ,உமமிலநானும இனியெனறெனறை
ககும இருககவுமநீர்தானும எனனிலிருககவும.

௱௩௭. O Jesu meine Wonne.

என இயேசுவேஉமமாலே நானமீடசபபட
டதாலே நானபூரிபபாலநிறைநதேன, பே
ரினபததையடைநதேன.

௨. உமமாலநானஎனறுமவாழ இபபநதியி
லநீர்தாற ஞானததிரவியஙகள பாததினபொ
ககிஷஙகள.

௩. இவவேளைகளுமிருககும பசிகளுநதாகத துககும நீர்பூரணததைததாறீர், நீர்எனனைத தேறறவாறீர்.

௪. மாபாடுகளினாலும அகோரவாதனையா லும நீர்எனகடனைததீர்ததீர், அததாலத்தான எனனைமீடடீர்.

௫. மகாகூககுரலோடும இரததவேர்வை யோடும கணணீருமவிடடுநீரோ எனனைவிடு விததீரோ.

௬. எனபாவஙகளைமூட நீரோ இததோடுங கூட மரிததீர், இதுககாக துதியுமககுணடாக.

௭. இததயவைருசிககும எனஆததுமஙகளி ககும, இததால்எனகேடுநீஙகும, எனநோவ னைததுமநீஙகும.

௮. நீர்வானததாவினைததநத மிருதியுமஉயர்நத தயவைபபததியாக நினைததுககொளளவேணுக.

௯. ஆ,இனனமஎனனிலக்காணும பாவஙகளை நீர்தானும அகறறிபபோடவாரும, ஆ,எனனை யாணடுகாரும.

௰. வெணவஸதிரமஉமமாலே எனககுணடா னதாலே மாபாககியவானுனேன, உமமோ டுமஐககமானேன.

௰௧. ஆ, நேசமே,உமமோடே நானஎனறும வாழுகையோடே இவினநதுகொணடோணுக உமமிலநிலைபபேணுக.

௰௨. செபததிலக்கருததோடும நோவிலபொ றுமையோடும இருநதெபபோதுமாக பிசா சைவெலலவேணுக.

௰௩. இபபூமியிலநானசெயயும எவவேலை களிலேயும நானஉமமைபபூரிபபாக த்தினநது திபபேணுக.

௰௪. முடியநானசெவிததா, பாககியமாயம
ரிதது, எழுநதனநதமாக அஙகுமமாலவாழ
வேளுந.

௱௩௮. O Jesu, du mein Braeutigam.

எனபாவததினநிவிர்த்தியை யுணடாககஅன
பாயசீவனை க்கொடுததுச்சிலுவையிலே
மரிதததெயவமைநதனே !

௨. அநேகபாவஞசெயதோனாய மாஎழை
யுமநசனுமாய சாபபோசனததுககுவரும அடி
யேனைததளளாதேயும.

௩. நீர்பாவிககுஇரடசகர், நீர்யாவையுமு
டையவர், நீர்பரியாரி,நீர்எலலாங, குணநதாஉ
மமாலேயாம.

௪. அதிபபடியிருககசசே குணமஅளியும,
இயேசுவே, அசுததமானயாவையும நிவிர்ததி
யாககியருளும.

௫. இருணடநெஞசிலஒளிவும மெயயானவி
சுவாசமுங கொடுததெனமாஙகிஷததையே அட
ஙகபபணணுங,கர்ததரே.

௬. நானஉமமில,வானததபபமே, மகாவண
ககததுடனே புசிதது,உமமையெனறைககும
நினைததுககொணடிருககவும.

௭. பொலலாததுர்ககுணஙகளை யவிததுஎன
இதயததை யனபாலுமபததியாலேயும நிரப
பிச்சோடிததருளும.

௮. நல்நாறறையெனனிலேநடும ஆகாததைப
பேர்ததருளும. என்நெஞசில்வநதுஎனனிலே
எபபோதுநதஙகும,இயேசுவே.

௯. நான இவவிருநதின்நனமையால ச்சுததாங

கருணையபபிதாவினாலே மனனிபபைக்கிருபையையும
அடையசசடடவனியிடும.

௰. ஆ, இயேசுவே, நானபண்ணின நல்நிற்ணி
யமபெலபபட பிசாசையோடடியருளும, தெ
ய்வாவியெனனையாளவும.

௰௧. ஆ, உமசெனனையாவினும நீர்வர்த
தோணககியருளும! தினமுமெனககுமமிலே சுகம்
ளியுஙகர்ததரே.

௰௨. நானசாகுமபோதெனஆவியை மோ
டசானநதத்திலஉமமணடை சேர்கதெனனையும
மாலனனறைககுள திறிததியாகக்யருளும.

௱௩௯. Als Jesus Christus in der Nacht.

நல்மேயபபர்ஆடுகளுககாய மரிககவநதுசா
வில கிடநதநமமைததயவாய நினைககும
அனறுராவில;

௨. அனபுளளகையிலஅபபததை யெடுததுஸ
தோததிரிதது, அதறகுபபிறகு அதை ச்சீஷாகக
ளுககுபபிடடு:

௩. வாஙகிபபுசியுஙகள, இது உஙகளுக
காயபபடைதது க்கொடுககபபடடஎனது சரீர
மெனறுரைததது;

௪. பிறபாடுபாததிரததையும எடுததுததநத
னபாக உரைததது: அனைவரும இதிலககுடிப
பீராக,

௫. இதாககினைககுளளாகிற எலலாருடமீட்சிக
குளு சிநதபபடுவதாகிய எனரெததமாயிருககும.

௬. புதுவுடனபடிககைககு இதோஎனசொ
நதரொததம இறைககபபடடுபபோகுது வேறே
பகியபததம.

௭. முனனுளப்பலியெலலாமநிழல் நானேகட் வினததீர்பபன, எனறொததததாஙகொடசிககுதல உணடாகும,நானேமீடபன.

௮. இதுகளஅககிரமஙகளின க்குவிலகதிறைற பாடே, இதறகுசசேர்நதெனபடசததை நிவின யுஙகளெனறுரோ.

௯. ஆ,சுவாமி,உமககேனறைககுந துதியுண டாவதாக! இபபநதியாலஅடியானும பிழைத துககொளளவேணுக.

௱௪௰. Jesus Christus unser Heiland.

இயேசுகிறிஸதுநமககாக த்தெயவஆடடுககு டடியாக மாணடுமாஅனபுடனே அநநா ளிலநமமைமீடடாரே.

௨. இதைஞாபகபபடுதத த்தமமுடையபரிசு தத மேனிரொததததையுமே உளளுகஇஙகேதா றுரோ.

௩. சேரபபோறவனநனறுக தனவினைததான ஆராயவானுக, எனனிலஅபாததிரன ஆகா ப்பலன அடைபவன.

௪. உனக்காயசசுதவினைசசாக த்தநது,இததவினை நனறுக இபபோதுனவினைபபோவதிககும பிதா வைநீபுகழவும.

௫. இதுபாவத்தாலஅடைநத கனதுககததா லநிறைநத பிணியாளிககுமஉளளும எனறுண மையாயநீநமபலாம.

௬. இதைஇயேசுவணடைசேரும நெஞசகண ணீரோடேதேடுந திருமபாதமனதாய சசேரா தே,நேரஸதனுவாய.

௭. இஙகேவா,நாமஅனுசாரி, ரோகிககே

நாமபரியாரி, எனவினபபறறும,ஏழையே என
றவர்தானேசொனனாரோ.

௮. நீஙகலலோனாவமீடபேது? அபபோகி
றிஸதுசாவதேது? தனவினததான சார்நதோரு
ககே இபபோசனமுனுசெலலாதே.

௯. விசுவாசிதது,பணிநத மனதையுடைந
தோணிநத பநதிககாயிததபபடடான, இதநா
லேஅவனதேறுவான.

௰. கர்ததர்கிருபைபுரியும அனபால்எவவபப
டுநீயும உனசகோதரனுககு அனபாயஇரங
கிககொணடிரு.

மெயயானகிறிஸதுமாறகததின

பேரிலேபாடுகிறபாடடுகள.

௱௪௧. Jesu selbst, mein Licht, mein Leben.

எனனிடததிலேபடிகக வாருஙகளெனறென
னுட சீவனாயிருககிற இயேசுசொலலி,
போதிவிகக வநதிருககுமபோதகர் ரடசகரு
மானவர்.

௨. ஆ,எனசெனமபாவததாலே எனனுடைய
மனது கெடடுபபோயிருககுது! யாவுமளன
னிலஅதினாலே மாறுபாடாம,எனனிலே மாங
கிஷீசருணமுணடே.

௩. இயேசுவே;எனனிலுணடான பொய,அநீ
தம,பெருமை, குரோதமமுதலானதை வேர
றுககிறதுககான பெலனைததநதருளும, சீர்
அளிததுரடசியும.

௪. தேவரீருடதயையை, படசம, நீதி, சறகு

ணம, பரிசுததம,சததியம, மாஇரககம்,பொ
றுமையை யெனஇருதயததிலே நடடுவையும,
இயேசுவே.

௫. தேவரீரைநானபினசெனறு உமககுகக
னமவர நான்நடநதுஉமமுட சீஷருககுஉமககெ
னறு எனவினததநது,மாயகைககும லோகதது
சகுருசாகவும.

௬. எனவினையுமதாவியாலே நீர்நடததியுமது
நலவரததைதயெனககு கிததநதநது,அதிறலே சிந
தைசெயகைபாவையும நீர்ஆசீர்வதததிரும.

௭. ஆ,எனமுடிவுமடடாக, இநதஅனனை
க்காணபியும, பிறகுநானஎனறைககும உமமை
மலததாழமையாக போறறவுநதுதிககவும பா
ககியததையருளும!

௱௪௨. Mein Gott du weist am allerbesten.

எதெனககுநனறாயிருககும எனறுமககுததெ
ரியுது நீரேயெககாரியஙகளுககும அதி
பதி,ஆ,உமககு நானஎனவழியொபபிவிபபே
னே! எனசுபயோகமவீணோமே.

௨. எனமனதிலஉமமைபபறறுத வீணநினை
வைபபிடுஙகுமென; எனஆததுமததுககுவாங
காத நறசிநதைவேணுமெனகிறேன. ஆ,எனவினை
நனறுயச்சோதியும, உணமையுமாககியருளும!

௩. நீர்எனபிதா,நீர்பாவியான எனசகென
பிதஙகளை மனனிததது,இயேசுவால அனபான
தயாபார்தானஎனபதை யபபோமாததிரியத
துடன நானசொலலிககொளளததககவன.

௪. நீர்எனபிதாஎனறுணமையாக நானசொ
லலககூடுமேயானால, அபபோதிககடடுசெய

மாக த்திருமபிஉமதனபிறவை த்திகநிபபாயமா
றிபபோரூதே, இரககமுளளகர்ததரே.

௫. இபபோதுமநீர்மாதயவாக ஃகொடுதத
நலலவார்ததையை பபெலததவிசுவாசமாக நான
பறறியேழைமனதை யததாலேதேறறநீர்தரு
செயவாவியாலேயநவும.

௬. அறுதிவஸதுவே, அனபாக லோகமஉண
டாகுமுனனேதான நீர்உமககெனவிளபபிளவி
யாக நிற்ணிதது,நரகததிலநான விழ பபடிக
குக்கிறிஸதுவை யெனககுததநததேதயை.

௭. எனகுறறததுககுமஆககிலலாககும நான
தபபிபபோகஅவரே பொடசிபபுளனககெனறெ
னறைசகும உணடாககபபணணிரோமே, இது
ககுததெயவஆவியார் மூததிரையாயிருககிறார்.

௮. நீர்எனவிணயிநதநாளமடடாக நடததின
கிருபைககு நானஎனனசொலவேன,பிதாவாக
நீர்எனவிணபபாராமரித்தது அதிசெயம,இனிய
ஙகே மாளாதவாழவுநதாறீரோ.

௯. ஆ, உமதனைநானசிநதிககும போதெ
னதாவியெனனிலே மிகுதியாசவுஙகளிககும! ஆ
மெததவுமநானஉமமையே நேசிபபேனெனப
து நானஉமமைககேட்கிறமனு.

௰. இபபோதுமஉமமுடையோனுன நான
உமமுடபுகழ்ச்சிககு ப்பிதாவேபரிசுததமான
படிநடககஉமது ஒததாசையையெநநாளிலும
அடியேனுககுஅருளும.

௰௧. எனபேசசிலுஞசிநதிபபிலேயும வேலை
யிலேயும்நீதியை விளஙக,நீர்சகாயஞசெயயம,
அதுமமால்ஆகவேணுமே, இலலாவிடடால்அ
தில்எலலாம மிகுநததாறுமாறுணடாம.

௰௨. எனமேலஉபததிரததைவர விடடீரா

ளுவநீர்எனககுச்சகாயராயததிடவிளததா வநதே
னுடையமனது பணியவுமஅமரவும நீர்என
வினையேவியருளும.

௰௩. ஆஉமதாவியினவாததை யெனமேலே
ஊறறும,சர்ததரே! அதெனனுட இருதயததை
நறகுணமாககுமனவாமே. இனிநாளனறுமஉ
மமிலும, நீர்எனனிலுமிருககவும.

௱௪௩. Erlucht mich, Herr, mein Licht.

துணைதாருங,கர்ததரே, என்நிலமையேதெனறு
நானதானஅறியேனே சீர்முநதியதிலுந திரு
நதலாகியும, பேதைதெனறெனககு நனறுயத
தெரியுது.

௨. முன்நிற்விசாரணைய நான்எனவழியிற்
செனறு மாசாஙகோபாஙகமாய பபிழைததிரு
பபேனே, இபபோதோநிததமே திகிலுமபய
மும என்நெஞசைவாதிககும.

௩. சரீரநோவிலலை இததுயரமவாராது,
வெளகேசநஷடடததால அடியேன்நெஞசிலே
துககிபபும்இவவளயே வேறலலவெனககு உண
டாயிருககுது.

௪. உள்ளேயெனஆவியில ததிகில்உணடாய
வாஙகாதே அறுததுவருது, நானதெயவபிள
ளையோ? எனமார்ககமஎர்ததோ? எனறேனன
மனது விசாரமிடுது.

௫. திரளசசனததுககு ச்சிறிஸதோரினநாமமு
ணடு, ஆறுலுநதனது பிரியஇசசையை வெறு
ததுகிறிஸதுவை பழிசெலபவனுககே இப
பேர்அடுககுமே.

௬. வருநதிணடிபபுட பயததால அகஙியாணி

தவிழததிருககிற அநதநதப்பாவததை நானவிட்
டதுகவா விலகினால்அபபோ அததால்நான
நலவோரோ?

௭. தனமானஙகிஷடதுககுந தனமனதுககும
ஏர்தத தனயோசனையயும பொயவாழவை
யுமெலலாம வெறுததது,தனககாம வெள்சசம
இயேசுதான எனறேனமெய்மார்ககததான.

௮. மாஆசையுடனே: எனஇயேசுவே,நீர்தா
னே எனமீடபரானீரோ, நானஉமமையபறறி
னேன, நீரொனவினையாளுமென எனறேஙகும்ம
னிதன மெயப்பததியுளளவன.

௯. இநதடவாகிய குணமிலலாதோனபகதி
வீணதான,அவனுட நெஞசினனுசுவாமிககு
விரோதமானது; நலமார்ககமாயிரான, மண
வில்க்கடடினன.

௰. இவவணணததானநானே எனறெனவினத
தான அதடடிப்பகைககவேணுமே. எனறொட
சகரிலும புவியுளுசிஷடியும எனகெடடநெஞ
சுககு பபிடிததிருநதது.

௰௧. நெஞசே,இபபோவிழி, துணிசசலதே
வையாமே, இலலாவிடடாலஇனி மூசிபபுஆ
றுமோ, நீயாவையுமிபபோ வெறுததுஅவர்
ககு உளளாலுவ,ஆசசுது.

௰௨. மாளாஜசுவரியம அவர்வசமஉணடா
மே, அவர்மகததுவம அளவிலலாததே. ஆம
ணணினபூசசியே, இககர்ததருககிபபோ ஆதீ
னமாகாயோ?

௰௩. புவியுமவானமுமம இனிசசமூலமாக ஒழி
நதுபோயியும, ஆவரினஅரசு நிலைததிருககுது
அவர்களுளளானவர் எபபோதுமபாககியர்.

௰௪. ஆனலக்கர்ததாவுடன இபபோதொபபுர

வாக மனமிலலாதவன பினபாககினையினகீழ. ஆறததவிரககணணீர் விடடாலும, அதிலே இருநதுநீஙகானே.

௰௫. கர்தாவே,எனனைநீர் ஒடசிபபுககுளளாக அனபாய அழைககிறீர், இதோ,என ஆவியும எனநெஞசுநதேகமும அனைததும உமககு ஆதீனமாகுது.

௰௬. நீர்எனனையுமககே பொருநதுமபடியாக நடததுங,கர்ததரே, அடியானஉமமுட புகழசசிககாகிய முடடாகிறகதி அசபபடடால சசரி.

௱௪௪. Herr lehr mich thun.

கர்ததாவே,உமககேர்ததபடியாக நடககனனையுபதேசியும, தெயவேவுதலினாலஎந நேரமும பாததுககுநேராயநானபோவேனாக, விசுவாசததிலத்தேறிலோகததை வெறுபபதறகு நீர்செயயுநதுனை.

௨. நானமாயததுககுமநிறவிசாரததுககும இடஙகொடாமல,சுததஉணமையாய ச்சனமார்ககததிலமாசறறசீருமாய இருநதுதேவரீர்கறபிததிருககும வெளிசசததினவழியிலநடகக நீரோசகாயமபணணுமஎனகர்ததரே.

௩. எனனாலநீர்மகிமைபபடுமபடிககு என வேலையாவுஞசெயயபபடுதோ, கேடாயமுடிவதைநடததேனே. எனககுககாடடபபடடநலவழிககு புறமபானேனேனெறனனைசசோதிககுங கருததுககெனனையேவியருளும.

௪. ஒடசிபபைநானடுககததோடேதேடி, பினனானதைமறநது,உனனத ப்பொருளுமபொககிஷமுமாகிய உமமணடைமனவாளுசையாக

எறி, பிறவஞ்சியததினமாயகையாவையும வெ
றுககளனவினயும மணடைககிழும.

௫. நீர்சர்வவியாபி,நீர்காணுத ஒனறுகிலும
இல்லாதிருககையில நானஉமககுபபயநது,பாவ
ததில விழாதிருபபதறகு,நானவாயகாத சாக்கி
றதையாயவிழிததிருககவே எனககணவினததெளி
வாககுஙகர்ததரே.

௬. எனமேலநீர்வாபபணணசசிததமான உப
ததிரததுககுளளமனது பயபபடாமல,தேவரீ
ருககுநானகீழபபடிநது பிளவிளபபததியான
குணததைககாடடி,நானஎல்லாததையும பிதா
வாமஉமககொபபுவிககவும.

௭. ஆ, இஙகேதாணுமஉமதினபமான நன
மைகளினருசியையெனககு ததநதருளுமஅபபோ
தெனமனது இபபாளததாககிலேதனககுண
டான வருததததைசசகிககிறதுககு அதுஉத
வியாயிருககுது.

௱௪௫. Herr Jesu ew'ges Licht.

கர்ததாவாமஇயேசுவே, அடியார்நெஞசிலே
புதியசீர்உணடாக, நீர்மாவெளிசசமாக வி
ளஙகி,நிததமும அதிலபபிரகாசியும.

௨. நீர்மகிமையுட பிரகாசமாகிற கர்ததா,
நீர்பாவியான அடியாருககுணடான இருளஅ
ளைததையும அகறறியருளும.

௩. உமமாலலாமெல்லாங குறையறஉண
டாம, பிதாவினசாயலநீரே, எல்லாஞசீராககிறீ
ரே, நீர்தெயவதயவை ககொடுககுமமுததிரை.

௪. மகாவெளிசசமே, அனறுமபொழுதே, நா
ஙகளஉமமாலநலருக சேர்படததககதாக நீர்
எஙகளநெஞசிலுந தினமஒளிவிடும.

௫. அடியார்உமமிலே பிரியலனறியே
நிலைககநீர்அனபோடும நலலாவியினஈவோடும
அடியார்நெஞசிலே இறஙகுமஇயேசுவே.

௬. அடியார்பததியாய உமககுககனமாய
வெளிசசததிலநடகக, நீர்உமகசேர்ககததகக
ப்புதுககுணததையும மெனமேலகொடுககவும.

௭. நீர்எஙகவினநனறாய ப்பாரமரிததனபாய
வாநதநதாதரிதது சசிஙகாரிததுசெட்டுகிதது,
மோட்சானநததுககுளும நோககியருளும.

௱௪௬. Ich dancke dir, mein Gott.

கர்ததாவே,உமககு நானஇழபபடிநதோறுக
நடகலுஞசிநதையை நீர்தநதஅனபுககாக உ
மககுஸதோததிரம. இபபோதுமநிததமும நீர்
அதுககெனககு ஊததாசையாயிரும.

௨. நீர்யாவுஙகாணகிறீர், இதைநிவிளபபே
ளுசு, உமககோததை நானசெயதாலஅதுக
கக த்தணடிபபீர்,ஆகையால எநநேரககால
மும நானதேவரீருககு ப்பயநதிருககவும.

௩. எனசெயகைஞாயமோ? நானலோகமா
ர்ககமாக நடநதாலநலலதோ? உமககுமறை
வாக நடககுஙகாரியம உணடோஎனறெனனி
யே நானகேடகுமபுததியை யளியுங,கர்ததரே.

௪. அடியேனைநீரோ நடததிககொளவீராக,
எனமனதினபடி நானபோனால,மோசமாக மு
டியும;ஆனால்நீர் எனவழியிலெலலாம என
னைநடததினால, மாபாககியமுணடாம.

௫. நானசகலததையும வெறுதது உமமைப
பறறி எனபாவஙகிலிததுட குணததையே அ
சறறி, நானஉமமைததககததை யெபபோதுநதே
டவும எனமுழுமனதை நீர்உமமணடைககிழும.

௬. ஆ, எனனிலஉமமுட கிருபையேவீணுக
இராப்படிககுநான உமமிலநிலைப்பபேனுக, அப
போதுமமோடேதான மோடசானநதததிலும
இருககுமபாககியம எனககிக்கபபடும.

௱௪௰. Es ist nicht schwer ein Christ zu seyn.

தெயவாவிககேர்ககிறபடி இருககுஙகிறி
ஸதுமார்ககம அரிதலல. மெய்தான
எலலாமவெறுககிறவழி பொலலாதமாஙகிஷத
துககினபமலல, ஆனுல அதறகுதெயவகிருபை
தானே துணை ::

உ. குழநதைபோலேமாததிரம இருநது,
உனபாரபாரவனைநேசி. சிநேகமஇனபமானகாரி
யம, நீயிநதவலொழுஙகுககுளபபிரவேசி. நன
ருயப்பார்,இது பாரமலலவே; கலஙகாதே ::

௩. உன்னெஞசைகர்ததர்கேளககசசெ கிரு
பையாலேயதைபபயபபோருர். சவிபபையுன
ககுனஆஙகாரமே உணடாககும,கர்ததர்உனமே
லப்பாரமபோடடார். ஆசையினுலநீயதைசசாவு
ககு ஒபபுககொடு ::

௪. உனநெஞசைவீணுயவாதிககும உனகவ
லையைவிடடகறறிபபோடு; பிதாவைநமபு,நோ
வுமபயமும உணடாகுமபோது அவரணடை
யோடு. இடனகொடுககுஞசுவாமிககளைநீ போய
அறிவி ::

௫. சகாயததைபநநோததில ககாணுவிடடால
ப்பொறுததிருபபாயாக. நீபெலனறதால்இட
றில, கிருபையாலபெலதது ககொளவாயாக,
அபபோதுனமீடபாலப்பிழையெலலாம நிவி
ர்த்தியாம ::.

௱௪௬. Komt und lasst euch Jesum lehren.

மறுசெனமமாயசசெனமிதது தெயவஅபி
ஷேகததை ப்பெறறு,நறகுணநதரிதது,
ஓயவில்லாமலஇயேசுவை யணடிககொணடுஉ
ததம சீருமாயநடககிற கிறிஸதோர்ஆர்ானரு
சையாக கிறிஸதினவாயாலககேடபோமாக.

௨. சுயநனறையறியாமல ப்பெறறதுகர்ததா
வுட ஊவெனறுபபசமிலலாமல ச்சினனவர்களா
கிய மனததரிததிரர் தஙகளதாழவில்ப்பாககி
யர்; இநதஏழைகளஅவினவர் வானராசசியம
அடைவர்.

௩. தெயவமனஸதாபமாக த்தஙகளிலபபுறரி
னும உளளபாவஙகளுககாக வெடகி,மனதாரவுந
துயரபபடுபவர் அழுவாருமபாககியர். தேறறப
படடுவாழுவார்கள; இஙகுமஅஙகுமபூரிபபா
ர்கள.

௪. தினமைககுசசரிககடடாமல யாவர்ககும
நல்மனதாய ஒததிபபோய்,இடுமபிலலாமல் யா
வையுமபொறுததனபாய த்தாஙகிககொளளுஞச
றகுணர். சாநதுளளோருமபாககியர்; மெதத
னவோடுசகிபபர் பூமியைசசுதநதரிப்பர்.

௫. தெயவநீதியினுடைய துபபுரவினபேரி
னும; நறகனிகளாலநிறைய த்தககநறசீர்பேரி
னும பசிததாகமுளளவர் அபபசியில்ப்பாககி
யர். திறிததியாககபபடுவார்கள; பரிபூரணங
காணபார்கள.

௬. பிறததியாருடகுறையை ப்பார்ததும
னதுருகி, பாதாபததோடேகையை நீடடி,கூ
டினபடி ஆதரிததிரஙகுவர் ஆறறுவாருமபா

சகியர்; எனெனிலஅவர்களுககும அனபுதானே
வைததிருககும.

௭. லோகததிலஅசுததமான இசசைகளால
லாததுககும நீஙகியோடி,துயயதான வாககு
சசொனடசசையுஞ சுததநெஞசமுளளவர் தஙகள
கறபிலப்பாககியர். இநதசசுததமனிதர்கள ஆண
டவனைபபார்பபவர்கள.

௮. மூணடவறமைததைஅமர்ததி, சணடையற
றநலமன் உறவாககுதவிசகடடி, நேசமாததிரி
யாகிய சமாதானமனிதர் தஙகளஉனமிலப்பாக
கியர், தமபிரானினபுததிரர்கள எனனபபடுவர்
அவர்கள.

௯. சிறுமையையுஙகமநது, நீதியின்நிமிததி
யந தீஙகனுபவிததுவநது, துணடரிககநதா
ஷணம நோவுமபடடகிறிஸதவர் வெகுவாசப்
பாககியர். படடவர்க்குளனறெனறககைககும
மோடசமகிமைகிடைககும,

௰. உஙகளபேரிலநிநதையாக என்நிமிததியம
நரர் பொயநிபஙகவிளவீஞகக ப்போடடால,நீங
களபாககியர். முன்னலோருககளைபபோல வந
துதே,மகிழுஙகள மாபலனளனவசமாக உண
டெனறுந்நறபுததியாக.

௰௧. இநதபபாககியஙகளுககு ஞானபஙகா
ளியாகவே உமமுட அடியாருககு நீர்துயிலை
யே.கர்ததரே. ஆ,பிதாவே,உமமுட மைநதவே
ஞானஉததம பததியாயபபினைமறநாடும ஆவி
யினசருததைததாரும.

பாவககேடடினபேரிலே

பாடுகிறபாடடுகள.

௱௫௰. Immanuel, des Güte nicht zu zaehlen.

அளவில்லாதளையயும அனபுமுளள இமமா
னுவேலே, தேவரீர் வெடசயததிறலே
வாதையுளள நோவாளிகளைததேற றுவீர், ஏழை
யின விணணபபத துககு க்கேழவிதநதிரஙகிறீர்
நீர்நொரிநதநாணலுககு முறிவுவரவொடடீர்.

௨. ஆ, சுவாமி, என வியாகுலததைபபாரும,
நான்உமமுடையவார்ததையை நனறுசநமபுநதிட
வினநீர்தாரும, அநேகனனருளனமனதை ப்பே
யசநதேகததாலவதைகளும, நீரோஎனவினமுழு
தும எநதஅப்நமபிககைககளும நீஙகலாககியரு
ளும.

௩. துறவிதானஎபபோதுமஎனவினசசுறறும,
நீர்உமமுடையவார்த்தையால தேடசிபபோமெ
னறுநிச்சயஙகொடுததும, அதுமெயதானே
னறதாய எனனிலநிவினவயுணடாககும, மந
திளகநினபமாம ஆறுதலகுறைநததாகும அப
நமபிககையுணடாம.

௪. ஆகுலநானவிசுவாசம அறறேனனே, பரா
பரனஆனொனறதாய் ப்பொலலாதலோகததாரு
ககுளபபாக நானகாணுஙகணணில்லாதோனைய
பபோனதுணடானால, நீர்அனபாய ச்சோதியும
வெளிசசமும எனனிலத்தநதுதயவாக எனவினக
காததுதேடசியும.

௫. நீர்செத்தவர்களையெழுபபுஙகர்ததர், ஆகில,
எனவிசுவாசததை த்தூருமபநீர்உணடாககவுந

சமர்த்தர். ஆ, உணமையாயநான உமமணடை
சேர்நதுவிசுவாசமாக உமமைபபறறிககே
ளனவினையொயபிவிபபேனுச, மொடசகாரமஇயே
சுவே.

௬. ஆ, கர்ததரே, நான உமமுடையோனனறு, இனிநான மனததிடனுய அறிநது, இதைநமபச சொனனீனொனறு நானமுழுநமபிக்கையுமாய உமமைபபறறிககொளளவேணுக, நீருமெனனோ டெனறைககுந தயவாயிருபபீராக எனவினக கைவிடாதேயும.

ா௫௧. Durch Adams Fall ist gantz verderbt.

ஆதாமவிழுநததாலேநாஙு சமூலமாகக கெடடோம, கதிசகுமானைககுமஎல லாம வேரோடேதானேசெததோம. கர்ததா வுடனபாகிய மீடபனறியெவனுககும பிசா சுடவிஷச்குண ககடியாருதருககும.

௨. கர்ததாவினசொலலைசசறபததின பொ யககாகபபிறககணிதத ஏவாளாலசசாவவினவ ரீன திரளுககுமபவிதத இகசடடுணடே; தரும பமேவ நரனைககர்ததர்தாமே குமாரனுலததாங காவிடடால, நாமெனறுஙகெடடோராமே.

௩. இபபோதுமஅனனியதபபால நாஞசிரி லலாதிருககும போல, அனனியகைஅனபினுல விழுநதனைதயெடுககும ஆதாமுககுளமகா இருள அடைநதெலலாருஞசெததோம, அநதவாய ததாராளமாய கிறிஸதாவுயிரைபபெறறோம.

௪. பசைஞானநமககும பிதாசுதவினததந தார், பலியாயஇவர்நமது நிமிததியமஇறநதார் உயிர்ததபின அவனவரின மொட்சிபபுககுநதவவவர்

ஜீபயராகசிறமன இவருடன நாளுசீவவிணயடைவர்.

௫. இவர்வழியுமவாசலுந சேறறவர்க்குநிதத வெளிசசமுஞசீவனுமம, இவர்பிதா அளிதத பிசகிலலாமெய்யாகிய அருடிவார்ததையானோர். இவரையேநாமபறறவே நாம்மோடசததுககுளளானோர்.

௬. கர்ததாவையலலமாநதனைச்சார்நதோன சபிககபபடடோன, அவனகர்ததாவின தயவை பெறுமலபொடசியபபறறோன; பொயவேறறுமைததுவினகவினி த்தனளிசசையாயபபிடிசகும நின மோடவிணபபேயதனனணடை இழுததவிலககழிககும.

௭. கர்ததாவைவிசுவாசிநதோன வெடகாதோனாயசசெழிபபான, இககனமலையிலக்கடடினோன அசைவிலலாமலநிறபான. நீஙகாபததும அணுகியும, கர்ததாவையணடுமபினனவனி தனமேனமையையவிழுநததை ஊர்ககாலுஙகணடேனிலலை.

௮. நீர்எனவிணயுபதேசிககும மொழியெனவாயைவிடடுப்பிரியவேணடாதேயும எனறுமமைததெணடனிடடு நானகேடகிறேன; அபபோதகேடடேன, அததாலமகிழ்ச்சியானேன அவவார்ததையிலநானஉளளனறுகில நானமரணததைககாணேன.

௯. நீர்தநதவார்ததையெனனுடைய வழிசகுங காலகளுககும தினமவெளிசசஙகாடடிய தீவடடியாயிருககும, இவவெளளிமேளஙகளிலே உதிததால, கணதெளியுங கர்ததாவுடஅனபாகிய வரஙகளுநதெரியும.

௱௫௨. Erquicke mich, du heyl der Suender.

ஆ பாவிகளின மீடபரான என இயேசுவேநீர்
என வினையும உமமிலவிளஙகும இனபமா
ன அனபாலேதேறறியருளும. நாதயாயபரா நீர்
வாரும, இவவேழையையனபாகபபாரும.

௨. நீர் அறபுததைசசெயயுஙகர்ததர், எலலா
ரையுமனககேடடுககும நீர்நீஙகலாககநீர்சமர்த
தர், ரொடசியபெலலாமஉமமாலவரும. நீர்மா
அனபுளளவருமாமே, நசரின ஆறுதலநீர்தாமே.

௩. உமமாலேகணகுருடருககுள, செவியை
ச்செவிடருககும, பெலனகாலகொணடியாரு
ருககும குஷடமுளளோற்குசசுததமுளு செத
தோர்ககுயிருமவாலாமே, நீர்ஏழைகளின மீடப
ராமே.

௪. நாருடசரீரததுககு அயபோநீர்செயதத
யவு அடியார்ஆததுமஙகளுககு நீர்செயயசசி
நதமானது எதெனறுவெகுதெளிவாக க்காண
பிககுதுமா அ[illegible]புமாக.

௫. நீர்சோதியைததநதாலொழிய நானஞான
கசாரியஙகளை நேர்ததபடியுணர்நதறிய க்கண
ணெனககிலலையெனபதை நீர்பாரதாபததோடே
பாரும, வெளிசசததையெனககுததாரும.

௬. நானஉமமுடவாறதைகளுககு நனறுயச
செவிகொடுககநீர் இரஙகிககொணடடியேனு
ககு ச்சகாயமபணணககடவீர் நானஉமமசென
றுவழிபபடியுங கருததையுமனககளியும.

௭. நானநொணடிககாலனகையாலே இஙக
ஙகிடறுகிறேனே, ஆ,தேவரீரினபிறசாலே இஙகி
இடறலனறியே அடியேனவருவதறகாக நீர்
பலவினயளிபபீராக.

௮. எனகுஷடரோகம ஆராலநீஙகும? எல்லாவியாதிகளிலும மகாகேடடான இநதததீஙகும இருககுதே. ஆ, அதையும அனபுளளபரியாரியாக நீர்நீககியருளுவீராக!

௯. எனனிலநானசெததேதான, எனனில்யாவும நலலவைகளுககு ஆகாததாம. ஆ, இநதஎன னுடையசாவும பெலததவேதவனைமநதனும ஊமமாவேசி வனுமமாறும படிககுளனவெணடனபாயபபாரும!

௰. நானசுயநீதிபொனறுமறற தரிததிரன. ஆ, உமது நறசுவிசேஷததின பெலதத மகிழ்ச்சியடியேனுககு ஒடசிபபுமந்தியுமுணடாக என இயேசுவேபலிபபதாக!

௨௱௫௬. Der Gnaden-brunn fleusst noch.

குடிககயாவருமஊததாரமபெறறதான தெயவீக தயவின ஊறறினும ஒடடமான இசசமயததிலேநீஇயேசுவணடைபோ, வேறே ஆராகிலும ஒடசிககககூடுமோ?

௨. சீர்கெடடஉனவிரோநீ ஒடசிபபதுவீணுமே, நீபறறவேணடியசகாயர்ஙிறிலதுவாமே; பிதாவையிவமொ ஒபபுரவாககுஞர்; இவர்பியிததியமபிதாஇரஙகிருர்.

௩. உனபாவககுறறஙகளஉனனைலநீஙகாததகேடு, மெயவிசுவாசததாலஇயேசுவணடைசேரு; உனசுயபுததியையீபினபறருதேபோ; வழியைககாடடுவர்தெயவாவி அலலவோ?

௪. இபபொதுஙகர்ததரோ, அநேகபாவததாலே நிகைததிருககிறநானவேடடைககாரராலே துரததபபடடதமமானபோலததவிககிறேன, அருளுடஊறறேஎனதாயநதிருமேன.

௫. மனத்தரிததிரர்விணணபபததைதநதருளீரோ, அவர்களபாவததைமனனிககிறரேமெனறீரோ. இபபோதுமஉமமுடைய நலலாவிகாணபிககும வழி கருளளாகிறேன, ஆ, எனனுயிரட்சியும.

௬. எனதவலததுககு அசசீவனினதணணீரா யிருநத,கர்ததரே,அநதாவெனானநலலசீனை யடைநதுபதிதாய்சசிஷடிகசபபடுவேன. ஆ,இநதபபாககியமளனமேலவாடடுமென.

௱௫௪. Jesu, Kraft der bloeden Hertzen.

பெலவீனரினபெலனும துககபபடடிருககிற பாவிகளுடடிடனும வயிததியருமாகிய இயேசுவே,எனனிசமானே, கேடடைநீககுமபெலவானே.

௨. எனஇசயருசெனமபபாவம உளறியஉளறுனது, எனனுடையமுழுசசுபாவம நனமைககுவிரோதிதது, பாவததினவிஷததிறனும ஒமபுநசெடடஇசசையாலும.

௩. ஆததுமப்பகைஞராலே காயமபடடுப் போனநான உமமணடைககுஆசையாலே ஓடிசசேருமுனனேதான பேயதனகூடடததுடனேயும எனனிலமீளவும அமபெயயும.

௪. பணணவேணடியசெபததை அசதிமறிநருது, உமதாவிஆததுமததை நனமைககேவுவதறகு வ றபோதெதர்ததிருககும மாஙகிஷம அதைததடுககும.

௫. நோயாமபாவிகளுககான பரியாரிஇயேசுவே, அபபுறமஇவவாதையான கேடடைததாஙகமாடடேனே. ஆ, எனபேரிலேஇரஙகும! உமமாலககேடடெலலாமஅடஙகும.

௬. உமமுடையபொததததாலே குறறமநீககி பொடசியும, எனககுமதாவியாலே நறகுணததை யருளும. கர்ததரே,இநதடவாக சொஸதத்தை யளியபீராக.

௭. என இருதயததிலவநது தஙகுமஎனசகா யரே, அபபோ துககததைமறநது வெறறியைய டைவேனே. உமககுத துதியுணடாக எனசெப ததைககேடடபீராக.

௱௫௬. Ach ! was sind wir ohne Iesu.

இயேசுவையலலாமலநாஙகள மிகவுமநிறபா கியர், நனமையேதுமறறநாஙகள கெ டுபபோனமனிதர் இயேசுசுவாமி,இஙகேயெ ஙகும சிறுமையுணடே,யிரஙகும.

௨. உமமையே யலலாமலநாஙகள அநதகா ரபபடடவர், சறபததினவிஷககடியால நாங களமாவியாதிஸதர், ஏறியவிஷமஅனறனறும வேதனையையுணடுபணணும.

௩. நீர்இராவிடடால,பிசாசும நரகபாதாள மும எனனைமிகவுமநடுஙகப்பணணும,மனசசா டசியும நானஎலலாசசேகோபாககினைககும உள் ளாநேனெனறுஉணாககும.

௪. இநதக்கெடடலோகமெஙகும வைததகண ணியிருககி, உமமையேயலலாமலநாஙகள தபபி பபோவதெபபடி? அதுஇனபமாய்அழைக கும, துனபததாலேயுஙகலககும.

௫. ரோகஸதர்எழுநதிருநது தளளமபாறிய விதம பார்ததால, ஆஅனபுளளசுவாமி, எதத னைபெலடசயம ! எததனைதரமஎழுநது, இடறி விழுவதுணடு !

௪. இயேசுவே,பெலததைததாரும, அநதகா
ரததையறும ; ஞானககணணைததெளிவிதது,
சமுசததைககாணபியும. பெ ழுநதே,அனபாயவி
ளஙகும, அபபோதெஙகளநோயடஙகும.

௭. இயேசுகர்ததனே,பிசாசையெஙகளகா
லகளினகீழாய நீர்நசுககி,உமமுடைய மணவா
ளிககுஅனபாய காணபிததனநதம உணடாக
த்தேறறரவளிபபீராக.

௮. நலவழியிலஐயமில்லாமல் நடபோக,எஙக
ளிநீரே கைகொடுததுககூட்டிககொணடு, ஆத
ரியும,இயேசுவே, சணணிதககெசசரிககையாக
உமமைபபறறிபபோவோமாக.

௯. நேசததாலேஏவபபடடு, உமமைபபின
தொடரவே உமதயவியினபலததை ததாரும,இ
யேசுகர்ததரே. எஙகளமார்ககஞசெவவையாக,
நீர்குணமஅளிபபீராக.

௰. அதிஙவஅடியார்உளளம நெருஙகமவா
யுமகிழததமே உமககுததுதிசெலுததி, உமமை
பபாடும,இயேசுவே, அபபோதெஙகளாலேயே
ஙகும உமமுடையபேர்விளஙகும.

௱௫௪. Ach! mein Jesu, welch Verderben.

இயேசுவே,எததனமையான கேடடினிலிரு
ககாதே ? நானஆதாமுடவிததான துர்க
குணததான அலலவோ ? பாவிநானஎனறடியே
னும, வெட்கததோடேசொலலவேணும.

௨. எனவழிகளதாறுமாறு, எனகுணமபொ
லலாதது, நனமைககுஅதுஆகாது, தினமைகக
துதுருசு, எனமனமஇததாலுணடாகுங கேடடு
ககெடபபோஙகலாகும ?

௩. எனவினையுமதாவியாலே நீர்திருபபியா வையும உமமுடடிராகததாலே எனனிலமாறறிய ருளும பாவமனிதனுககாக துர்சசிர்யாவுமபோ வதாக.

௪. பாவததாலநானஇஙகேதாழ செததோழு யசகிடககிறேன உயரஇருநதுவாற சீவனுககு அடியேன எஙகிறேன,நீர்தயவாக எனவினையுயி ர்பபிபபீராக.

௫. மாஙகிஷததினஇசசையாலே தீடடேன மேலவராமல,நான ஆவியினபலததினாலே அதை வெலலவதறகுததான புதுநெஞசெனககுணடாக் கும ஆவியைபபெலனுமாசகும.

௬. நானவிழிததுககொணடதேதாடே வே ணடிககொணடு,நிததமும எனபொலலாதஇச சையோடே நானஎதிர்ததுநிறகவும, அதைக கொலலவும அனபாக த்திராணியையளிபபீராக.

௭. நானஇளககரிததிராமல, சததுருககளசோ திககும வேளையிலநானபினவாஙகாமல நிறக, அஙககபபடுங கிரீடமானவினபபெலனை எவி ககொணடிருபபதாக.

௮. நானபோராடிககொணடிருககும போ ரிலஒருவேளையும நானவிழுநதால,நீர்கொடுக கும திராணியால த்திருமபவும வென்று,முடி வுமடடாக உமமிலேநிலைபபேறுகை.

தெயவெறறினமானு மனுஸதாப

ததினபேரிலும, மனநதிருமபுதலினபேரிலும

பாடுகிறபாடடுகள.

ராகுள. Herr Jesu Christ, du hoechstes Gut.

அருளினஉளறருமஇயேசுவே, வியாகுல முமபாடும படுகிறஎனநெஞசிலே இருக குமநோயைபபாரும. அநேகம அமபுதைதத தாய எனபாவஙகள அகோரமாய் எனமனதை வதைககும.

உ. மரததில்ச்சாவினவாதையாய நீர்படட நோயைபபாரும; எனநோயைநீககி, தயவாய ரொடசிபபளிககவாரும. நானதுககத்தோடேஎ னனுட இசகடடிலேமடிகிற நிறபநதததை விலககும.

ங. எனநாட்களில்நானுபணணின பொல்லா ப்பெனஞாபகததில வநதால, சுற்பாரமாகிய பய மெனஆததுமததில உணடாம, நீர்சொனனவார் ததையால நலஆறுதல்இலலாவிடடால, என நோயில்க்கெடடுபபோவேன.

ச. நொறுஙகினநெஞசுடனே வநதுமமையப பறறிககொளளும எலலார்மேலததாடசியனறி யே அருளஉணடெனறுசொல்லுந தெயவீக வார்ததையோவெனறுவ எனமனதை தனஇன பத்தால் த்திருமபஉயிர்பபிககும.

ரு. இபபோதுமபாரமாகிய எனமனசசாட சியாலே வதைநதநாளுமஉமமுட தெயவீகரொ த்தததாலே மனனிபபடையஆவலாய உமமண

டைவநது, பணிவாய் க்குனியுமஏழைபபாவி.

௬. புவியில்ச்சிறுவயதை த்துவககிஇதுமடடும நானசெயதஅககிரமஙகளை யனபாயமனனிததக றறும எனறுமடைமைஎன இசசடடிலே சாஷடாஙகபபணிவுடனே விணணபபமபணணசசேர்ந தேன.

௭. ஆ, சுவாமிநானபிழைததிலி இழபபடட பிளளையாக நீர்மகிமைபபடுமபடி நடககிற துககாக நீர்உமமுடையதயவின படிமனனித துபபவததின அக்நததடியைநீககும.

௮. மகிழ்ச்சியுளளஆவியால இவவேளையை க்காபபாறறும, நீர்பாடுபடடுமாணடதால எனசாவிலஎலலாவிளையாறறும; எனநெஞசிலவிசு வாசததை முடியககாததடியேனை யுமமண டைசேர்ததுககொளளும.

௱௫௮. Erbarm dich mein, O Herre Gott.

௫௧. சஙகீதம.

ஆ உமமுடடமாதயவால எனமேலிரஙகும, கர்ததரே, என அககிரமநதனதோஷத தால எனமுனனெபபோதுமநிறகுதே. ஆ, அதை யனபாயநீககுமேன, நானசெயதபாவமஉமககே விரோதமெனறழுகிறேன, நீர்ஞாயநதீர்ததால நீதியே.

௨. நானசெனமததாலஅடைநதசீர் கெலலாம பொலலாபபுமபாவமுமம. நலஉணமையைவிரும புமநீர் மெயஞஞானததைததநதருளும; எனபா வகுஷடரோகததை யகறறி, எனவிளககழுவும, நொறுஙகபபடடஆவியை த்திருமபவுமஉயிர பபியும.

௩. எனபாவததைசசுமநதசெனனிய சுததாஙக
மாமஇதயததை ச்சிஷடிததடியேனஉளளததில
நிசமாமபுதுஆவியை தநதெனவயநீர்களளாம
லும, தெயவாவியையடியேனவிடடெடுககா
மலுமிரும, இதேநானகேடடுககிறுகப.

௪. ஒடடியபினஆறுதலவியுள சனமார்சக
மாயநடககிற சுருததையுநதநதருளும, பொல
லாவழிசவிலவிட துனமார்கசனையமெய்ப திப
பேன. எனமெயததணடாமபழியைநீர் விலகக
க்கொளளுகெகேடகிறேன, எனஆதரவுதேவரீர்.

௫. உனனதமானகர்ததரே, பெலியாயனனை
கேடகிறீர், நொருஙகபபடடநெஞசையதா
ளாமலஎர்ததுககொளளுவீர். நீர்சியோனெனற
உமது சபையினஆபததையெலலாம திருபபுமஅ
பபோதுமககு வெகுஇஸ்தோததிரமஉணடாம.

௱௫௬. Ach Herr! mich armen Sünder.

சா. சஙகீதம.

ஆ எனமேலசகோபமாக விசாரிய தேயும,
எனசெயகைககேர்ததராக ச்சரிகடடா
தேயும. நானசாபததைககாணாமல எனறெலாறு
மவாழவே, எனபாவததைபபாராமல, மனனி
யுங, கர்ததரே.

௨. ஆரோககியமஅளியும, நோவாயககிடக
கிறேன, எனநெஞசிலபுணணெரியும, மனம
நருஙகுணடேன, எலுமபுததகளுககும வியாகுல
ததினஇழ எனஆததுமநதவிககும, எபபோ
இரஙகுவீர்?

௩. எனபிராணமீடபாக த்திருமபிசசேர்நதி
ரும, ஆ, உமதனபுககாக க்கர்ததாவே, ரடசியும
என; உமமைககலலறையில ச்செததோணடியாரி

யான, தீநரககசகுளைகயில ஆர்ஊமமையபோற
றுவான?

௪. தொய்நதேனதவிபபிறுலே திகிலாலவேர்
ககிறேன, என மெததைகணணீராலே நலனையஅ
ழுதேன, மோசருசலிபபாலசெசதது பகைஞர்பா
ர்வைககு எனகணவெளிசசஙகெடடு மநதாரமா
சசுது.

௫. பொலலாரே,போஙகளெ,கர்ததர் எனசத
தஙகேடகிறுர், கெடசிககமாசமர்ததர் எனமீ
திரஙகிறுர். பிசாசுளனவிடடு எனகூடட
தோடேயும மாவெடகமாயபபினனிடடு கவிழ
நதுபோயவிடும.

௱௬௰. Ach Gott und Herr! wie gros.

அ, கர்ததரே, பொலலாபபிலே அமிழ்நத
பாவியானேன. இஙகோவெனில இவ
வுலகில ச்சகாயமெஙகுஙகாணேன.

௨. நால்திககிலும மாதூரமும போரு
ளுமெனன அழுககும எனகிலேசமும ஆராலேயும
நீஙகாததாயிருககும.

௩. தளருஙகநான நோஸதனதான, என
னையோ கிறிஸதைபபறறும. தயாபரா,நானஉ
மமுட குமாரனாலததபபடடும.

௪. அதிபதி, கோபாககினி நிதானமாயளெ
ரியும; ஆனால அஙகே நானவாழுவே இடமை
பிலேயடியும.

௫. தகபபனே, எனநோயிலே நானபிள
ளைபோலஅடஙகுங குணததையே எனநெஞசி
லே நீர்தநதேனமேலிரஙகும.

௬. இஙகேயெலலாம நீர்உமககாம பிரிய

சிததமாக நடபபியுந தணடிததிரும, அஙகெ
னனைததளளீராக.

௭. புசலுட பயஙகர மபபாவஎலலாமந
டுஙகும போதெபபடி ஓர்குருவி பொநது
கட்குளளொதுஙகும.

௮. அததன்மையே, என இயேசுவே, என
மேலாபபயமவநதும நானஉமமிலே ஒதுஙக
வே, எனமனசுமமையணடும.

௯. எனதேகமும என ஆவியும பிரிநதும
உமமில்நிறபேன. அபபோவருங கதியையும
உமமோடனுபவிபபேன.

௰. இரியேயகோ, எனசுவாமியே நானநமபி
னோர்நீர்தாமே உமமில்த்திடன உடையவனா
பிழைபபதுமெயயாமே.

௱௬௧. So wahr ich lebe, spricht dein Gott.

ஆகாதவனினசாவைநாம விருமபோம; அ
வனபாவமாம வழியைவிடடுநமமணடை
மனநதிருப்பிவாழவதை விருமபுவோமெனருண
டவர் மாஆவியோடேசொனனவர்.

௨. மனிதனே, இவவார்ததையை யுனமனஸ
தாபததில்நிவனை. அமிழநதாதே, இஙகுனககு நல
லாறுதல்கிடைககுது. நொறுஙகுணடோரைச
சுவாமியார் அனபாகபபார்பபோமெனகிறார்.

௩. ஆனாலுமஉனபிவினைவிலே நீநிறவிசாரு
காதே. நெடுநாளவைததிருககுது, நானஇங
கேநனறாயபபூரிதது இருநதுங, கடைசியிலே ம
னனிபபடைவேனஎனகாதே.

௪. மெயதான, கர்ததாவினதயவு பெரியதாயி
ருககுது; ஆனாலெவிசாரமனறியே அதினகணக

சினபேரிலே பொலலாபபுசெயயும்மனிதன கோ
பாககினைகளுளளாயவன.

௫. சுதனுககசாததயவு நாளுசெயவோமஎன
றேர்உனகளு: நீ,நாவிலாஉயிருடனே இருபபாய
எனறநலலவிலலேய; நீசாவாயஎனறு அறிவாய,எப
போதுஎனறறிநதிராய.

௬. இபபோதுணபபடு,இபபோ ஆயகாலம
நாளையெனனமோ? இபபோசுகிததோரிலசிலர்
ஓர்வாரமபோதுவட்டபோனவர்; ஆறுலககுணபப
டாதோறுய நீசெததாலவார்தைககுளளாவாய.

௭. ஆ,இயேசுசுவாமி,மரணம அணுகுமுன
னேசிககிறம நானஉமமணடைககுசசேரநீர் சகா
யமபணணககடவீர்! நானசாவுகினறுமனனறை
ககும ஆயிததமாயிருககவும.

௱௬௨. Allein zu dir, Herr Jesu Christ.

ஆ, இயேசுவே, இபபுவியில எனதேறறாவு
நீரே எனநமபிக்கைநீர்,ஏனெனனில எனமீ
டபர்தேவரீரே, புவியிலஉடமைததவிர ஓர்ககா
லுமஆருமஎனனுடைய இககடடைநீககககூடாதே,
ஐயா இயேசுவே, நானபறறுமரெடசகர்நீரே.

௨. எனபாவப்பாவஙகளினால எனமனதுகலங
கும, நீர்பாடுபடடுமாணடதால ரெடசிததேன
னேயிரஙகும; பிதாவிடததிலஇபபோதும என
மததியஸததாயிரும. அபபோ நானநீஙகலாகி
றேன, கடடபாறறுமேன, நானதேவரீரைநம
பினேன.

௩. மெயயானவிசுவாசததை இரககமாயஅ
ளியும, எனகணவிணதெயவதயவை நானபார்
ககததெளிவியும. நானமுழுநெஞசாலஉமமையும
புறனைஎனவினபபோலவும நேசிபபேனுசை.சாவி

லே எனனனடைபேய சோராதேசாரும,இயே சுவே.

௪. திரியேசுவாமிககுததுதி உணடாயிருப பதாக. தெயவீசசித்ததத்தினபடி நடககிறசதுக காக, பிதாவுடையதயவங குமாரனின்ஙெநக மூந தெயவாவியினதுவிளையுமே எனறுடனே இருப்பதாகிததமே.

௱௬௧. O Vater der Barmhertzigkeit.

இரககமுளளபரம பிதாவே,துககமாக ப்பணி நதுகூபபிடுகிற எனவரீர் தளளீராக. நானஉமககுவிரோதமாய் சசெயததெயலாததுக குமஆனபாய மனனிபபளிபபீராக.

௨. எனமேலேபாரமாகிய சுமையையவாஙகிப்போடும, எனவேவலிகவிளாசசகல துபபோடுமபததியோடும உமககுமுன்நான செயயவே நீரஎன இருதயததிலே வாஙகவினயாயும.

௩. என இயேசுவே,யடியேனின மகாசட் டுககாக நீரபடடஎலலாவாதைதயின நிமிததிய மூமாக இரஙகி,கெஞசிக்கேடகிற அடியேன ணடைககுமமூட செவியையனபாயசசாயும.

௪. மாததிலவாதையு....னே நீர்தொஙகியெ னககாக மரிததது,எனவினசசேடடுககு விலககிக் காபபதாக, நீரஎனமேல்ஆககினவர ஒடடா மல,அனபாய்உமமூட பிதாவைவேணடிககொ ளளும.

௫. ஆ,பரிசுததஆவியே, எனனில்ப்பிசாசினாலே துறிசசைவநதெழுமபசசே, நீரஎனவினயாளவதா லே நானஅதைவெனறு,அதுககும, வெளுகீக இசசையாவுககும மரிததுபபோவேனுக.

௬. நானகாலமபணணுங்நாளிலே எனனொட்
சகளைபபறறி பிசாசினகுணதைவெலலவே நீரோ
யெனக்குததிடததித் துவினககிரும,அபபோதத்
தால், நானசெதநதும,மோடசவாசலால ப்பிரவே
சிததுபபிழைபபேன.

௱௯௪. Wie lang schlagt ihr mich, ihr Gedanken.

எமமடடுககுமநீயயநூறறு அலறுவாய்என
உளளமே? எமமடடுஙகததிபோல அறு
தது வதைபபாய,மனசசாடசியே? சபிககப
படடபாவமே, உனபொயததிததிபபாலவாறலா
பம மகாபெரியமனஸ்தாபம; கசபபைவைத
துபபோறுமே.

௨. மாவெட்கருகுழநதகணகளுககு முனபாக
க்குறறமநிறகுது, அதறகுப்போககுசசொலவ
னுககு இடமுமிலலை,சுவாமிககு எலலாநதெரிந
திருககுதே. உளளேஇதயததிலஉணடான சிர்
கேடடையுமஉனனதமான கர்ததாவினகணகள
காணுமே.

௩. பொய்இனபஞசொறபமபோலக்கழிநது
வெளிசசததினமுன அறறபின, நெருபபாமநர
கமளிநது, நானசெயதஅககிரமஙகளின கசப
பாமஆககினையையே காணபிககுதெஙகேநான
ஒளித்தும, நானெஙகேஓடித்தாபரிததுங, கர்
த்தாவினகைககுததபபேனே.

௪. ஆ, இனனமபாவஇசசையாலே மயஙகி
க்குருடரைபபோல இருககுமபேர்களே,பினனு
லே வருமஇககடடைபபாருஙகள! விழிததுச்சி
கஙகிரததிலே ஓடடிபபைத்தேடுவீர்களாக. நீ
யோள்ளவிழுதலுககாக நகையாதே,பேய்ககூட
டமே.

௫. உமமணடைநான்நசர்நதுவநது பணிகிறேனளனமீடபடோ, நீர்சிலுவையிலேஇறநது உணடாககினரொடசிபபிலே அனபாயஇபபாவிககிபபோதும பநதகருளி,மனனிபபளியும. ஆ, இயேசுவே,தயைபுரியும, இபபூசசியைததளளாதேயும.

௬. ஆ, உமமூட அடைககல்ததில அடியேனுககிடஙகொடும! அநேசர்துககமஉமமிடததில் ப்போயஆறறமே,என்னோயையும நீர்நீககுவீரெனறறிவேன, ஆ,எததபபடட இபபூருவை ச்சேர்ததுமமூடவிசாவிலததாவை யதறகனபாகததாருமேன!

௭. இனிநானஇடறுதிருகக நலலாவியெனவினைத்தாஙகவும, ஆகாதயாவையுமவெறுகக நலநிவினைவைததநதருளும. நானபோறறவழியிலே பிசாசினகணணிககுபபயநது மாளசசரிககையாய நடநது வர, துணைநீர், இயேசுவே.

௮. ஆ, பாவததுககுபபோமவழியை நானசறபஙகவிபபார்ககிலும விலகியோடி, எனசெவிபை தெயவீகவார்த்தைககெனறைகளும நோாககிஇபபோபணணின உடனபடிககைககேர்ததத்தாக ப்பிசாசைவெலல,நீர்அனபாக ச்சாமார்ததியநதநதருளும.

௯. துறிசசைளனவினசசுறறுதென்று கணடால,நானசிலுவையிலே உமமோட்டையபபடடேனென்று நிவ்னகசபபணணும,இயேசுவே. இநதவாயநான்வெல்லுவேன; ஆம, இஙகேஉமயிலநானதரிகக அஙகுமனைமளனறைககுநதுதிகக் ச்சகாயமபணணவாருமேன.

௱௬௫. Siehe! ich gefallner Knecht.

ஆததுமம.

ஏழைப்பாவியானநான சோமபலாயிருநதேன,
அசதியிலேதான இபபடிவிழுநதேன. ஆ
கர்ததா என்னுட அழுகையைபபாரும, சாணுங
கணவிணததாரும!

௨. நானகுணமிலலாதவன, நெருஙகெடடி
யாமே நானமக தரிததிரன பாழ்நிலமுமாமே,
சாததானுமயிசவுரு சோதனையைசசெயயும;
எனமேல அமபையெயயபம.

௩. எனசதையிலிசசையும, ஆவியைசகெ
டுககும, லோகததின துனமார்ககமும மனதை
நெருககும, வா,நாமுயலகமாய வாழவோமே
யெனபார்கள, மோசமபோககிறார்கள.

௪. ஆ, நானஉடனேஇயேசுவே, நலலபததி
யாகப்பறறிககொளளுமநேசமே எனனிலேயு
ணடாக வேணுமே, அதுவே உணடானாலசெ
யிப்பேன மெததவுஙகளிபபேன.

௫. இபபடியானாலஅபபோ நலமாயிருக
கும மாமிஷததினசோமபலோ அதைததடு
ககும, அதுவேயெனனிலே சததுருவாயஎழும
ஆளுகையைததேடும.

௬. ஆ, இவவேழைககு ஆரால ஆதரவுணடா
கும! எனனிககடடுளதிறல மாறிஙகலாகும?
ஆ: கர்ததா, எனனுட கெடடசீரைபபாரும, அ
தைமாறறவாரும!

இயேசு.

௭. ஆததுமாவே, உனது வாஞசைசகசேர்தத
தாக வாறேனஉனஇககடடுககு முடிவுஉணடாக

சாததாவினவோசததை க்கெடடியாயமறிபபேன,
உனவினாநானபோடசிபபேன.

௮. இசசைசாககைனனுடை ஆவியைநானதா
ரேன, எனவினநனருயக்நேசிகக உனவினஎவவா
ரேன. சுததசசைநீதியை யுனககுஅளிபபேன,
உனவினயாதரிபபேன.

௯. எனனுடையகாயஙகள உனவினகருணை
மாககும ஆம,எனகஸதியினதிரள உனவினநீஙக
லாககும, நீபொறுளளது ரததமேஅளறன
றும உனவினசுததமபணணுனும.

௰. அசுததததையெலலாம இநதரததமவா
ஙகும, அதுமனஸத பமாம ஆததுமததைத
தாஙகும, ஆவியுநதேகமும அததாலசுகணமா
கும, யாவுமபுதிதாகும.

ஆததுமம.

௰௧. ஆ,நீர்இயேசுசிநதின ரதததததுககிருக
குஞ சததுபெரிதாகிய நனமையைககொடுககும
அததாலநானநீதிமான, அததாலஎனறெனறைக
கும வாழவெலலை கிடைககும.

௰௨. தேவஆடடுககுடடியே, நீர்செயிதததீர்
எனறும, உமமாலசிலுவையிலே மீடபுணடாச
சுதெனறும இபபவுமளறைககும உமமைப
பூரிபபாக த்தோததரிபபேனுக.

௱௬௬. Aus tiefer Noth schrey ich zu dir.

௱௩௰. சஙகீதம.

தாழவிலிருநதுகூபபிடும எனசததஙகேட
டனபாக எனஅழுகையெலலாததுக

௧ செவிகொடுபபீராக. கர்ததாவே,பாவமா னதை நீர்மனனியாமல,நீதியை ப்பார்ததால,ஆர் நிறககூடும?

௨. மனனிபபைஎவருஙகிலுந தனபுணணியங்க ளாலே அடையான,உமமையாவருந தாழவா னமனதாலே பணிநதுபயப படவே, மனததரி ததிரனையே மனனிககிறீர்,கர்ததாவே.

௩. நானகர்ததனைக காததிருககிறேன. என பணணியம அபததம, தெயவானவையேநானநமபு வேன, அதறகுவாசருததததம மெயயானவேத வார்ததையில உணடாமே,நானனமனதில அத றகுககாததிருபபேன.

௪. ராசசாமஙகாககிறோர்எபபோ விடி யுமெனபதாக கிறபார்களே,என மனதோ அதி க ஆசையாக க்கர்ததாவைநோககிககாததிருககுது. ஆ, இஸ்ருவேலேசுவாமிககு க்காததேயிரு,ரட்சிப பார்.

௫. அஞஞாயமமெததவாகிலுந, தெயவானப திசமாமே, கேடடததவும பெருகியும, மீட்பது சரும்மேலாமே. ஆம,இஸ்ருவேலின பாவஙகளை அவ்விததையுநீககும்மீட்குதல கர்ததாவினாலேஆ கும.

௱௪௭. Wo soll ich fliehen hin.

நானெஙகேயோடுவேன? மாபாதகனே ன, நீடபெருகுமனனவினைமூடும, ஆர் ஆதரிககககூடும? எலலாவுலகததார்கள எனதி கிலிநீககார்கள.

௨. அனபுளளஇயேசுவே, வாவெனறுசொ னனீரோ, எனமனதுமமைபபறறும எனகிலே சமுமஇககட்டுந தணிய,நீர்சததாக த்திடனஅளி பபீராக.

௩. எனபாவததாலஉணடாம விசாரததோ
டெலலாம நானஎனகசாயமடிநத உமமணடை
யேபணிநத . செபததியானமாக வாறேன,ரொ
டசிபபீராக.

௪. சிநதுணட உமமுட இரததததாலஎலலா
அழுககையெனனிலவாஙகும, எனறெயிலஎன
வினைததாஙகுங. கடலினஆழமடடும எனபாவ
ஙகளவிழடடும.

௫. எனஆறுதலநீரோ, உமமால்மீடபாசங
தே, எனதிட்டெபலலாம்மறைய நீர்அதையுமமு
டைய குழியிலேயடைததீர், அஙகேயதைப்பு
தைததீர்.

௬. எனகுறறமபெரிது, ஆனாலுமஉமது
இரததமுமபலியும, பலிபபதாலசகழியும. உம
மணடைவநதுசேரும எலலாரின்நெஞசுதேறும.

௭. அநேகமஎனககு ககுறைநதும,உமது
இரததத வேநீரோ எலலாருசமபாதிததீரோ.
அததால்ப்பிசாசைததானும நானவெலலததிரா
ணிகாணும.

௮. எலலாபபேயககூடடமும எதிர்பபோ
ராடியும நானஏனஇளககரிபபேன? உமமால
அதைசசெயிபபேன, எனமீடபர்பேர்விளங
கும போதேயெலலாம அடஙகும.

௯. ஆ, சுவாமி, உமமுட இரததஞசருவ உல
கையுமபொடசிதது, பேயவாயககுநதபபிவிதது,
எககேடடையுநதடுககும பலததைபபெறறிருக
கும.

௰௨. இபபோதுமஉமமையே நானசார்ந
தேன,இயேசுவே. துககிபபாயமுதலவநதேன,
உமமாலமனனிபபைககணடேன, நான்நரகததை
க்காணேன, நானசீவனுககுளளானேன.

௰௧. இனிநானஉமமிலே பிறியலனறியே,
தலையுஙகேடுமற அவயவமாயததேற நீர்என
னைசசாவுமடடும நல்லாவியால்நடததும.

௱௪௮. Wo ist mein Schaeflein, das ich liebe.

இயேசு மேயபபர்.

நான்நேசிககுமஆடெஙகிருககும? ஐயோ,
தனசுயகுறறததால க்காணாமலபபோசசு
தாகையால தனனைததானேப துகெடுககும. ஆ,
எநதககாடடிலஎநததிககில அது அலைநதும,
மோசமாம, அதொருகெடடியானசிககில விழு
நதுவிடடாலஎனனமாம?

௨. ஆ,சிதறிததிரியுமஆடே திருமபஎனனை
சசேராயோ? நீ,எனனுடையதலலவோ? உன
மேயபபர்உனனைமறவாரோ; நானஉனனைமிதத
நேசமாகச்சிநேகிததேயிருககிறேன, எனதோள
மேலஉனனைததயவாக எடுககஆயிததமானேன.

௩. நீதூரமாயவனாநதரததில் அலைநதறு
வாயிலே இஙகொருமோசமனறியே வேரு
டுகளுககென்னிடததில இருககுமபாககியஙகளு
ககு நீபுறமபாகபபோவானேன? ஆ, இதுநீமே
டிவதுககு வழியெனறஙகலாய்ககிறேன.

௪. நீயெனனைசசேர்நதாலேயொழிய, நீச
மாதானததைககாணாய. விடாயததிளைததவர்க
ளாய, இருபபவரினநோயவிய, நானஒருததர்அ
வர்களுககு ச்சுகஙகொடுககததககவர், நீயுஞசுக
பபடுவதுசகு வா,வா,நானேஉனனொடசகர்.

௫. நீஆதியிலஎனனாலுணடானாய, எனனை
உயிரடைநதாயே, உனஊளறறுநான,நீஎனனிலே

எழுமபியொருசிஷடியானுய; இபபோதும உனவிடதடயவாக நானவாககூபபிடடாலுமநீ, கேளாமல,பினனுநதூரமாக விலகிபபோறதெபபடி?

௬. ஐயோ ொடடடிககுமஓசையாக மலைகளகுனறுகளிலும எனகூககுரலமுழஙகியும, நான உனனைமாஇரக்சமாக நினைததும,நீசெவிகொடாமல இருககிறுய;ஆ,உனனிலே உணடாஙகலநெஞசுஇளகாமல ப்போனுல,பிழைககமாட டாயே.

ஆடு.

௭. இசசாடடிலஎனசெவியிலபபடட உரததசததம ஆருதோ? அதொருமேயபபனுதல லோ? திருமபிவாஎனபார். சீறற எனமேல இராககநினைவாக எனனைவாவழைபபாரோ? கெடடேன;ஆ,அவர்வசமாக நானசேர்நதால வாசியாமலலோ?

மேயபபர்.

௮. நீஉணமையாயஎனவசமாக த்திருமபமட டுமஉனககு ச்சுகமவராதிருககுது. ஆ,வா,அப போநீதயவாக எனனுலஅரவணைககபபடடு, நன றுயஎனதொழுவததிலே ஓர்மோசனுசோதனையு மறறு நிலைததுககொணடிருபபாயே.

ஆடு.

௯. எனமேயபபரோ,எனனுலேயாகும பிரகா ரமாயவருகிறேன, நீர்தானஎனனைததிடதது மேன, எசசிககுககுமநானநீஙகலாகும படிககு, எனனைநீர்உமமோடே நலஐககமாககிககொ

ணடிரும, நீர்மெயசகுமநல்லமநதையோடே
நாளெனறுஞசேர்நதிருககவும.

௱௬௯. Schaff in mir, Gott! ein reines.

நானவாஞசையாய்எனமனதை யணஞாயப
ணணி,பாவததை ப்பகைகக,சுததநெஞ
சைநீர் எனனிலசசிஷடிககககடவீர்.

௨. எனனிலப்பேயாலப்ப ழானதை நீர்புதிதா
கதி,மனதை வெலலபபடாதகெடடியும பெல
னுமாககியருளும.

௩. இசசையினமோசமளனனிலே செயதபொ
லலாபபைசககணடோ, எனநெஞசு துயரபபடும,
ஆ,கோபமாயிராதேயும!

௪. ஆ,உமமுடையஆவியை நீர்உமமுடஅ
டியேனை விடடெடுககாமல,யாவையும இர
ககமாயமனனிககவும.

௫. அவர்திருமபளனககு த்திடனஅளிதது,உ
மது முகததினஆறுதலியும அடியேனுககு
த்தரவும.

௬. மனககலககமறறேனைய நானஉமககேர்
ததபததியாய இருநதுநிததநிததமுஞ சனமா
ர்ககமாயநடககவும.

௭. பிதாகுமாரனஆவியே, இரககமுளள
கர்ததரே, உமககெனறைககுமஅடியேன இஸ
தோததிரஞசெலுததுவேன.

௱௭௰. Ich armer Mensch, ich armer Súnder.

நிறபநதமானபாவியான நானஇஙகேதேவரீ
ருககே முனபாகமாகலஙகலான பயமாய

வாறேன,கர்ததரே. இரஙகுமென,இரஙகுமென
எனறுமமைசகெஞசிககெடகிறேன.

௨. ஆ,எனகொடியபாவததாலே மகாதிகில
இருககுது! ஆ,சுவாமி,துயரததிறலே நிறை
நதஎழைபபிளவளககு இரஙகுமென, மிட.

௩. பிதாஇதயமே,மனனியும, எனநோவுகளுந
தவிபபுககும இரஙகிஆறுதலஅளியுமட; ஆ,கோ
பமாயிராதேயுமட! இரஙகுமென. மிட.

௪. எனஅழுகைககுநீர்மறைநது போறீரோ,
எனவிணகெளீரோ? நானதேவரீரைவிடடவி
நது இனிபபழியவேணுமோ? இரஙகுமென,மிட.

௫. மெயதானஎலபுணஉமமாலெொழிய ஆறு
ச்செடாயிருக்குது; ஆறலநீர்கிருபைபுரிய விண
ணபபமபணணுமஎழைக்கு இரஙகுமென, மிட.

௬. எனகுறறததுக்குததககதாக ச்செயயாமல,
தயவாயிரும. பிதாவே,எனவிணபபிளவிணயாக த்தி
ருமபநோககியருளுமட! இரஙகுமென. மிட.

௭. இனிநீப வருசெயயயாக, மனனிததோம
எனறோர்சொலலவையே அடியேனுக்குசசொ
லவீராக, அபபோபிழைததேனகர்ததரே. இர
ஙகுமென, மிட.

௮. எனநெஞசிலேலதிகிலததணியும, நீர்என
விணககேடடருளுவீர்; ஆம,சுவாமி,ஆறுதலஅளி
யும பிதாவே, எனவிணசசைவிடீர். இரஙகு
மென,இரஙகுமென, மிட.

௱௰௧. Jesu, der du meine secle.

தெயவின அடிமையுமான பாதகனுமா
கிய எனவிணமாஉபாதியான சாவால
மீடடு,எனனுட நெஞசுககுஇரககததாலே அதை

த்தெயவவார்ததையாலே அறிவிததஇயேசுவே, எனசெயபததைககேடபீரோ.

௨. நரகததுககுநேராக ஓடுமஆடுகளைநீர் உணமையாயநலமேயபபராக த்தேடிககொண டிருககிறீர்; ஆகையாலேதுசசமுறற பாவிக ளைசசீர்பபடுதத நீர்அழைககககொளளவே, நா னுமவானாயமே.

௩. ஆ,நானபாவியானபிளளை, சீரிலலாக்குமா ரனால, எனனிலநறகுணஙகளிலலை உளளது அஞஞாயநதான! எனனுடையசெனமசுவாபம நலலதலல,யாவுமபாவம உமமைநானஎணணுத் தாம நெஞசினககுளளுணடாம.

௪. நனமையானதெனனிடததில வாசமாயிரு ககுதோ? இலலை,யெனனிருதயததில அதினஆ சைவநதாலோ அதைசசெயயுதலவாராது, மாங ஙிஷ்குணமநீஙகாது, நானவேணடாததீஙகையே நடபபிததுவாறேனே.

௫. ஆ,எனபாவஙகளதொகையை நானஅறி யேனகர்ததரே! அநதப்பாரமானசுமையை நான நினைததால,எனனிலே வெகுத்ததளிபபிருககும, அநதகாரமான துககும எனனைநீஙகலாககுமேன, கிருபைககழுகிறேன.

௬. உமமுடையரொததத்தாலே பாவநீககுதல உணடே, மரணததினவாதையாலே எனனைமீ டடுககொணடீரோ; அதுஎனககுபபலிகக நீர்அ னுககிரகமஅளிகக வநதுஎனனையுமமிலே சுத தமபணணும,இயேசுவே.

௭. பலபோதுபெலலுனை சததுருககளுட னே நானபோராடிததோர்பபதான கனமோ சமூழுணடே; ஆகையாலததயைபுரியும, இயேசு வே,செயமஅளியும. நீர்என அனுசாரியும நம பிககையுமாயிரும.

௮. உமமுடையகனதுககம, ரததவேர்வை, வாதைகள, நிநதைகளுடபெருககம, நோவனு பவிககுதல, முளமுடியுஞசிலுவையும, மரண முஙகலலறையும எனனைததேறறி, அதுவே சா பபதாக, கர்த்தரே.

௯. ஆருமவிலக்கூடாத ஞாயததீர்பபின நாளிலே: நாமஞர்க்காலும அறியாத இடதுபக கததாரோ, போஙகளெனறிடிககோபபான சத தததையிவவேழையான நானகேளாதிருககவே ணடசியும, என மீடபரே!

௰. மனஸ்தாபததாலநிறைநத எனனுடைய நெஞசிலநீர் வாதையுடனேயடைநத சாவுஉண டெனறிவீர். உமமுடையகுறறமறற ரதத த்தாலத்தெளிககபபடட இநதநெஞசுஉமககு த்த னனையொப்புவிககுது.

௰௧. எனனுடைய துயாததை யாறறுவீரோ, இயேசுவே; உமமுடையவசனததை நிறைவே றறபபோவீரோ. இஙகேயுமமையாரானாலும உ ணமையாலுமபததியாலுஞ சேர்நதாலஅவனுக குநீர் மோடசநதாரேனெனகிறீர்.

௰௨. ப்ததிவிசுவாசததோடே உமமைசசேர் நதேன, கர்த்தரே, பலஹீனனையனபோடே கா ககஉமமாலாகுமே. ஜெயமாயநான அவவிடத தில் ச்சேர்நது, பரமானநதததில உமமைபபார் ககுமடடுககும எனனைககைவிடாதேயும.

௱௭௨. Herr, ich habe misgehandelt.

மா பொலலாபபை நடபபிததேன, பாவ ககேடுமிஞசிறறு, நலவழியைவிடடுவி டடேன, அததாலஇபபோதுமது கோபதது சகுபபயமாக நிறகிறேன, திகைபபுமாக.

உ. நானகடவிததானகடநதும, ஆழததிலி
றஙகியும, காறறினவேகமாய்பபறநதும, எவ
விடததிலாகிலுந தபபேன, எனனையெநததிக
குந தேவரீரினகைபிடிககும.

ந. ஆகையாலெனதுரோகஙகளை உமமை
த்தானபணிகிறேன; பிளவினபாககியமிழநத பா
விககுஇரஙகுமேன. எனவெகுபொலலாபபுககாக
அபபுறமளரியீராக.

ச. மாகடறசனாமணவில யெணணததகக
தாகியும, எனபிழைகளினதிரவின யெணணி,ான
மேலசசுமருங குறறஙகளுலஉணடாகுந தீங
கைசசெ லல ஆராலாகும?

ரு. அழுஙகாயொஙகாரமாக, எனஇரணடு
கணகளே; மிசவுமனனவெலசசைககாக அழ,என
தலையிலே கணணீர்ஊறறுததிறவுணடு ஓட
எனககாசையுணடு.

சு. கலநெஞசெனகருளப்பிளநது, கணணீர்என
முகததிலே வெளளமவெளளமாயபபுரணடு பாய்
ச்சலாணவாகியே; ஆனாலிபபடிகாணாது,
ொததமடஓடியுமபோதாது.

எ. நீரோ,தெயவஆ -டுக்குடடி, சிநதினஇர
ததமே பாவியைககுணபபடுததி, ஆககினையை
நீககுதே; ஆ.எனமேலஒரோதுளியும படக்கிரு
பைபுரியும.

அ. எனசுமையைநீர்ஒழிதது ஆழமாயகக
டலிலே தளளி,எனனையாதரிதது, சுததமாககும,
இயேசுவே. எனவினையுமயிலததுககமாறறும
உமதாவியாலககாபபாறறும.

மெயயானவிசுவாசததின

பேரிலேபாடுகிறபாடடுகள.

௱௭௩. Mein Jesu, dem die Seraphinen.

ஆ, இயேசு, தேவரீர்முனபாக பாததினசே ராபீனகளும முகமமறைககபபடடோ ராக தாழவோடுஙகூசசததோடேயும பணிய சசே, நானஎஙசேசகிறபேன! இருளபிடிததன னது நிடபானகணவிணயுமககு முனபாகளபப டிவிழிபபேன?

௨. ஆலுவொடசிததனுககாக ச்சேர்நதோவிா நோககியருளும; எனபுததிக்கணகளுக்கனபாக முகதெரிசவினைகொடுஞ; சாஷடாஙகமாயப்ப ணிநதுகொளளும எனஆததுமாவுககுமது செ ஙகோலலீடடி, யெனககு: நீநமமுடையோ னெனறுசொலலும.

௩. அருளமேலதாசததாலேகததும எனஆ விசகுமமைககாணபியும; இபபாவிகிருபைபெ றடடும எனறேஙகுளுசததஙகேடடிரும; இவ் வேழையைததளளாதிருபபீர் எனறுவேன, நீர்த யவால இரததஞசிநதினதிலல மீடடோவிள யெபபடிவெறுபபீர்.

௪. தாழநதோனைசசேர்ககுநதயவுளள ராசா வே, உமமையணடினேன. ஆம, சுவாமி, உமமு டஅனபுளள காயஙகளிலவிழுகிறேன. நீர்மாண டத்தாலநானநீதியாமே, உமமாலேநானமாசறற வன, மனனிபபளிததஉமமுடன அனநதஜகக முமஉணடாமே.

௫. நானஉமககேர்ககுமமார்ககமாக அன

போடுமஉணமையோடேயும எனசீவனமுடிவு
மடடாக நடகக,எனவிணஙிததமும நீர்தாறஞா
னததாலநடததும, அதினவெளிசசமஎனககு வழி
யைககாடட,உமது இரககமஎனதுணையாகடடும.

௬. பகைஞரினபெலன்சதியும எனமேலெ
ழுமபினுல,நீரோ தெயவாயுதஙகளையளியுரு, செ
யமுநதாரும,இயேசுவே. அநதடவாகமகிமைக
குங கதிககுமூலமாகிய தெயவீகாசசியததுட
நாறறெனககுளநனறுயககிவிளககும.

௭. ஆம, ஆம, எனநெஞசுஉமமைபபறறும,
நீர்அதிலவாசமபணணுவீர். பாததைவிடடிபப
ளளமடடும மூனதயவாயிறஙகினீர், எனநெ
ஞசிலேயுமவநதிறஙக நானகெஞசுவேன,எனசீவ
னே, இவவிடிடியுமநாளிலே நானஉமமாலஅ
ஙசேயுமபோயததஙக.

௮. எனஆவிபததியாலேஏறும, நீர்அனபி
லுஇறஙகிறீர். இநதடவாயநானவாழநதுதே
றும படிககுளனவினொபபுவீர். நானஉமமை
யெனகுவிபபதைககும நாளமடடுமநமபிநேசிப
பேன; நானமாணடுமஉமமைவிடடிடோன, சி
நேகமஎனனைறககுமநிலககும.

௱௭௪. Zu dir, Herr Jesu, komme ich.

உமமணடைவாறேன,இயேசுவே, நீர்என
வினையுமமணடையிலே அனபாயழைககி
றீரோ. எனபாவப்பாரமமிகுதி இககடினது
கததடி நிலததால,அதினகீழே நானகெடடுப
போகவேணுமே; நானஆககினைககுளளாவே
னே, கர்ததாவினமுனவிழிககநான அபாததிர
ததுவமார்ககததான. ஆ,இயேசுவே, இரடசி
யும,இரடசியும, எனமததியஸதாயிரும.

௨. பிதாளனககுநீதியை ச்சரிககடடாமல,கிரு
பைபுரியததககதாக, நீர்தானஎனமேல்வருவதாய
கோபாககினிகளையெலலாஞ சுமநதிரககமாகக்
கடவினததீர்ததீர்எனபதை நினைததுககொணட
டியேனின யெனபாரததுககுமநோவுககும நீர்
நீஙகலாககியருளும. ஆ, இயேசுவே, தறகாரு
மேன,தறகாருமேன நானதேவரீரைநமபினேன.

௩. நீர்தாமேபரியாரியே; வேறுரையும அறி
யேனே, நானசார்நதவர்நீர்தாமே. பிதாவின
முனநீர்ஒருத்தர் நிஷகசததககநீதியர், நீர்தேய
வமைநதனுமே. நீர்பாவியின அடைககலம, நீர்
கிருபையின ஆசனம, நீர்சாவைவெனறவொடசகர்,
நீர்சாபததையழிததவர். ஆ,இயேசுவே,பேயசிறி
யும,பேயசிறியும, நீர்எனசகாயராயிரும.

௪. நானமெதுவானஉமமுட ஆசததடியை
நிததிய வணககமாயச்சுமபபேன. உமமால்நான
முசிபபாறலாம, உமமாலநானநனமையிலஎலலாந
தினநதினமபெலபபேன. இனிநானபலஹீனததால
இடறினால,நீர்தயவால, எனஓடடநதிருமடடுக
குங கைதநது ஆதரிககவும; ஆ, இயேசுவே,யு
மமாலேதான,உமமாலேதான நானகரையேறும
நீதிமான.

௱௭௫. Herr aller hoechster Gott, von dem.

உனனதமாகிய எனகர்ததரேநீர்தாமே,
மெயவிசுவாசததை கொடுககிறவராமே;
இபபோதுமஉமமணடை நானசேருவதறகு அ
தெனனில்மிகவுங குறைபடுகுது.

௨. எனநமபிககைககெலலாம பெலடசயமிரு
ககும, எனவிசுவாசததை ப்பேயமிசவுநதடுககும.
மகாதயாபரா, சகாயமபணணுமேன எனறி

வலிககடடிலே நானகெஞசிககேடகிறேன.

௩. நீர்எனவினையுமமுட சாததாலஆசரிததது, எனஆததுமததுககு அனபாயபபெலனஅளி ததது, ஓர்குடுநததவினா யிராதிருககிற எனவிசு வாசததை பபயிராசகியருள.

௪. ஆ,உமமுடைபெலன நிறைநதபடியாக எனபெலஈனததில எனனோடிருபபதாக. என நமபிககைமெனமேல வளர்நதுவரவே, நீர்என வினையுமமணடை யிழுமி,எனகர்ததரே.

௫. எசசோதவினையிலும, அடியேனசெட டியாக நிலைதது,செயமாய பபோர்செயகிற துககாக, எனவிசுவாசததின பொறுமெனமே லககும எரிவதறகதை நீர்ஊனறிககொணடி ரும.

௬. ஆ, இயேசுவே,அநநாள தனநோவிலத்தா ழமையோடே விணணபபமபணணின காலுவிலே திரிககனபோடே சகாயமபணணினீர், அவவ னபாயனனவினையும எனதுயாததிலே நீர்நோக கியருளும.

௭. அனபுளளகர்ததரே, நீர்பேதுருவுககாகப பிதாவைவேணடின அததனமைநயவாக இவ வேழைககாகவும, எனவிசுவாசமே மாளாதிரு கக,நீர் விணணபபஞசெயவீரோ.

௮. நானவிசுவாசததின மகாமகிழ்ச்சியான பலனகவினாயினி பாககியிலக்காண, எனவேண டுதலுககும எனகூககுரலுககுந, கர்ததாவே,தே வரீர் அனபாயசசெவிகொடும.

௱௭௯. Jesu, Gottes Sohn.

தெயவமைநதனே, நீர்உலகிலே ஊளள வர்கவினாயனபாலே மீடகவநதுவோக

ததாலே பெறறதோததிரம நிநதைததூஷணம.

௨. ஆறுவஇயேசுவே, தேவரீரைய்ய யென வினமீடடநேசராக நான அறிநதநனமைககாக எனமனமெலலாந துளளிபபூரிபபாம.

௩. மெயதான,முநதிநான பேயினபிளவி தான, உமமைகானபிறக்கணிததேன, உமமை யணடத்தாமதிததேன எனறெனமனது எனனில அழுது.

௪. கடைசியிலே உமமை,மீடபரே, பாவி யானஎனககாக மாணடமததியஸதனுக நான அறிநதது தெயவதயவு.

௫. சிலுவையிலே தொஙகுமஉமமையே ஆவி யிலகசணணேறுசமாயேன, எனகடவிளயினிககா ணனேன, அஙகேதீர்நததே, ஆடடுககுடடியே.

௬. நீரேகோபத்தை யாறறி,சுவாமியை யுற வாககின இரககம எனகதிச்செலவாநதுவககம, உமமாலததபபினேன எனறுபாடுவேன.

௭. எனறெனறைககுமநான பறறுவர்நீர்தான, உம்ககுககிலேசமவா முனநடநததைநான அழ வநதேன,யாவையும நீர்மனனிககவும.

௮. எனனிலுளளது தேவரீருககு ச்சாயலாவ தேயென அநதம எனறெனசீவனபரியநதம உம மையெனறைககும நானபினபறறவும.

௯. நான இபபளளததில இனனநதஙகளையில நீர்என துயரததையாறற, நித்தமஉமதனபைககா டட செஞசுகேள்ககிறேன, உமமைநோககு வேன.

௰. சுவாமியபபோதே யெனவிணயுமயிலே மோடசததுககெனறேதெரிநதார். உமமிலஇப பவுமஅறிநதார். நீர்எனநிததிய வாழவவலே ஆயா!

௱௰௭ Liebster Jesu, in den Trgen.

இயேசுவே,நீர்தாழநதோரான நாட்களில்க
குமபோடேநீர்: எனனுல்நோயைததீர்பப
தான சததிபாயுதுளளறீர். இபபோதுனனத
ததிலஆளும ராசாவானநீர்இநநாளுஞ சததியை
யெனமேரினும பாயபபணணியருளும.

௨. உமசகதிகாரமயாவுந தாபபடடிருககு
தே, தேவரீரைபெநதநாவுங கர்ததர்எனசவேணு
மே. யாவுமஉமககுபபடியும, பெருமையெ
லலாமஅழியும. உமமாலககடைசியிலே சாவும
வெலலபபடுமே.

௩. ஆசையாலேதேவையான மீடபெபபோ
துமஉமமாலாம, இதுக்குநீர்செயததான அற
புதஙகளசாடசியாம. ஏனெனறாலஅவரவறகு
அனுகூலராவதறகு மனிதரிடததிலே தயவாக
வநதீரோ.

௪. ஆ,இவவேளைகளுமஇராஙகும, தெயவபரி
யாரியே யெனனைபபாரும,எனனிலஙகும புண
ணுமரோகமுமஉணடே; பாவமுமபொலலாவி
னையும நீஙகளனமேலசசையவையும: சொஸ
தமாகெனறெனககும நீர்அனபாகசசொலலவும.

௫. உமமுடையவஸதிரததின ஓரததைததொ
டுகிறேன; நீர்ஒடசிககிறபெலததின சததுவ
ததைநமபுவேன; நீர்உளாததவைதபபிடிபபேன,
உமகசெனனையொபபுவிபபேன: மீடபோமென
றுசொனனீர்; மீடடுககொளளுமஇயேசுவே.

௬. ஆமென,எனசெபததைககேடபீர், எனனை
ச்சுததமபணணுவீர், எனனைநோககிஎனனைசசே
ர்பபீர், தேறறியனனைககாணபிபபீர். அதநால
நித்தமநித்தமாக உமககுபபுகழசசியாக தோ

ததிரஞசெலுததுவேன. ஆமென, ஆமென எனகி றேன.

௱௭௮. Es ist das Heil uns kommen her.

இரடசிபபுச்சுதததயவால உணடானதெ யவததம, அதுநாஞசெயததறமத தால வருவது அவததம. பூலோகததினகடன களைச்செலுததிததீர்ததஇயேசுவை யுணர்ந துபார்ககவேணும.

௨. தெயவீககறபனைகளை நாஙகைககொள ளாதேவிடடு, துறசுபாவததால ஆசாததை யெ பபோதுமநடபபிததது, கர்ததாவைசகோபமாக கிறோம. நிறபநதததைசசமபாதிததோரு, சீர் கெடடுபெருகிறது.

௩. ஆனாலுஙகறபனையைநாஞ சுயபெலனக ளாலே கைககொணடுநீதியாகலாம எனறநதக ததிலேல நிலைததோம;நமககதுவோ பொல லாககுணஙகளைபபோ காணபிககிறகணணாடி.

௪. இததுர்க்குணஙகளைவிட பார்ததாலுமநி லைநிறகும பொலலாபபுப்பினவிளையுமமகா அதி கமாயவறதிககும. நமமாலஆகாது,கெடடோ மே, நாமமாயஞசெயதும,அதுவே பரிசசேத ஞசெலலாது.

௫. ஞாயபபிரமாணமோ வெனறால நிறை வேறறபபடாமல ப்போனாலநாஞசாவோம,ஆ கையால பிதாஅளவிலலாமல இரஙகுமஅன பாலகிறிஸதுவைக கொடுததார்,இவர்கடனை யெலலாஞசெலுததிததீர்ததார்.

௬. இதவராலேயானபின, அவர்முனபாகத தாழநது: ஆ,இயேசுவே,நீர்மாணடததின பல னாலநானவாழநது பிழைபபேனாக;ஏனென

றால நீர்உமமுடையசீவனால இபபாதகவினைமீட்
டீர்.

௭. நாஙகெடடுபபோனதையெலலாம ரெ
டசிககவநதோமஎனறார, சேர்நதோரககுமன
னிபபுணடாம, வாவேன,நாமஇயேசுவெனறும
நீர்சொனனீரேஎனறவனை நாமபறறிககொள
ளுமநமபிககை ரெடசிபபுககு உளளாககும்.

௮. இததாலேசுவாமிககுமுனபாய நாமநீதி
மானகளாகி, புதியசிஷடிகளுமாய த்திருபபப
படடோராகி, சனமார்ககமாயநடககிறோம, கர்
ததாவின அனபையறிவோம, புறர்ககுமநனமை
செயவோம.

௯. ஞாயபபிரமாணஞசுவாமியின கோபாக
கினியைககாடடுந, திருமபச்சுவிசேஷததின பிற
சஙகமநெஞசையாறறும; நீஇயேசுவணடைஓ
டிவா, ஞாயபபிரமாணஙகேடகிற கடனைத
தீர்ததாரெனகும.

௰. நாமஇவர்களுளளானால,அபபோ இவவி
சுவாசமநலல கனிதருந,தராததோ மெயவிசுவா
சமலல. நாமவிசுவாசிகளானால நாமநீதியர், இ
தோவெனறால சனமார்ககததாலவிளஙகும.

௰௧. மெயவிசுவாசமசுவாமிககு இககடடில
ச்சார்நதிருககுளு, செயநாவினைககுறிபபது அவ
ருககேயடுககும, ஒததாசையைததயாபரர் திரு
ணிததநாளிலசசெயபவர், சநதேகமஒனறுமவே
ணடாம.

௰௨. கேளார்,ரெடசியார்எனறதாய க்கணடும
பயபபடாதே, தயையைசசிலகாலமாய ஒளி
பபார்,பினவாஙகாதே. உனநெஞசின அனுமா
னததை கேளாமலததெயவவாறதையை நீதிடனு
கநமபு.

௰௩. கர்ததாவே,யுமதனபுககு த்துதியுணடா
வதாக, அடியார்விசுவாசிதது ப்பிழைககுமப
டியாக, இககுமமுணடயஉனனத பேர்நாமம
மகிமைபபட, இராசசியமுமவர.

௰௪. ஆ,உமமுடையசிததமே செயயபபடு
வதாக. படியைததாருங,கர்ததரே, கடனகளை
யனபாக மனனிதது,சோதனைகளை விலககிப
போடடு,தினமையை நிவிர்த்திபணணும,ஆமென.

இருதயததை பபராபரனுககொ
பபுககொடுககிறதினபேரிலே
பாடுகிறபாடடுகள.

௱௭௯. Nun nimm mein Herz und alles.

இபபோதும,இயேசுவே,எனநெஞசையும எல
லாததையுமநீர்ஒபபுககொணடிரும. நான
உமககே யாதீனங,கர்ததரே, நானஉமககேர்தத
தாக தினமநடபபேனாக.

௨. திவவியகிருபையினலேநீர் எனஆவியை
மகிழ்ச்சியாககிறீர். அனபுளளோரே,நானஎன
னையுமககே தாறேன,எனஇசமானே, என
வாஞசையிதுதானே.

௩. இதோ,நீர்வேணுமெனபதெனககு எநநா
ளிலுமபிரியமாவது. அழைததீரோயானலெ நலமா
மே; நானஇனனநதஙகததிடடம ஆனலெ,தெய
வீகசிததம.

௪. நீரோவென்றுமெனபஙகுமாயிரும, என
ஆததுமததுககுளபிரவேசியும. எனதேவனும
எலலாஇககடடிலும எனஆறுதலுமாக என
னோடிருபபீராக.

௱௮௰. Mein Gott, das Herz ich bringe dir.

எனநெஞசைச,சுவாமி,யுமககே ஙவாயபபடைட்
கிறேன, நீர்இநதககாணிககையையே கே
டடீர்எனறறிவேன.

௨. எனமகனே,உனநெஞசைததா, நீஇகக
டவினததிர், வேறெஙகுமநீசசபபட மாடடா
யேயெனகிறீர்.

௩. அபபா,நீர்அதைததயவாய அஙகிகரிகக
வும, நானஅதையுளளவணணமாய் த்தாறேன,
அனபாயிரும.

௪. மெயதானே,யதுசுததமும நறசிருமறறது,
அழுககுநிடடுமாயகையும அதிலநிரமபிறறு.

௫. இபபோதோமிகுதியுமாய த்தியஙகி,யும
ககு எராபபொலலாபபைசசுததமாய வெறுத
துபபோடுது.

௬. நானஉணமையாயககுணபபட அதைநோ
றுககுமேன, இததயவைநீர்காணபிகக ப்பணிந
துகேட்கிறேன.

௭. ஆம,எனகல்நெஞசைநீர்நனறுய உருககி,
முழுதும புலமபலுஙகணணீருமாய க்கரையபப
ணணவும.

௮. ஆனல அபபோ,எனஇயேசுவே, எலலா
ரினமீடபுககும நீர்சிநதினஇரததமே அதுககு
பபடவும.

௯. மனனிபபுணடாககி, உளளததை ச்சிராக
குமஉடமையே நானபறறிககொளளுநதிடவின
யளியுங,கர்ததரோ.

௰. எனகுறறஙகள,எனஆககிவின யெலலாம
ளடுபட, நீர்உமமுடையநீதியை யெனஆவிகக
ருள.

௰௧. ஆ,எனகதிநதசசித்தத்தின உடுபபுடுத
துமேன; அபபோமாசறறுச்சுவாமியின மூன
பாசநிறகிறேன.

௰௨. தெயவாவியே,நானபாழ்நிலம, வறண
டபூமியும, நீர்இயேசுவினநிமிததியம எனமீதில
ப்பாயவும.

௰௩. இருள,பகையுஙகபடும உமமாலேபோ
யவிட, வெளிசசம,நேசம,மெயமையும ஊம
மாலேவளர.

௰௪. இஙகெனவிளதத்தியோர்கெடடசீர், துன
மார்ககம,மோசமூரு சூழ்நதானு,சுவாமிசகெ
னவிளநீர் நறபததியாககவும.

௰௫. ஊபததிரஙகளவரசசே நீர்ஆதரிததிரும
நீர்எனவிளநமபிசகையிலே நறகெடடியாகக
வும.

௰௬. உளளேயிருநதுநிததமே அழுசசுகள
வரும, நீர்எனவிளயுளளுககுளளிலே நறசுததமா
ககவும.

௰௭. இனிஒர்ககானுமஎனனிலே அஞஞாய
ஙசபடுங காணுமல,எனவிளநீர்,நீரோ நலநீதியா
ககவும.

௰௮. நீர்எனவிளசகிறிஸதினசாயலாய எல
லாருக்குளளேயும மேனமேலப்புறமபுமஉளளு
மாய நறசாநதமாககவும.

௰௯. நீர்எனவிளகிறிஸதுமார்ககததில மேற
பூசசும்மாயமூம இலலாதோனககி,யவரில நல
லுணமையாககவும.

௨௰. என்முழுநெஞசையுமஅனபாய நீர்,சு
வாமி,எனறைகளும அகமுமஆலயமுமாய ப்ப
டைததுககொணடிரும.

௨௰௧. நீர்அதையாளுங,கர்ததரோ, அததால

நானபாககியன, நானஉலகததோனலலவே, நான
உமமுடையவன.

௨௨. நயமபயமுமாயினி பொலலாதவுலகம
அழைககுளுசறபவினசதி யெல்லாமவீணகாரியம.

௨௩. பிசாசினமணவாளியே, ஒர்ககாலுமஉன
வினநான சேரேன,உனபேசசுமாயமே, நீசறபக்
கூடடநதான.

௨௪. போலோகமே,போ பாவமே; எனனெஞ
சுஉமககு எககாலததுககும,இயேசுவே, கொடுத
திருககுது.

௱அக. Hoechster Priester, der du dich.

இயேசுவே,நீர்உமமையே எனககாயபபடை
ததீரோ, யெனவிணயும, பொலலாபபுசசாக,
சுவாமிககுபபடைபபீராக.

௨. எனனிலநீர்ஒருநதர் உததமஆசாரியர்,
நீர்இடாபபலிசெலலாது, கர்ததாரணடைககும
எறுது.

௩. நீர்எனகெடடஇசசையை ககொனறு,என
இதயததை, நோயாளுளுஞசுததமாக எனவின
விடடெடுபபீராக.

௪. பீடததிலநானமுழுதுஞ சுட்டெரிககபப
டவும, எனனிலஒனறும்மீதியாக இஙகிராதே
போவதாக.

௫. அபபடியேயுமது கையிலைப்பிதாவுககு
நீர்பலியிடுவதாகுங காணிககைபிரியமாகும.

பரிசுததநடககையின

பேரிலேபாடுகிறபாடடுகள.

௱௮௨. Herr Jesu, Gnaden Sonne.

அருளினபொழுதான அனபுளளஇயேசுவே,
நாரினசேவனை உமமாலேயெனனிலே
வெளிசசமுஙகுணமும சநதோஷமுநதிடமும
வரககடவது.

௨. எனபாவததைமனனிதது அகறறியரு
ளுளு, இனதனைவிட்டுவிட்டு எனமேலஅனபா
யிரும. எனநெஞசினபயமற, நீர்சமாதானந
தர ட்பணிநதுகேடகிறேன.

௩. அடியாவிரமீட்டோரோ, நானுமமைச
சேவிதது, தெயவீசபததியோடே நடககிற
தறகு, எனசிநதையைமாறறிதது, புதியதாயசசி
ஷடிதது, படைததுககொணடிரும.

௪. நானஉமமைசசார்நதோளுகை எபபோதும
உணமையில நிலைககிறதறகாக, நீஞானககதறி
வில வளர்தநிதநதனபாலே தெயவீசவார்த
தையாலே வழியைககாணபியும.

௫. நானலோகததைவெறுதது, எனநெஞ
சையுமககு எநநேரமுஙகொடுதது ட்பிழைகக
எனது துரிசசைசயைநீர்பேர்தது, உமமணடை
யெனவிணசசேர்தது உமமாலேஆறறுமேன.

௬. நானஉமமையுணமையாக ச்சிநேகிததும
சகு ட்பிரியமார்ககமாக நடககஉமது சிநேக
ததைநனறாக எனநெஞசிலேதீயாக எரியபப
ணணுமேன.

௭. நீர்உமதாவியாலே திடனுமபெலனுந

தநதெனனிலத்தயவாலே எல்லாமநடபபியும. எனனாலேதானநானகெடடேன, நனமைகளெல லாம நானசெததேதான எனசெனமபபாவததால.

௮. தயாபரா,ரொடசிதது, பேயசெயலயாவை யும எனஆததுமததைவிடடு விலககியருளும, நானபரிசுததமாக நடககுமபடியாக த்துவின நீர்கர்ததரோ.

௱௮௩. O Jesu, meiner Seelen Leben.

எனஆததுமததினசீவனான எனஉனனதசதி யாமஇயேசுவே, அடியேனஉளளததிலஉ ணடான எனபாவககேடடைநீககுங,கர்ததரோ. ஆ, எனவினநீர்மேனமேவிககுள சனமார்ககனு ககியருளும.

௨. பொலலாதலோகஙகணணிவைககும, பேய பாவததினதிததிபபைககாணபிககும, அதென வினபபொயயிலவைக்கவிககும, நீரோவெளிசசங காடடிரொடசியும. ஆ, எனவின மி.

௩. நீர்லோகததினவெளிசசமாமே, நீர்உம தாடுகளின மேயபபரோ, ஒவவொனறினரொட சகர்நீர்தாமே, நீர்பலஙனரினசகாயமே, ஆ, என வின. மி.

௪. பாததிலேயிருநதனபாக அடியேவினகக ணேணககிககொணடிருந, திடவினத்தநதிரகக மாக எனபாவஙகளமனனிபபையருளும. ஆ, எனவின. மி.

௱௮௪ Hilf mir, mein Gott, hilf! dass nach dir.

கர்ததாவே,எனபயததிலே நாளுமமையாசை யாக ச்செபரதாலத்தேடுவதறகே சகாயரு

செய்வீராக. நீர்சீககிரம அனுககிரகஞ செயதா
றுதவிததாரும, இனியெனவினை,நான பாவததை
ச்செயயாதபடிககாரும.

௨. நான துயரபபடடுமமுட அடைககலத
தில்வநது, சீராகுதலினஉததம க்கனிகளையுநத
நது, எனகுறறஙகளமகாதிரள எனறுமசருமு
னயாக வநதழுது,எளியோர்ககு ஒததாசைசெய
வேணுக.

௩. எனமாஙகிஷததின இசசையை யமுககிக்
கீழ்பபடுததும, மெயயான தெயவநேசததை
யெனஉளளததில்க்கொளுததும. இககடடிலும
நானஉமமையும மெயவேதமளனறசுதத மொ
ழியையுமளலவாருககும முனஅறிககைபபடுதத.

௪. சினமில்லாதசாநததை யெனநெஞசககு
த்தரியும, இடுமபைநீககி,தாழமையை யென
மனதுககளியுஞ, சநதோஷமுமகிழ்ச்சியும என
ஆவியிலஉணடாக, பேயாலுணடாம பொல
லாபபெல்லாம நிறமூலமாவதாக.

௫. மெய்பபததியை,நலநேசததை, மாநமபி
ககையைத்தாருந, தரிபபதறகதுகவின ப்பலபபடு
ததிவாரும. நானவிககினப்பேசசாகிய மொழி
யைபபேசேணுக த்துன்நிவினவுஞசிததினயமும
இலலா திருபபதாக.

௬. நானஉணமைசாக்கிறதையுமாய எனவே
லையைநடததி, மிகுநதளசசரிககையாய அநு
ஞாயததைஅகறறி, அகநதையுமவிரோதமுமட,
பகை,வினை,வனகணணும இலலாதோனுய, சன
மார்ககமாய வாசசகாயமபணணும.

௭. நலயோசவினக்கொடுபபட்டால் ததபபாம
வழியைவிடடு, எளியவரைததயவால க்கண்ணே
ககியாதரிதது, எலலாரையுமநேசிககவும பொ

ல்லிப்பைச்சாருமட்டும மிகுதியுமபகைக்கவும,
நான திருப்பெறட்டும.

௱௮௩. O Gott, du frommer Gott.

தூய-பரா, எல்லா நன்மையின ஊற்றுமநீரே.
உண்டானவைகளெல்லாம அளித்தோர்தேவரீ
ரே, என்தேகமஆவிக்கும என்மனச்சாட்சிக்
குஞ் சீராயிருக்கிற ஆரோக்கியங்கொடும.

உ. என்னிலைமையிலே நீரெனக்குக்கற்பித்து
க்கொடுத்தவேலையைக் கருத்தாய்நான முடித்து,
நான்தக்கவேளையில அவ்வொன்றைச்செய்யவும,
அது செய்கைக்குவாய்க்கவுஞ் சகாயமாயிரும.

௩. எப்போதுமஎன்றத்தை நானவசனிப்பே
னுக, வீணபேச்சொன்னாலீயே வராதிருப்பதாக,
என உத்தியோகத்தில நானபேசவேண்டிய
சொல்வித்தையின்வாய்ப்பெலனைக்கொடுமிக்க.

௪. துன்னாளிலேபயம இல்லாமுயற்சியைத்தா
ரும, சத்துருக்கில, நீர்தான துணையாயவா
ரும. சாந்தப்பண்கொண்டு நானவெனறேநே
சமும நல்லோசனைக்குள்ளி யுமமாலேகாணவும.

௫. அவர்களோடேயும கிறிஸ்தோனுக்கே
ர்க்குமட்டுஞ் சிநேகம அன்பமாய நானசேவம
பண்ணட்டும. நீர்ஆஸ்தியைத்தந்தால, அதனோ
டேயென்றைக்கும அநியாயஉடைமை சேரா
திருக்கவும.

௬. பலவருத்தமாய முதிர்ந்தவயதுக்கு நான
எற்கட்டவேணடியாகில், அந்நாட்களுக்கு விவே
கத்தெச்சையும இலவாசனையும, நற்பொ
றுமையையும நீர்கட்டாசமபண்ணவும.

௭. எனசாவிக்கிறிஸ்துவின சாவாலசெயி

பரிபவுக, பிறிநதவிவியை யுமமணைடசேர
பயிராக. சவததுககே வெளிசெ நவவோர்மிடக
சிற குழிகளருகே இடமஅசபபட.

௮. செதபோணைநீர்அஙநான ளழுபபமபோ
தனபாக எனமணணினமேலேயும வாவெனறு
சததயாக சைநீட்டடி,எனககு நீர்சிவனுடனே
வாழறினருபததை யளியுங,கர்ததரே.

கிறிஸ்துவைப்பின்செல்வதின

பேரிலேப்பாடுகிறபாட்டுகள.

௱௮௬. Mir nach! spricht Christus, unser Held.

உஙகளுதவிவாரிற எனசததஙகேடடெல
லாரும நானஉஙகளுககுககாடடிய வழி
யிலஉஙகளபாடும உபததிரமுமளளவிசேபபோல
எடுததுககொணடுவாருஙகள.

௨. வெளிசசமநான,எனசறகுணம நடககை
யாலவிளஙகும, பினசெலபவர்களிடம இருள
எனறுமஅடஙகும, நனருயநடககிறபடி என
னுடதெரியும,நானவழி.

௩. நானமனததாழமையானவர், நானபூரண
அனபுளளோர், நானஎனறும இனபவாசகர்,
நானமெததனவுமுளளோர், எனகணபாாபரனு
ககு நோயளபபோதுமநோககுது,

௪. ஆகாததாயிருபபதை விலகிச்சபடனறி யிரு
பபதறகுஉஙகளவிள நானஉபதேசமபணணி மோ
டசவழியைககாணபிபபர், நானஉணமையான
ரடசகர்.

௫. அதரிதுஎனருல,நானே முனபோறேன,

கூடவாறேன. நானதானபோராடிவெடடவே
செயிககவெறறிதாறேன. தவிலவனபோக,சேவ
கன பினவாஙகிறவஆகாதவன.

௬. தனசீவனதபபிபபோமவிதம ஆர்பார்
ததாறேமரிபபான; ஆர்அதையென்னிமிததி
யம இழநதாறேகெலிபபான. எனபிறகாலவ
ராதவன எனமகிமைசகபாததிரன.

௭. இபபோதுமஇயேசுசுவாமியை யுசசாய
மனதாக ப்பினசெனறு,கூடததுனபததை சசகி
ததுககொளவோமாக. அதேனெனிலபபினவாங
கினர் கிரீடமஅடையாதவர்.

௱௮௭. Stilles Lamm und Friede Fuerst.

உமமையாடடுககுடடியே, எனதாவிதே
டுமே, வாருமெனஅடியேன எபபோ
துமககேர்ததநறகுணமாவேன.

௨. நானஓர்ஆடடுககுடடியாய க்கீழ்ப்படி
நதமனதாய உமககேயெனனிலே உளளதைபப
டைககஆசையாவேனே.

௩. உமககேர்ததிருசகிற சாநததாலேயென
னுட நெஞசையும்முழுதும நீர்நனறாயஅலங
கரிததுசசோடியும.

௪. உமமைநானஎனனேவிலும நேசிககததி
டவிணயுந தாருமெனஎனகிறேன, அததாலஉம
மைமகிமைபபடுததுவேன.

௫. பாவததுககுததூரமாய த்தேவரீரஉண
மையாய எனறைககுமளதிலும நானபினபற
றவையெனககருளும.

௬. வெனறஆடடுககுடடியே, உமமாலநான
எனபோரிலே நிததமுமவெலலவும எனனைநீர்
பெலபபடுததியருளும.

௭. ஆபததுமவருததமும சாவுமவாறநாளி லும நீர்தானேமுனனிலே நினறெனவழிகாட டியாகும; இயேசுவே.

௮. மோடசததிலஉமமணடைதான மாசி லலாதோருககான நிறகவும,எனறைககும உம ககுஇஸதோததிரஞசெலுததவும.

௱௮௮. Der schmale Weg ist breit genug.

௧. நெருககமாமவழிநனறுயிருககும, நடபபு ககதுபோதும,அதிலே நேர்நோககமானபததியுடனே நடககிறவர்களுககும நெருககமாமவழிநனறுயிருககும.

௨. பேரினபஙகள இபபாதையில்க்கிடைககும; ஒடசிபபினபொககிஷததைமனதில நினைதது விசுவாசததோடதில நிலைததோர்ஆததுமமபி ழைககும. பேரினபஙகளஇபபாதையில்க்கிடைக கும.

௩. குணபபடாதவர்களாலஆகாது. புசிககு ஆடடினமெததனவுணடோ? பொலலாதமாய கிஷமஆணடாலஆமோ? அதிவவழியைநேசிக காது. குணபபடாதவர்களாலஆகாது.

௪. நீஆவியால்ப்பிறநதால்அபபோஆகும அப போநீநல்வழியில்ப்போறவன; இலலாவிடடால நீஎனறுமஅநதகன, நறசிநதைகர்ததராலஉணடா கும. நீஆவியால்ப்பிறநதால்அபபோஆகும.

௫. புதியதாயபபிறநதோனேசீர்படடோன; ஆமஅவனகிறிஸதுவைபபினசெலபவன. இங கேயிகழ்ச்சியையவருடன சகிததுககொளளஅ வனகறறேன. புதியதாய்பபிறநதோனேசீர்ப படடோன.

௬. எலலாததிலமொடடசகரினசாயலாவான; உல
கததுககுஅவனசெததபின, உயிர்ததெழுநதுஇ
யேசுகிறிஸதுவின பெலததால்ப்பரிசுததனுவான.
எலலாததில மொடடசகரினசாயலாவான.

௭. சீஷாககளகிறிஸதுவைபபினசெலலுவார்கள;
அவர்வழியேயிவர்களவழி, சீஷாககளுககுஅவர்
மாதிரி, சீஷாககளஅவர்மார்ககததார்கள. சீஷா
ககளகிறிஸதுவைபபினசெலலுவார்கள.

௮. உபததிரமுஞசாவுமநேரிடடடும; தவிபி
லலல,குதிகாலியே மூரத்தைகளும,நோவுமஆவிப
போகுதே, கர்ததாவைவிசுவாசமபறறும. உப
ததிரமுஞசாவும்நேரிடடடும.

௯. அவர்நுசததடிகேடுணடாககாது; பொல
லாபபைமாததிரமஒடுககுது. சனனியசலாகும
ஆததுமததுககு அததால்ஒர்நஷ்டமுமவராது.
அவர்நுகததடிகேடுணடாககாது.

௰. லேசாஞசுமையிதயததைலேசாககும; அததா
லேமனதுககுலெகுவுஞ சனமார்ககததுககுபபு
ஷ்டியுமவரும, தெயவனபபூரிபபையுணடாக
கும. லேசாஞசுமையிதயததைலேசாககும.

௰௧. ஆ, எனவிணயுமமைபபினறெடரபபண
ணும; நானஇன்னநதூரமாயிருககிறேன; என
இயேசுவே,யிழும,பின்செலலுவேன. எனசீவனு
ளளநாளஅனறனறும நீர்எனவிணயுமமைபபின
றெடரபபணணும.

௱௮௯. Heiligster Jesu Heil' gungs Quelle.

மா சிலலாமலத்துயயதான பளிஙகிலேயுநதெ
ளிவான சுததாஙகளுறறேஇயேசுவே, கே
ருபீனகளதுயயசீரின பிரகாசமயாவுநதேவரீரின

முனபாகமஙகியபோகுதே. எனபாவததினஇருள
அவிளததுமஉமககுள்ததுவியடடும, ஆ, இயே
சுவே,நானஉமககே ஒபபாய்சசுததாஙகமாகவும!

உ. மனசாசசாவுமடடும பிதாவினசிததமே
யாகடடும எனறீர், அமர்நதஇயேசுவே, எனமன
மூந:தெயவசிததம எனநைமையெனறதறகுநித
தங கீழபபடடடஙக,உமமையே பினபறறத்தே
வரீர்சசாயமபணணுவீர். எனநாவிலும என
இயேசுவே, நானஉமககே ஒபபாய அமர்நதிரு
ககவும.

௩. சாபபகலசறககமறறு நலமேய்பபசாய
ப்பிறையாசபபடடு, எனருயவிழுததீர்,இயேசு
வே. நிததமநிததமபோதிவிததீர், செபததில
சாவிலுநதரிததீர், மஙகாவெளிசசககணணனே,
விழிததுகெஞசவே நானுமமிடததிலே படி
ககடடும, ஆ,இயேசுவே, நானுமககே ஒப
பாயவிழிததிருககவும.

௪. நீர்நிறைநதநேசமுளளோர், எல்லாரின
மேலுநதயவுளளோர், மகாஅனபுளளஇயேசுவே.
உமமால்ததீயோர்பேரிலேயும பகலஉதிததும,
மாரிபேயும, பெரியவுபகாரியே. ஆ,இநதவு
மநது குணமெனமனது அடையடடும! என
இயேசுவே, நானஉமககே ஒபபாயஅனபாயி
ருககவும.

௫. குறறமனறிக்குரோதமறறு, எலலாஇகழ்ச்
சியையும்படடு மனனிததீர்சாநதஇயேசுவே. தே
ய்வவீடடுககாயஅவ்லாமல நீர்வேறெரிசசலிக
காடடாமல் இருநதீர்,ஆடடுககுடடியே! நான
அநதபபததியாய மிருநதசாதுமாய இருககட
டும. ஆ,இயேசுவே, நானஉமககே ஒபபாக
சாநதமாகவும!

௬. சுயமேன்மையைததேடாமல ஓர்மேட்
டிமையையுஙகாட்டாமல மாதாழமையானீர்,
இயேசுவே. வேலைககாறனைபோலத்திரிந்தீர்; எல
லாரிலுமநீரோ பணிந்தீர், மகாபெரியகர்ததரோ:
ஆ, என்னையுமமூட அடிகளிலவர ப்படிப்பியும;
என் இயேசுவே, நானஉமககே யொப்பாக்கத்தா
ழமையாக்கவும !

௭, சுத்தசுத்தத்தினமெய்யான கண்ணாடிமா
திரியுமான கறைபுளளஇயேசுகிறிஸ்துவே. உம
மிலநெஞசுமவசனிப்பும முகநடையுஞசஞ்சரிப
பும எலலாஞசனமார்ககசத்துயயமே, யெனதேக
மஆத்துமம எல்லாமஉமமாலக்குணம அடை
யட்டும; என இயேசுவே, நானஉமககே யொ
ப்பாய்க்கிறபுள்ளோனுகவும.

௮. நீரோசாப்பிட்டுககுடிதத விதமுமமேனா
யுநலத்திட்ட ப்பிரமாணமாகும, இயேசுவே.
நீர்பிதாவினசித்தமான படியேசெயவதுமககான
ஆகாரமாயிருந்ததே. அடியேனிவவித ப்பிர
மாணமாயவர த்துவிணககிரும. ஆ, இயேசுவே
நான் உமமுயிலே நலமேனாயுளளோனுகவும !

௯. தேவரீருடைய தெய்வீகசாயலியணிய
இசசிககிறேன, என்சீவனே. அதுக்குமதாவியா
லும பெலததச்சத்துவததினாலுஞ் சகாயஞ்செ
ய்யும, இயேசுவே. நானஉமககேர்ககிற சனிக
னிததா எககாலமும நானஉமமிலே நிலைக
கவே சகாயநுகட்டளையிடும.

பராபரனேயுங கிறிஸதுவையும

வாஞசிக்கிறவாஞசையினபேரிலே

பாடுகிறபாடடுகள.

௱௬௰. O Ursprung des Lebens.

ஒளியவரான அவனிவருககும எலலாவிதஞா
னஐசுவரியமுஞ சமபூரணமாகஉணடாவத
றகாக உளறருகியசீவனினகாரணமே, அஞதி
வெளிசசமுமானவனே.

௨. ஆர்தவனமாகஇருககிறறேன, என்மேல
பபத்தியாசவரடடு, இதோ நானதயவாயகசாட
டும ஊவேமுசிபபாறறும, இவவூறறு அளியய
துசீவத்தணணீர், குடிபபவனஎனறைககுமவாழ
வானஎனறீர்.

௩. இதோதவிபபோர்டேயுமமணவாளவரும
இவவாடடையனபோடடபிராமரியும, என்மே
யபபர்நீர்தாமே, நானஎழையுமாமே; நானந
மபிக்கையோடுமஇரககிறேனே, இலவிசமாகவும
ஊகிறீரோ.

௪. உமமாலமனமாறுமஇரமமியமும எக
காலமுமவாழுஙகதியுமவரும, எலலாமநீர்அளிக
குமஊவாமேவதித்துககும, இதயமமகிழநதுசந
தோஷிபபபடுஞ, சலிபபுடநோவுஅடஙகிவிழும.

௫. நீர்கிருபையாகஊறாததபடி யிபபோதும
அனபாகநீர்செயதருளி, என்தாகநதணியுமநிறை
வவயவியும, நானஎன்றைககுமபரமவாஞசையி
னுந தெயவானபினருசியிலுமபெருகவும.

௬. அத்தோடுஙகசபபைநீர்வார்ககையிலும

படிகிற நெஞ்சைக்கொடுத்தருளும்; அதேதெனில்
நீரோமாதுன்பத்தின்கீழே குடித்தஉபத்திரப்பாத்
திரத்தில்க் குடித்தோன்பங்காளனேமகிமையில்.
௭. சகித்தோர் நோகாமல்ச்சந்தோஷித்தினி
ஓர்தீங்குமில்லாமல்நிறைந்தபடி மகிழ்ந்துகளி
த்துளப்போதுஞ்செழித்து பலவினையடையும்ப
தவியிலே நான்கூடவாழட்டும், என்ரட்சகரே.

௱௬௧. Schatz ueber alle Schaetze.

கதிக்கெல்லாம்மேலான கதியாம்இயேசுவே,
ஒப்பற்றஅந்தமான பத்தாவே, உமக்கே
என்னெஞ்சைவாஞ்சையாலே யொப்புக்கொடுக்
கிறேன். என்! உம்முடநோவாலே ஆரோக்கி
யமானேன்.
௨. நீர்என்மூசிப்பையாற்றி மனஇடுச்சத்
தைச்சந்தோஷமாகமாற்றி துக்கிக்கும்மனதைத்
திடத்துவதற்கான இம்மானுவேலாமே. நீர்
இயேசு, நீர்மெய்யான பரத்தின்மன்னாவே.
௩. ஆ, உம்முடகுளுந்த முகத்தைக்காண்பி
யும்! என்மனதிலமிருந்த அன்பாயொளிவிடும்.
நீரென்னைத்தரித்தால் வாழ்வேன். என்சீவ
னே, யடியேனைநீர்விட்டால் வாழ்வொன்று
மில்லையே.
௪. இப்பள்ளத்திலென்னோடே இரும், என்இயே
சுவே, தவிவராமஉம்மோடே நல்மனதுடனே
எல்லாத்தையுஞ்சகித்து வருகிறேன், இதோ; நோ
வென்னையுமமைவிட்டு ப்பிரிக்கக்கூடுமோ?
௫. இதோ, பிழைக்க, சாக என்னெஞ்சுஉமக்கு
க்கொடுத்திருப்பதாக, நீரோஎன்பூரிப்பு. ஆம், உ
மமையன்றிவாழுங் களிப்பைப்பார்க்கநான் உம
மோட்டையும்பாடும் இக்கட்டுவாசிதான்.

௬. மண்மகிமையையாவும வெறுபபாய்ப்பார்ககிறேன, எனஆவியுமமைததாவும, பரததை நோககுவேன. எனஇயேசுவே,நீர்தாமே என செலவமானவர், உமமாலமெய்வாழவுணடாமே மணவாழவெலலாமயதற.

௭. எனபொழுதேபுதியும. ஆ,எனவிணயுமமணடை யழைககததீவிரியும! நானஇநதலோகததை ச்சநதோஷமாகவிடடு ப்போவேனஎனசிவனே; உமமணடையில்ச்சுகிததுஇருபபேன,கர்ததரோ.

௱௯௨. Ach! komm, du suesser Herzens Gast.

நொறுஙகபபடடநெஞசிலே இறஙகிவாசமாக இருபபோமெனறகர்ததரோ, வநதருளுவீராக.

௨. நீர்உமககுளாததை ப்பிடுஙகிபபோடடகறறும, உமமணடைஎறும்மனதை க்கிருபையாய்ததிடததும.

௩. இபபாவியைததினநதினம அனபாககோககிவாறீர், நீர்கிறிஸதுவினநிமிததியம எனகுறறஙகளைபபாரீர்.

௪. எனலாபமே,எனகர்ததரோ, அடியேனதூளுமமணணும ஆனாலும,எனவீடடததிலே இறஙகிவாசமபணணும.

௫ நீர்எனவிளையனபாயநோககிலைல, எனனழைஆவிவாழும, ஆ,எனவிளையுமதபபததால, த்திரிததியாககவாரும.

௬. நீர்எனககீயகிறமனறு பேரினபமாய்ருசிககும, நீர்தாறநன்மைபரம மகிழ்ச்சியையளிககும.

௭. அதினஞ்ளிபபிடபபடுபலம உளளேநனறுய ததெரியும, அததாலேநெஞசிலநறகுணம உண டாம,விளையவியும.

௮. இநதடவாய இதயததில இருகக,கர்த தர்வாருர், வநதுனன்தவாஙகளில அனபாகப பஙகுதாருர்.

௯. உலகமவெலலபபடுது, பேயெனவினவி டஒஞுடும, தெயவாவிதாறபூரியபு சதையைக கடடிபபோடும.

௰. குணம அடைநதவனுககே யாடானமின உணடாகும வாழவேதெனறவவிடததிலே வெ ளியாஙகமாகும.

௰௧. இபபோர்தும ஆததுமததுககுங கர்த தாவுககுமஉணடாகும ஐக்கததினல்த்துறிசசைச யும பொலலாககுணமுஞசாகும.

௰௨. இராடசகர்நுகததடி யினிலேசாயிருக கும, யாததினைவாளுசையிகுதி; அதுயாஇழுக கும.

௰௩. எபபோதனழைபபீர்,கர்ததரோ நானஉ மண்மயெனறெனனைககும மகிழாய்த்தெரிசிகக வே கதியெபபோகிடைசகும?

௰௪. நானஅஙகேசேர்வெனனனகிற திடன அடியானுககுங, கர்த்தாவே,தேவரீருட நல லாவியாலஇருககும.

௰௫. ஆ,பரிசுததஆவியே, நானஇடறி,தபு பாக ப்போகாதபடிஎனனிலே தரிததிருபபீ ராக!

௰௬. வழியைககாடடி,யெனது மாததானு டனநீர்தாமே போர்செயயும; அபபோதெனககு உமமால்ச்செயமஉணடாமே,

௰௭. கர்ததாவே,யுனனததிலே இருநதுஞ

னவினைககாரும. ஙறசாவைத்தாருமஇயேசவே,
அபபோதெனஆவிவாழும.

௱௬௫. Zeuch meinen Geist.

[ ]சவெளிசசமே,யிறஙகி- யெனநெஞசிலவந
தனபாயவிளஙகி, எனஆத்துமததுலஉலாது கதி
ரைவீசிககொணடிரு.

உ. ஆ,கர்த்தரே,பேரினபமான ருசியைத
நதாகாததான லௌகீகஇனபமயாவையும அத
தாலேநீககியருளும.

௩. நீர்எனனிலவநதுளனவனையாளும; நீர்
னவினையுமககுளநநாளும ஆள்ககொளளும,அப
போதெனககு மெயபபாககியமஇருககுது.

௪. உமமால்பிழைககிறேன,நீர்தாமே, என
சீவனுமபெலனுமாமே, வேறெஙகுமஎனககுக
கதி அகபபடுவதெபபடி?

௫. எலலாநலலெடசணஙகளுககுங, குறையி
லலாசசநதோஷததுக்கும நீர்தானேஊறறும
மூலமும; ஆ,எனனைநிரபபியருளும.

௬. ஆகாததைசசமூலமாக நல்மனதாவே
தளவேலுச, எனஉளளநதேவரீருககு ஒபபுக
கொடுததிருககுது.

எ. எனனொடசகணைககொணடினியும ஒட
சிபபினபூரிபபையளியும; நான அவராலேமுழு
தும அலஙகரிககபபடவும.

அ. அநதடவாசனனஉமமாலும நீர்செய
யுஙகிருபையினுலும பெறறது,தேவரீரையே
சனமார்ககததாலபபுகழுவேனே.

௯. நானபுதுச்சிஷடியாயநடநது நனமையி
லேவெறதிததுவநது, எபபோதுமபததியுடனே
உமமணடைசேர்வேன,கர்த்தரே.

௰. சனமார்ககராம அவிரவரோடும உம
மோடுநதெயவமைநதரோடும அடியாருககு
ஜகசமும இநதடவாயஅகபபடும.

௰௧. எனசுயசிவிணைவைநானவிடடு, தெயவீக
சிநதையைத்தரிதது, ஆஙகாரமறஉமககே நான
கீழபபடிவேன,கர்ததரே.

௰௨. இபபோநானசமாதானததோடுஞ சிநே
கததாலஉணடாமவாழவோடும இருபபேனநல
லிணககமும மெயயானஞானமுமவரும.

௰௩. இபபோநானஇயேசுகிறிஸதுவாலே
சமபூரணமஅடைநததாலே எனஆவியுமஎன
தேகமும அவருககுளசசநதோஷிககும.

௰௪. நாமே,இதுஉஙகளுககு ககிடைகக,நெஞ
சைககர்ததருககு ககொடுதது,ஞானிகளிபபோல
மணஞசையையகறறுஙகள.

௰௫. அவவியுமஇசசையையவெறுஙகள ஒன
றுனதைபபிடிததிருஙகள, கர்ததாவைததேடி
னேருககு மெயவாழவெல்லாஙகிடைககுது.

௰௬. இபபுததிககுஇடஙகொடுஙகள. ஆகா
ததையருவருஙகள. நறபுததிகேடடாலவாசி
யாம, நறபஙகைததேடககாலமாம.

௱௬௰௪. Jesus ist das schoenste Licht.

இயேசுதெயவஒளிவு, இயேசுவாலபபிதாவை
ககணடேன, இவர்சமுகததுககு இயேசு
மூலமாகவநதேன. இயேசுஎனவினததேறறினுர்,
அவர்நேசததைருசிததேன, அவர்மெய்சசவிபபி
டிததேன, எனவினததிரிததியாககிருர்.

௨. இயேசுவாலேமுழுதும நானபேரினபத
தாலநிறைநதேன, அவராலஎனதுககமும நீஙக

ப்பூரிப்பையடைந்தேன். அவர் என் மகிழ்ச்சியும், எனக்கேற்கிற பத்தாவும், வேணுமென்ற வாழ்வு யாவும் அவரில் அகப்படும்.

௩. இயேசுதான் என் ஆசையாம், இயேசுவைத் தொடர்வேனே, தேடுகிறவர்களெல்லாருஞ் சாபத்துக்குள்ளாவதாக. லோகமாயையே, நீ போ! உன் இச்சையை நான் நாடேன், இயேசுவுக்கென் நெஞ்சைத் தந்தேன், அவர் மெய்ப்பொருள் அல்லோ?

௪. நீரோ என்னைச் சேர்க்கிறீர், என் விருப்பந் தேவரீரோ, தயவாக என்னை நீர் ஒத்தருசிந்தித்தேடினீரோ. உம்மை நானுந் தேடுவேன், உம்மையென் கைகள் பற்றும். பேய்கள் மூர்க்கங்காண்பிக்கட்டும், பயமற்றிருக்கிறேன்.

௫. என் வியாகுலமுடப்புரு சிநேகிதியுமென்றுசொல்லும், விசுவாசம் பெருக, அன்பாய் என்னைப்பார்த்துக்கொள்ளுஞ் சுவாமியென் வினைச்சேருமேல், உமக்கேயுடைத்திருப்பேன், மற்றதையெல்லாம் வெறுப்பேன், உமக்குள் ஒதுங்குகிறேன்.

௬. சிஷ்டியே, நான் அப்புறம் உன்மேல் ஆசைவைக்கமாட்டேன், எனக்கான பாக்கியம் உன்னில் இல்லையென்று பார்த்தேன். இயேசு என் சிநேகிதர், உன் பொய்வாழ்வின்மேல் மயங்கும் இச்சையவரால் அடங்கும், இயேசு எனக்கானவர்.

௭. தோழமோ, என் சிநேகிதன் எங்கேயென்று வாஞ்சையோடே கேட்கிறேன், அவருடன் நான் என் முழுமனதோடே உலகத்தைக் குப்பைபோல் எண்ணி, என்னையவருக்கும் அவர் இன்பநேசத்துக்குந் தந்தேனென்று சொல்லுங்கள்.

௮. ஆகிலும் என் இயேசுவை நானே கண்டு

பேசவேணும, அவர்பார்வையினிமை, அவர் சொல அமுர்தநதேனும, அவரினதெரிசனை யெனககுககிடைககுமமடடும, செஞசிக்கேடடு, தேடி,தடடும வேணடுதலளனகிரியை.

௬. பலகாலமெனனசகு முனனீர்நலவாததைத் தநதும போதாதே,யெனமனது உடமைததான அடையஅணடும. இயேசுவே,யுதியுமேன, இயேசுவே,நீர்ளனவிணபபாரும, இயேசுவே,யெ னனணடைவாரும, நீரோவேணுமெனகிறேன.

இயேசுவைசசிநேகிககிற

சிநேகததினபேரிலேபாடுகிறபாடடுகள.

௱௬௫. **Gott Lob, ein Schritt zur Ewigkeit.**

ஆ,மறுமைககுபபினவிணயும நானகிடடி வநததவே நானஉமமைபபோறறி,யி பபோதும புதியவாஞசையாலே யுமமணடை ககுவாறேன,நீரோ எககிருபைககுமஉளறருமே, எஞசீவனுமநீர்தாமே.

௨. எனசீவனே,எபபோதெனனில ச்சாவுககுள ளாயிருககும எனதேகஞசெததுமமணடையிலசு சாகாமையையடுககும? அதாகபபோறகாலமும நாழிகையுமளபபோவரும எனறேஙகிறேன,கர் ததாவே.

௩. நீர்எனனிலுமநானஉமமிலும இருககும படியாக நானநேசககடடாலெனறைககும உம மோடேஐககமாக இணககபபடடிருநதாலும அதிகமாயனநேரமும நானஉமமைபபறறிக கொளவேன.

௪. எபபோநீர்எனனையுமமணடை சேர்பபீர் எனறாசையாக இருககிறஅடியேனை ச்சநதோஷிபபிபபீராக, வெளிபபடும,ஆ,வாருமேன ! இநத நானஆபிததபபடடேன, அதையைசசட டிசகொணடேன.

௫. இவடடியைநானசோடிததேன, உமமைசசநதிககவா அதைபபிடிததிருககிறேன, இதோகுறைசசலற தேவாவிசநதனணெணயயால் நானசொபபபபடடுபபோனதால அதுநனறுய எரியும.

௬. ஆ, வாரும,இதுஉமமூட மணவிவாருசையாக பபணணுஞசெபம,அதைமகா அனபாயநீர்கேடபீராக ! ஆ,வாரும,மணவாளனே, எனபேரிலப்படசமணவததீரோ ! ஆ,எனனைசசேர்ததுக்கொளளும.

௭. இதுசகுததககவேளையை க்குறிககிறவர் நீரோ, ஆனாலுமஎனவிணணபபததை விருபபமாயககேடபீரோ. நானஉமமைநிததநிததமாய எனநெஞசிலவாஞசிககாதொழிய இருககமாடடேன,சுவாமி.

௮. எனககுமஉமககுமினி பிரியலுணடா காது, நானஉமமுடையமணவி எனவாழவு முடியாது, உமமோடேஎனனைவிணணிலே நீர்சேர்பபீர்,மணவாளனே, யெனபொககிஷம நீர்தானே.

௯. இதுவரைசகுமஎனனைநீர் காபபாறறினதுககாக தநதிசசபபடசசடவீர், இபபோதுந திடனுக அபபாலஎனபயணததிலே புதுளருசவேமுககே நோரயநடநதுபோறேன.

௰. கைகளநெகிழ்நதுமுழஙகால் த்தளர்நதால் நீர்அனபாக எனவிசுவாசததுககுமமால ப்பெ

ஸணகொடுபபீராக, அபபோநானபுதுசசிஷடி
யாய யோடசானநததுககுநேராய நடநது
எறிபபோறேன.

௰௧. எனனெநருசேபபமறறிரு, நீவிசுவாசத
தாலே பெலததது, உனவிணயுலகு தனஇசசைகளி
னாலே வெனறழைததால, பினவிணயும நீஇ
யேசுவுககுமுழுதும ஆதீனமாவாயாக.

௰௨. எனஆததுமம, ஆ, இயேசுவே அப
போதேயமமணடைககு பறநதுஏறிபபோசசு
தே! யினிநானமறுமைககு அடுததவன இவவு
லகு எனதானமலல, இமமைககு இனிநானபர
தேசி.

௱௬௬. Guter Hirte, wilt du nicht.

உமதாடடைமேயபபரோ, நீர் இரககமாய
நேசகிறோ? தோளிலஅதைபிடடுசசே
கொணடுபோகநீர்வாறீரோ? நானெலலாஇகக
டடுககும நீஙகளனவிண ஒடசியும.

௨. இவவளுநதாததுககு சசிதறிஞையன
பாக ப்பார்ததுததூககியுமது மநதையோடே
சேர்பபீராக; உமதுதோழததிலே நானவாட
டும இயேசுவே.

௩. விணணினமணடலததிலே மோசமுமபய
முமறறு மேயுமமநதைதனனிலே நாஞசே
ர்நது, அவவிடதது மகிமையிலஉமமையே தெ
ரிசிதத-லவாசியே.

௪. எனனாலஇவவுலகில மாநெருககமள
ணககுணடு, சததுருககளநடுவில ஏழையானநா
னிருநது மெததவுஙகலஙகிறேன, எனவிணயாத
ரியுமேன.

௫. எனவிணததோணடானசளுட மோசதது கருததபபிவியும, எனககுஇருககிற தினமைசள எலலாமமூஙியும நாளவர, நீர்உமமணடை யெனவிணசசேர்ததாலத்தாவிவிா.

ாகூள. Ich liebe dich hertzlich, o Jesu.

ஆததுமா.

ஏன இயேசுவே,நீர்எனககருமையாளுர், எலலாரையுமபார்ககநீரோயெனககாவேலுர், நான உமமையேநேசிததுபபறறிருபபேன, நான எனறைககுமஉமககெனநெஞசைககொடுபபேன.

இயேசு.

௨. நீயாவரைபபார்ககசசிநேகிபபோர்நாமோ? வரஙகளநீஙநேசிகலுஙகாரியமாமோ? உன நேசமபலனகவிணயுளளதுணடாகலும, இலலாவிடடாலஅதுஅவிநதுபோமாககும.

ஆததுமா.

௩. நீர்ஊயுமவரஙகளுககாகஅடியேன தயாபரராகியஉமமைநேசியேன, எனநேசததினஉததமளுசோதிததிருநது விளஙகுமஎனறெனகளுநமபிகைகயுணடு.

இயேசு.

௪. உனஆஸதிஅவிணததையுமநாமஎடுபபிததுந, தரிததிரமஉனககுககடடவிணயிடடும, நீநமமைசசிநேகிபபாயோஎனறுசொலலு; நாஙகேடகுமஇககேள்வியையோசிததுககொளளுந.

ஆத்துமா.

௫. என இயேசுவே, யுமமாலச்சம்பூரணபபட்டோன. மணஞாலிதிஅழிகைகயில ச்சஞசலமற்றேன, நீர்வைகஙிறகிருடையுடமிலிருநது விளஙக, ஐசுவரியமமிகுதியுணடு.

இயேசு.

௬. ஆனாலஉனவினையெணணினோர் உனவினவெறுககம்காகனனம உனமேலவநதிருசக் நாம பணணினால, உனகருளபபடித்தாஙகும, அபபோதலலவோ உனசிநேகமபினவாஙகும?

ஆத்துமா.

௭. சனமுமநாரினதயையுமபோகடடும, அசடடையிகழ்ச்சினமேலேவரடடும, நானபொறுமையாயஅதைததாஙகிசசகிபபேன, நானநேசததிலஉறுதியாகததரிபபேன.

இயேசு.

௮. உபாதியுநதுனபமுமமிகுதியாக வருவதுமுணடு, எனநாமததுககாக ககடடுணைக்வுஞசாசவுமவேணடியதாகும நாளவந்தால, உனமனதுககெபபடியாகும?

ஆத்துமா.

௯. எனசீவனே, யுமமைநானபறறிபபிடிபபேன, அபபோநானவதைநதுஞசிதைநதுஙகெகிபபேன; ஊயாபபததியாயஉமமைநேசிததுககொளவேன, அபபோதெனவினைகொலபவனார் எனறுசொலவேன.

இயேசு.

௰. ஆனால்உன்னைவிட டுவிடுபவராக நாங காணபிததால,லோகசமுநதநதிரமாக ஆசைபதங காடடினால,நமமைவிடாயோ? மயககிறலோக ததுகளுளளாகாயோ?

ஆததுமா.

௰௧. நீர்மனதாயளஙகளைநோககபபணணீரோ, நீர்சறறுமறைநதுமபோகாதிருபபீரோ; எனனே சரினசோதி திருமபககிடைககும எனறெனனு டநேசமவாஙகாமலநிலைககும.

இயேசு.

௰௨. நாமோவெனறாலநரகததிலஉனனைததள ளப்போனால,அவனாயமஅநீதமுமல்ல, அபபோ நமமைநிச்சயமாகபபகைபபாய, அபபோநம மைசசததுருவெனறு அழைபபாய.

ஆததுமா.

௰௩. ஆ,உமமுடசததியவார்ததைவீணாக அடி யேனனகததுககுள்ளாக த்தீரோ திருமபினவரு சகுநாமே இரடசகர்எனறுநீர்சொனனவராமே.

இயேசு.

௰௪. நீநமககநேகமவிசைமனஸதாபம உண டாககிறாய,நமதனபாலஎனனலாபம? பொல லாரைபபகைபபோம,நலலோர்நமககானோர், சுத தாஙகமுளளோர்நமககேர்ததவரானோர்.

ஆததுமா.

௰௫. நானபாவஞசெயதேனஎனறுமறுதலி

யேன, நீர்சிநதின இரததததினாலோ அடியேன
சுததாஙகம அடைவேன,என்நீதிநீர்தாமே, நான
பறறியஉமமாலநானநீதிமானாமே.

இயேசு.

௰௬. இபபததியுளளோவின நாநதளறுவதில
லை, நீநமமைமேலககொணடாய,நீநமமுடபி
ளளை. நாமஉனனைசசிநேகிததனபுடனே பார்ப
போம, நாமஉனனைததளளவிடாமற்தறகாப
போம.

ஆததுமா.

௰௭. நானபணணினநறபிறிதிககினைகிறக நீர்
உமமுட ஆவியோடெனனிலத்தரிகக ப்பணிவுடன
கேடகிறேன,எனனிலநீர்தாமே துவககினதைந
டபபிபபவராமே.

இயேசு.

௰௮. உனமரணமடடுமநிலவரமாக உனகர்
ததராமநமமைசசிநேகிபபாயாக. நாமுஉனனை
மோடசானநததுககுஅழைககும நாளமடடும
உனனணடைதரிபபோமனறைககும.

ஆததுமா.

௰௯. எனமரணமடடுமநிலவரமாக எனகர்
ததராமஉமமைசசிநேகிபபேனாக. நீர்எனனை
மோடசானநததுககுஅழைககும நாளமடடும
உமமணடைதரிபபேனெனறைககும.

௱௯௮. Du unvergleichlichs Gut, wer.

ஒபபறறநனமையே, ஆர்உமமைநேசிககா
மல் தூரததிலநிறகலாம? ஆர்உமமைவாரு

சியாமல் இருககலாமா?என இயேசுவே, ஆ,உ
மதைககமவேணுமே.

௨. அனாதிசோதிநீர், தூதாககளகூசசமாக
உமமைககணணேரககியும அடியேனுககனபாக பி
ரகாசிததுவிளஙகிறீர், நீர்என ககுமறைநதிரீர்.

௩. ராசாதிராசா நீர், நீர்விணணுலமணணிலு
லுந தொழபபடுகிற அதிபதி,எனறாலும ஏழைய
டியேனணடைநீர் இறஙகிககொணடிருககிறீர்.

௪. தேவகுமாரனே, நீர்ஆணடவராய்ஆளுங
கர்ததா, நானோவெனறால ஒனறுமிலலாவிடடாலு
ம, உமயாலப்பெலன அடைகிறேன, ராசனு
மாகஆளுவேன.

௫. நானநரகததுககு ப்போனாலுமநீர்அனநத
மகததுவமுளளோர்;ஆனாலும்மாநிறபநத ஓபபா
விகளுஙகதியைநீர் உணடாககசசீவனதநதீர்.

௬. உனனதமானநீர் எலலாததூதாககளாலும
பணியபபடடீரோ, நீர்கர்ததர்தான,எனறாலும எ
னககாயசசிலுவையிலே நீர்உமமைபபலியிடடீரோ

௭. பேயசாயலானநான மாஅநதகேடனு
னேன, உமமாலேமீளவுமநானதெயவசாயலா
னேன, அதுமமுட இராககமே, எனசவுநதிரி
யமநீர்,இயேசுவே.

௮. ஓபபறறனமையே, நானஉமமைநேசி
ககாமல இருககககூடுமோ?நானஉமமையேதே
டாமல ச்சுறறிததிருககககூடுமோ? எபபோநீர்
எனவினைசசேர்பபீரோ?

௱௬௯. Meine Armuth macht mich schreyen.

தாழநதவர்சகுழனதார நனமைதார இ
யேசுவணடைசேருவேன, எனனெனறால

நானதாழமைபபட்ட ஏதுமறற ஏழையாயிருககிறேன.

௨. நடபபிககததேவையான வேலைககான புததியெனககிலலையே; நீர்என ஆவியையெழுபபும, நலலதுபபும அருளும, என இயேசுவே!

௩. மாபெரியதாககததோடும வாஞசையோடும உமதூறறுககுவரும ஆததுமங்குளிர்ததியாக, நீர்அனபாக அதைதொபபியருளும.

௪. எனககுததடையுணடாக எதிராக எநதசசோதனைவநதும, விசுவாசததிலபெலனும நறதிடனும எனககுததநதருளும.

௫. எனவிணணொணடுகைகளாலுந தாய்அனபாலுஞ சேர்ததுககொளளுமஉமமையே ஆசையோடுங கணணீரோடுந தேடுவேன, என இயேசுவே!

௬. பாடுளனவிணசசுறறிலும வாதிததாலும எனமகிழ்ச்சிதேவரீர், உமமைபபறறிககொணடு ஏழைஎளியோனை இயேசுவே, நீர்கைவிடீர்.

௭. தேவரீராலஎனறெனறைககும நானபிழைககும பிளளையாயிருககிறேன்; ஆம அடியேனுககினியும எககதியும வரபபோமெனறறிவேன.

௨௭. Jch will dich lieben, meine Staercke.

நானஉமமைமுழுமனதாலே சிநேகிபபேன எனஇயேசுவே. நானஉமமைநிததமவாஞசையாலே பினசெலலுவேனஎனசிவனே. குவலபதைககுமடடுமநீர் எனநெஞசிலததஙகிறீர்.

௨. நானஉமமைநேசிபபேன, நீர்தாமே என உததமசிநேகிதர்; நீர்தெயவஆடடுககுடடியாமே; நீர்எனபததாவுமானவர். நானஎனறுமஉமமைநேசிபபேன, தினமுமபோறறுவேன.

௩. ஆ, அழகே, எனமீடபுககாக உதிததெ
ய்வமைநதனே, நானஉமமையிததவிணநாளாக
அறிநததிலலையெனபதே இபபோதெனஆதது
மததுககு நோவாயிருககுது.

௪. நானஉமமைததேடவாஞசைபறறு, கண
கெடடோஞயசசிதறினேன, நானஉமமைவிடடு
தூரபபடடு, பிரவஞசியததைநேசிததேன. இ
பபோநானஉமமைசசேர்நதது நீர்செயததயவு.

௫. நீர்எனவிணதெயவசோதியாலே பிரகா
சிபபிததடியேனை சகுணபபடுததி, பூரிபபாலே
நிரபபி, எனமேல்த்தயவை விரிததினநித்தியம
உமககிஸதோததிரம.

௬. இனிநானசிதறிபபோகாமல நேரககப
போய, சனமார்ககமாய, எனகாலகளாலேயிடறு
மல நடககநீர்ஒததாசையாய இருநது, எனவினை
முழுதுந திருபபியருளும.

௭. எனகணகளினபமாயககணணீரை யுதி
ர்ககவும, எநநேரமும எனமனவாஞசைதேவரீரை
சசிநேகததாலேதாவவும, நீர்எனவினையனபாயநித
தமே எழுபபும, இயேசுவே.

௮. நானஉமமைசசீவனுளளநாளுஞ சிநேகி
பபேன, எனகர்ததரே, நானஉமமை, அவதிவநதா
லுஞ, சிநேகிபபேன, என இயேசுவே. குவிய
றைககும்மடடுமநீர் எனநெஞசில்த்தஙகிறீர்.

௨௱௧. Hertzlich lieb hab ich dich.

நீர்எனமகிழ்சசி, கர்ததரே, மிகுநததயவுடனே
எனனணடையில்த்தரியும. விணமணணிலும
எதேதுணடோ அதுமமையனறிததேறறுமோ?
நீர்தேறறாவளியும. எனநெஞசுமாணடுபோகி

யும நீர்எனகதியுஞசீவனும, எனசனமவலியுமா
னவர், நீர்எனனைமீட்டரடசகர். ஆ, இயேசு
வேதயாபரா, தயாபரா, நீர்எனனைததேறறிய
ருள!

௨. எனஆவியுமஎனதேகமும அடியானுக
குணடானதும நீர்தநததுககாக நானஅதை
யுமககேர்தநதாய, புறுககூழியமுமாய அனு
பவிபபேனுக. பிசாசினாததுமமூர்ககமும வில
கபபணணியருளும. உபததிரததில உமமையே
பினபறறபபணணும, இயேசுவே. ஆ, இயேசு
வே, சாவனுகுமஇககடடிலும நீர்எனனைததேற
றிககொணடிரும!

௩. எனஆததுமததையுமமணவாடை யெடுதது
வா, தூதரை அபபோதனபாய அனுபபும.
எனதேகநதனைபடுசசையில மணணும, அதைநீர்வ
ருநில த்திருமபவுமஎழுபபும. அபபோநானஉம
மை, கர்ததரே, மகாசநதோஷததுடனே கண
ணாரககணடு, எனனைககும பிழைக்கக்கடடவிளாயி
டும. ஆ, இயேசுவே, இமமீடடபெலலாமஉம
மாலேயாம, புகழ்சசிஉமககுஉணடாம.

௨௱௨. Meine Seele, wilt du ruhn.

நெஞசே, நீயிவவுலகின துக்கக்கவலைகளின
பாரததுககுநீஙகலாக ப்போய, சுகிககத
தககதாக, இயேசுவொருததரைநீ தேடி, பததியாய
ப்பிடி.

௨. இயேசுவைமாவாஞசையால த்தேடி, நே
சிததிருல மனஸதாபபபடடோனிலலை, நஷ
டஙகணடவனுமிலலை; அவராலேமனிதன என
றெனறைககுமபாககியன.

௩. அவர்உனனதபபொருள, அவராலேநெ
ஞசுகளுள வாழவினசூரியனஉதிககும, அவர்நே
சமஆசரிககும. அததாலஇமமைநமககு மறு
மைககொபபாகுது.

௪. ஆகையால்,என்நெஞசே,நீ வேதனையை
விலகி எனஆதமவாழததககதாக, இயேசுவைச
சிநேசமாக நோககி,வாஞசையுடனே தேடு,அ
பபோஆறுமே.

௫. வெறுநாளாய்சசிதறி, இநதநலவாழ
வைநீ மூததனதேடாதிருநது போனதாலமா
நஷடமகணடு எனபதைததியானிதது, மனஸ
தாபமாயிரு.

௬. லோகததினமகிழசசியை நாகவிஷபபோலப
பகை, யததாலமுசிபபாறமாடடாய, அதினவைப
பசியையாறறுய, இயேசுவைசசிநேகிபபன பாக
கியமபெருததவன.

௭. எனகர்ததாவேயுமமைததான முழுமனதா
லேநான நேசிததேயிருபபேனுகை. லோகவாழ
வைக்குபபையாக நஞசுமாகஎணணுவேன, உம
மையேசிநேகிபபேன.

௮. எனஇருதயததிலே உமதாவியாலநீரே
உமதனபையூறறிவாரும, அதைருசிபார்ககத
தாரும, அததாலஎனவினைமுழுதுந தேவரீரண
டைககிழும.

௯. உமமிலவாழவெலலாமஉணடே, உம
மைவாஞசையுடனே ஒருததனசெபததிலே நித
தநதேடி,நேசததாலே சேர்நதாலஅவனுககப
போ எததவினநறசீருணடோ?

௰. ஆறுதலுமபூரிபபுஞ சீவனுமமகிழசசியும
இயேசுவே,உமமாலக்கிடைககும. ஆ,நானஉம
மையெனறெனறைககும முழுநெஞசாலநேசிகக
நீர்சகாயமஅருள!

௰௧. நேசமாநதயாபரர் நேசததுககுககார
ணர், அவர்அனபால்ப்பூரிபபானோன யாவர்
மேலுநதயவானோன. பரிசுததஆவியார் நேசத
துககெழுபபுவார்.

௰௨. தெயவநேசமே,இனி யெனஇருதயததில
எரி, நிததமநீஅதிகமாக எனனிலேவளர்வாயாக.
எனறெனறைககுமெனனிலே தஙகு,பரநேசமே!

௨௱௩. Schau meine Armuth an.

பிதாவே,எனனுட தரிததிரததைபபாரும; எ
னககிருககிற இககடடையறிவீர், எனக
குததேவரீர் சகாயததையெலலாம நனறுசசெ
யயலாம.

௨. நறகிரியைகளை நானசெயயபபெலனனன:
முனனெனனிருதயததை ப்பெலபபடுததின உமதிவா
கிய ஜீவசாறனது இராமலவறறிறறு.

௩. கொடுககிறதறகு நீர்கிருபையினஊற
றறு எனநெஞசுதொயநதது, ஆ,அதினதாகததை
நீர்தீர்ததிவவேழையை க்குளிர்ததியாககுமேன
எனறேஙகிககேழககிறேன.

௪. எததாலநானதொயநதேனோ? ஏதெனககு
வழியில் குறுககேவநததோ, அதைசசமூல
மாய நீர்தளளி,நானசீராய நடககநிததமுரு
சகாயமாயிரும.

௫. ஆ,எனவினவமாய, சுவாமி,அரவணை
யும, இததோடேபுதிதாய நானஉமசகெனவிணை
யுந தாறேன,நீர்எனறைககும அனபாயஎன
பேரிலே கணவையுஙகர்ததரோ.

௬. எனபாவககேடடினனம எனவினையலடடி
னுனும, அததாலநான துயரம அடைநதிருகக

சசே, திரும்பசொருசிலே உமமாலேசோதியும
ஆறுதலுமவரும.

௭. மனனிபபுஇபபடி எனமேலிருககக்கொ
ளள, அடியேனஇடறி ஓர்வேவளிவிழசசே,
கேடடுவிலு, இயேசுவே, நீர்திருபாசனம, உம
ககிஸ்தோததிரம.

௨௱௪. Ach ! sagt mir nichts von Gold.

பூலோகசெலவிசசையுமபொனனும மிஞ
சுககுமானகருவேணடாம. எனஆவிககா
குமானமையொனறும இஙகிலலை,யாவுமமா
யகையாம. பொருளலொததைநாடேன, நான்
இயேசுவைசசிநேகிபபேன.

௨. எனபொனனுஞ்செலவமுநகதியும என
பொககிஷமுமஅவரே, எனஆவிஅவர்முனபணி
யும, ஆம,அவரெனமகிழ்ச்சியே. பொருளல
லாததை மிடு.

௩. புவிதனதிசசையோடழியுஞ, சதையின
அழகறறுபபோம, நரினவெவலலகளஇடியும,
எலலாம மணஞசககாணகிரும. பொருள.மிடு

௪. எனசீவனுமஎனஆவிககான அடைககல
முமஅவரே, நானஎனறைககுமபிழைபபதான
தொடசிபபுஅவராலஉணடே. பொருள மிடு.

௫. அவர்ராசாதிராசாவான மகததுவததின
ஆணடவர், அவர்எலலாவிதமுமான இககட
டைநீககுமரொடசகர். பொருள மிடு.

௬. அவர்அதிபதியாயஆளுமஇராசசியமஅ
ழியாதே, அவர்ராசசனமஓர்ககாலும விழாம
லஎனறுமநிறகுமே. பொருள மிடு.

௭. அவருடையபொககிஷததின ஐசுவரியம

மாளாதது, அவருடையசமூகததின ரூபொபபி
லலாதஅழகு, பெ ருள மிட.

௮. தமமோடேயெ வனயுமபாததில மா
மேனமையாயஉயர்ததுவார், அடியேனுககு
அவவிடததில வாசஸதலஞசமபாதிததார். பொ
ருள மிட.

௯. நானஇஙகேதஙகிறவனையில தினமஉப
ததிரபபடடும பிறப டுஅஙகேமகிமையில அ
னநதபூரிபபுவரும. பொருள மிட.

௨௱௫: Sag an OMensch, wer ist wohl werth zu.

மனிதனே, எவர்எலலாரிலேயும நேசிககபபட
ப்பாததிரர்? ஆர்நமதாவியையெநநாளிலே
யும மகிழபபணணததககவர்? ஆ, நமமாலநேசி
ககபபட ப்புவியிலேயிருககிற எலலாரிலேயுமஇ
யேசுதாமே அதிகபபாததிரவானுமே.

௨. பெறறருமமூதலான வீடடான பே
ரைநாமஎணணவேணுமே, ஆனாலநாமஇயேசு
வையதிகமான அனபோடேயெணணததேவை
யே. உயிரைபபார்ககஇயேசுவை நாமநேசித
துககொ ணடவரை நமககுரிததியபஙகாக பபற
றிககொணடேயிருபபோமாக.

௩. இவர்பிதாவினமகிமைவிளஙகும அவர்
தறசுபாவஅசசுமே, தேவமகததுவம அவரில்த்தங
கும; அவர்சிஷடிபபினமுனதானே அநாதியா
யபபிதாவுடன இருநதஅவரினசுதன. பிதா
வினஇனபம அவர்தாமே, அவர்ஒபபறறவருமா
மே.

௪. எபபாககியஙகளுமநிறைநதிருககுஞ சமூ
ததிரமும அவரே, மாளாதஎநதபொககிஷஙக

ளுககும உளறறவரிலஇருககுதே, அஙகேவா
னோரினசேனையும எலலாபபாததைதூதரும அ
வைபபாடிககொணடிருநது, தாழவாயபப
ணிகிறதுமஉணடு.

௫. கர்தத வினகோபததுககுளளாயககிடநத
நமமையவர்முனசிநேகிததது, அநநேசததாலே
நமமைமீடகவநத இரடசகராயசசுவாமிககு நாஞ
செயதஅககிரமஙகளை நிவிர்ததிபணணி, கர்த
தனை யொபபுரவாககிககொணடு,தாமே கட
னைததீர்ததநேசராமே.

௬. நமமையெவவாககினைககுநதபபுவிகக
மனிதனாகி,சகல வாதைகளையும,நாணைததாமமொ
டசிசக, சுமநதாரோ,ஆ,இவவித இரககமமா
பெரியதே! இவவனடவெகுஆழமே, இதைத
துதிககவாயபோதாது; ஆ,இதுசொலலிமுடி
யாது!

௭. உனககுஆசீர்வாதமேஉணடாக மரததில
சசாபமானாரோ, எபபாடுமபடடு அவர்பலியாக
மரிததஆடடுககுடடியே, பொனமுதலானதால
அபபோ நீமீடகககொளளபபடடாயோ?
இரததஞசிநதியுனனைமீடடார் அலலவா? அத
தாலககடனைததீர்ததார்.

௮. அததாலேயவர்உனனுடஅனபுளள இம
மானுவேலுமமெயபபருங, குணஙகொடுககிற
இரககமுளள தெயவீகபரியாரியுங, சர்ததப
ததாவுமானாரோ, உனநீதியுமஅவர்தானே, நேசி
ககபபடஇவர்தாமே அலலோமாபாததிரவானு
மே?

௯. இபபோதுமஇததனையிரககமான பெ
ரியஉபகாரியை சசிநேகிககாதோனசாயததுககு
ளான நிறபாககியனெனறவனை ககுறிததுச

சொலலவேதகும; ஆறுல அவரைநேசிககுளு சி
நேகமுளளோனேசீககிபபான, ஆம,அஙகேயெ
னறைககுஙகளிபபான.

௰. ஆ,உமமையேநானமுழுமனதாலுஞ சிநே
கிககஉதவுமேன, தறசிநேகததாலஉலகினசிநே
கததாலும நானநோவைததான அடைகிறேன,
நீர்எனனைநேசிககுமமகா சிநேகததினருசிகா
த்திததிபபுமிகுதியுமாக எனனையுமமோடிவின
பபதாக.

௰௧. நீஎனனைநேசிபபவரேனறநத சீமோ
னையனறுகேடடீா; அபபோது அநதகேள
விககவனசநத மறுமொழிககொபபாசவே:
நீர்யாவையும அறிநதோர்தான, சர்ததாவே,தே
வரீரை,நான நேசிக்கிறேனெனறுணமையாக
நானசொலலததககோறுவேனுக.

௨௱௬௰. Jesu ! deine Liebes Flamme.

இயேசு,உமககுளளிருககும அனபெனஆவி
யையிழுககும, லோகநேசமெனககு அத
தாலச்சாமறறது. உம துணமையேகாபபாற
றும, உமதினபமெனனையாறறும, இஙகேத
ஙகும்மடடுககும நீர்எனவாழவுமல்லாபமும.

௨. நீர்எனமுததுஎனறுசொலவேன, உம
மையெதெரிநதுகொளவேன, உமமாலநேசிகக
பபடடேன, உமமைநாளுமநேசிபபேன. உம
மைநானநமஸககரிததது, ஆவிககுளளேமுததமி
டடு, தேவரீரைநோககுவேன, மாயகைகளையநான
ரோசிபபேன.

௩. மனிதருடசிநேகங கொளுசஉணமை,மா
சநதேகம, அதினஇனபமஊர்பலந, துனபம

பரிபூரணம, பூவறுபபதற்குவைககுங காலில நாளுமுளளுத்தைககும, மகிமையின ஓர்துளி துக கமாகிறநதி.

௪. ஆனால உமமுடையநேசம பாககியததுக குட்பிரவேசம; போகபபோக,ப்பினனையும அதின இனபம பெருகுங, தேவரீருடனசாவாசம பணணுமஓர்நாள அர்பபியாசம லோகவாழ வின ஆயிரம நாளைபபார்ககிலுமநலம.

௫. இனனமஎனனையிஙகேவைததும, அஙகேயெனனைநீர்அழைததும, நேசரே,எனநேரமுஞ சகலஇடததிலும: நானநீர்சேர்ததஆத துமாவும, நீர்நானபறறினபததாவும எனறது விளஙகவே, நீர்சகாயர்,கர்ததரே.

சகோதரசிநேகததினபேரிலும

பொதுவானசிநேகததினபேரிலும

பாடுகிறபாட்டுகள.

௨௱௭. Sieh! wie lieblich und wie fein.

ஆ,சகோதரர்ஒனறுய ஏகமானசிநதையாய்ச்சஞசரிததால,எததனை நேறறியான இனிமை.

௨. அதுஆரோனசிரசில வார்ததுகீழவடிசையில ககநதமவீசுமஎணணெய்ககு ஒததததாயிருககுது.

௩. அதுஎர்மோனமேலேயுஞ சீயோனமேடுகளிலும பெயகிறஆகாசதது நறபனிககுமஒததது.

ச. அஙகேதானதயாபரர் ஆசிர்வாதநதருவர்,
அஙகெயபோதுமளளறைககும வாழவுணடாகி
ப்பெருகும.

ரு. ஆனாலுலகததிலே நேசமஅபுருபமே,
தனனுயிரைபபோலேஆர் மனனுயிர்ககிரஙகிறார்?

சா. ஒனறுசகொாஙறுஜககாமம அனபுமில
லை,எவனுந தனசுகததைபபார்ககிறான, பிறத
தியானைசசிநதியான.

எ. விணணிலஆளுளுசிாசே, இபபிறவிவினை
யிலே காணுஙசேடவிளததுககும பாதாபமா
யிருமம.

அ. மெயயபபரே,நீர்கிருபை செயது,சிதறு
ணடதை மநதையாககியாவையுஞ சேர்ததவிண
ததுககொளளவும.

கூ. எஙகளநெஞசிலசசகல நறகுணஙகளும
வர, தெயவஅனபையதிலே உளறறுமஇயேசு
கிறிஸதுவே.

௰. நீர நெஞசைநெஞசுடன சடடி,நேசத
தினபெலன நனமைதினமைநாளிலுங காண,க
டடளையிடும.

௰க. மூனறெனறாகியபிதா மைநதனஆவி
யுமளவலா நாளுமஒருமைபபடும போல்,இம
மநதையோனறவும.

௰உ. எததவிளசநதோஷமும நனறுமஅப
போதெனபடும, நலவரஙகளுககெலலாம நே
சததால்வழியுணடாம.

௰ங. வெவவேறுயபிறிநதது ஒததுபபோ
னபிறகு ஒருமனபபடடெலலார் தெயவஅ
னபைபபாடுவார்.

௰ச. பரிசுததமாகிய வேதம்மகிமைபபட,
எஙகளவேணடுதலையே யனபாயககேளுஙகர்த
தரே.

௨௱௮. Ihr Kinder des Hoechsten.

கர்த்தாவினகுமாரரே,ஒனறுயிணசகரு சிநே
கமேயெபபடிநமமில நடககும? நாமஒரு
மைககடடிவேநிறகிறேமோ? இதயபபிறிவினை
களஇலலையே? பிதாவுககொளபபிடமஒனறு
மிராது, அனயனறிச்சகோதரர்பேர்ஊதவாது;
அனபனறிநாயகர்த்தருகசேர்ககககூடாது.

௨. இதோ,நமமைபபெறறோர் ஒரேபிதாவா
மே, நாஙகிறிஸதுவுககுளளுஞசகோதரராமே;
ஓர்ஆவியும்ஸதானமுமநமபிககையும, ஒரேவி
சுவாசமுமபநதையமும, ஒரேயொருகடடுககுள
ளாயநமமைககடடும, அதேமகாமேனமையாய
அனபையுசததும, அதேயெலலாவறமவிஷததை
த்துரததும.

௩. மேலானளருசுவேநதாயாயிருககும, அத
னபினபலனகனிசககாடடியிழுககும, எராவிததி
யாசஙகளஇலலை,எலலார், மெயததாழமையால
ஒனறியஎககளுளளார். ஓயயாரமஅகஙகாரைவிரோ
தமஇராது, உணடாகுமஇடததிலேயனபுகாணு
து, வாஞசருடனஐககியமபஙகுமஇராது.

௪. சீயோனினசபைககு தசெயவீககுணஙகள
அடைநதசனமார்ககபோநதுசனஙகள. மயககிரு
லோகசிநேகததுடன சகோதரனபேருமளடுககி
றவன தனமோசமுமமாயகையுமாகியகளள வ
ழியைவெறுதது,தன உளளததிலநலல சீராணுவொ
ழிய,சகோதரனலல.

௫. நாமோவெளிலகிறிஸதுவைபபறறின அ
னறு சகோதரரான துளததவிலநனறு, நாமஅ
வர்சமபாதிததுககொணடசனம, தீர்யேகளைப
போறறஙகள,அதுநலம. பிதாவைஒருமனபப

டடுததுபபோம, குமாரனின அனபிலளபபோ
ஆநதரிபபோம நலலாவியாலஏகஜபபநதமாய
நிறபோம.

சு. சகோதரரே,நமமிலபபேதஙகளேனும,
நாமமோடசததுககேபபஙகாளிகளானேனும, எல
லொருககுமாககாமஒவவொருத்தர் செபததிலமன
றுடிபபோராடியவர்; நாஙகிறிஸதுவைநோக
கி,சகோதரர்ககாக உயிரையுமவிடவிருமபுவோ
மாக, கணமறறவனநோவைககணடழுவதாக.

எ. கிரீடததைபபோககடிககாதபடிககுஞ
சகோதரபுததிகளைசசரிபபுககுஞ, சீயோனினஉப
ததிரகாலததிலுஞ சகோதரர்ஐககநதிடவணதத
ரும. நாமஏகமாயககெஞச,செயமாயமூடியும;
நாமஒனறுயிருககையாலபபாபேல அழியும; ஒ
ரேமனமாசையாலப்பேயசளமூறியும.

அ. உபததிரபாரமலேசாவதறகாக, ஓர்மி
ததுசசுமநது,மகிழநது,அனபாக க்கர்ததாவுக
குளஒனறுஙகள,ஆவிகளே! எபபோதுமபெரு
குஙகளநேசததிலே, இரஙகிககொணடேபெலயி
னைசசேர்ககும பலிசளும,பிளவிளகளவாயிலே
கேடகுந துதியினபலிகளுஙகர்த்தருககேசேர்ககும.

கூ. இனிபபரலோகததில இபபடிபபட்ட ச
கோதரககூட்டததுககேகுகிவறற சநதோஷம்
மகிழசசியுமமகிமையுந தெயவாசனததுககுமு
னபாசவரும. அபபோதவர் கைநமமையாவ
ணைககும, அபபோ சர்ததாணடையிலேனன
றெனறைககுஞ சிநேகததுடையபலனகளகிடை
ககும.

௨௱௯. Wie ist es so lieblich, wenn.

கிறிஸதோர்களசகோதரஒருமையாக இருந
து,அவர்களநடககையிலே தெயவீகசிநே
கமஎலலாரினமுனபாக விளஙகினால,மெததவும
இனபமாமே. அவர்களநறசீர்அதினாலேதெரி
யும, அவர்களினமேலஆசீர்வாதமபொழியும.

௨. சகோதரரை நாஞசிநேகியபோமாக ச்சிநே
கமுடையோனகர்ததாவுடையன. பகைககிறமனி
தனமிகுதியாக க்கர்ததாவுககாகாதோன,சாவ
வனபவன. தயாபரருககுநாமஎர்பபதறகாக
எலலாருககுமபட்சததைககாணபிபபோமாக.

௩. பிதா நமமையிததவினையுடகருததோடே
குமாரனுககுளளேசிநேகிததாரோ; சிநேகததால
இயேசுமாவேதவினையோடே யெலலாருககுமாக
மரிததததுணடே. மடியநாமபோனோம,ஆனால
அவர்தாமே அனபாயநமமைமீடடுரொடசிதத்வ
ராமே.

௪. பகைகளுணநேசிககஇயேசுவினாலே நாம
போதிககபபடடால,சகோதரனை நாமவெகுஅ
திகமாயஉடகருததாலே சிநேகிதது,நமமுடன
ஆணடவரை வணஙகிறஎநதசசகோதரனுககுமு
மாதயவைககாணபிககநமககடுககும.

௫. நாமஏகமாயமோட்சததினனனமைகளுககு
த்தயாபரராலஅழைபபிககபபடடோம, நாம
ஏகமாயககர்ததரினபடடணததுககு நெருககவ
ழியிலநடநதுபோறோம, ஒமோமனபபடடசன
மார்ககததின சடடங காணதேபோனால,கிறிஸ
துமார்ககமஅவததம.

௬. தெயவானபிறவிஞானசகோதரரான நாம
ஏகபிதாவுடவீடடாராமே, இரடசகர்எனறத

வலியினகீழான அவிவருமஎகசரீரிகளே. விரோ
தஙகளவேணடாளு,சகோதரர்ககாக நாளுசாக
வும்மன துவருவதாக.

௭. எலலாருமஒரேமணணிலேயுணடானோங, கர்ததாவுககுமுனசுயமேனமையுணடோ? நாம எதிருஙகர்ததரினபிளளைகளாமேம, இரடசகர் புணணியததாலேயலலோ? அகநதைககுமவாதுககுமஎவுவதேது? சிநேகமிலலாவிசுவாசமுமேது?

௮. ஆ,உமமுடமநதையிலஉததமமான சிநேகமஉணடாககும,பாராபரனே. ஆ,இயேசுவே, உமமைசசிநேகிபபதான சிநேசமபெருகுவதுமனறியே, அடியார்எலலாரையுமஉட்கருததாகச்சிநேகிககஎஙகவினயேவுவீராக!

செபததினபேரிலே

பாடுகிறபாடடுகள.

உளல. Sieh, hie bin ich, Ehren Koenig.

உமமை,ராசா,விசுவாச, . பததியாயபபணிகிறேன, நாழமையோடுஙசணணீரோடுந தேவரீரையணடினேன. நீர்மணணனபாணடமான எனவினயனபாயபபாருமேன.

௨. எனவினச்சுததசிர்படுதத கடாடசமபணணுங,கர்ததரோ, எனவினச்சொநதஆடாயககொணட மேயபபானஉமமையே சேர்வேனுக, நீர்அனபாக எனவினபபாருமஇயேசுவே.

௩. தயவோடேநீர்உமமோடே ஐககமாமஎலலாருககும ஊவதானஇனபமான சடாடசமஎனமேலவரவும. யாவுமநீரோ,தேவரீரோ எனவினைப்பார்ததுககடாடசியும.

௪. ஆ,எனஞானபபொழுதான தெயவஆட டுககுடடியே, எனதாவிஉமமைததாவி த்தேடு ம,மணவாளனே! படசததோடுநதயவோடும எனவினைபபாரும,மீட்பனே.

௫. ஏஙகலோடுமபணிவோடும எனஈடை யஆததுமம, வாயுமநெஞசுஙகூவிககெஞசு சததஙகேடடெனசஞசலந தீர்பபிராக;நீர்அன பாக எனவினைபபார்ததால்பபாககியம.

௬. உலகததுபபொயசசமபதது மாயகை யுஞசிஙகாரமும ஆனநலலசெலவமலல, நெஞசை யதுவாதிககும. மெயவாழவானநீர்அனபான பாரவைதநதுரடசியும.

௨௱௰௧. Dir dir, Jehovah, will ich singen.

கர்ததாவே,உமமைததோததிரிபபேன, நீர்ஒ ருததர்பபராபரனே, நானஉமமையேநமஸ கரிபபேன, எனவேணடுதலஉமமணடையேற வே, நானஇயேசுவைமுனனிடடுககூபபிட நீர் உமதாவியைததநதருள.

௨. நானஇயேசுநாமததிலமனருட அவரண டைககுளெனனைநீர்இழும. நானமணணையலலவி ணணைநாட தெயவாவியெனனைபபோதிவிககவும நானஉமதனபைஆததுமததிலே ருசிததுஉமமை பபாட,கர்ததரே.

௩. இததயவையெனமேல்வையும, அப போநானபாடுமபாடடுஉததமம, அபபோது நேறறியாய்இசையும, அபபோதெனவாயின சொல்களசததியம, அபபோதெனஆவிதேவரீரு ககு த்துதியுணடாககீதமபாடுது.

௪. அதேனெனில்ச்சொறகடஙகாத படியே

எனனிலவேணடிககொளவாரோ, நான அவராலத்த
ளளமபாருத மெயவிசுவாசமாய்ததொழுவேன்,
நற்சாடசிஅவராலஅடைகிறேன, அததாலநான்
பிளளைபோல்அபபாவெனபேன.

௫. நானஅவர்ஏவுதலினாலே இநதடவாயவி
ணணபபமபணணசசே, அபபோதவர்உதவியா
லே நானஉமககேர்ககவேணடினதுககே என்
பரமபிதாவானதேவரீர் ஆம, செயவோமஎனறு
த்தாரஞசொலலுவீர்.

௬. நானஅவர்ஏவககேள்ககுமயாவுந தெயவீ
கசித்தததுககுஊர்ததது. நானஇயேசுநாமததில
ப்பிதாவும பராபரனுமானஉமககு முனபாய்ப்ப
ணிகிறதினாலேநீர் எனவேணடுதலையனபாயககே
ள்க்கிறீர்.

௭. நானஉமமுடையபிளளையெனற நறசா
ட்சிபெறறதாலேபாககியன. ஆகையினாலநான
வேணுமெனற எலலாநலவினையுமஅடைபவன.
நானகேள்க்கிறதிலும அதிகமநீர் இரககமாய்த
தநதருளுகிறீர்.

௮. உமமணடைஇயேசுஎனக்காக மனறாடு
கையினாலநானபாககியன. மெயயானதெயவப
ததியாக நானபணணியசெபததுடபலன அத
தாலேநிச்சயமாமே,எலலாம அவருககுள்ளும
அவராலுமாம.

௨௱௰௨. Vater unser im Himmelreich.

பரஙகளிலிருககிற பிதாவேஒர்மனபபட
செபததாலஉமமைததேடநீர் அடியாருக
குககறபிததீர். வாயோடேஉளளஙகூபபிட ஒத
தாசையைநீர்அருள.

௨. ஆ,உமமுடையநாமமே மாமேன்மை யாக,பொயயையே நார்வெறுதது,உமமணடை திருமபவும,மெயவேதததை யடியார்நனறுய்ன னறைககுங கைககொணடதிலநடககவும.

௩. பேய்ஆணடஇஙகேஉமமுட தெயவீக ராசசியமவர, அடியார்நெஞசையுமது வரங களாலேசோடிதது, பிசாசைககடடி,உமமுட் சபையைககடாடசியுங,கர்ததா.

௪. விளஙகுமஆமபோலமணணிலும நீர் வேணுமெனறதாகவும. அடியார்உமககுணமை யாய ககீழபபடடடஙகததககதாய நீர்மாஙகி ஷீமுமமோததமும இசசிபபதைததடுககவும.

௫. நீர்அனறனறுளள அபபததை, யததோ டும்மனததிரிததியை யளிதது,சணடைசலகம, உபாதைபஞசமவிககினம, விசாரமபண ஆசை யும விலகிபபோகபபணணவும.

௬. பிறர்ககுநாஙகளயாவையும மனனிககும போல,அடியார்ககுங கடனைநீர்இரககமாய மனனிதது,நாஙகளதயவாய அவரவர்ககொநே ரும இரஙககககடடளையிடும.

௭. ஆ,எஙகளை,தயாபரா, துறசோதனை யில்உளபபட ஒடடாமல,உமதாவியின துணை யால்சசததுருககளின வினைகளைககலபபையுஞ செயிககததைரியஙகொடும.

௮. அடியாரையெததீமைககும விலககிப போடடுரடசியும. நலலாறுதலைககடைசி இக கடடிலுநதநதருளி, பிறியுமஆததுமததையே நீர்ஒபபுககொளளுஙகர்ததரே.

௯. அடியார்வேணடுதலகளை நீர்தரசசிதத மானதை நனறுகநமபஞாயமாம, சநதேகம இலலை,அதெலலாம மெயபபததருககுவாப போம, அதறகுஆமெனனகிறோம.

௨௱௯௩. Oh bom Deus, que por amor.

எபேச. ௩, ௧௪—௨௧.

பரததிலுமபுவியிலும உணடாயிருபபதான இனககூடடம அனைததுககும ஏகதகபபனே அளவிலலாததயவும முடிவிலலா இரககமும விளஙகிறகர்ததாவே, அடியார்கர்ததராகிய அனபுளள இயேசுவென்கிற ரெடசகரின பிதாவே.

௨. நானதாழ்மையோடேஉமமணடை சேர்நதுமககுமுனபாக ப்பணிநதெனமுழஙகாலகளை முடககி,பததியாக சசெயயுமவிணணபபமஏதெனறால, நீர்பரிசுததஆவியால அடியாரையனறனறும உளளானமனிதனிலே மேனமேலுந தாடசியனறியே பெலன அடையபபணணும.

௩. மெயவிசுவாசமஉளளததில ப்பெலததுப போவதாக, அததாலேகிறிஸதுஎஙகளில க்குடியிருபபாராக. தெயவானபிலநாஙகளஊனறவும, எலலாசசனமார்ககரோடேயும அடியார்கள எவலாருந தெயவனபினமகிமையையும விரிவையுமஉணரவும, நீரேஉணர்வைததாரும.

௪. ஆமஎஙகளசினனப்புததியை க்கடநதுபோறதான இரடசகரினநேசததை யறியுநதெளிவான உணர்வையருளி,உமமால உணடாஞசம பூரணததினால சசபையைநிரபபியும. இவவேணடுதலையுமமுட அளவிலலாததாகிய இரககததால அளியும.

௫. அடியார்கேள்க்கிறதிலும நினைககிறதிலேயும மகா அதிகமாகவும, எலலாமநறபடியேயும அளவிலலாதஉமது பெலததால்சசெயகிறதுககு

நீர்வலலவருமாமே உமமூடவர்களாகிய அடி
யாருககிரஙகிற சகாயருமநீர்தாமே.

கூ. அனபாகநீர்விசாரிககுங கிறிஸதோர்சபை
யிலுளள எலலாசசனமார்ககாலேயும உமககு
எனறுமுளள அனநதகாலததிலஉணடாந தலை
முறைகளிலெலலாங குமாரனமூலமாக வணக
கமுமபுகழ்சசியுங கனமுநதோததிரஙகளும உண
டாயிருபபதாக.

விழிததிருககிறதின

பேரிலேபாடுகிறபாடடுகள.

உாஙச. Mache dich, mein Geist, bereit.

ஆததுமாவே,நீஙகுககு த்தபபததககதாக,
நீவிழிதது,தொழுது, செளுசிககொளளவா
யாக; எனெனருல்சசாததானை உனககெநதத்
திககுள சோதனைகளநிறகும.

௨. ஆனைப்பாவநிததிரை முனதெளியவேணும
பாவநஞசாமலினிமை, பிசசாயபபோறதேனும,
விலஙகு,சீர்படு, சாவசுபபுமாக ச்சேருநதாஙகா
யாக.

ங. நீவிழிததெழுநதிரு, மோசததைவிடடோடு,
கணதெளிய,அதுககு நீசலிககமபோடு, இவ
விதமஆததுமம கர்ததராலத்தயையும ஒளிவுங
அடையும.

ச. அபபுறமபிசாசினி சோதிககஒயாதே என
றறிநதுநீவிழி, அசதியாகாதே. எனனருஷ
த்தூஙகினால, தணடவினபிறககுள, சோதவினை
பெலககும.

௫. லோகமஉனனைமீளவும வெலலததக
தாக இனபநதுனபஙகாணபிககும; நீவிழிபபா
யாக. சாதியார்இனததார் வீடடாராலேதா
னும எததோர்வேவிளகானும.

௬. சுயநெஞசுநதுரோகியே, தமபிரானை
விடடு சோரமபோகசசாருதே, பயிததியமபி
டிதது யோசிதது,உபபுது, அதுககெதிராக
நீவிழிபபாயாக.

௭. இபபடிவிழிககையில, நீசெபமுமபண
ணு. உனவினைசசோதனைகளில ஆதரிததனறனறு
பாரததை,கணணியை நீககிபபோடககர்ததர் ஒரு
த்தர்சமர்ததர்.

௮. வாஙகமனதுணடானால க்கேள்க்கததே
வையுணடு. கர்ததரின சகாயததால நாமநிலைத
திருநது, போரிலேவெலலவே ஏர்ததளததனங
கள உககிரசசெபஙகள.

௯. தெயவமைநதன நாமததில க்சர்ததனாமெ
யயாக த்தொழுதுகொணடோமாகில, பூரண
அனபாக சசகலநலவரஙகளையும அளிபபார், நி
ததமுமரடசிபபார்.

௰. ஆகையாலநெருககமுனு சாவுமஞாயததீர்
பபும வாறபோதொததாசையும ஆறுதலுமமீ
ட்புங காணவே,நிததமே வேணடிககொளவா
ராக நாமவிழிபபோமாக.

௨௱௰௫. Liebster Jesu, liebstes Leben!

ஞானமணவாளனான தெயவஆடடுக்குட
டியே, இயேசுவே, யெனசீவனே,
உமமுடையநேறறியான : : நீதிளன அழுககைமூ
டும, உமககுமவினவிநான எனனைகககுமஆதீனந

தான. ஆர். : : : : ஆர்ளனவாழவைநீககககூடும ?
ஆடடுககுடடிஎனபவர் : : செயயுமவிவாகவிருந
துககழைககபபடடோர்பாககியர் : :

௨. உமமைபபறறுமநேசததுககு, லோகஇ
சசையாவையும நானவெறுககுமஉணமைககும
பேயவிரோதமாயிருககும : : இனபமாகததுனப
மாக சோதிததுவருகுது, அதைவெலலஎனககு
நீர் : : : : நீர்திடனஅளிபபீராக. ஆடடுககுட
டியெனபவர் : : மிடி.

௩. எனவிளககுககெணணெய்வாரும, அது
எனறுமஎனனிலே அவியாதிருககவே ஆவி
யினவரததைததாரும : : அநதகாரமபோவதாக,
நானவிழிதது, ஆசையால வேணடுதலசெயவ
தால சீர் : : : : சீர்அடைநதிருபபேனாக. ஆட
டுககுடடியெனபவர் : : மிடி.

௪. நிததிரையுமஅசதியும அனறியேஅநநா
ளுககு க்காததிருகக, உமது நலலஆவியையளி
யும : : ராததிரியிலசசததமாக: பததாவாறார்எ
னகிற சொலபபிறநதால, எனனுடைகண : : : :
கணதெளிநதிருபபதாக. ஆடடுககுடடியெனப
வர் : : மிடி.

௫. எநதநாழிகையிலேயும நீர்வநதாலுமஇ
யேசுவே, உமககுஎதிர்க்கொணடே போக, நீர்
சகாயஞசெயயும : : நிததியசநதோஷமாக நீதி
மானகளுடனே உமமுடனவிருநதிலேநான : : : :
காணுமபஙகடைவேனாக ஆடடுககுடடியென
பவர் : : மிடி.

௨௱௯௬. Welch eine Sorg und Furcht.

ஓடசிபபடையநாம நறசிநதிபபோடிரு
நது, மாளசசரிககையாய விழிககத

தேவையுணடு. நடுககததோடடைத நாந்தேடவே
ணுமே, தீயோர்சகையோ,நலலோர் நிலைபப
தரிதே.

௨. விழுஙகுவதறகு பபேயளததனமபிவிணக
ளும, அதறகுளஙகேயுந தனசணணிகவினவைக
குமை. பொலலாதலோகமும பேயதானே,நமது
நெஞசோளலாததிலுங கேடானசததுரு.

௩. நாமஅறியாமலும அநேகதபபுணடா
குங, கர்ததாவினமுனஆகா நிவினைவுஙகுறறமா
குந, துனமாதிரியிறுல பபொலலாபபுவளரும,
நினறேனஅசுபயிலே விழாதேபார்ககவும.

௪. நாமபரிசுததரோ, சுததபபடுஙகளென றும,
ஒணடிசமாசனுககு பபணசெயயககூடாதெ
னறும, வாயாலே:கர்ததரோ, எனபாரிலப்பாத
கர் அநேகர்உணடெனறுங கர்ததர்உரைதத
வர்.

௫. நனறுயநடநதவன திருமபபபாவியாகும
போதவனகாரியம அதிகமோசமாகுங, கர்த
தாவினசிததததை யறிநதுமஅபபடி செயயா
தோன்மேலவரும அடிகளமிகுதி.

௬. நாமஓர்கனியுட பொசியபிலேகெட
டோர், அததாலேகிறிஸதுதான ஒடுககபபட
டுச்செததோர். நீ யினனமபாவியாய நடநதால
எனனமாம? உனமுடிவோவெனில இநநாளில
வரலாம.

௭. இதோநீஉனவிணததான மொட்சிபபதுவே
சலல, வேறுததுமாககளால க்சணககுஙகொளுச
மலல. அதிசமாய்க்கர்ததர் உனவசததிலவாங
கொடுததுணடானல, கணககும அதினம.

௮. மூககாலலோகததார் எலலாருமவேளறு
நதோர், எடடாததுமாககளதான சனமார்கக

ராயிருநதோர். சோதோமிலநீதியர் பததாள இருநதோரோ? பயிராகதிறவிலை காலபயஙகு தானலவோ?

௯. காணினதேசததில வாராதோர்மிசசநதானே; பனனிருவரிலும யூதாபிசாசானுனே; நனறியறிநதவர் ஆர்? பததிலொருத்தன; பததாவரும அபபோ விழிததோனபாககியன.

௰. ஞாயாதிபதியார் அநநாளபிரசனனமாகும வெளிபபடுததல ஓர்மினனுககொபபாகும; அசுததமானதுங நீடடானதுமெலலாடி அபபோதளளுணடுபோய உபாதிககுளளாகும.,

௰௧. சர்ததாவே, இதைநான எலலாவிஸதாரததோடும நினைககுமபோதெலலாம, எனனெஞசுதிகிலோடும, எனதேகமஆவியும நடுககததோடேயும இருககும, எனனிலே எலலாநதிடுககிடும.

௰௨. மெயதானமோடசிபபுட வழிதெயவானபினலே எலலாருககாகவுந திறநததெனபதாலே திடனஅடைகிறேன; ஆனலஉலகததுக்கேடெனவிணமிசவுஞ செபததுககேவுது.

௰௩. நீர்யாவர்நெஞசையும பயமுணடாககதடடும; பொயவிசுவாசததின வீணதோறறவியககறறும. நனறுயவிழிககவும மனநதிருபபவும நீர்பாவிகளுககு வெளிசசஙகாணபியும.

௰௪. பிசாசைவெலலநீர் பெலனகவிளயளியும பொலலாபபைமாயததை யெலலாந துரததிவியும. ஆஙகாரஙகெறுவம அகநதையெனகிற பிசாசினசாயலில நீர்நீககியருள.

௰௫. மனறுடஎஙகளை நீர்தானஎழுபபிவாரும, போராடுமஆவிககு நீர்ஆறுதலளிததாரும. அடியார்தேவரீர் வருமஅநநாளுககே நலலாயததபபட துணைநீர், சர்ததரோ.

ஞானபோராடடததின

பேரிலேபாடுகிறபாடடுகள.

உராயள. Eutbinde mich, mein Gott.

ஆ, கர்ததரேஎன ஏழைஆவிகடடபபடட எககடடுகளுககுமநானநீஙகலாகவே நீர் பேயினதநதிரஙகளையெல்லாமஅகறற எழுமபுமேன; ஆ, இயேசுவினமுகததைப பார்ததெனனிலே அககடடுகள அவிழததையும அறுததென ஆவியைமோடசிததுககொணடிரும.

௨. மூநநாளில்முழுதுமபிசாசினகீழககிடநத அடியேனஉமமுடைதயையாலநீஙகினேன; ஆனால நானநவமாயஇககாலததிலஅநதநத சுருககுகளினால மோசபபடுகிறேன. ஆ, எனனைசசகலநெருககஙகளுககும நீர் நீஙகலாககபபணணிவிடுவிததிரும.

௩. ஆ, எனனையுயரஏறுதபடிககடடி எனசிறிஸ்துமார்ககததிலஅசதியாககிற தீஙகேனன? எனனிலேயிருநததெயவபததி தடுககபபடுதே. ஆ, எனதயாபரா, தடையறபபறககசசுருவிககுணடாந தனனீஙகளனககுஇருநதாலநலலதாம.

௪. ஆ, இநதமரணசரீரததாலஎனஆவி அமுககபபடுது, அதனாலநானமிகவும நிறபநதமாய ஒடுககபபடட ஏழைபபாவி; ஆராலேஎனககு விடுதலவரும? ஆ, எனனைககர்ததரே, நீர்விடுவியுமேன எனறுமமைமெததவுமபணிநதுகேடகிறேன.

௫. நானஉமமைமநேசிககுஞசிநேசமஎனனிலுணடு; ஆனாலஅதுவெல்லாமஇனனமஎமமாததிரம? தடைகள அதுககுவருகிறதுமுணடு; எனககுளளதுவோஇதுககுககாரணம? இதுககுததப

பநானதனிததிருபபதே நலமெனறெணடியாயி
ருககபபார்ததேனே.

௬. ஆனாலநானஒணடியாயஎமமூவலியிலாரு
னும போயததஙகி, அஙகேதானஉமமையதிக
மாய ச்சிநேகிததுககொணடேயிருககநானபார்
ததாலும, எனனபிரயோசனம? நானஅஙகுமஒண
டியாய இருககககூடுமோ? எனமாஙகிஷததிலே
இருககுநதுர்ககுணமெனனோடிருககுதே.

௭. இனிஎககாரியமநடககபபோகுமெனறு அ
நேகநினைவுமமகாவிசாரமும உணடாகும;நான
எபபோதனனீஙகலாவேனெனறு நானஅஙகலா
யககிறேன;எபபோநானமுறறிலும சீராகும
பாககியமஎனனஏழைஆவிககு ககிடைககுமெனறி
துவிசாரபபடுது.

௮. தறசிநேகமமனதைபபிடிககிறதுமுணடு,
அபபோதுணடாகியஅததாறுமாறினால எனம
னததயிரியநதனையிலேவிழுநது, அவிநதுபோகு
து,இருளுணடானதால, நானஅநதகனுககொ
பபாயிருககிறேன. ஆ,சோதியுணடானால அப
போமகிழ்வேன!

௯. எனகடடுகளெலலாம,இஙகினனருகுட்ச
மாக எனமாஙகிஷததிலேபிடிததெதுவோ,
அதுவவினததுககுமநானநீஙகலாவேனுசு ப்பொ
லலாபபாவஅலவஉமதனபினால அலலோ நான
எனறுஙசடடபபடடிருசசஅடியேன எனநெ
ஞசிலவாஞசிததுககொணடேயிருககிறேன.

௰. இஙகுமமூடசிநேகககடடினாலககடடுணட
ஓர்மனிதனமெயயாய்த்தனனீஙகலானவன; ஆ,இ
ததனனீஙகலாவெனசேர்நனறுயததிருநத நீர்கடட
விணயிடும,அபபோநானபாககியன. பிசாசுவைக
கிறளககணணிகவிணயும நீர்அடியேனுககுவில
ககியருளும.

உ௱௰அ. Hier legt mein Sinn sich vor dir,

இஙகுமமணடைபணிநதுசேரும எனஆவிதே வரீரைததேடும, எனனளிமையமிகவும அனபாயககணணோககியருளும.

௨. நானஉமமுடையசாவில்ச்சாக நீர்அனு கூலஞசெயவீராக; எனகெடடசுபாவமஉமமிலே மடியபபணணும,இயேசுவே.

௩. எனநெஞசினமுறடடாடடமான குணம அடஙக,சசாநதமான இருதயமுமமனதும உம மாலஎனனிலஉணடாகவும.

௪. நானதேவரீரைநேசிததாலும, சிநேகத தாலேபறறினாலும, அததோடேஇனனமஎனனி லே கொஞசஙகலபபிடமுணடே.

௫. நானஇனனமஉமதாவியாலே நறசீர்அ டைநது,அதினாலே உமமிலிருககுஞசிநதைககே மெனமேலுபபாகவேணுமே.

௬. எனபுததியாலஅதுவராது, அதுசகென கிராணியுமபோதாது, உமமாலொழியநெஞசி லே நலலகுணமுணடாகாதே.

௭. நீரோளபபோதுமஉணமையுளளோர் எ னறறிவேன,நீர்தயவுளளோர், எனகெடடஇச சைககெனவராநீர் விலககியேசலாகலுவீர்.

அ. நீர்நறசெயததைததாமடடும எனஆவி தேவரீரைபபறறுங சருததுமாய்போராடு வேன; எனஇசசைகளைவிரோதிபபேன.

௯. உமமாலஎனசததுருவையெனறு செயி ததோனாயமேலககொளவேனெனறு நானநமபிக கொணடிருககிறேன, உமமால்மொடசிககபபடு வேன்.

௰. ஆகையினாலஎனஆததுமததை பபிடிததிரு

கிறிககடடை நான்உமககொபபுவிககிறேன,
உமமாலநானதேறறபபடுவேன.

௰௧. அதேதெதலைமுலநாளவாளுசையாக மனமு
டுமபோது,நீர்ஆனபாக அடியேனிககணணே
கிறீர், வேணடிககொணடோவிசலகைவிடீர்.

௰௨. இததாலளனபததியுமவளருமம, நீர்நேச
மென்றுமநெஞசினருமம, இததாலெனஆததுமத
துககு, ககசபபுமஇனபமாகுது.

௨௱௰௬. Ich ruf zu dir, Herr Jesu Christ!

என இயேசுவே,எனசததததை ககேடடனபாய
எனவினபபாருமம, மெயவிசுவாசபபததியை
யடியேனுககுததாருமம. நானஉமமைபபறறி,உ
மயிலே புறனாயுணமையாக உமககாக ச்சிநே
கிததுமமையே நனமுயபபினசெலவேணுக.

௨. நான தெயவசததியததிலே பிசகிலலாமல
நிறக ப்பெலனஅளியுங,சர்ததரே. விசேஷமாய
மரிசக க்கிடககுமபோதெனதர்மமநான நமபா
தோரும,மாசறற உமமைபபறற எனமனதை
நீர்தான நலலாவியால்த்திடசத.

௩. நானமனதாரயாவர்ககும அனபாயமன
னிபபேனுச; நீர்எனககுமமனனிககவும. இசகட
டுளதிராக வநதால,நானதிகிலனறியே நிலலகதி
றதற்காக, இனபமாக தெயவீகவார்ததைேயே
திடனதருவதாக.

௪. வாழவாகிலுஞசாவேனகிலும எனநெஞசை
யுமமைவிடடு , பிறிககவேணடாதேயும; மூடி
யைநானதரிதது ொடசிபபடைய,இயேசுவே,
நீரோபெலததைததாருமம, அதையாருந தனனுல
அடையானே; நீர்ொடசியுமம,நீர்காருமம.

௫. போராடுமபெலனவின யனபாயபபா
ர்ததாதரியும, எனனால்ஆகாது,நீர்துவின, நீர்
பெலவினயளியும. உமமாலேசோதவினயிலே
விழாமலநிறபேனாக, நீர்அனபாக போராடி
னேனாககே ஒததாசைசெயவீராக.

௨௱௨௰. In dich hab ich gehoffet, Herr.

கர்ததாவே,யுமமைநமபினேன, நீர்என அடைக்
கலமனறேன, வெடகாதிருபபேனாக;
தயாபரா,நீர்எனனுட சகாயராவீராக.
௨. நீர்உமமுடைசெவிகளை யிரககததோடே
எனனணடை சாயததெனககுஅனபாக இவவே
ளையிலஎனஆபததில ரடசிபபளிபபீராக.
௩. இருபுறததிலுமஇதோ திரளப்பகைஞரோ
டிபபோ போர்எனககுஉணடாகும. ஆ,கர்த
தரோ, இபபோரிலே நீர்தானஎனகோடடை
யாகும.
௪. நீர்எனபெலன,எனகனமலை எனகேடயமும
எனபதை ததெயவீகவார்ததைசொலலும. என
கர்ததரே,எனசிவனே, நீர்எனனைககாததுககொ
ளளும.
௫. பொயபேசுமலோகமஎனககுச்சுருககை
வைககுஙகபடு அனேகமாயிருககும. எனனண
டையிலஇரீராகில அடியேனையொடுககும.
௬. என ஆததுமததையுமககே நானஒபபு
விபபேனகர்ததரே, நீர்எனனைமீடடோரமே.
எநநேரமும,முடிவிலும ரடசிபபவர்நீர்தாமே.
௭. பிதாகுமாரனஆவியே, திரியேகரான
உமககே துதியுணடாவதாக, அளவிலலாதத
யாபரா, உமமால்ச்செயிபபேனாக.

௨௱௨௧. Wer das Kleinod will erlangen.

துரையேசமனதான மனிதனபாரததுககே போம
வழியிலத்திடடமான சீராயபபோகவேணுமே;
ஏர்சசனவேஅதுககாக ஆயததபபடுவானசை, அவ
னமறறதையெலலாம பிறககணிககததேவையாம.

௨. இயேசுவே,மகாஅனபாக மோடசபந
தையததைநீர் அதைததேடததககதாக எனககுங
காணபிககிறீர். ஆ,நீர உமமுடையோருககு அங
சேவைததகிரீடததுககு மினனிககொளளுமஅழகு
இயேசுவே,இருககுது.

௩. அடியேனுககஙகேசேரும பாககியம
எபபோவரும? எனதாவியைததேடும ஆசை
யெனனிலப்பெருகும. ஆனாலிஙகேபாவியான
எனனைசசுறறிககொளளவதான தொநதறைகளஎன
ககு அஙகலயபபடுணடாககுது.

௪. வெகுவானதாறுமாறு மனதிலிருககுது,
போராடாமலிளைபபாறு எனறு அதுஎனககு
ச்சொலலுது,பிசாசினமேல பாடுமஉணடு,ஆகை
யாலே உமமைநோககிஅடியேன செலுசசிககொ
ணடிருககிறேன.

௫. ஆ,இபபெலலனுககு நீர்இரஙகும,
இயேசுவே! நீர்தானஎனசகாயததுககு வாரு
மேன,எனமீடபரே. எனககுவழியைககடடும
யாவையுமநீர்வநதகறறும; திடனுமபெலனையும
எனககுததநதருளும.

௬. எனவிணபினனிட இழுககும லோகததார்
கவிலபுககு நானசெவிகொடாதிருககுந திரா
ணிஅபபோகாணுது. நீர்என அநுகூலர்எனறு
உமமாலயாவையுமநானவெனறு அஙகேசேர்ந
துஅடியேன உமமையெனறுமபோறறுவேன.

௨௱௨௨. Ringe recht, wann Gotes Gnade.

தெயவகிருபையைததேட நீபோராடிக கொணடிரு, ஆவியாரமறறுஎற நனறுயசசாககிறதைபபடு.

௨. வாசலானதுஇடுககம, தாழமையாகியுள்ப்படு. சீவனினவழிநெருககம, லோகநேசததை விடு.

௩. நலலசேவகததைபபணணி ராசசியததுககுள்பபடு, பேய்எதிர்ததாலப்பயமனறி நினறு, எகிககொணடிரு.

௪. பததிமுழுலோகததுககும உனவினநீஙகலாககவே பார்ததுககொள,பஙகிடடிருககும நேசனுசுவாமிககோராதே.

௫. வேணடுதலிலுல்பபோராடி, ஆணடவரினதயவு காணுமடடுககுமமனறுடி, கூபபிடடுககொணடேயிரு.

௬. கர்ததர்உனவினதயவோடே ஏர்ததுககொணடபிறகு, பாவமஉனனிலேவேரோடே செததுதெனறெணணுதிரு.

௭. சீவனுளளநாளமடடாக மோசஙகளஇருககுது; இதிலுமபயமுமாக உனமொடசிபபைககாததிரு.

௮. நீமுடியைபபெறறிருநதால, கெடடியாயபபிடிததிரு. பினனிடைநதுபோயவிழுநதால மோசம்மாபெரியது.

௯. மாயகையைநோககாதேவிடடு, ஞான ஆயுதஙகளை ராவுமபகலும பிடிதது, நிறவிசாரததைபபகை.

௰. உனஇசசையையடககு, அதுஉனனையாளசசே கிருபையுடவிளககு மஙகிபபோயஅவியுதே.

௰க. மாயங்கிஷததுகசேர்ததாக ச்செயதாலன ழையாததுமம நே ஞசலுஞசீர்கேடுமாக ப்போ கும,அதுநிசசயம.

௰உ. உணமையுளளோனஒயவிலலாமல ப்பா வததைவிரோதிபப ன, எததினஆவியைககோளா மல வெறறியாயப்போராடுவான.

௰௩. அவனகிறிஸதுவைபபினபறறி, தன பததைசசயிககிறுன, இராககாரததையசுறறி செ லலவாழவாகாதெனப ன.

௰௪. லோகததாருடசிரிபபு வெகுபயிததிய மளளபான, அதினபிறகுதுககிபபு வரபபோ மெனறறிவான.

௰௫. உணமையுளளோனஉலகததில உளள தைசசிநேகியான, அவனபொககிஷமபரததில உணடுஅஙகேளகிறுன.

௰௬. இதைநாமநினைபபோமாக, ஆ,நறசே வகளைபபோல பநதையமபெறுமமட்டாக ஏகி பபோவோம,வாருஙகள.

௰௭. முககிவிநதசீவனுககு இனறுவரலா மெனபோம, நமமுடையதீபததுககு எணணெய வார்ககககடவோம.

௰௮. லோகமபேயுடகிழாமே, சோதோம வேகுமலலவோ? தபபிபபோகநேரமாமே, தீவி ரிககவேணடாமோ?

௰௯. தபபததசககாகளுடு, ஆததுமாவே,தீ விரி. பாரததையிறககிபபோடு, தெயவசொல லிககசவனி.

உ௰. அகநிரமச்சோதோமைவிடடு, அதின செயலைகளையவெறு. தபபிபபோகததீவிரிதது நல லோதுசருககுளபபடு.

உக. நீபினனுனைநாடாமல முனனிருபப

தைபபிடி. இசசைசவைததழுககாகாமல, தேய
வசிநதையைததரி.

௨௨. வெனறவனைமோடசததுககு உளளா
கிறதற்கு வாறமணவாளனுககு வாளுசை
யாககாததிரு.

௨௩. ஓடி, அவனைச்சநதிதது: சீவனே, மூளக
காடடைபபோல காணுமஇபபுவியைவிடடு,
எனவினசசேருமஎனறுசொல.

௨௱௨௩. Es kostet viel ein Christ zu seyn.

தெயவாவிசசேர்ககக்கிறிஸதோனுய இரு
ககககொளுசச சாக்கிறதை போதாது,
அதேனெனறல, யோானதீயேலேசாய இசசை
பாவஙகிறிஸதினசாவுகளுளபபடாது. போரா
டியுளு, செயிததஒர்செயம எமமாததிரமட? ::

௨. கடிககுளுசறபஙகவிளயே எபபோதும நம
மூடையகாலயிதிககும. விஷமஎருமஃபபார்கக
வேணுமே, அதுவருததததையுணடாககிவிககும,
இதுமேனமேலபழகிளேருககு த்தெரியுது ::

௩. ஆளுலும்மாபலஅணடீே, எபபோதும
இநதலோகததைவெறுததோன பெறுமஅன
நதமகிமையையே சிநதிததால, அவனேககிபெரு
ததோன. வருததமுஙகர்ததாவாலநமககு லேசா
குது ::

௪. கர்ததாவுடகுமாராாய விளஙகியபிரகா
சமாயிருபபோளு. சுததாஙகமானமகிமையுமாய
இருககுமமேனியையபபோதெடுபபோம, தெய
வீகஅநதமநமமைசசுறறிளுந சிஙகாரிககும ::

௫. அபபோதுபிளவிளஙிததமும பிதாவைப்
பார்ததெலலாமஅனுபவிககுளு, சீவாறறினத

ணணீர்அதுகளெனறைககும பாயநதசைமிகவுஞ
சநதோஷிப்பிககும. அபபோ துணடாகுமமகி
மையிபபோ தெரியுமோ? ::

௬. ஞானததுடையசிஷிவின யபபோதஞா
னநதனாலெனறெனறைககும கிரபமி,நேறறி
யாஙகிரீடததை யவனுடதலியினமமேலவை
ககும. அபபோததினபுதைபொருளெலலாம
வெளிசசமாம ::

௭. மோடசானநதத்துககுளளதில் ச்சுதநதரபய
ஙகாளியாயிருபபான, பரததில இயேசுசுவாமிய
ணடையில அனநதபாககியஙகளியறுபபான,
திரியேகருககெலலாத துதிசளுங கொடுபபம ::

௮. எழுமபெழுமபென ஆவியே, இருளினவ
லலமையைததளளிபபோடு, கர்ததாவினவாககு
த்ததஙகளிலே நீஞுனறீ,மோடசததினவழியில
ஓடு, வருததததினபிறபாடுஊயவெலலாம மாஞ
னபமாம ::

உ௱ஊச. Das leben unsers koenigs siegt.

பிசாசுஞசாவுமநமது இராசாவாலேவெலலப
படட செயததினால அலலோநமககுமாபெ
லதத ளாடசிபபுணடெனபதேபெரியபூரிபபு.

௨. எலலாவிதஇககடடையும மேலககொண
ட இயேசுஎனனிலததஙகி இருககையால,எனனி
லமுசிபபெலலாம அடஙகி, மகாசநதோஷமோ
னமனதிலவரும.

௩. பிசாசுநமமைவாதிககும எனறேனநாநது
ககமாயிருபபோம? அதைசசெயிததோர்நமக
குஞசெயஙகொடுபபோம எனறூர், அவவார்த
தையைநாமநமபவேதகும.

௪. செயிதத அவர்நமமிலும பிசாசைததான
மேனமேலசெயியபபார், தமமுடையவர்கவிளமூ
டியவுமஒடடிபபார், ஆம,நிறைவேறுதலஅ
துககினிவரும.

௫. அவரினபாததததுககெலலாங கீழ்பபட
டபின,மகிழ்ச்சியோடே சாவுஞசெயிககபபட
டதைநீகாணபாய,அதினோடே மோடசானந
ததிலே கதியுனககுணடாம.

௬. பழையசறபமஉனனிலே பொலலாபபு
ணடாககமனதாக வநதால,நீதிடனாய் அதைமிதி
பபாயாக. அபபோததினவிஷம எலலாமமூ
றிடுமே.

௭. ஆகில,உனசீவன உனனிலே பெலககும,
உனபோராடடததுககும நலலபலனவரும,நீஅ
ஙகேவாழ்நதிருககும பரகதிககுஅதுதான வழி
யாமே.

௮. கர்ததாவே,பூமியினதளை உமமாலச்சேர்
படடுபபோயச்செழிககும, நீர்எஙகளநெஞசுககு
மபெலனததரிபபிககுந தெயவீகசெயலோபெ
ரியகிருபை.

௯. பேயகேடுணடாககபபார்ககசசே, உம
மாலஅலலோசெயமஉணடாகும? அததாலே
எஙகளமனதுசநதோஷமாகுந, துதியுமககுண
டாவதாக,கர்ததரே.

௨௱௨௫. Schau, lieber Gott! wie meine Feind.

பெலனுநதநதிரமுமாய எனனுடனே
போராடும பகைஞர்எனவளவெரு
வாய நெருககிறதைபபாருங. கர்ததாவே,நீர்
தாஙகாவிடடால, லேசாய்இசசததுருககளால
நானபாவததிலததளளுணபேன.

௨. தனகுதிருலேபாவததை பிசாசிததிய
பாககி, அதானபினபுமனனை க்கெடுததழுதத
மாககி, மேனமேலுமபாவஞசெயயவும எழு
பபி,நரகததுககும நேரேவழிநடததும.

௩. பொலலாசச்சையஙகளைகளும இசசிக
குளுசெலவததுககும, மனுஞசைகளும அசுநதைக
கும பூலோகமுமஇழுககும. ஆனால அவவாழ
வுநிறகுமோ? தெயவாககினைவநதால அபபோ
எலலார்ச்வலககிருர்கள.

௪. ஆனறுஙகெடடமாஙகிஷம மயககமற
றிராது, அதறகுநஞசேமதூரம, விஷததைரோ
சியாது. குறகிஙமகிழசசியை விருமபி,பேய
காணபிபபதை யிசசித்துககொணடிருககும.

௫. இசசததுருககளோடேநான போராடி
ககொணடிருநது ஓடுஙகிறேன,மாமோசநதான
அததாலேனககுணடு. பிசாசெனமேலேஉய
ரும; பொலலாதமேலாகளுசோதிககும, எனமா
ஙகிஷநதுரோகி.

௬. ஆ,கிறிஸதுவினநிமிததியஞ சகாயதது
ககுவாரும, பிதாவேஇநதவிககினம நீஙகட்டும,
எனவினககாரும. நீர்பரிசுததஆவியின வரத
தைததநது,எததரின விவினகவிளவீனுசகும.

௭. நானஉமககுககீழபபடடோனய த்துர்ச்
சோதவினையயெனறு, நேரோ,காலயபிசகாத
தாய, போய,நலவழியிறசெனறு, பேயோடே
திர்கக,உமது நலலாவியையெனஆவிககு ச்சகா
யாாகததாரும.

௮. துறிசசையினனமனததவின தாமளமுமபி
றுலும; நானளனனிலச்சீககிரமஅதை யவிககச்சா
வின்நாளும நலலோர் அடையுமமோடசமும
பொலலாரினஆககினைகளும எனஞாபகததிலவா.

௬. நானஇநதயாவையுநதினம நினைதது,
பாவமான சநதோஷததுககுஅபபுறம இட
ஙகொடாததான நெஞசாலேஉமககெனறைக
கும எலலாஉசசாகததோடேயும பணிவிடை
யைசசெயய;
௭. பிதாவே,எனககிதறகே அனபாயபபெ
லனைததாரும. நானவெலல,இயேசுவே, நீரோ
ஒததாசைசெயயவாரும, ஆ,பரிசுதத ஆவியே!
நீர்இநதயுததததிலே எனனைககவனிததிடததும.

௨௱௨௬. Jesu, hilf siegen!

இயேசுவே,பேயினசததிசவலுபபாரும அதுஇ
ருளினபெலததுடனே வநதெனனையெத
திசகெடுபபனைநாடும, வெலலஉதவும,எனமொ
டசசோ! யெனவினையசசததுருளநதபபடியுரு
சலியரிததுபபாழாகசததிரியும.
௨. இயேசுவே, பேயுடனலோகமுஙகூடுந,
துஷடமாயஅலலதுதநதிரமாய வநது,எனஆத
துமககோடடையைசசூழும, வெலலஉதவும,நீர்
வலலமையாய உமதடியானுககாதரவாக மோ
சம அவினைததையுமநீககுவீராக.
இயேசுவே,எனனிலுநதீஙகுகளஉளறும, என
னுடவாலிபபாவஙகளின நினைவாலவெட்கம
எனகணகவிழுடும, வெலலஉதவும,எனஆதது
மததின புணகளஆறடடும, நானமிகுதியாக
நாணி,சுததாஙகம அடைநதவனுக.
௪. இயேசுவேநெஞசிலும்மனதிலேயுங கோ
பம,பொறுமையுமபெருமையுந தோனறியபோ
து,அனுககிரகஞசெயயும, வெலலஉதவுந,துணை
யாயிரும; சுவாமிநானதாழமையைககறறுமமு
டைய சிலுவையிலஎனஇடுமபையறைய.

௫. இயேசுவே,இசசையயெனனில அகறறும! மாஙகிஷஙகளான ஆவியுமமால ப்பரமவாஞ சைகசெழுபபபபடட்டும! வெலலஉதவும,நான தேவரீரால நலலஆரோககியமாவதறகாக உம மையெபபோதைககுமநாடுவேனாக.

௬. இயேசுவே,எனனிலேஉமமுடசிததம மா சறசெயயபபடுவதறகே, எனமுரடடாடடககு ணஙகளைநிததம வெலலஉதவும,என ஆணடவரே! எனககுமளளுடஇசசைககுளசாவேன, முழு துமஉமமுடஅடிமையாவேன.

௭. இயேசுவே,எனனையெநநேரமுஙகாரும, உமமையடியேனஇழபபதறகே பேயஎனனை சசோதிததால,ஆயுதநதாரும; வெலலஉதவும, என ஆதாரவே! நீரெனபொககிஷம,எனனிலத தரியும, பேயைததுரததபபெலனையளியும.

௮. இயேசுவே,எததனைச்சாததான புகுநது, சூதாயவெளிசசததின தூதனுட வேஷமெடுத துவருகிறதுணடு; வெலலஉதவும,பெலததகர்த தா! சறபவினைகளமயககிசசவலககும, நீரென னைவிடடாலமீடபெஙகேகிடைககும?

௯. இயேசுவே, பொயகளபொயயெனறுகா ணாமல, மெயயெனறதாகஎழுமபுகிற வேவினை யிலெனனையமிழஒடடாமல, வெலலஉதவுங,க படடிஜுட ஆவிகளைநான ஆராயவதறகாக, சீககிரநதெளிவுணடாககுவீராக.

௰. இயேசுவே,நானஜெபமபணணிவிழிககுஞ சததியைவொடசகரானநீரே தநது,நானதூஙகி விழாதபடிககும வெலலஉதவும.நானமோசத திலே கெஞசிஇனைககையிலநீர்எனககாக வேண டிககொணடெனனையெழுபபுவீராக.

௰௧. இயேசுவே, சததுருவெலலாமெனனைவிடடு,

நானமிரணடோடியமானடவாய த்திகுத்தோன
றுமவ்த்தவித்தால,ரடசித்து, வெலலஉதவும,நீர்
கிருபையாய் ச்சேர்ந்து,பெல்ன கொடுத்துளுக
ளுளாக ஏஙகிறஆவிககிரஙகுவீராக!

௰௨. இயேசுவே,உமககிஸதோததிரமாக ச்சக
வ்போரிலும மோசததிலுந தேவரீராலச்செயங
கொளவேணுக, வெலலஉதவும,ரடசிததருளுங.
சவுரியவானே,எககாலஙகளுககும உமமுடநாம
மவிளஙகிஇருககும.

௰௩. இயேசுவே,சீயோனுடைய இககடடும
நீடியஆபததுமஆறிவா, பாபேலவிழுகிறகாலம
வரடடும; வெல்லஉதவுமரடசிததருளுந. துய
ரப்பாடடைககெமபிரபபாடடாக மாறறி,பாழா
னதைககடடுவீராக.

௰௪. இயேசுவே,நீர்மணவாளனுயவாற நாளு
கருநாஙகளசிஙகாபபபட, சறபததினபெருமை
யோவெளிவததாழ, வெலலஉதவுமஉமமாலெல
லலா க்காரியஙகூடும,நீர்சத்தியவானுங, கண
ணெலலாமஉமமுடவெறறியைககாணும.

௨௱௨௭. Einer ist Koenig, Immanuel.

இயேசுசெயிககிறார்,அவர்கர்ததா, எஙகளப
கைஞரோ,நீஙகளெலலாந ததளிததோடுங
கள,அவருட சீயோனுசகவராலபபூரிப்புண
டாம, அவராலசசீவனும,நாமனனெறனறைக
கும வாழுஙகதியுமநமககுககிடைககும.

௨. பயததைவிடடு,பராபரனின த்திடனுஙகம
புஙகள.நோவையெலலாம இயேசுஅகறறி,வியா
குலததை நீககிறஉனனதஅரசராம அவராலெங
தஙகசபபுநிததிககும, ஆததுமததுககுநறசீரும
பலிககும.

௩. தெயவமிலாறின அடிகளிநாம பொறுமையாகச்சயிககததகும, அதுககுநமககுவேணடியதாம பெலவினசசுவாமியைககேடடால,வரும; பாடுவநதாலுமனநாளுமநிறகாது, இயேசுவினஆதரவோமுகியாது.

௪. சீயோனே,வெகுநாள அழுதநீ உனனுடதுககததைவிடடுவிடு, சூரியனமாகளிபபானபடி உனககுதிககுளு,சநதோஷிததிரு, இயேசுவிறுலேஉனதுயரமஆறும, அவராலஅதுமகிழ்ச்சியாயமாறும.

௫. யாவருமஎனனணடைவாருஙகளேன, நீஙகளவேறெஙகும அலையவேணடாம, தேவையானநனமையைநானதருவேன, தாகமுளளோருககுவேணடியதாரு சீவததணணீர்இஙகுணடெனறு அனபாக க்கூறினஇயேசுவைபபறறுவோமாக.

௬. நனறயபபோர்செயதுசெயிபபவர்ககேகர்ததர்கொடுசகுஙகிரீடததைநாம நோககுவோமாக,பலனபெரிதே. மாபலனனவர்ஆணடவர்தாம எனபதையேநாஞசிநதிதது,நனருக த்தயிரியஙகொணடுபோராடுவோமாக!

௭. மகிமையானஇமமானுவேலே, வெனறவர்நிததியபூரிபபுடன உமமையிஸதோததிரமபணணிககொணடே, நாஙகளசெயிததசெயத்தினபலன தஙகளுககுமாலஉணடாசசுதெனபார்கள, உமமுடபாதத்தைதுதிசெயவார்கள.

௮. உமககுமநாதயாபாராங கர்ததருககுநதெயவஆவிககுமே மேனமை,புகழ்ச்சிகனமுமெலலாம வரககடவது,நாஞமஇஙகே உமமைபபணிகிறேன,ஆ,யயவாக எனனையுமமோட்சவாளுககுவீராக.

உ௱உஅ. Du armer Menseh, lass deinen Sinn.

மனிதனே,உன்னெஞசிலநீ இசசைககிடஙகொ
டாதே, நரகததுககதினவழி நேரம,மோ
சமபோகாதே. திததிககுது,பயபபடு, மனம
எலலாமபுணணுகும; அததாலஉனனிலமகாதிகில
பிறபாடலலோ உணடாகும?

உ. இதையுனமனதிலநீவை. உனஇசசைதின
மாக க்காணுவிடடாலும,நீஅதை வெனறுய்ளன
றெணணுயாக. அநேகநாளக்காணுவிடடால, நீ
அசதியாகாதே, இனனம அதுஉனசததுரு; நீ
தூஙகிககொணடிராதே.

௩. ஆ,அபபோதேநீஉனககு உணடாககிக
கொணடபாரம பெரியதே!குணபபடு; அது
மகாவிஸ்தாரம் உனனுலபபோமோ?ஆ,நீஇப
போ கர்த்தாவணடையிலசசேரு, சகாயமும
மனனிபபையுஞ செபததினுலேதேடு.

௪. ஆ,எனபிதாவேபாவததின இககடடைத
தயவாக நீர்நீககிபபோடடடியேனின சுததிக
ரியபுககாக நறக்றயையுநதநதருளும எனறே
ஙகிவேணடிசகொளளு; ரடசிபபவர்நீர்ஒருத
தர், கர்ததாவே,எனறுசொலலு,

௫. உனஆவிககுவிரோதமாம பொலலாத
மாஙகிஷீததை நீவெலலவதறகுததேவையாந தெ
யவீகஆயுதத்தை கொடுபபவர்பராபரர்; ஆகை
யினுலஅனறனறு கர்ததாவையேசெபததிலே
நோககிவிணணபபமபணணு.

௬. நீஇபபடிசெயதாயானுல, கர்ததர்உனனை
ரட்சிபபார்; ஆம,தமமுடையஆவியால நல
லசெயம அளிபபார், பிறபாட்ஙகேமோட்சததி
லே நீஅவரைததுதிபபாய; சுததாஙகததைததந
தவரை யெனறைககுநதோததரிபபாய.

௨௱௨௯. Wer überwindet, soll vom Holtz.

அறிவி. ௨, ௩, அதிகாரம.

கிறிஸ்து.

வெனறேனுககேஇனித்தாராளமாக நா
மபரதீசினதெயவதோடடததில ச்சி
வமரககனியைததிரிததியாக ச்சாபபிடததாறேம்,
அவனேநமமில முகிவிலலாமல்த்தாடசிபபடாமல
கோவுகாணுமனுமபிழைபபவன.

ஆததுமா.

௨. வெலலநீர், இயேசுவேபெலன அளியும,
போரிலஓர்வேவணியெனதிடனஎலலாம, பாவம
எனனையைககடடுமபோதவியும, அததாலஎன
ஆததுமமவததகமாம, நீர்எனககாஎனதவலியாக
ப்போர்செயவீராக,உமமாலததேறுவேன.

கிறிஸ்து.

௩. வெனறேன இரணடாமமரணததினலே
சேதபபடான,சரீரசீவவனை யிஙகேபொலலாதவர்
கொடூரததாலே கொனறுனு,சீவனினகிரீடத
தை நறபததியாகசசாவுமடடாக நினறேனுக
காசவைததிருககிறேம.

ஆததுமா.

௪. வெல்லநீர்,இயேசுவே,பெலன அளியும, வெ
குவிசையெனவிசுவாசததின தீபம்மபபாகிமய
கலாய்எரியும, வெறறிததவலிவரோ,நீர்ஆவியின
எணணெயயைவாரும,உணமையைததாரும, ஆம,
சுவாமி,பாடுமவநதாலநீர்துவினை.

கிறிஸது.

௫. வெனறேன ஓளிபபிடமனறுவையுணடு, வெணகுறிககலவலியும,அதினமேலே எழுதபபட டுமினனிககொணடிருநது ; புதிதானபேரையும நமமாலததானே பெறறு,அறியபபோறுனஒ ழிய அதுதெரியாதுவேறுருககும.

ஆததுமா.

௬. வெலலநீர்,இயேசுவே,பென்ன அளியுங, சள்ளமனறுவைலோககங காணபிககும, அதின விஷததுககெனவினததபபுவியும. உனதேவன் எஙகேளனறதாகவுந துனமார்ககததார்களசொ லலிவாறுர்கள, உமமையெணணுர்கள,எனசகா யமோ.

கிறிஸது.

௭. வெனறுளனகிரியைகவிணமுடிய க்கைக கொணடோன,எனபிதாவினுலநாமும பெறறு பபோல,சாதிகளினமேலபபெரிய வெறறியைப பெறறிவர்கவிணததாறும ஆணடுஒடுககி,கோ லாலநொறுககி, பாவிலமினிககிசகொளவான வெளளிபோல.

ஆததுமா.

௮. வெலலநீர்,இயேசுவே,பென்ன அளியும, எனனிலஇருளும அபமார்ககமும இனனஙகண டால,நீர்யாவையுஙகழியும, எனகிறிஸதுமார் ககநதுயயமுளள துரு சுததமுமாக,எனவினன ருக நீரோசிராகபபணணுங,கர்ததரோ.

கிறிஸது.

௯. வெனறவன வெணணுடைதரிததோனுக

நிறபான,நாம அவனபேளைசசீவனின புஸதகத
திலக்கிறுககோம,நாம அனபாக அதைபபிதாவின
முன்,அவர்களின மேனமைநிறைய,தூதருடைய
முனனும்மாநயமாய்பபுகழுவோம.

ஆததுமா.

௰. வெலலநீர்,இயேசுவே,பெலன அளியும,
இனனமஉடுபபெலலாஙகறைதானெ, உமமுட
கணகளுககெலலாநதெரியும, இனனமனனசீரின
சுததமபோதாதே. அனபாயமனனியும,போர
நதபடியுஞ சுததிகரியும,மணவாளனே.

கிறிஸது.

௰௧. வெனறவனெனபிதாவின ஆலயததில நிற
குநதூணவான;அவர்நாமமும புதுயெருசலேம
நகரிடததில த்தாழஇறஙகுமே;அதினபேரும,
எனபுதிதானநாமமுமான சிஙகாரநதான அதின
விளாசமாம.

ஆததுமா.

௰௨, வெலலவநீர்,இயேசுவே,பெலன அளியும;
எனமுவிணயெததவிணலேசாயவிழும, உமமிலநான
உளனறனனவிணசச்டடிவியும, உமமுடனொதத
தாலநானவெலலவும. பேயைததூரததநீர்பெலன
றற பேணாததிடததததேவரீராலாம.

கிறிஸது.

௰௩. வெனறவன,நாமுமவெறறிகொணடோ
ராக நமமுடபரமபிதாவோடே அவரின ஆச
னததிலமேனமையாக எறியிருககுமபோல,மூகி
விலே நமமோடேராசாப்போலேசாவாச ஜகக
மாயஆசனததிலஏறுவான.

ஆததுமா.

௰௪. வெலலநீர்,இயேசுவே,பெலன அளியும;
எனனைநெருககிறோர் அநேகரோ! பேயலோகம
மாஙகிஷம அடிககடியும போரிடும,வாருஙகா
ரும,இயேசுவே! அபபோசெயிதது,எனறுஙகெ
லிதது, உமமைததுதிததுமமோடிருபபேனே.

சுததவிருதயததினுடைய

கறபினைபேரிலேபாடுகிறபாடடுகள.

௨௱௩௰. O Gott, mein Sehoepfer, edler Hort.

அடியேனையுணடாககின பிதாவே,யென
னைநீரோ ஆளாவிடடால,நான சகல அசு
ததததுககுஙகீழே கிடநதுஉயிருடனே மரிதத
பிரேதநதானே. அழுககாமபாவசசேறறிலே
புரளபவனவாழானே, சாவவனமேலேஆளும.

௨. ஆ,உமதேழைபபிளளைககு இரஙகி,என
னைககாரும, அசுததததையெனமனது வெறு
ககததிராணிதாரும. எனபெலனமிகுதி, நீர்
காககததேவையுணடு. இனியிடறலாம்மொழி எ
னவாயிலேயிருநது புறபபடாதேபோக.

௩. சுததாஙகமாகவேணடிய இதயததை
ககலககும பொலலாரினபேசசுககெனனுட செ
விகவிலககும. நானதுற்சனரினவமபுககு இ
டைநதுபோவேனுகை. செவிகொடுததால,மனது
அததாலேமோசமாக க்கறைபபடுவதுணடு.

௪. வெடகாதிருககுமபார்வையை நீரென
கணகளுககு விலககி,நலலநாணததை யடியேன
மனதுககு ததநதேதுமரியாதையோ, எதெ

து தூரமான நலலாவிசஞசசேர்ககுதோ, அதெ
னனிடததிலக்காண அனுக்கிரகம அளியும.

௫. ஆறறுமைசசுமமெவறிபபுசகும நானதூ
ரமாவேனுசு; சிறறினபமலல,சுததமும பேரின
பமுமஉணடாக. உமமோடேசஞசரிககவே அடி
யேனைமெயழுபபுங. துரிசசைசநாகத துககே நின
மோடவனைததிருபபும, வெள்ளவுககசவாழவழியும.

௬. தனஆததுமததைபபம மனுஷிலுவே
ஆறறி நவமரியாதைககுளளதாய் த்தனதேசததை
சாயபாறறி, மோடசானநததிலனைறைககும
பர பானிடததில ப்பிழைககவுமமகிழவும, எல
லாவறறைலோகததில மவறுததோ ரேபேறுள
ளோன.

௨௱௩௧. O Gott der du mein Vater bist.

ஆ,எனபிதாவாஙசர்ததரோ, உமமாலேநான
உணடானேனே, எனசீவனுஞசுவாசமும
உமமாலஉணடாயததிடபபடுமே; மனனுஎன
னைததேவரீர் அனுதியாயசிநேகிததீர்.

௨. ஆ,எனனைநேசகிகியருளி அசுததமறசக
ழுவி, எனநெஞசினபெருமையையும அவியப
பணணியருளும. அகநதைபயிததியமாமே, நீர்
அதைநீககுங,கர்ததரோ.

௩. நானமனததாழமையுடனே யிருபபேனு
ச,கர்ததரோ. தாழநதோனைநீர்உயர்ததுவீர், உய
ர்நதோனைததாழ்வாககிறீர். நானசகலபொலலா
பபையுங தவிர்ககுமநெஞசையருளும.

௪. விசேஷமாகமனதை மயககுஙகெடடஇ
சசையை யெனநெஞசிலநீககககடவீர். அசுதத
தோறறுதலைநீர் விலககபபணணியருளுங, சண
சிதறஓடடாதேயும.

ரு. அநேகமபாவஙகளிலும மகாவிஷமுங குறறமும எதெனறுகேடடால,மோகமே சரீ ரததைததீடடாககுதே, அழியா ஆததுமததை யும பிசாசினகையிலேதரும.

சா. நீரோ இரவுமபகலும எனமேலேகாவல க்காககவும, எனசர்ததரோ,அதேனெனறல் அசு ததப்பேயவிகாரததால நலநாணததையுஙகறபை யுங கெடுககசசோதிததுவரும.

எ. அனபுளளசுவாமி,உமமுட சிநேகததோ டெதிர்ககிற அவிஸுததையுமஎனபார்வைககு வில ககி,எனவிசயுமது கையாலஇடறலியாவுககும விலககமாயககாததருளும.

அ. எனஉளளததுககுசசுததமுங குணமுங க டடவிழயிடும, அவயவஙகளநீதககு உததேசிக ககசடவது. போராடுமபெலனனைவிண சசெயிக கபபணணும,நீர்தூவினை.

கூ. தெயவாஞசிககையைததாருமென, அப போநானநாணமஅடைவேன, அபபோதுகறபு கணணுககுளு செவிககுமபேசசுககுமவரும. தெ யவீகஆவியாலேநீர் இவவீவைததாககடவீர்.

௨௱௩௨. Weg, Lust du Unlust volle Seuch.

போ நாறறமாஞசிறறினபமே! போ, கெடடவாரிககாசசலே! வா,தெ யவநேசமே,வாவேன, நானஉனதாலயமாவேன.

உ. எனகாஙகிசையை நீ யவி, தெயவீகசாய லினபடி நானசீர்பட,நீமுழுதும எனஆததும ததைஒபபவும.

௩. நானதெயவமைநதனசீவவிண க்கொடுததஅ நதநேசததை நிவிணதது,இசசையாவையும வெ றுததருவருககவும.

௪. துறிசசை கொலவிஷமலலோ? அதை
வெருதிருபபேனோ? அததால்ப்பேயநாகததுககு
நினமோடவிணையுளளாககுது.

௫. ஒர்நிமிஷததின இனபமே, அனநதநோ
வுணடாககுதே. ஆ,எனவிணசசேர்தது,உமமிலே
சுததிகரியும,இயேசுவே!

௬. நானமோடசததிலபபஙகறறேனைப் ப்போ
காதபடி,நேறறியாய் ச்சீர்பபடடு, உமககுநே
சிககும இருதயம அடையவும.

௭. நாருடடஇருதயம அறிநதிராதஆனநதம
அஙகெனககுபபாததிலே கிடைககபபணணுங
கர்ததரே.

தனனையுமஉலகததையும

வெறுககிறதினபேரிலேபாடுகிறபாடடுகள.

௨௱௩௩. Seele, was ist schoener wohl?

உனனதகர்ததாவிலும அழகான துனஙகே?
முழுப்பூமியும வாடிபபோறது; இருக
குமோ? உலகம அழியுமே, ஆ, கர்ததாவின அ
ணடைககே நீயேறிபபோ.

௨. விணணிலததான அவரிலும நலலதொன
றுணடோ? மணணிலயாவுமமாயகையும வே
ஷமுமலலோ? அதாறறுதோ? உலகம அழி
யுமே, மிடு

௩. ஆததுமாவே,உனனத பொககிஷததை
யே தேடி,கர்ததராகிய அவனைததானே நீய
ணடிககொள்? உலகம அழியுமே, மிடு

௪. இதுநீஙிவிககிற தானமலலவே, நிததியவா

ழ்வாகிய அககெதியையே நீ தேடிபபோ. உல
கம அழியுமே, மிட

௫. ஆணடவனைப பறறினோன அஙகேவாழ
வானே, மாயையைச சிநேகிததோன நாசத்தி
லே போவானலலோ. உலகம அழியுமே, மிட

௬. பேயினாசசியததிலே கிறிஸதினமொததத்
தால நீஙகின நீ மோடசதது நலலபாதையால நட
நதுபோ. உலகம அழியுமே. மிட

௨௱௩௪. Ade, du suesse welt!

மணணே, உன இனபததை நாடேன, என ஆவி
யை மறுமையிலுணடான என்றைககும
நிறபதான மேலவாழவின மேலேவைபபேன,
அததாலேநானபிழைபபேன.

௨. உன ஆஸதிலோகமே, நிலைநிறகாததே,
அதின்றைசகுஇருநது நாளைககுபபோறதுணடு;
எவவிதசேதத்துககும அதேதுவாயிருககும.

௩. உன இசசைகளையேன நானநாடிஆசிப
பேன? அழுககுநதீடடுமான உனசெலவமென
ககான வாழவலல; அதினியும இளபபமாயமுடி
யும.

௪. போ, உனசிஙகாரிபபாம ஆடமபரமெ
லலாம பூசசிகளால அழியும, உனபெருமைத
ணியும. ஆ, உனமினுககுநலல சிஙகாரவிதம
லல.

௫. உனமேனமையைததேடேன, அதைய
ரோசிபபேன. இஙகேசிறியோனாகஇருபபேன,
மேனமையாக உயர்நதளவனுககும மோசசமு
ணடாயிருககும.

௬. உனதயவுணடமையோ? வெகுவிசையல

லோ அதுபரையாய்மாறும்? உன்மாய்ப்பேச் சையாரும் நிசமும்மெய்யுமாக நம்பாதிருப் பானாக.

௭. விண்ணிலிருப்பவர் மெய்யானசிநேகி தர்; அவர்நன்றாய்க்காப்பாற்றி, என்மனநோ வையாற்றி, என்கருத்தமைத்தாறார், ஆசீர்வ தித்தும்வாறார்.

௮. விண்ணில்வாழ்வெனக்கு ஆயத்தப்பட் டுது, என்நாமம்அவ்விடத்தில் ச்சீவியர்புஸ்தகத் தில் இருக்கும், என்றென்றைக்கும் என்ஆத் துமம்பிழைக்கும்.

௯. பரமனூருட -மா அழகாகிய பிரகாச பூமிறுக்கும் எத்தன்மையாயிருக்கும்! அதை நான்தெரிசிக்கும் நல்நாளெப்போ துதிக்கும்?

௰. கிறிஸ்தோரின்ஆவியில் இங்கேபேரின் பத்தில் ஒரோதுளியினாலே களிப்புண்டாகையா லே, அதின்நதியாலத்தானும் அங்கெத்தனை யாய்க்காணும்!

௰௧. வரும்மோட்சானந்தம் நான்தேடும்பா க்கியம், அதினிவ்விப்பன்றன்றூ இடவ்வியு ண்டுபண்ணும். இயேசுவினாலென்றைக்குங் கதியெல்லாங்கிடைக்கும்.

௰௨. போ, லோகமே, போ, போ! நான்மோ ட்சத்துக்கல்லோ நேரானேன்? உன்விட்டுவிட் டேன், மெய்வாழ்வைநான்பிடித்தேன், உனக் குச்சத்துராமாவேன். ஆம், உனக்குநான்சாவேன்.

௨௱௩௫. Eins ist Noth, ach Herr! dis eine.

ஒன்றேதேவையென்றுரைத்தீர், சுவாமி, அ தைநாடுவேன்; என்னையுமண்டைக்கழை த்தீர், மாயங்களைநானரோசிப்பேன். இவ்வுல

கையெததனைதழுவினலும, பலததிலேமெததஉ ழுனறுததாலும,· அவைததும அவததம, ஒனறு னைநான அடைநதால், நானபூரணபாககிய வான.

௨. இதைசசிஷடடிகளிடததில் த்தேடினல, கி டையாதே. இயேசுசுவாமியினவசததில வாழ வெல்லாமஇருககுமே. எனஆததுமமே, உனஇ ககடடுகளுக்காவும இமமானுவேலேபரிபூரணம யாவும அகபபடடபடணுவர், ஆவரைநீ உன பஙகுபகுதியுமாகபபிடி.

௩. இநதபபஙகையேமரியாள தனககுததெ ரிநதாளே; வாளுசையாகியபசியால கிறிஸ்தின பாதததணடையே இருநது, தனபோதகர்சொன னதெயவீக மொழியைஉட்கொணடு, எலலாவெண ணிக சிநதிபபைவெறுதது, தனமீடபரையே அ டைநதததாலமனதிலபபூரிததாளே.

௪. நானும அநதவாளுசையோடே உமமை யே, என இயேசுவே, அணடிககொணடேன, நீர் என்னோடே ஐககமாகும, சீவனே! பெருஙகூ டடததோடே அநேகர்சேர்நதாலும, நானஉம மையேநேசததால ஆசையிறுனும தொடருவேன உமகளுளயாவுமஉணடே, நீர்சொலவதுஆவியும சீவனுமே.

௫. ஞானததினஎலலாநிறைவும உமமிலேஇ ருககுது, கீழபபடிகிறஇசைவும, ஞானஙகற கிறததுககு த்தாழவாகியசிநதையும்எனனிலுண டாக நீர்எனககொததாசையைபபணணுவீராக. நனருசநானஉமமையேசறறுககொணடே அறி நதால, நானதேறினஞானியாமே.

௬. உமமைமாததிரமமுனனிடடு கர்ததனை நானசொலலாணு, சிலுவையிலேமரிதது மாததனுசி

நதினநீர்தாம; எனநிததியநீதி,இதனறியடியேன
ொடசிபபையடையவேறொனறும அறியேன, உ
மமணடையொதுஙகினபாவியைநீர் வெணவஸ
திரததாலேஅலஙகரிததீர்.

௭. நானதெயவீகசாயலான புதுச்சிஷடியாக,
நீர்எனனைபபரிசுததமான மனிதனுமாககிறீர். நீர்
அதுககுமாக்ககொடுககபபடடோமோ. நீர்அது
ககுசசகலனவுமுளளோமோ. நீர்எனனையழிநது
போமஇசசைககெல்லாம விலககிககாபபாற
றும, எனசீவனநீர்தாம.

௮. தேவரீரினமீடபினாலே நிததமபூரிபபா
குது, உமமுடையொததததாலே ஓர்விசைபபா
ததுககு நீர்உளபபிரவேசிததது, நிததியமான
ொடசிபபையுணடாககி, பிசாசுககுணடான பெ
லததைமுறிததலநீஙகலானேன, கர்ததாவைய
பபாவெனறுநதொழுகிறேன.

௯. பரிபூரணகளிபபு இபபோதெனனைொ
பபிறறு; நலலமெயசசினிததிபபு எனனைததி
ரிததியாககுது. உமமோடேநானஐககமாமஆ
றுதலுககும நானபததுயிலஉமமைசகணடுககி
றததுககுளு சரியாமமகிழ்சசியையெயஙகுமபெ
றேன சரியாநதிததிபபைருசிததுமிறோன.

௰. ஆகையாலேநானதெரிநது பறறுமபே
றெல்லாமநீரோ, எனனைநீர்ஆராயநதறிநது உ
ணமையாககும,இயேசுவே! நானபோமவழிவா
தையாமோஎனறுபாரும, எனகாலகளிமோட
சவழியிலேகாரும, நானஉமமையாதாயபபடுத
திககொணடே இருநகவும, மறறதுகுபபை
யாமே.

௨௱௩௬. Was frag ich nach der Welt.

சீர்கெடடலோகமே, உனவாழவெனககேது? எனஇயேசுவானகதி; நானஉனனிசசார்வதேது? எனஆஸதிஇயேசுதான, எனசெலவம அவரோ, உனகுபபையைநாடேன, சீர்கெடடலோகமே!

௨. வெளளீகவாழவெலலாம புகையைபபோககழியும; நிழலைபபோலேபோகு, சதையைபபோலுருகியும. எனஇயேசுநிததியர். ஓர்ககாலுமமாறுரோ; நீஎனககுவேணடாம சீர்கெடடலோகமே.

௩. பெரியோர்பட்சததை நார்பிடிககிருர்கள, பெரியவர்களும மணணெனறுசிநதியார்கள. எனஇயேசுவினுட தயைமாவாசியே, உனபட்சததைநமபேன, சீர்கெடடலோகமே.

௪ அருஞாயமாகிய விதஙகளாலுஙகாசை நார்சேர்பபார்களே, இதோநாரினஆசை. யென இயேசுவினுடஇருதயததிலே நனைவசரும ஆஸதி,போ,சீர்கெடடலோகமே.

௫. இகடசியைநார பொறுககஅறியர்கள, வீணபெருமையிலுவநிறைநதிருககிருர்கள. நான கிறிஸதுவுடனே சுமககுமநிநதையே எனபெருமை,நீபோ, சீர்கெடடலோகமே.

௬. பூலோகததாருககு மகிழ்ச்சியும்மினுககுரு செருககுமமோடசமபோல சநதோஷமாயிருககும. எனமோடசமநிததியம, எனஇனபஙகர்தததோ. உனசெலவமமாளுது, சீர்கெடடலோகமே.

௭. ஓர்நிமிஷததிலே பூலோகவாழ்வழியுரு, சாவனுககிலளவலலாமகிழ்ச்சியுமருகியும, ஆனலெ

நானபாககியன, எனவாழவுஇயேசுவே. உன செலவததைத்தேடடேன, சீர்கெடடலோகமே.

௮. எனஇயேசுஎனகதி, எனஇயேசுஎனகளிபபு, எனஇயேசுஎனசனம, எனஇயேசுஎனமொடசிபபு, எனசீவனஅவரோ, எனமோடசமஅவரோ. நீசாரமறறது, சீர்கெடடலோகமே.

௨௱௯௭. Die Liebe leidet nicht Gesellen.

பகிடடநேசஙகர்ததருககு ப்பிரியமாயிருககுமோ? இரணடுபொழுதுககுக க்குறிககபபடடிருககுதோ? இரணடுஇசமானகளைவணஙகுமநேசநதபபறை.

௨. இநதநதபபககமாயநீகுநதி நடபபானேன, மனிதனே? வீணமாயகையுனககுபபொருநதி இருநதால,கர்ததர்பேரிலே உனநேசமவைததிருககுமோ? ஆ,அவரோகர்ததாவலலோ?

௩. நீஇயேசுவினமணவாளியாக இருககமனதுணடானால, இவவுலகைசசமூலமாக நீஉனனுடஇதயத்தால வெறுததுவிடடவனையே சார்நதாலொழியககூடாதே.

௪. நானசீககிரததிலவிடடுபபோகும பொருளைபபறறிககொளளவேனோ? மகிழநதபினபுனனுமநோகும நோவினபமாயிருககுமோ? கர்ததாவுககுஆகாதோனாய நானபோவானேன ஓர்மாயையைககாய?

௫. இம்மையிலேமகிழ்ச்சியாக நகைககுமலோகமனிதர் இனிஅனநதகாலமாக ப்பாதாளததில அழுபவர். ஆனாலஇபபோகணணீர்விடடோர் மோடசானநதத்திலபபூரிபபோர்.

௬. முனநாளஉலகினநேசததாலே மயஙகி

னோர்களஎஙகிபபோ? சரீரமபூசசிகளினாலே அழி
நதுபோசசுதலலவோ? அழுககாமஆததுமதது
ககு த்தீராததுககமவநதது.

௭. உலகததாரைசசாவனநத உபாதிககொப
புவிககுது. எனஇயேசுதமககுளளிறநத சன்
மார்ககததாரையனறைககு எழுபபி,தாமவிளங
கிய ரூபாககுவார். அலலேலூயா.

௮. போ,லோகமே,உனமாயகையான பூமா
லையைவெறுககிறேன, நானசிலுவையையுமமுள
ளான முடியையுஞசுமககட்டேன. எனஇயே
சுவோடேஎனககு க்கதியெலலாஙகிடைககுது.

௨௱௩௮. Meines Lebens beste Freude.

பரமணடலததிலுளள மகிமையெனரமமியம;
இயேசுஎனகிற அனபுளள ரடசகர்என
பொககிஷம. பரலோகநனமைகள எனனுடை
யஆறுதல.

௨. வேறேபேர்மணணாஸதியாலே தஙகளி
த்தேறறடடுமேன, நானஎனனெஞசைஇயேசு
வாலே தேறறிவிணவிணநோககுவேன. மண
ணழியும,இயேசுவோ எனறுமநிறகிறார்;அல
லோ?

௩. எனககவரிலயிருநத ஆஸதிஅகபபடடது,
விககினஙகளாலச்சூழணட லோகஆஸதியேது
ககு? இயேசுதானஎனஆததுமந தேடியநற
பொககிஷம.

௪. லோகமகிமையினுககி, இனபமாககா
ணபிததும, அதைசசீககிரம அழுககி ப்பாழுகக
டிககுமநாளவருளு; சடுதியில அதுககு அழிவு
வருகுது.

௫. ஆனாலஇயேசுவசமான பரலோகநனமை
களை ஏழையாத்துமததுககான உததமக்களிக்கு
தல உணடுபணணிஅதுககு எனறைககுமஇருக
குது.

௬. பரமாதிமாளாது, அதைப்பொடடுநதரு
வுந தீயுமவெளளமுநதொடாது, விககினமுங
கொளளையுங கேடுமஅவவிடததிலே எனறெ
னறைககுஞசேராதே.

௭. லோகததினபததைருசிககும நாறுவருஷ
ததிலும இயேசுவோடேசஞசரிககும ஒருநா
ளேஇஙகேயுந தாவினை,யஙகவலை ச்சேர்நதா
லோவாழவெததனை!

௮. கூததுளுகுதுளுசெலவிககையும என
னையாறறமாடடாதே; ஆணடவருடதயையும
அதினநிச்சயமுமே எனதாததுமததுககு ச்செல்
வமவாழவுமானது.

௯. எனககுமோடசானநததில ப்பஙகுணடா
க,இயேசுவே, நீர்தானஇவவனநதரததில எனக
குததுணையாமே. ஆ,நானஇனறுமஎனறைக
கும உமமுடனஇருககவும.

௨௱௩௯. Nicht so traurig, nicht so sehr.

மறறவர்க்கிருககிற அததனைவாழவுனககு க்க
ர்ததரால அகபபட இலலையெனறழாதிரு.
அவரைநீபிளளையாய நமபு,கைவிடபபடாய.

௨. உனககுமஆராக்குமஒருசொநதமஇ
ஙகுணடோ? இஙகேநாமனைவரும பரதேசிக
ளலலோ ? வெவவேறுகபபஙகிட ஞானமுளள
வர்கர்ததா.

௩. மணணையாசிககாதிரு, விணணிலபொ

கஷிடமெலலாம வைககபபடடிருககுது, உன
ககதுவாசியாம ; அதைநாடு,அதுவே தேவை
யாம,மனிதனே.

௪. நிததியகதிகவிா கர்ததர்தாருமோ;இபபோ
போமபொருளினமாயகையை யாசைபபடடால
ப்புததியோ? அநதஆசையுனககு ப்பாரமாயிரு
ககுது.

௫. சாகிறஉனனுடனே மணணினவஸதுவில
எலலாம ஒனறுஙகூடடபபோகாதே; அப
போததிலுணடாம் லாபமெனன? அதபபோ
இஙகிருககுதலல்வோ?

௬. ஆனால ஆததுமததுககாந தெயவஅன
புஙகிறிஸதுவின மீட்புமநலலநனமையாம; அ
துநிறகும,பூமியின ஆஸதியோஅழிவுககு ஏ
துவாயிருககுது.

௭. கர்ததர்தநதவெலலாம எததனையிருக
குது! காணுஙகணணுனககுணடாம, அநத
வுனககு விலலேயறபபெறறதே எனறுசொ
லலவேணுமே.

௮. உனவிரலசளுமுணடே, மறறஉனஅவ
யவ லசசமுமபெரியதே எனபதைநீசிநதிகக
வேணடாமோ?மனிதனே, அதெலலாநதெயவீ
வாமே.

௯. ஆனால்நீஇநநேரமும உனககுஏராளமாம
நனமைகளிருநதாலும, எனககுஅதுவெலலாம
போதாது;அதிகமே வேணுமவேணுமெனபா
யே.

௰. உனபொலலாதமாஙகிஷம ஆசையாய
இச்சிககிற இநதஅநதககாரியம உனககாமெ
னறுனனத ஆணடவர்கணடால்,அபபோ உன
குககதகொடடாரோ?

௰௧. உனனைநனறாய அறிவார், உனதாசைந லலதோ எனறு அவர்பார்ககிறார். அதாகாதா னால,அபபோ அவராலஅதுனககு க்கிடையாம லபபோகுது.

௰௨. இதறகுளஉன ஆததுமம பரிசுததஆவி யால த்தேறறபபடடுன துயரம நீஙகும,உனனில அவரால ப்பரமமனனாவரும, அதுஉனனைப போஷிககும.

௰௩. ஆகையால,மனிதனே, உனதவிபபைநீ விடு, ஆணடவரினபேரிலே விசுவாசமாயிரு. அவர்உனனைககைவிடார், அவர்உனனைததே றறுவார்.

௰௪. கர்ததர்உனமேலககிருபை வைததுசத தத்தயவாய உனககுககொடுததததை மெததஉப காரமாய எணணிககொள,அவரைநீ அதுககா கததோததிரி.

௰௫. கர்ததனையெநநேரமும நீவணஙகிபப றறிககொள, எநதத்தேவசெயலும மெததநலல தெனறுசொல. உனனுடமகாபலன கர்ததர் தான,நீபாககியன.

௨௱௪௰. Jesu, meine Freude.

இயேசுவே,நீர்தாமே எனமகிழ்ச்சியாமே, நீர்எனபூரிபபு. எனமனமநாளதோறும ஆ சைவாஞசையோடும உமமைநோககுது. கர்த தரே,உலகிலே உமமையனறிவாழவிராது, இனபமுஙகாணாது.

௨. நவ்டமறைவினகீழே நானொதுஙக,நீரோ என அரணமலலோ. சாததானவறமிககடடும, எதி ரிசீறடடும, இயேசுஎன துணை. இடிழுமபயங

களும பாவநாககெடியும இயேசுவாலத்தணி
யும.

௩. வனுசறபததுககுளு சாவினபறக்ளுககும
நானதிடுககிடேன. லோகமேவிரோதி, நான
சஙகீதமஊதி, தோததிரிககிறேன. தெயவககை
யெனசனுகை, சாததானகூடடததார்அவினவர்
மவுனமஅடைவர்.

௪. பொககிஷஙகளயாவும வீணுமவிருதா
வும, இயேசுஎனகதி. லோகததார்இசசிககும
வாழவோர்குமிளிககுங கிளுவுககுளுசரி. அதை
யேன துடருவேன. இயேசுவோடடைநததாழ்வு
பெரிதானவாழ்வு.

௫. லோகததினமினுககே, நீமகா அழுசசே,
எனவிளவிடடுபபோ. பாவஙகளுடைய தீடபே
நீமறைய வேவினியாம,இதோ! இசசையே,துன
மார்ககமே, நீளவலாளுசமூலமாக அறறுப
போவாயாக.

௬. மனதே,நீஆறு பூரிபபாசபபாடு, இயே
சுசேர்நதாரே. அததாலளநதபபாடுந திததிபபா
சமாறும. நானஉலகிலே நிநதையுமநிளகாக
மூம உததரிததும,இயேசுதாமே எனமகிழ்சசி
யாமே.

௨௱௪௧. Du o schoenes Welt-Gebaude.

வெகுபெருககினபமான லோகமேநீயெ
னககு த்திகிலுஙகசபபுமான பாதே
சமானது. மனைவினையாசையாகபபறறும லோ
கததார்அததாவவாழடடுந; தேவரீரினபேரிலே
வாஞசையானேன,இயேசுவே.

௨. வெயயிலிலவருததமான வேவல்செயது

ழைககிற கூலிககாறர்,சுகமான தூககததால த்திட்பபட எபபோபொழுதுபுகுநது போகு மென றுக்காபப துணடு. இயேசுவே,நானஉமம ணடை வநதுசேர்நதாலத்தாவிலலா.

௩. நீர்தெரிசவினைகொடுதது எனவினைசசேர் ககுமநனமைககாய நானஎலலாவறறைவெறுதது லோகவாழவைககுபபையாய எணணுவேனே; நீர்நானதேடும ஆஸதியுஙகதியுமபேறும, இயே சுவே,நானஉமமுடன சேர்நதிருநதால,பாககி யன.

௪. தஙகளவறதசததுககாக வேறேபேர்கள கபபலில ஏறி,நாசமோசமாக த்தூரமாயககட லகளில யாததிரைசவிபபணணடடும, நானஉ மமணடைசேருமடடுந தேவரீருககுநேரோ ஓடு வேன,எனஇயேசுவே.

௫. இநதஎனசரீரமான மணவிணமணபடுக கைககு க்கொணடுபோயப்புதைபபதான காலமவ நதாலநலலது. பாடுகளெலலாமமுகிநத அநத நாளிலேபிரிநத ஆவிஉமமணடையிலே தஙகப போமே,இயேசுவே.

௬. வா வா,நிததிரையினதோழா, சாவே,எ னவினைககொணடுபோ! நானகுடாககடலிலஓடக கபபலிலதிருபபாயோ ? லோகததாரினதிகிலா னுய, எனககுசசநதோஷமானுய, உனனலஇ யேசுவணடைககு உளபிர்வேசமாகுது.

௭. ஆ,நானகாவலவீடாமஇநத அஙகததை யிநநேரமே விடடு,செலவஙகளபொழிநத பர மணடலததிலே சேர்நது,பரிசுததமுளள மோ டசவானகளோடனபுளள இயேசுவானஉமமை யே போறறஆசையாவேனே.

௮. ஆனலப்பரதேசியாக இனனமநானஇபப

ளததில அககிகருததாரமாக ப்பாடுபடடுத
தஙகையில, இதறகுளளேநானநாடோறுஞ சி
நதையோடுமவாஞசையோடுந தேவரீரணடையி
லே சேர்நதிருபபேன,இயேசுவே.

சிலுவையெனறஉபததிரவஙகளை
பபொறுமையாயச்சுமபபதினபேரிலே
பாடுகிற பாடடுகள.

௨௱௪௨.Er wird es thun,der fromme treue Gott.

இககடடைககர்ததர்நீககுவார், மடடறற
சோதனையைவருவியார்; இககடடிலும
அவர்தகபபனார், தாம அனபாயப்பார்ககுமபிள
ளையைசசபியார். நீபயமாயிராதேஎனகிறார்;
இவனைபபபார் :!:

௨. பாதருககுநாமபோமவழி நெருககமன
...றுநீபடிததுணடு, உனகிறிஸதமார்ககததை
யி..பபோதுநீ அததாடசியாலேகாடடவேணடியு
ணடு, உன இசசையினபடிநடககசசே தெரி
யாதே :!:

௩. நீகிறிஸதவர்களசிலுவை யேதெனறுகே
டடுசசொலலியும இருபபாய; இபபோநீதானே
யதினஞாயததை சசுமககிறதினால அளவறுபபாய.
எடுததுககொள,பிறபாடுபூரிபபுஉணடாகுது :!:

௪. சி..ஙகிலபபோகுமநிநதையை யோசே
பபெரியோனுககுமுன அடைநதான; தாவீதிராசா
வாகி,படடததைத்தரிககுமுன துரததபபடடவ
நதான. எசேசகீயாஒடுஙகிலபினதான சுகமா
னான :!:

௫. உனஇயேசுவேமாமாதிரி, புவியிலதது
னபததைததா மேசுமநதார், பாததிலமகிமையுட
மூடி குடடுணகுமுனஇககடடையாவுஙகண
டார். அவருடனசகிததோனநறபலன அடை
பவன: ! :

௬. தககபபஞனவரையே நீநமபு,அவரஎனறுந
தயவுளளோர், விசாரமபாரமாகுமநாளிலே பய
பபடாதே,அவர்உணமையுளளோர், திடனிலலாத
உனவினசசுவாமியார் கணணேககிறுர் : ! :

௭. அவர்குடலகளஉனககாய எரியும: நாம
உனமேலஇரககமவைபபோம, எளியோனே,ச
காயமறறேஞய இருககுமஉனகணணீரைநாந
துடைபபோம, மொடசிபபுகிடடுமஎனறுசுவா
மியார் உரைககிறுர் : ! :

௮. உனனதமானநேசரே, எளியோரைககண
ணேககுநதேவரீரே துதியடையபபாததிரராமே.
பிசாசுஙகளினததனமையின கீழே கெடுககபபா
ர்களைகயிலபபிசாசைநீர் கெடுககிறீர் : ! :

௯. அனபுளளஉமமைமெயனறைககும அடி
யார்நேசிததுபபணிவோமாக; நீர்எஙகளநனமை
ககாகதமெதணடிததுமம, இககடடைமாறறுவீர்
மகிழ்ச்சியாக. கர்ததாவே,தேவரீருககுததினம
இஸதோததிரம : ! :

௨௱௪௩. Ich hab in Gottes Hertz und Sinn.

எலலாததையுமஎனமனது சர்ததாவுசகொப
புவிசகும, வருமஇககடடுமஎனககு ஆதா
யமாயபபலிககும, விணமணணுடஅவவுனனத
கர்ததாவுககுநானபிளளை, தாநதணடிததுமம,ஓர்
கோபமும அவர்கமெனபேரிலிலலை.

௨. பிதாவினநேசமநிச்சயம, அவர்கடகி
லேயும எனனைபபோடடாலும, எனமனம அச
சோதனையிலேயும உறுதியாயததிடனுமாய
நிலைத்தால், அவர்தாமே திருமபவுமெனனைபபெல
னும எனனோடேசசருமாமே.

௩. என்றுலேநானஉணடானேனறோ? எனதே
கமஆவியாவுங கர்ததர்கொடுததலலவோ? சுக
முமஉளளுநதாவும, உட்கருவிபுறச்சருவி அவ
ருடையவாமே, ஆ,இததவிளையிரககததைச்செய
தோர்அனபுளளோராமே.

௪. இநநாளவரைககும அவரால நானரிஆதத
சபபடடு தறகாககபபடடிராவிடடால, நான
மூதத்தானவேமாறு ப்போவேனலலோ? அவர்
கையோ எனனையிநநாளமடடாக ககாபபாற
றிறறு,அவருககு இஸதோததிரமுணடாக.

௫. கர்ததாவினஞானமோவெனில எலலாத
தையுஞசீராக நடததிககொணடிருககையில், நம
கலுநனமையாக ப்பலவிசைதுககங்களை த்தீர்
மானமபணணிவாறுர், நாஞசீர்படககசகிற
அவிழுதங்களைததாருர்.

௬. உனமாஙகிஷயிசசிககிற மகிழ்ச்சிஉனனை
விடடு ப்போனுலை,நீவிசனபபட த்துவககித்தத
ளிதது சலஙகிருய;ஆ,நீஎனறுய அடஙகததே
வையாகும, அமதேமனனருலஉனககுததால ப்பிர
யோசனமுணடாகும.

௭. உனககுஅதுநலலது எனறுனனையுணடு
பணணி படைததஉனபிதாவுககு நீஉனனைப்பய
மனறி ஒபபுககொடு,அஞசாதிரு; ஆ,சவவலிக
ளாறறு அவருடஅனபாகிய பிராமரிபபைபப
றறு.

௮. கர்ததாவுககேகர்ததவேளியில உனஆப

தறுமுதியும, அபபோகசபபாவமனறில இருந
தவேனாவவியும, பொறுததிரு,நிலைததிரு, உன
னுககமுமஉனபாடும, உனககுணடாநஙகுமெ
லலாரு சநதோஷமாகமாறும.

௯. காறறுமழையினபினனலலோ பயிர்கள
நனறாயவிளையும. வாஙகாதவாழ்விலேயோ
நறசீர்குறைவடையும, கசககிறமருநதுட பெ
லனசததுககாகும, நொறுஙகியநெஞசினுட
தாழ்வாலக்குணமுணடாகும.

௰. ஆ, கர்ததரே,நானஉமமுட ஆதீனர்,தே
வரீரின காததிலேவிழுகிற அடியேனிலநறசீரின
ருபேவர,நீர்உமமுட நறசிததததுசசொபபாக
சசெயதருளும,நானநோவிலும உமமைததுதிப
பேனுக.

௰௧. நீர்பாககியஙகளைததநதால, சநதோஷ
மாயிருபபேன, நீர்கஸதிவசபபணணினால, நான
பிளளைபோலபபொறுபபேன, பிழைபபுகளும
இறபபுகளு சுவாமி,நீர்எனனிடடந திர்மா
னமுமபணணினாலும, அதுமமுடையசிததம.

௰௨. நானகாலமபணணபபோகசசே, நீரெ
னனைததயவாக இருளாமபளளததாககிலே நட
ததிககொளவீராக; நானஉமதுபுகழ்ச்சிககு என
றுஞசஙகீதமபாடுங கதிவர, மோடசானநத
சுதநதரததைததாரும.

௨௱௪௪. Wie Goot mich fuhrt.

எனஇசசைககேர்ககிறவழி ஆகாது,அததால
த்தாழவேன; கர்ததர்நடததியபடி நான
போவேன,அபபோவாழ்வேன; பிதாவுடசாத
துககு நானகீழ்பபடிநதிருபபது ஆதாயமாய
முடியும.

௨. தயாபாருடகரம எலலாததையுமநனனருக
நடததசசே,எனமாஙகிஷடம அததாலேதுககமாக
இருககும,நானோஅதுககுச்செவிகொடாதிருப
பது எனனாலேதீர்நததீர்பபு.

௩. கர்ததர்நடததியவிதம நனறானபடியா
லே அதேயெனககிதமியம, நானமுழுமனதா
லே பிழைககசசாளபபடி எனமேலநிருணித
தார்,அபபடி சநதோஷமாயிருபபேன.

௪. எனயோசனைககுமபுததிககுங கர்ததாவு
டநடததை நனறாயககாணாதேபோயினும, அவ
ருடகாததை நானநமபுவேன,எனபேரிலே தா
ம்அனபைவைததபடியே முடியவுமொடசிப
பார்.

௫. இககடடிலுமநானஅவரை நமபிககொ
ணடேதரிபபேன; பிதாவாமஅவர்என துவினை,
நாளவடடததிலகெலிபபேன, எனமேலவரும
இககடடெலலாம எனபிரயோசனததுககாம
பொறுமையாயிருபபேன.

௬. வழிமுள்ககாடானாலும,நான கர்ததர்மா
உணமையாக எலலாம்முடிபபாரெனறுதான
அறிவேனே,பினனாக க்கர்ததாவுடையகிரியை ந
டததபபடடயோசனை மகிமையாயவிளஙகும.

௨௱௪௫. Was mein Gott will,das g'scheh allzeit.

கர்ததாவினசிததமநல்லதே, அதினபடிஆக
டடும; ஒததாசைசெயதுவாறாரோ. இடுக
கமுமஇககடடும வநதால, அனபாய,நமபததி
யாய இருபபவரைபபார்பபார், கர்ததர்துவினை
யெனறவரை சார்நதோர்கவிழத்தறகாபபார்.

௨. எனஆறுதல,எனநமபிககை யெனசீவன

அவர்தாமே, எனஆணடவரினஆளுகை யென
பாககியமுமாமே. முறையிடேன, அடஙகுவேன
எனமயிரையெணணிஞரோ, அழுகிறகதியிலலா
நரவினைகளைசவிடாரோ.

௩. நானசெனறுபோகஎனபிதா குறிததஎந
தநாளும எனமனதுககுபபூரண சநதோஷத
தோடேதாளும. எனஆவியைநீர்உமமணடை
எடுததுககொளளுவீரோ, விரோதிககுமபிசாசை
யும எததீஙகையும்வெனறீரோ.

௪. பொலலாதஅநதசசததுரு விவினையளுகு
ஆமாக வநதால,கர்ததாவே,எனசகு ச்செயமஅ
ளிபபீராச; ஆ,உமதுமாதயவு அடியேனைசசா
சசடடும! தயாபரா,நீர்எனபிதா, எனஆவியும
மைப்பறறும.

௨௱௪௯. Was Gott thut, ist wohl gethan.

கர்ததாவினசெயலநலலது, தபபறறஞாய
மாக விளஙகபபோறஅதுககு சகிழ்பபட
டிருபபேனுக. இககடடிலேமொடடியயாரோ, புசு
லத்தெளியுமடடும எனதமபிரான ஆளடடும.

௨. கர்ததாவினசெயலநலலது, எததறறஉண
மையான அவருடையதயவு நானநமபததகக
தான நஙகூரமாம,பொறுககலாம, பிதாவால
எநதத்தீஙகும ஆஙகாலமவநதால,நீஙகும.

௩. கர்ததாவினசெயலநலலது, நானகெடடு
பபோகபபாரார், பிதாவாமோர்மருநதுககு வ
இலாயநஞசைவாரார். பயபபடேன,நானநமபு
வேன, தறகாபபார்,அவர்தாமே எனவயித்தி
யருமாமே.

௪. கர்ததாவினசெயலநலலது சநதோஷநாள

வநதாலும எனநனமைககவர்எனககு இககட்ட
னுபபினாலும, அவர்ககுநானஆதீனநதான, கர்
ததாவினஅனபினியும வெளிசசமாயததெரியும.

௫. கர்ததாவினசெயலநலலது, நானஅதுக
கு அடஙகி ககுடிககிறகசபபுககு எனமனதுசல
ஙகி இருபபானோ? அமருவேன, முகிலிலே
நோவாறும, திததிபபுமாசமாறும.

௬. கர்ததாவினசெயலநலலது, நானஅதில
ஊனறுமட்டும எனமேலஇககட்டு, ஆபதது,
எததுனபமுமவரட்டும. இபபிளளையைபபிதா
வினகை யணைததுககொணடநாளும எல
லாமநனறாகஆளும.

௨௱௪௭. Sey Gott getreu, halt seinen Bund.

கர்ததாவுககுணமையாயிரு, கிறிஸதோனே, நீ
அவர்ககுககொடுததவார்ததையானது மெய
யாயிருபபதறகு, இஸநானததைததினமகிழவின,
மிகுநதயவாக இரஙகின அவருட ஆளாயிருப
பாயாக.

௨. கர்ததாவுககுணமையாயிரு, இககட்டிலப
பினவாஙகாதே, பிதாவினதயவுககு இருநதால,
நீ அஞசாதே. எலலாததிலுமபிரதானமுமங கதியு
மாயிருககும, அவர்தயைசநதோஷததை த்திரும
பவுஙகொடுககும.

௩. கர்ததாவுககுணமையாயிரு, நலநாளிலஉய
ராதே, துககநாளிலே அவருககு த்துரோகியாயப
போகாதே. எநநாளிலுமஎநநேரமும படிநது
ஐயமறறு, பிசகிலலா அவருட வாககாமமொழி
யைபபறறு.

௪. கர்ததாவுககுணமையாயிரு, உனமேல

உனனிலமையில வருஞசுமையைநீயெடு. உனசர் ததர்உனவிலக்கையில ச்சுமககசசே,யுனபேரிலே ளசடுசெடுவராககூடுங. கர்ததாவினகையுனசிரசைத் தாசேடசத்தாலூடும.

ரு. கர்ததாவுககுணமையாயிரு, அவருடஅனபு ளள மொழியைமனிதருககு முனபாசப்பததியு ளள மகிழ்சசியாயபபகர்நனருய. பூலோசததார் இசசிககும பொயபூரிபபுஅழியுது; கர்ததாவின வார்த்தைநிறகும.

சா. கர்ததாவுககுணமையாயிரு, நீநிததமபா வமான எல்லாததுககுமவிரோததது, அவருக குசசாத அஞஞாயததையெலலாமபகை. நீபெ லனமாக விழுநதாயேயாகில,அலேற எழு நதஞூவாயாக.

எ. கர்ததாவுககுணமையாயிரு, நீசாகிறநாள மட்டும ஓயவனறியேபரததுககு நேராயஉன காலபோகட்டும. எதிர்ககிறபிசாசுட எலலா பபெலனசளுககுந திகையாதே,உனபேரிலே கர் ததாவினகையிருககும.

அ. கர்ததாவுககுணமையாயிரு, அபபோதவ ருககுளள சிநேகம அவர்உனககு உணாததயவு ளள படியெலலாநதெரிவதாம அஙகுனககெ னறெனறைககுஞ சநதோஷமும்மகிழசசியுஞ செயிததயினகிடைககும.

௨௱௪௮. Keinen hat Gott verlassen.

கர்ததாவைநமபுவாரை ஓர்ககாலுஙகைவிடார்,
பொலலாரினசிறுபாறை வீணுககிபபோடு
வார், சனமார்ககரைப்பெலதத கையாலததயாப.
ஏர் ஒடசிததுதாழ்ச்சியறற அனபாயவிசாரி
பபர்.

௨. கர்ததாவினசிததததுககு க்கீழபபடடடங
குவேன, அபபோநானசீவனுசகு நேரோநடக
கிறேன. லௌகீகவாழவினபாதை வேணடாம,
நானஇயேசுவை ப்பினசெனறு, இஙகேவாதை
சகிததாவத்தாவிவிள.

௩. எனமேலேபாரமாக வருமஇககடடிலே
பாரபரனஅனபாக எனனோடிருபபாரோ. பொ
றுககிறவாதததை நானஅவரைககேட்பேன, அ
நதடவாய்இசகடடை ச்சகிததுவெலலுவேன.

௪. கசபபுஙகர்ததராலே வரும,நானபிணவா
ஙகேன, செபததிலஆசையாலே விணணபபம
பணணுவேன ; அபபோதுதயவாக க்காபபாரோ,
கைவிடார், இசகடடுபெரிதாக போமபோது
தேறறுவார்.

௫. அநேகர்ஆசைவைககுந திரவியததுககு
ஓடேன,அதெனறைககும நிறகாதேபோ
குது. எனபொககிஷமபரததில உணடானகி
றிஸதுவே, அவருடவசததில க்கதியெலலாமஉ
ணடே.

௬. எனஇயேசுவைநானபறறி இருககிறேன,
அவர் எனசாபததையசறறி விலககுமபொடச
சர். நானதபப,எனககாக இரததஞசிநதினர்,
அததன்மையுணமையாக ஆர்எனவினைநேசிபபார்.

௭. இஸதோததிரஞசெலுதத யிருநதஞாய
மாம. என? சிவவினைககொடுதத எனகர்ததருககெ
லலாம ஆதீனமாவதாக. ஆம,அவர்சகெனனை
ககும பணிநதபததியாக நானகீழபபடியவும.

௮. எனனேழைபபாடடிததோடே முகியும,
இயேசுவே! அடியேனுககனபோடே மோ
டசானநதத்திலே பகுடசியையளியும, அபபோ
பிழைககிறேன, எல்லாவிதககதியும அடைநது
வாழுவேன.

௨௱௪௯. Gott wills machen, dass die Sachen.

செதமறயாவுமவா கர்ததர்பிராமரிககிருர்,
காறறடிததுககொநதளிததும, இயே
சுவைநீபறறபபார்.

௨. இயேசுபாரார்,அவர்கரார், தூஙகிருர்
எனறெணணுதே; கலஙகாதே,தவிககாதே. நம
பிளளேயைவிடாரோ.

௩. கணமூடாதஉறஙகாத உனகர்ததாவைப
பறறி,நீ அவர்தாமேகாபபாராமே எனறுஅ
வரைபபணி.

௪. நனமைவநதும,அடடிகணடும, நீபய
படாதிரு; உனனிலுளள துககமுளள நெஞசை
ததேறறுவார்,பொறு.

௫. உனககாகநறசோக க்காரியம்முடியுது,
பயமறறதிடபபடட மனதோடடமநதிரு.

௬. உனஅனபானகர்ததரான இயேசுவினமி
லாறைநீ பகையாமல,வெறுககாமல முததி
செய்,அதேசரி.

௭. உனவிசாரம மாவிஸதாரம ஆகியுங்கர்
த்தாவுககு நீகீழபபடடு,கிலேசமறறு அவருக
குககாததிரு.

௮. தேவனககுமவலலமைககுளுரு சகலமுங
கூடாதோ? எநதசசிககுமளநதபபிசகும அவ
ராலஅறுமலவோ?

௯. இதுககானவெகுவான சாட்சிஙகுமி
லலையோ? ஆகையாலேயிதிறலே நமபிககை
யுணடாகாதோ?

௰. திடடமானநாளுணடான போதனுககி
ரகமெலலாம . அசபபாகஅனநமாக உனமகி
ழ்ச்சிகளுணடாம.

௩௱௩௰ பொறுமையாயசசமபபதினபேரிலே

௰௧. உனமேலளறநீயேதேட போனதை
சசகிககிறுய; தேவசிததமபணணுநதிடடங கஸ
திானறேன அழுவாய?

௰௨. சீர்லலாதஉன ஆகாத மனதுனவினயா
ளவது நலலதலல; அதுககலல, கர்ததருககுக்கீ
ழ்பபடு.

௰௩. கர்ததர்தாமேஆணடோாமே, தஙக
ளைவெறுததிவர் இனபநதநதுங, கஸதிதநதுளு,
சமடிததோர்பாககியர்.

௰௪. கர்ததர்தநத,உனமேலவநத பாரததைச
சுமநதிரு; நீசகிததாலநீ பினனிடடால, குறறமபெ
ரிதாகுது.

௰௫. கிறிஸதைவிடடுபிறசகணிதது, சிலுவை
யைவெறுததோர் வெடகததோடுநதிகிலோடும
இடபபககததிலநிறபோர்.

௰௬. புததிகேடடு,அதையேறறு க்கொணா
டெடுததமனிதர் இயேசுவாலேகிரீடததாலே சோ
டிககபபடுபவர்.

௰௭. ஆமன,நித்தநதேவசிததரு செயயபப
டயாவையும நீர்குறிதது,நீர்சறபிதது, நீர்நட
ததியருளும.

௨௱௫௰. Frisch auf, mein Seel! verzage nicht.

பயபபடாதே, மனதே, உனகர்ததர்ஆதரிப
பார், சகாயஞசெயவோமெனறுரோ, திக
கறறோரைாடசிபபார்; இககடடிலேதிகையா
தே, கிறிஸதோர்சகிககிறுர்கள: கர்ததர்துவினை
யெனறவனை ச்சார்நதோர்செயஙகாணபார்கள.

௨. சனமார்ககனையோசேபபும, உபததிரஙு
சகிதத யோப்தாவீத்வேறனேகரும பாரபபா

ளுறிதத நாளவரைசசே,இககடடிலே இருநதுநீ
ஙகிஞர்கள; இநநாளிலேகர்ததாவையே சார்ந
தோருமநீஙகுவார்கள.

௩. நானவிழுவேனுமெனகிற பிசாசுகளசிற
டும, நானநமபியகர்ததாவுட னையாபததை
யகறறும. நலவார்ததையைககுமாரவின ச்கொ
ணடெனககுககொடுததார், அததாலக்கர்ததாஎன
னெஞசுட சநதேகததையறுத்தார்.

௪. உனகர்ததர்எஙகேஎனறதாய ப்பொலலார்
சககநதமாக ச்சொனனுலும,நான அதிசமாயப்
பெலததுபபோவேனே. எனகோடடையுமஎன து
ருககமும உனனதமானேஞர்தானே. நீர்என துணை
யெனறவனை ச்சார்நதோனவெட்கபபடானே.

௫. பராபரனனசததததை ச்சேளாதேபோ
ருர்எனறும, பகைஞர்பணணுமயோசனை மேல
க்கொளளபபோகுமெனறுங காணபபடடும,
நானஎனறைககுங கைவிடபபடடோனலல என
றறிவேன,நானநமபுவேன, கர்ததாவினசொல்
பொயயலல.

௬. எனமனமே,மகிழ்நதிரு, உனமாளிகைவி
ழாது, பெயலோகததுனபமஉனககு ப்பொல
லாபபையுணடாககாது. இமமாறுவேளலலாத
திருமேல முனதானசெயலுகிறநதார். தயாப
ரர்ரெடசிபபவர், உனனோவையவர்கணடார்.

௭. சருததாயதவெயவதயவை யெயபபோதுந
தேடிடாலல நடககையானபிளவியைய க்கர்ததர்
மறநதோலல. நறபததியுருசிநேசமும உணடா
னவனசகிபபான, ஆகையினுலத்தனகர்ததால
நலமஅனுபவிபபான.

௮. கர்ததாவைவிடடுமாநதரை ச்சார்நதோ
னேகெடடைவான, ஓர்ககாலுமஅவனஒளிவை

க்காணுதோறும் அவிவான. கர்ததா துவிண,நான
இயேசுவை மூனணிட்டுவேணடிசகொளவேன,
சநதோஷமாயமகிழ்ச்சியாய, ொடசிததார்ளன
றுஞசொலவேன.

௨௱௫௧. Fahre fort, Zion, fahre fort im Licht.

௧. பெருகு :!: சீயோனே, சனமார்ககததில,
முறசிநேகததைவிடாதே, கிறிஸதுக
குளவேருனறிவில, அசதிக்குணமஆகாதே, ஓய,
இடுககவாசறகுட்படு, பெருகு :!:

௨. உததரி :!: சீயோனே, இககடடுசகு நீய
ளுசாமல,சாவுமட்டும நலஉணமையாயிரு. சீவ
க்கிரீடமலெககாசடடும; நிநதையாவையுமஅனு
பவி, உததரி :!:

௩. ஒன்வணககா :!: சீயோனே, நீயுலகின
வாழவைமேனமையாயெணணாதே, நீயழையசர்
ப்பததின ஆளுகைககுசகீழாகாதே, லோகஇன
பததைவெறுபபாயபபார், உனவணககா :!:

௪. சீர்அறி :!: சீயோனே, உனமனதை இந
தஅநதபபககமாக ச்சாயஎவுமஆவியைப் பின
செல்லாதிருபபாயாக. நேரோபோ,எலலாததைந
ணருயநீ சீர்அறி :!:

௫. தேறிபபோ :!: சீயோனே, பெலபபடு,
மறறோர்போலசெததிராதே; கிறிஸதுககுள
ச்செழிததிரு. மாயமவேஷமுமபோதாதே, சீவ
னுமபெலனுமவேணடாமோ? தேறிபபோ :!:

௬. ஏகிபபோ :!: சீயோனே; வெளிபபடு.
உனபததாவினமேனமைகாண இநதவேவளைர்த
தது. நனமைசெயயததககதான கதவுதிறநதுத
லலவோ? ஏகிபபோ :!:

௭. தொயயாதே :!: சீயோனே,உன சீரைககா, விதவிதபபாயிராதே; பநதயததைநோககிபபார். போ,பினனானதையெணணாதே; சீயோனே,சடைஇககடடிலே தொயயாதே :!:

௨௱௫௨. Kommt her zu mir, spricht Gottes Sohn

வருததபபடடு,பாரததைச்சுமககுமநீஙகள நமமணடை வநதிவவிடமெனலலாரும ஒதுஙகி,நமமிடததிலே படியுஙகள,நாளாககளே, அபபோமுசிபபுஆறும.

௨. நாமஉஙகளமேலவைககிற நுகததடி லேசாகிய சுமையாம,பாரமிலலை. அதறகுககீழபபடிநதவன; பிழைபபான,அவன பாககியன, ஆம,அவன சாவதிலலை.

௩. நாமபோனகாலடியிலே நடநதுதெயவ சொலலுககே எலலாருஞசரிபபடுததி சசெயவீர்களாகளனபது திவவியமைநதனநமககு அனபாசசொனனபுததி.

௪. உலகததாருமமோட்சததை விருமபினாலும, சிலுவை வேணடாமெனறிடுவார்கள. மெய்க்கிறிஸதவர்களோவெனறால அதுககுககீழடஙகையால க்கதது அடைகிறார்கள.

௫. பாதகினராசசியததுககு ப்போமசீவபபாதையானது நெருககமாயிருககும. விசாலமாம வழியில் நடககுமனிதரைப்பேய ப்பாதாளததுககிழுககும.

௬. இனறெருவனபெயததவன, பினனுளில அவனரோகஸதன, சுருககாய்ச்சாவினாலுங குழணடு,பூவையபோலேதான அறுககபபடடு வாடிவான; பூலோகவாழவுமாறும.

௭. லௌகிகஅநுபவதிலே தனனுழையாதது முதலையே பூலோசததானமறபபான. சாவனுக்கப்போதில உண்டாகி,தன அவஸ்தையிலத் திகைததோனுக்கிடபபான.

௮. அபபோகுணபபடபபோறேன, அபபோ தூக்கததோனபான, உயிர்போமநேரமாகும. எபபோதும அவனதளளின தெயவானபபோது நேரிட வருவதரிதாகும.

௯. சாவனுகிலப்பணங்களும இளநதையான வயதும நாரைககாபபாறறுது, பூலோகமும அதிலுணடாம பொனவெளளிரததினமெலலாம போறேனுககுதவாது.

௰. மாகலவிமானுஞசாவானே, ஆடமபரமூமவீணேமே, எலலாருமமணனுவார்கள. மோட்சிபபினநாளிலககிறிஸதுவை ப்பறறுதவர்களபேயணடை யுபாதிகளுபபோறார்கள.

௰௧. சனமார்ககராமபிரியரோ, நெருககமாம் வழியிலே நடநதுககொணடிருநது, எபபோதூமதெயவவார்ததையில நிவிலயுஙகள,பிற்காலததில சசநதோஷமவாறதுணடு.

௰௨. துனமார்ககர்துனபமபணணியும, சரிககடடாமல,எனறைககுநு சனமார்ககராயிருஙகள. ஆகாதமனிதர்களால அநநியாயம அநுபவிததால, அனபாயமனமபொறுஙகள.

௰௩. சதையினஇசசையினபடி நடநதால்,நறசீர்சிறுகி அழியும,ஆகையாலே மோடசிபபுககாகசசுவாமியார் உபததிரமஅநுபபுவார் மகாசிநேகததாலே.

௰௪. உபததிரம இம்மையிலே கசபபானாலும வாசியே, சீர்கெடடலோகததார்கள மகாமகிழ்சசியாய்இபபோ வாழநதாலும,தீயிலேயலலோ எபபோதுமவேகுவார்கள?

௰௫. வருததப்பட்டநீஙகளோ பாததிலககிறி ஸ்துவோடபபோ வாழ்வனுபவிப்பீர்கள. அ னநதமாயககர்ததாவுட இடததிலமகிழவாகக கொணடா ப்பலவினயடைவீர்கள.

௰௬. நாநதமமுடையநாமததை க்கொணடா வினயிடடுசசொனனதை ப்பிசகறமெயயாக த்தயாபார்கொடுபபாரோ. உனனதமான அவர்க கே துதியுணடாவதாக.

௨௫௧. Glück zu, Creutz, von gantzem Hertzen

வாழ,சிலுவையே,வாழ பாரமறறபார மே வாறஉனவலமனதார த்தோள மேலவர்தது சகோளவேனோ,

௨. இநதநிநதைவெசசையலல, இதுவெட்க மல்லவே. எனெனிலப்பொல்லாபபுககலல, நீதி ககாகவருகுதே.

௩. சததியததினசாடசிககாக வருதிதககாக வே அனனைகககுஇஸ்தேபானசாக க்கொணடு போகபபட்டாரே.

௪. உலகததினபொழுதான இயேசுதாமமதி நதைககே ஏதுவாகி,ஈனமான சிலுவையிலமா ணடாரோ.

௫. சிலுவையினகீழ்ததவிககுந தமமுடையவர் களி யிபபோதவர்ஆதரிககும படசமஅனபும ளததவின?

௬. ஒததசசாடசிகளெலலாரும இயேசுவின நிமிததியம பாடுபபட்டபினகொணடாடும பூரி பபுமகாணம.

௭. மிகுதியுநதுன்பபபட்ட இயேசுவினஅப போஸதலர் நீதிககாயவதைநதமறற யாவருமகெ லிததவர்.

அ. அசகியானமார்கசததாரும ரொத்ததால
வெறிககிற பாபேலமனிதர்எல்லாருஞ செயதது
ஷ்டமவிருதா.

கூ. சூடுகுததுமுதலான வாதைகளஎதேது
ணடோ, அதுஇயேசபததியான நேசததையவி
நததுதோ ?

ய. இலலை,சீவனபோம்மட்டாக த்திடமன
துடனே சததியததுககுநனருக ச்சாடசியைஇ
டடார்களே.

யக. வாழ,சிலுவையே,வாழ மோடசத்தின
முனதூதனே, நீதிமானகளஇவவிபபாற நேர்
வழியாமவாசலே.

யஉ. வா,சனமார்ககாமஎல்லாரும எணணி
யசிநேகிதா, உனவினையெனஇதயமபாடும உன
வினைவில்சேன,நீவா!

யங. சிலுவையிலஅறையுணடோர் இபபோ
தாணடிருககிறுர், மெததநிநதைபபடடிருநதோர்
யாவுஃகுமேலஎறிஞர்.

யச. சாட்சிகளினபேர்பரததில எழுதியிருக
குது; கிறிஸ துநமசகவவிடததில - வைததசெல
வமபெரிது.

யரு. ஆசையாலேவாதையாக ச்சாகுஞசாவை
யுமஇபபோ மனதுசநதோஷமாக நாஞசகிக
கவேணடாமோ?

யசா நேசர்தயவாயநமமோடே சொலலும
ஒருவார்ததையே துககததையெல்லாஙகடடோ
டே தளளி,நீககிபபோடுதே.

யஎ. அவனைபபினசெலவோமாக, சிலுவை
யினதோழரோ; அவனைபபுகழ்ச்சியாக தநதோத
திரிபபோமநோவிலே!

யஅ. குததடிவிலஙகுகாயம நமககலஙகார
மாகு, சகலவிதஙகுயம நமககுபபுகழ்ச்சியாம.

௰௯. லோகமநமமைபபரியாசம பணணி,
ச்சஙகரிககசசே; கர்ததராலேபிரகாசம ஆறுத
லுமவருதே.

௨௰. சாகுமபோது திறவுணட வானததை
யும,அதிலே மகிமையினால்சசூழுணட இயேசு
வையுஙகாணபோமே.

௨௧. பாளையததுககுவெளியே, நமதாணட
வரைபபோல, அவர்மாதிரிபபடியே நாமும
போவோமவாருஙகள.

தெயவசமாதானததின

பேரிலேபாடுகிறபாடடுகள.

௨௱௫௪. Mein Salomo, dein freundliches.

எனசால்மோனே,நீர்மகா அனபான இராசா
வாககையால்எனஆவிககு உமமாலேசமா
தானமவருது, நானஉமமைபபறறையில்எனககு
ணடான எலலாவிதஇககடடுந துககமும உம
மாலேதான அடஙகிபபோயவிடும.

௨. பூலோகததாரெலலாமஎனநேசர்தாற நல
ஆறுதலெனககுணடாகுமோ? அதினஐசுரியத
தாலஆகுதோ? மகாஅனபுளளஇயேசுவாலேவாழ
தேறறபவோஇவவிததஆவிககு மகாமகிழ்ச்சியை
யுணடாககுது.

௩. ஆ,கர்ததரே,ஞாயபபிரமாணததாலே தன
பாவததையறிநதுதிகிலல யடைநது துககமான
மனதை நீர்உமமுடையகிருபையினாலே சநதோ
ஷிபபிககிறதிலலவஅபபோ அதுஎனககுததே -
றும,அலலவோ?

௪. ஆம, ஆம, நீர்இததவிணயனபாக மகிழ்ச்சி
யாககுமபோதுஎனனிலே பாவமனனிபபின ஆறு
தலையே பிதாவினாலேபெறறேனஎனறதாக அவ
ருட இருதயததையே நானபார்ததுககோபபா
யிருககுதே.

௫. இருதயமஎனனிலலாததனமையாக பிதாவ
ணடைககுததானதிருமபுதோ, அததன்மையாய
மகிழ்சசியாலஅபபோ நிறைநது,தனககுமுனக
ணணியாக இருநதமாயகையைமறககுதே, நற
சிருமஅதிலேபெலககுமே.

௬. ஞாயபபிரமாணததினசறுககாலஅலல,
கர்ததாவுடையகிருபையினால சசனமார்ககனாகப
போவாய,அதினால கர்ததாவுககுசசனமவர
நீநலலபபடிநடபபாய,அதுககவோ தூவினை,தயை
யும அவரில உணடே.

௭. எனநமபிககைககிருபையினமேலே இரு
பபதறகுளளனில அதையே நானஇனபமாய்உண
ணீர்தானே உதவிசெயயும,எனஇம்மானுவே
லே, அதுககுளளனூடபிழைகளுந தடையயு
ணடாகாதிருககவும.

௮. எனநமபிககையெனனிலேஉணடான
பெல்டசயம அழுககிபபோடுகில, கர்ததாவுடை
யகோபமுமஎனனில பபயமஉணடாககையில,நீர்
தயவான ஓர்தாயைபபோலேஎனவிணககாருமேன,
அனபினகொடியனமேலிருககடடேன.

௯. ஆசையினாலநானஉமககமகனவிணததாறேன,
எனசமாதானமநீர்,என இயேசுவே! நானஉமத
னபினாலபபிழைததேன நானஅதைததானேபறறி
ககொணடுவாறேன; நீர்எனறுமஎனவினயாதரி
ததிரும, இதயனைவநீர்எனககருளும.

௨௱௫. Wel wohl ist mir, o Freund der Seelen

நானஉமதனபில்ததாவரிபபேன, அதேசநி
எனநேசரோ ! நானஅதிலஊனறுகில
ச்சரிபபேன, நானஉமமைததாவுகையிலே சவி
பினைாததிரிமூகியும, களிபபினபொழுதுவிடி
யும, நீர்காடடுமஅனபொளிவிடும ; இததால
எனமோடசமஇஙகேதானும, பாடேனஇனிகக
சபபாயகானும ? நீர்எனகதியுமபூரியபும.

௨. நானலோகததாலப்பகைசகசபபடடும, அ
ததாலேதுககமாயிரோன. அதினபநதுனபஙகோ
ஙபிககடடும ; ஒர்ககாலுமஅதைநானநமபேன.
எனஆவிககானஇனபமநீரோ ; பிரியநேசர்தேவ
நீரோ ; நார்கைவிடடால,நிறகிறீர். பகைஞர்
சோபமனனனசெயயும ? உபததிரப்புசவிலேயும
அடியேனினநஙகூடமநீர்.

௩. எனகுறறத்தைநியாயபபிரமாணங சணே
டிதது,சாபவார்த்தையாய: எரியுமநரகமஉனதா
னம எனருல,நானவிசுவாசமாய நீர்படடபசக
க்காயமான மறைவில்ப்பூநது,எனககான சுகத
துடனஇருககிறேன. ஆர்எனவனகுறறமாசததி
ர்பபபர்? நீரோஎனதயவுளளமீடபர், உமமாலே
நீதிமானேன.

௪. நீர்எனவிசபபாழுவனுநதாததில அழை
ததால,வாறேன,இயேசுவே! டனனுவைததநது
அவவிடததில நீஞறைறயுநதிறபபிரோ. நீர்கா
டடியளலலாவழியும மாஆசீர்வாதமாயமுடி
யும, உமமணடையபயமாயிரோன. நீர்மேனமை
யாகஊனனதத்தில உயர்ததுமபேறாயிவவிடத
தில மூனதாழ்ததுவிரோனறறிவேன.

௫. அநேகர்சாவுககுபபயநதும; பயபப

டேன,எனசீவனநீர். மனமுமநெஞசமஉமமைய ணடும, நீர்எனவிண்சசாவில்க்கைவிடீர். பதிவி ருநகுஙகளளர்காடடை க்கடநது;தானஇசசிக குமநாடடை க்கணடோன இனிககலஙகானே; அததன்மைபோலநானபூரிபபோடே இவவுலக ததைவிடடுமமோடே இருககபபோறேனஇயே சுவே !

௬. நானஉமமைசசாருமபோதுசாவுஞ சந தோஷம்மாபெரியதே. இககடடுமபேயுஞசா வுதானும உமமால்விலக்கிபபோகுமே. பாத தினமூனருசியுணடாக, நீர்மிகவும இரககமாக இவவாறுதவல்செய்கிறீர். பூலோகமாயையைசத தகசேடு; நீரேகதி,நீரேஎனபேறு, மாபாககி யம,எனநேசர்நீர்.

௨௱௫௬. Meine Seel, komm in die Wunden.

இயேசுசுவாமியினுடைய காயஙகளினகூட டிலே சாஙகோபாஙகமாயமறைய ஓடி வா,எனமனதே. ஆடடுககுடடிபோலஅமர்நது, துககமனறிசுகமாய இயேசுவினமடியிலவநது, இனபபாறககடவாய.

௨. மணணுடனஒடடாமலஏறு, அவரண டைவநதிரு, அநதமெய்பபொருளைததேடு, அ ழிவுளளதைவெறு; பலபததியாயிராமல், இயே சுஒருத்தரையே பறறு,அவரையலலாமல சம மியஙகிடையாதே.

௩. அவர்மநதையினஆடாக அவரணடையில த்தரி, லோகவாழவைநாடாயாச, கர்ததர்உனனு டசதி; மணபொருளகளளனததுககு? வேத விணககுதவுது ; மெயபபொருளாஙகர்ததருககு உனஇதயததைககொடு.

௪. நீமெகிழமனதாலெ, சுவிசேஷததைபபடி,
இயேசுஉனமகிழ்ச்சியாலெ, உனஆதாயம்மிகுதி;
அவர்மாசிலலாதஅநதம, பரிபூரணமனலலாம,
செலவமபூரிபபருமநதம யாவுமஅவரிலஉண
டாம.

௫. லோகநேசததையெணணுதெ; இயேசுந
ற்சிநேகிதர். மணணுமஆஸதியைநாடாதே; மா
ளாபபொககிஷமஅவர். தமமுடையவர்களுககு
இஙகேதேவையானதை த்தருவார், நீஅவருககு
உனனிதயததைபபணட.

ஞானசநதோஷததினபேரிலே

பாடுகிறபாடடுகள.

௨௱௯. Mein Jesu, susse Seelen-Lust.

என இயேசுவே, பேரினபமே. எனமனதைநீர்
ஆறறவே, குளிர்ததியையடையும. நீர்தே
றறகமசாளளலோகமும அதினுடையமாயகை
யும எனககணணுககுமறையும. ஆற, தாழ எஙகே
பார்ததும, எனவியாறறுமவாழவைககாணெண,
உமககுளமகிழ்ச்சியானேன.

௨. நானஉமமையறியாதோனய, மயககபப
டடசிநதையாய முனனுளிலேநடநதேன; அப
பபோதுளநதஒளிவு எனமனதுககிருநதது?
நானாநதவாழவைககணடேன? கணவிணமண
ணின நோககவைததேன, காததவிணததேன, புததி
யேது? பெறறபாககியமுமனது?

௩. உலகததாருககவர்கள இனபமாஙகளிக
குதல மகாமகிழ்ச்சியாக க்கணடாலும, சீககிர

ததிலே உருவழிநதொழியுமே, அதெல்லாம மாயகையாக மாறுமவாடும. நிறபதானபோ னபானஇயேசுதாமே, அவராலமகிழுணடாமே.

௪. நறபததியாலேஇயேசுவை சசேர்நதோன பாததினபெலவின இஙகேருசிபபதுணடு. ஓர் வேவியவர்தமது முகததைதவிசுவாசிசகு மறை ததுநதேறறலஉணடு. லோகமபோகவ காண பிததாலுமஅதுமாளுமை; அதைநாடேன, இயேசு வினபிறகாலேவாறேன.

௫. நீர்எனறெனறைககுமஎனககு மறைநதிரீர் எனறுமது மொழியினாலத்தெரியும. நானஉம கருளக்கொடிககொபபாய நிலைததிருநதாலநல மாய சுன்துககஙகளதெளியும; தீஙகுமநீஙகும அனபுமாகப்புதிதாகசசேர்நதுவாறீர்; ஆவிககா றுதவிததரீர்.

௬. இககடடும்மரணமுமே இனிவநதாலும, உமமையே நானவிடடுபபோவதில்லை. எனநே சர்நீர்எனறறிவேன; பாடனுகடடுமபினவாங கேன, அதனாலசசலிபபுமஇல்லைசசறறுப்படடு உததரிககநீர்கறபிககததககசர்ததர், தேறறவும நீர்தானசமறதர்.

௭. நானஉமமுடையஇனபமாம மனனாவை யிம்மையிலெலலாம ருசிபாராதிருகக நீர்க டடளையிடடுமநலம; பொறுபபேன, அஙகே உமமிடம நீர்எனககுககொடுகக ப்போறகோ டா கோடியானஇனபமானநலவரஙகள என வினயாறறுமபாககியஙகள..

௮. ஆனாலும, இயேசுகர்ததரே, நீர்நேசமான கிறதையே நானஅறியாதேனலல; இகக டடிலேநீர்எனககு மறைநதும,பிறகுமது உருக கஙகொளுசமலல. பாடும்மாறும, நோவுநதீய

ளுமவாயபிரியருமம, துககமஆறும, வாயசநதோ
ஷததாலேபாடும.

௬. ஏசுவேயுனதேகம ஆவியும நீர்தேறறும
போதுமிசவும மகிழநதுகளிகூரும. நீர்வரவி
டடதுககததை யெணணுதேபோறவர்களின ததிரு
மபசசோதிசூழும. நலவல பததியாலுமநே
சததாலுமநிததமாக உமமைபபறறிசகொளவே
ணுக.

௭. மெயபபததிளனவிசேயுமமிலே தரிககபபண
ண அதுககே மேனமேலப்பெலனஅவியும. அது
மமைநானபிடிககுமைய, அவையமநான,நீரோ
தவம. துனமார்ககரினசததியும, பேயுளுசெயயுளு
கூதுயாவுமவிருதாவுமவீணுமாகும; எனசருசசெ
யமஉணடாகும.

௨௱௯௮. Zerfliess, mein Geist in Jesu Blut.

என இயேசுதாறசீவததணணீராலே உனதாக
ததை, யெனனெஞசே, தீர; இனிததனனதா
விடேய, இததாலே பெலபபாயப்பாடுகளினகிழ
விடாயததாயே; இதிலகுடி, இவஞறைறததா
னேசவனி. இதிலக்குடிததாலனனறெனறைககும
நரினஆததுமமபிழைககும.

௨. உனககுலோகததாளனவவாழ்வுணடாகும,
அதுவிஷீவொடுககுது. உனதாகததவனததில
உனககுருசீவததணணீரினஊறறுகளு, வற
டிககுநீதபப,வா, இஙகேகிடைககுஞசல சம
பூரணததினுலநிறைவாய; இஙகேமெயயானவா
ழ்வடைவாய.

௩. இனனமஓர்மாயனையாலஇநநாளமட்டாக
அழுககுஉனனிலஉணடாகுல, அதை,நீகர்ததருக

குளர்த்தோனுக்கு, நீக்கிப்போடு;என்னுள் ளெள்ளீக்கப்பேர்சணகர்த்தனை நேசிக்கும்நேசந்தப பறை, கிருபைபெற்றாவனுக்குள் சுத்தாங்க மனதேஇருக்கும.

௪. இருதயத்தினதாங்கசர்த்தாலே நீர்க்கசப பட்டால்,அவருடை மகாபெரியகிருபையினாலே ஆத்துமத்தில்உண்டாகிற இடவினையுமநறசினையுங் குணப்படாதனவனும அறியான,தீயோர்கணக ளுக்கும எல்லாம அதுஒளித்திருக்கும.

௫. ஆனாலநீர், இயேசுவே,அடியார்ருககு இ மமையிலும்பிரகாசமும எங்களுடையபெலனை தததுககு பபொருககததககசோதியும விளங்க பபணணிவாறீரோ ; அததாலேஇங்கெங்களிலே உணடாமஇருவிர்நீர்அருப்பீர், அங்கெங்கள பொழுதாயிருப்பீர்.

௬. இங்கேநானஉமமுடைவெளிசசததாலே, நான ஏழைபஞ்சியானவன, நானஉமமுடையபார் வைககுமஅபபாலே தளளுககததககநோவிதல ளனறுநனறுககககணகிறேன; ஆவியிலுங்கலங கிறேன. ஆனாலெனமேலஇரககமானீர், நீர்தான அலலோஎனமீடபானீர் ?

௭. அனபுளளகணணுலெனனைநோககினீரோ, கணததிலேயிருககிற ஆகாசசலபததைநீரோ அக றறி,ஏழையாகிய என கருததேவையானதைக கொடுககிறீர்,எனவாதையை நீர்நீககினனககும மைததாறீர், ஆம,எனவினையாதரிததுவாறீர்.

௮. ஆ,சுவாமி,உமமுடையசமுகததை வெகு விசைநானபார்ககடடேன! வேறொனறுமஎன னுடஇருதயததை த்தேறறுது,உமமைபபறறி னேன. இருளானவேளஉணடாகையில, நீர்அ டியேனினமனதில வெளிசசததைககொடுதது த தங்கும; அபபோதிககடடெலலாமஅடஙகும.

௨௱௫௬. Mein Geist und Sinn ist hoch erfreut·

பாயபானகுமாரனை த்தநதிவாரால்இவவே
யை அனபாயஆசீர்வதிசகும படியிறுவ;
ழைஇததயவால ஏனஆததுமஙகளிசகும.
௨. அறுதிநேசததாலக்கர்ததா தெரிநதுகொ
ணடிருககிற அடியேன அவர்பிளளை. நான
வேணடியவரமபிதா தாரூர், சநதேசமிலலை.
௩. நான ஏழைபபாவியாகிலுங, கர்ததாவின
அனபுநதயவுங குறைபடாமலிருககும. நானே
உளளாமபழிசகெலலாம அமதனவினைததபபுவி
ககும.
௪. நானகிறிஸதைபபறறி,ப்பாவததைத பகைதத
தெனகெடட இசசையை வெறுததால,குறறம
பாரார். இவருககாயஇரககமாய மனனிதது,
தாஙகிவாரூர்.
௫. தெயவாவிதன்னெனபோதகர், வழியைக
காணபிககுமஇவர் தெயவானையையே துககிககும
என உளளததிலஉளறறுசையில க்கசபபெலலாந
திததிககும.
௬. எனவாழவைபபராமரிககிற மெயயான
சிநேகிதர்கர்ததா, நான அவர்பார்க்குமபிளளை.
தகபபனெனனுருவினையே பிதாவெறுபபதிலலை.
௭. எனபஙகாமஅவனாவிடேன, நானஆவர்
சொநதமுமானேன, வேறுணாயுமநானசேரேன,
இபபொககிஷமஇரமமியந தரும,வேறொன
றுநதேடேன.
௮. என ஆறுதலென சனமலலை எனவாழவு
மானகர்ததனை யலலாமலவிணணுமமணணும
எனஆவிககுததேறறாவு வீணாக உணடுபணணும.
௯. அவர்என உனனதபபொருள, எனநெரு

௯ அவர்நெஞசககுள நனறுகஇவிளபபாறும, அ
வரிடமளனஆததுமம முடிவிலலாமல்வாழும.

௰. பொலலாப்பளைசஞானவர் சபிககையில,
பராபரர் ஆசீர்வதிததுவ ருர். செவிததோறுய
ச்சநதோஷமாய நானபாட,வெறறிதாருர்.

௰௧. நானளனறுமவாழநதுபூரிபபை யெலலாம
அளிககுஙசர்தரை க்கணணாத்தெரிசிபபேன,
அவருடசமபூரண அருளிறுலககளிபபேன.

௰௨. அஙசெனககுணடாகிற கதியைமனி
தருட கணஇனனஙகணடதிலலை. அபபொக
கிஷமமாபததிரம, அதைபபறிபபாரிலலை.

ப ர ம கி ந தை யி ன

பேரிலேபாடுகிறபாடடுகள.

௨௱௯௰. Ich habe nun den Grund gefunden.

இவவேழைககாகப்பெலியான எனஇயேசுவி
னுடதயை நானளனறும நிறைநததககதான
உறுதியானசனமலல. விணமணஒழிநதுமஇது
வே அசைவிலலாமலநிறகுமே.

௨. அவர்தயையெனறைககுமநிறகும, அத
ளவறறிருககுமே; அவர்கைநாளொடசிககும
படிககுநீடடப்படடுதே; வாராதேபோனுல,அவ
றகு மாஅஙகலாயபபிருககுது.

௩. ஒடசிககபபடுவதறகாக இரககமாயத
தயாபரர் நரரினமனதைநனறுக த்தடடிககொ
ணடேயிருபபவர், அதேனெனறுலஇரடசகர்
அவிளைவரையுமமீடடவர்.

௪. அவர்அவிளைவருககுமாக மீடகும்பொருளி

த்தநதர்ரோ, ருணபபடுமளவ்வாருககாக ப்பாவம
னனிபபுணடாகுமே. ஆ,த் யேசுவாமீடணடா
னது அளவிலலாசசயவு!

௫. ஆ,அவாநகருபபததியாக நானனவின
யொபபுவிககிறேன! நீசெனபாவஙகளுககாக
வநதாள்,அவளைநோககுவேன; அபபோதவர்
ளனபேரிலே இரககமாயககணவைபபாரோ.

௬. வேருறுதவளலலாமபோனறும, வேறெ
றுவுமெனஆவிககு ககுள்ர்ததியைககொடடாவிட
டாலும, நானஅவரணடைசேர்வது எனநோ
வையாவுமஆறறுமே, இரககம அவரிலண
டே.

௭. இமமணணிலதநொநதனாயினும நான
மெததவாதிககபபடடால, தினமபலவருத்ததா
னும எனப மிகுதியானல, எனத் யேசுவின
இரககமே எனஆததுமததைததேறறுதே.

௮. நானளநதநனமையைசசெயதாலும, அதில
எனபலனனைதை நானகணடுணருவதிறனும
நானஎஙகுமபோதெனமனதை எனஇயேசுவின
இரககமே திருமபத்தேறறிககொளளுதே.

௯. ஆ,இததவினயிரககமுளள எனஇயேசுவு
சசெலலுடதையும நானஒபபுவிபபேன,தயவு
ளள அவர்எனவினவிசாரிககும அவருடஇரகக
மே இககடடையாவுமநீககுதே.

௰. நானஉயிரோடிருககுமடடும தீர்க்கததரோ
எனநமபிககை, மெனவிசுவாசமஉடமையபற
றும, இதேனபிறிதிககிவின; ஆம,என அடை
ககலமநீரோ, இரககமுளளஇயேசுவே.

௨௱௯௧. Wie wird das Perlen Thor.

தே வாடடுககுடடியாகிய எனஇயேசு
வே,நீர்தாமே நானபாடிததோததி
ரிககிற அனபுளளமீடபராமே. அறுதியாய
இவவேழையை நீர்நேசிததசிநேகததை பபார்த
தால,நானஎனனசொலவேன.

௨. அனனேசததாலபபுவியிலநீர் மனிதனுயப்
பிறநது, எனகேடடைநீககததேவரீர் அதை
யெல்லாஞசுமநது, மாகுறறவாளியானநான
அதுககுநீஙகலாககததான, நீர்எனககாயமரித
தீர்.

௩. நானகெடடுபபோயததிரியசசே அனபு
ளளமேயபபராக நீர்எனனைததேடிமநதைககே
உளளாககி,தயவாக தேவாவியினநலலெணணெ
யயால மகிழ்ச்சியாககினதினால நானஉமமுடை
யோனானேன.

௪. இதுவிளஙகுமபடியாய இஙகுமமைச
சேவிராக பபினசெலலுமபேருககுளபபாய நான
சிறுவைககுளளாக இருககிறேன. இபபாதையே
யாகதிககுபபோகுதே, தவேறேவழியுமஇலலை.

௫. இபபோதுமநீ,எனஆவியே, திடன
கொள;எனறெனறைககும எனநோவெனனிலவி
லககாதே, நானமோடசததிலபபிழைககும நாள
ச்சேருமே,இயேசுதான அபபோ மகோதிரசசமாய
அலலோ தமமணடையெனனைவைபபார்.

௬. மாநேறறியானகிரீடததை யெனககப
போகொடுபபார், அனநதமாயஅடியேனை
ச்சநதோஷிபபிததிருபபார் எனமீடபருககுஎன
றைககுந துதியுநதோததிரஙகளும அபபோ
தெனனாலஉணடாகும.

௭. எலலாவானோர்களோடேயும நானஅவ

ளாசகொணடாடும அககாலமோஎபபோவருமே?
எனஆவியதைநாடும விருபபமமாபெரியது;
இஙகேதவிககுமெனககு அதினமேலவாஞசை
யுணடு.

௮. ஆறுதலானஇனனுஞசிலநாள இமமண
ணிலேதரிக்க உமககுசசிததமேயானால, நான
உமமைததெரிசிசகப்போமளவுககாயததபபட
டீர்எனவிளேயெனதயாபரா இனமெழுபபிககொ
ளளும.

௨௱௬௨. Ich eile meiner Heimat zu.

பரகதியிருககிற மோடசானநதததுககுநே
ராக நானபோறேன,வாழவுணடாகிய அப
படடணததிலசசேர்வேனுக; எலலாவிதபிரதாவ
ருமவாசிகளுடையசேவையும இருககுமமகிமை
யினிடட வாஇஙகேககணணீரைவிடட எனககுவா
ஞசையாகுமே; ஆ,அஙகேசசேர்நதாலவாசியே!

௨. என இயேசுவின நிமிததியமபிதாததாமே
நிவினதபிராத எனபாவஙகளினமேலததினம என
கணவினைவைததால,ச்சீரலலாத எனமனதுககுததி
டனும போராடடததிலபபெலனகளும உண
டோ? எனகணவினையேறெடுபபேன; அவவா
ழ்வைநோககிககொணடிருபபேன; அதுசசவழை
ககபபடடேன, அதஙகேவைததிருககுதே.

௩. அதுககுளுானளிதனமும ஒர்முததிரையை
பபோலிருககும, அதுககுததேவவாறதையும
மிருநதசசாடசியைககொடுககும. மெயதானஉ
டனபடிககையை முறித்தேன,ஆனால இயேசுவை
நொறுஙகபபடடமலதோடே மனனிபபுககேள
க்கிறேன,இததோடே கர்ததாவுடையதயவு நிரு
மபிவிககிறது.

௪. நான் இன்னம் இந்தலோகத்தில் என்கெட்ட
சென்மப்பாவத்தாலே நெருக்கப்படும் இயேசு
வின் அருமறைப்பம், அவராலே நான் நீதிமானாய்
நிற்கிறேன் ; இனிப்பயங்காப்பட்டேன், சாவெ
ன்னைக்கொல்லுவதுமில்லை ; இங்கே நோவானும்
நஷ்டமில்லை ; என் இயேசுபோனவழியே நான்
அவரைப்பின்செல்வேன்.

௫. பிற்சென்றநான் அங்கவரைச்சந்தோஷத்
தோடே தெரிசிப்பேன், அவர் அன்பாய் இவ்வே
ழையைத் தம்மண்டைவைப்பகாலக்களிப்பேன் ;
வானோர்களைக்காணவும் கர்த்தாவுக்குத் துதிவ
ரும். கட்டுண்டவன்போலிங்கிருந்த நான் அங்
கேசுவாமியைமிகுந்த மகிழ்ச்சியாய்த்துதியே
னோ, அங்கேமெய்வாழ்வுண்டல்லவோ ?

௬. எழும்பென் ஏழைஆவியே இங்கேமோபா
ரத்தைச்சுமந்த நீதிடனறு, இதுவே அங்கேசெயிரு
க்கிற அனந்த கதிக்குப்போறபாதையாம், பிதா
வின் நெஞ்சிலேயுண்டான சிநேகத்தைநீமறவாதே,
பொறு, வேதனப்படாதே, உன்பாடெல்லாமொ
ழியுமே, நீயென்றும் அங்கேவாழ்வாயே.

திடநம்பிக்கையின்

பேரிலேபாடுகிறபாட்டுகள்.

௨௱௬௰. Warum solt ich mich dann graemen.

ஏன்சலிப்பேன? கிறிஸ்துநிற்பார், இவ்வித
ப்பரமமுத்தையார்பறிப்பார்? எனக்கங்கே
வைத்திருக்கும் மோட்சத்தையெவனகை கொ
ள்ளையிட்டெடுக்கும்?

தாழ இருபபானேன? பரததினமகிமையை என னுடையாய? உனவிநதையை யருவருககிறேன.

௪. என பாபம எனககு வருததமானது; ஆ, அழைததயவாக எனனிலேதுபபீராக, எனசுவா மிஇயேசுவே. பாககியை நாடும இருதயததை தாரும, அதுதானவேணுமே.

௫. புவியிலேயுணடாகு சநதோஷமமாயகை யாம; பரமசிநதையா னீரனசகிவைததா நான செருசிககேடடிறேன. புவியினவாழவிராது, அதாவினையபெறுது, அததாலசுககபபடேன.

௬. நீரோ என ஆததுமம விருமபுமபொககி ஷம, உணமையலலாமலயாவும மாயீனுமவி றுதாவும மாயகையினசிநேகிதன ஆவோ, அ வன அததாலே கடடுணடபடியாலே மகாநிற பாககியன.

௭. விணமணடலததிலே நீர்வாசமபணணச சே, இததாழவிலததா பரிககும அடியாரைப பிடிககும மனனுசையாகாதே. அடியார்உம மைததேட நெருசாலேவிணணிலேற உதவும, இயேசுவே!

௮. ஆ, ஈனவனயுமது ஐகசததினநனமைககு விலககாயவனதது இழநதுசசாயநதுவாற நுகததடியையீர், என ஆததுமததுககான தன னீஙகவிலநானகாண, அறுககககடவீர்.

௯. இததாழவிடததிலே என ஆததுமததை யே பிடிததபாரததுககு நானீஙக,மலது களுச்சரு யமபணணுமேன. அபபோதுமயில நிவிதது பபாடுபடடுயபிழைதது மகிழநது கொளளுவேன.

௰. ஆ, எனககுமடுட அடியானெனகிற பே ரைததரிபபீராக. நானநலமனதாக இவவுலவ

த்திலே ஒன்றுமில்லாதோனாச, குழந்தைபோலுமாக இருப்பேன் இயேசுவே!

௰௧. ஆம், இதுக்காகத்தான் உலகத்தாரால் நான் நிஸ்காமம்பண்ணப்படும், என்சீவனுள்ளமட்டும் பின்வாங்கேன், இயேசுவே! அவர்களென்னை வியேசி, குரூரமாகப்பேசிக்கொண்டாலப்பொறுப்பேன்.

௰௨. அவர்கள்மெத்தவும் விரோதம்பண்ணியும், அமர்ந்துகொண்டிருப்பேன், அதுக்கிடங்கொடுப்பேன், சகித்துக்கொள்ளுவேன்; உமக்குப்பத்தியோடும் பணிந்தமனத்தோடும் எல்லாத்தையளிப்பேன்.

௰௩. பிசாசும்லோகமும் என்மேலேசீறியும், எதென்னையும்மைவிட்டுப் பிரிக்கும்? நான் பிடித்து இருக்குங்கொம்பு நீர். உம்மிலதில்லிப்பேன், நீரோ என் ஆதரவாவீரோ, நீரென்னைக் கைவிடீர்.

௰௪. மாறுதலுண்மையாய நான் உம்மோட யிக்கமாய் இருக்கிறதுக்காக, நீர்தாமே தயவாக நிலைவரத்தையும், நான் உம்மிலுள்ளநிற்கிறப்பெலத்தையும் அளிக்கத்தயைசெய்தருளும்.

௰௫. உம்மில் நிலைத்தேனே ஆகில், பரத்திலே இடிமுழக்கங்கண்டும், புவிபிளந்துவந்தும், என்னிலென் ஆத்துமம் சரீரமுந்தொய்ந்தாலும், என்ன இடர்கண்டாலும், எனக்கென்னபயம்?

௰௬. அதேதெனில் நீரே என் பொக்கிஷமாமே, நீர் என்னைத்தேற்றுங்கர்த்தர், ரட்சிக்கவருஞ்சமர்த்தர், என் பரியாரி நீர். நீர் என் பிரகாசமான வெளிச்சம், எனக்கான மகிழ்ச்சி தேவரீர்.

௨௱௬௭. So hoff ich denn mit festem Muth.

கர்ததாவுடையதயவும, எனஇயேசுவினஇரத
தமும எனஆவிககுககொடுககும திடனமபெ
ரியது, கர்ததா, அனபாயமனனிககிறபிதா, தொ
டசியமெயனககிருககும.

௨. கர்ததருவுடையகிருபை பலிசததாலே
மோட்சததை நானஇனிமேலடையும பெரிய
தேறறலெனககு உணடாகிறதினாலஅதுமகி
ழ்சசியாலநிறையும.

௩. நானசுவிசேஷவார்ததையை இருதயத
திலவைததைக்காததால, அததாலஉணடாகும
இராமமியமபெரியது, அது இருதயததுககு ததே
னபோலேதிததிபபாகும.

௪. ஆ, உமமுடையவார்ததையை நானபற
றுமவிசுவாசததை த்திடபபடுததிவாரும. நான
உமமுடையபிளளையாய நடககளவிசதயா
வாய, பிதாவே, நீர்தறகாரும.

௨௱௬௮. Wann ich, o Schopfer deine Macht.

சிஷடிகரோ, ஆ உமது பெலனசிநேகமஞானந
தயையையுமனனமனது பார்ததால, அதின
தியானம மாஆசசரியமெனககு உணடாககும,
அதுககொதது துதியெலலாமபோதாது.

௨. நீர்செயதயாவுககணணுககு அறபுதமாம
பரமும புவியுமயாவுமஉமது மேனமையையுங
சனமுந விளஙகபபணணுரு, சூரிய வெளிசசத
தையுணடாககின நீர்ஸதோததரிககபபடடோர்.

௩. ஆர்காறறைததிடடமபணணினார்? மழை

ஆராலேயேயுந? தரையிலேயிருநதுஆர் எநதே சஙகளிலே யும் புலட்பூணடுவெளளமூவிளககவுங சறபி ககிருர்? ஆர்தினமூரு சபபாடுதாருர்?நீரோ!

௪. உமமாலககுளிருமவெயயனும நறகால மூமஉணடாகும, உமமாலேசிலவேளையுங காற றுபெலததாகுங கடறகரைளசசீவனும, மரங கள,பயிர்வகைகளும எலலாமஉமமாலஇருககும.

௫. அழிவிலலாதஆவியை யுமமாலேநாஙகள பெறறோம, பிறபாடுதுறகுணஙகளி யடைந துஉளளேசெததோம. ஆனலநீர்தநதமைநதனுல மோட்சிககபபடடோம;ஆகையால துதிஉமககு ணடாக.

௬. ஆ,எஙகளி,தயாபரா, மூடியவுநதறகா ரும! எஙகுஙகுடியிருககிற எலலாஉலகததா ரும உமமைபபணியனுாயமாம. நீரேஉணடா னதகுகெலலாம அதிபதி,கர்ததாவே!

உ௱௬௰. Was klebst du wimmernd an der Erden

தனஉளளததிலஆர்ருணபபடடு, ஆர்மோடச கரினஜககசததில உளபபடடான,அவனதி லேசமறறு பாததுசகுபபோமபாலதயில நட ககலாம;ஆனுலினமெனனுசம எனஆவியுமபிசாசி லுல கலஙகபபணணபபடடதால எனமனது பயநதுகெளுசும.

௨. நானதுககபபடசததககதாக எனபாவஙகளி யெனககுப்பெரியபருவதமாகப்பிசாசுதோற றுவிககுது. பொலலாபபையாவும நானவெறுத தும, இனனமனனெனமபபாவததால இனனி னனதூஙாழமபிலுல, எனமனசசாடசினனவிளககு ததும.

௩. எனஇயேசுஎனவினதைததேறறினாலுந, திருமபப்பேயவருகுது, அதுஉன சுயதோறறவாலும உனவிவினைவாலுமஉனககு நீதாலேவிணிலேஉணடாககும பொயயஆறுதலஎனறெனணிலே அமபெயது,அநதபபொயயனே எனமனதைககலஙகலாககும.

௪. பேயபினவிளையுநதன குதிறுலே பசருமபேசசுவதெனறால: உனமேல இயேசதயவாலே சுணணையபாரோ?நீபோவததால நிறைநதவன,சாவுனவிளககொலலும; உனமேல அனபிலலை,இயேசுவை நீநமபுவாயெனனபதை பழையபாமபெனறேடெசொலலும.

௫. ஆறவப்பேயபாலஇததன்மையாக ப்பயயபடுததபபடடோமே, இமமாறுவேவலநீகொயபாக ப்பிடி,அபபோமகிழவாயே; அவரொடடிபடடபெலறுமே, உனசாபததைதயவர்அபபோசிமநதுகொணடார்அலலவோ? ஆம,அவராலததேவானபுணடாமே.

௬. பிசாசினபேசசைநீகேளாதே, அதுபொலலாதசததுரு; நீஅதினபொயயகவினமயாதே, அனபுளளஇயேசுசுவாமிககு நீஉனவினவிசுவாசமாக ஒபபுககொடுததவனாயே செபததாலபபறறிஅதிலே, தரிததுககொணடிருபபாயாக.

௭. அபபோதவர்மாதயவோடே உனவேணடுதலுசகு:வாவென, உனநீதிநானே,நீஎனனோடே இரு,நானஉனனைககைவிடேன. எனறவர் உனவினைததேறறிசசொலவார். நீசொரியேறுமமடடுககும இககடடிலஉனவிளநிததமும அனபாசஆதரிததுககொளவார்.

௮. இபபோ துநதுககமாயிருநது பயநதோனேமகிழநதிரு. நீநாசகததிலேதளளுணடு போ

காமல்,உனனைநேசித்து அனபாகசசேர்த்துக
கொணடகர்ததர் உனனுடையிருசசையால்,நனறும்
ப்பிசசினகுஷடமெவலலுவாய, இயேசுசெயநதச
சசமர்த்தர்.

௨௱௭௰. Auf! hinauf zu deiner Freude.

தூககவேணடாம,பூரிப்பாக எழிப்போ,
என மனதே, இயேசுவணடைபோவாயாக
அவர்னைககியாமே. பூலோகததார்ளனவிரோதததா
ளமாகிறுறும, எனககுவிரோதித்தாலும அவர்
காப்பார்.

௨. உயர அவரணடைககு த்தானேஎழிககொ
ணடிரு. அவர்செயகிறதுவிணககு உனனைநீ
கையளிததுத்திடப்படு, உனமேலப்பேயினகுறி
றுமேல வாறதீஙகுசேர்ததாலே அடஙகுது.

௩. இயேசுஉணமையுளளகர்ததர், அவரைநீ
கெட்டியாயப்பறறிககொள,அவர்சமர்ததர் அ
வர்உனனைததயவாய ககாப்பார்,இதோ ஆத
துமபகைஞர்தேடுங கேடவர்களமேலேஎறும,
பயமுணடோ?

௪. இயேசுஉனககுததிறநத கதவாலப்பிதாவ
ணடை போயமனறாடி,உனமேலவநத தீஙகை
சசொலலி,அவரை ப்பணி,அவர் உனனையெவ
ர்களசதிககும நீஙகலாககிவிடுவிககுந தயாபரர்.

௫. மனதைமிகுதியாக மணவினைவிடடுஏறடு,
இயேசுவுககெனறைககுமாக நீஆதீனமாயிரு.
உனமேலஅவர் பட்சமவைததததாலகிறபநதச
சிலுவையிலேஇறநத இரடசகர்.

௬. அவரணடையுனனததில உளளநனமைக
ளைநீ தேடி,உனஇருதயததில ப்பாவததுககெ
லலாமமரி. பாததுககு எழிப்போ,உலகழியும
அஙகேதானஎலலாககதியும இருககுது.

௨௱௭௧. Solt es gleich bisweilen scheinen.

நமமையாணடவர்கைவிடடார், அவர்நமமை பபிறககணிததார் எனறுநினைவுவேணடாம; அவர்மெயசசகாயராம.

௨. நாமபொறுககததேவையாகும, அவர் கடசேர்ததநாளிலஆகும. எவன அவர்பிளளையோ, அவனைமொடசியஙோரா?

௩. பிளளைகளின இசசைககான காரியததைத யேர்ததரான நலலசமயததிலே பெறறுர்தரு வார்களே.

௪. அவராலேஎநதததீஙகும, காலமவநதபோது நீஙகும; அவர்பிளளையாகிற எனககுத்தாமேபிதா.

௫. சாததானஎனனததைசசெயதாலும, எதத னைசேடுணடானாலும, ஆணடவரிருககிறார், அ வர்அதைநீககுவார்.

௬. சாவுடயிரடடலுககுஞ சததுருககளவற மததுககும பயமறறேன,சர்ததரோ, எனசிநே கிதராமே.

௭. லோகமஎனனைவனககணணாலே நோககி னாலும,அதினாலே திகிலஎது? அவரோ நியாயந தீர்பபவராமே.

௮. லோகததாலேநானபுறமபாக த்தளளப படடால,அறபமாக அதைபபார்பபேன,எனககு மோடசமேயிருககுது.

௯. லோகமே,நலமனதோடே உனனைவிடு வேன,உனனோடே சலவேன;பாரமபரன என றனனறைககுமஎனபஙன.

௰. ஆ,எனபொககிஷமநீர்தாமே, சுவாமி, அதுஎனககாமே, மறறயாவையுமஎணணேன, லோகததைவெறுககிறேன.

௨௱௭௨. Lebt, ihr Christen, so allhier auf Erden

பாடுபடடுமகிமைகளுளளான கிறிஸது
வினநடககைககொபபான சனமார்கக
மாக அவரைபபினசெலலுவீர்களாக.

௨. கிறிஸதவர்களே,மூநநாளில அநத தேவ
பததியாயநடநதுவநத சனமார்ககருககும ஒத
துபபோகஉஙகளுககடுககும.

௩. கரையேறறியேசுபுததியாக சொனனதை
ககைககொளளுவீர்களாக. குணபபடுஙகள; அவ
ருககுசசீஷராயிருஙகள.

௪. நீஙகள அவர்ககுஙகளைபபடைததால, சிலு
வையையுஙகளமேலவைததால, வெடசிபபுண
டாகும, உஙகளுககுபபாரமலேசுமாகும.

௫. நீஙகள,போர்வநதால,அவரைபபறறி, அவ
நமபிககையையோ அசறறி நினறால,வெடசிப
பார், உஙகளசததுருககளைசசெயிபபார்.

௬. உஙகளசிவனபோயியுங,கெடீர்கள, மோ
டசமகிமையையடைவீர்கள, ஆம,எனறெனறை
ககும உஙகளுககுபபாககியஙகிடைககும.

௭. இஙகேயோநறபததியாயெநநாளும நின
று,எநதசசோதனைவநதாலும, பேயைநனறுக
நீஙகளவெலலவேபார்பபீர்களாக.

௮. இஙகேயிபபோராடடததிலசசெயிததது,
தஙகளோடடததைநனறுயமுகிதது போனோர்அ
னைவர் அஙகேசீவக்கிரீடததையடைவர்.

௯. அது அவர்களசனமார்ககததுககு ப்பரம
பிதா அவர்களுககு அபபோகொடுககுந தயவு
ளளபலனாயிருககும.

௰. அவர்களநனறுயச்செயித்ததுககு இநதக
கிரீடததையவர்களுககு அபபோதரிபபார்;
ஆம,அவர்களையலஙகரிபபார்.

௨௱௭௩. A und O, Anfang und Ende.

இயேசுவே,நீர்ஆதியநதம ; ஆ, எனசிவனைபரி யநதம உமமுடையகையிலே எனவிடீர், நறசிர்உணடாக, உமகசேர்நதசிஷடியாக ப் போகபபணணுங,கர்ததரோ.

௨. ஆ,நானஉமமணடைகருவாறேன, உமக கேநானஎனவிணததாறேன ; லோகஇசசையே,நீ போ! பாவிநீபுஙகளையேற, இயேசுவைசசெப ததாலததேட மனதுனகிலலியோ ?

௩. அவர்தயவாயசெடசிபபார், பாவததையெ லலாமமனனிபபார், வாருஙகள, நாளககளே ! பேயாலவநதஎநதககேடுந தெயவனைநதஞலே பேரும, அவர்நமமைமீடடாரோ.

௪. உஙகளமனுசசெனமமாக வநதஅவர்தான அனபாக உஙகவினயழைககிறார். உஙகளமேலி ருககுஞசாபம அவருககுப்பாதாபம, அதைநீ ககிபபோடுவார்.

௫. சிலுவையிலநமககாக மாணடவனாநாம நனறுக அணடிககொணடு,பாவமாரு சகலத தையுமபகைதது, அவர்ஜசகததிலநிவிததது கொ ணடால்,வாழவெலலாமஉணடாம.

௬. எஙகவினபபேயசுறறினும, பலபாடுகள வநதாலும, இயேசுவே,எலலாததையும நாஙகள முடிவுமடடாக உமமாலவெலலநீர்அனபாக எங களோடேஇரும.

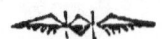

தெயவஇஸ்தோததிரப

பாடடுகள.

௨௱௭௪. Nun dancket alle Gott.

அதிசயஙகளி யெல்லா இடமுஞசெயயுங கர்ததாவைவாககினால இருதயததிலேயுந துதியுஙகள, அவர் நாளுஞசெனமிததநாளே முதல இமமடடுககும இரககஞசெயதாரோ.

௨. நாதயாபார் முடியஆதரிதது, நறசமாதானததால மகிழ்ச்சியையளிதது, தயையை நமமுட மேலவைததெநநேரமும ரெடசிதது, தினமையை யெல்லாமவிலககவும.

௩. உனனதமாகிய விணமணடலததிலுளள மாறுதஉணமையுந தயையுமஅனபுமுளள பிதாசுதனுககுந திவவியஆவிககும எநதேசகாலமுந துதியுணடாகவும.

௨௱௭௫. O dass ich tausend Zungen haette.

ஆ, எனனிலநூறுவாயுமநாவும இருநதால, கர்ததரொனககு அனபாகசசெயதநனமை யாவும அதுகளால பிரசஙகிதது, துதிகளோடெசொல்லுவேன. ஓயாத்தொனியாய் பபாடுவேன.

௨. எனசததமவானமளவாக பபோயஎடடவேணுமெனகிறேன; கர்ததாவைபபோறறவாஞசையாக எனமொததமபொஙகஆசிபபேன; ஒவவொருசுவாசநாடியுந துதியுமபாடடுமாகவும.

௩. ஆ:எனனிலச்சோமபலாயிராதே; எனஉள

ஊமே,நனறுமொழி ! கர்ததாவைநோககிஓயவிலலா
தே, கருததுடன இஸதோததிரி. இஸதோததி
ரி,என ஆவியே இஸதோததிரிஎனதேகமே!

௪. வனததிலுளளபசசையான எலலாவிதஇ
லைகளே, வெளியிலபூககும அநதமான மலர்
களெலலாமே, எனனோடேகூடநீஙகளும
அசைநதிசைநதுபோறறவும.

௫. கர்ததாவாலசசீவனபெறறிருககுங கணககி
லலாவகைககளே, பணிநதுபோறறஉஙகளுககும
எநநேரமும அடுககுதே. துதியாயஉஙகளசதத
மும ஒருமிததெழுமபிஏறவும.

௬. பிதாவே,தேகம ஆவியாவும உமமாலஅ
லலோஉணடாசசுது? சரீரஊவாமஉளளுநதாவும
நீர்எனவினைமோடசவாழவுககு தெரிநதுகொண
ட அனபுமே மாஉபகாரஙகர்ததரோ!

௭. ஆ,இயேசுசுவாமி,நீர்அனபாலே எலலா
பபிசாசுகளுட கைககெனவினசாவினநோவிஞ
லே விலககிநீஙகலாததின மோடசிபபுககாகஎன
றைககும என ஆவிஉமமைபபோறறவும.

௮. மெயயாகததேறறுநதெயவஆவி, ஆ,உ
மககுபபுகழ்சசியே! உமமாலேஇநதககெடடபா
வி மோடசிபபுககுஉளளாருனே; இஙகெனனிலநன
மையேதுணடோ, அதுமமுடையயயிலலோ?

௯. எனமேலேஆராலநனமைபாயுந, தயாப
ரா,உமமால அலலவோ? ஆர்எனவினைககாததுககொ
ளளுநதாயுந தகபபனும,நீர்அலலவோ? சொ
றகடஙகாசசகாயர்நீர் மனஷிததிரககருசெயகி
றீர்.

௰. எனமேலநீர்வைததஎனசுமைமைய மாஉபகா
ரமுமஎனபேன, அடிககுமபடசமுளளகையை
பணிநதுமுததருசெயகிறேன. எனநனமைககா
மே,உமககு நானபிளவினையெனறுஙகாடடுது.

௰௧. இநநேரமடடுமநீர்ரடசிததீர், பலவி தஇககடடிலே எபபோதுமஎனனையாதரிததீர், கணணார அதைககணடேன. மாமோசமவநதும, எனககு சசநதோஷசோதிதோனறிறது.

௰௨. இபபோதுமஉமமைபபததியாக தின மபோறறுதிருபபேனோ? இககடடிலகூடடபபூரி பபாக ச்செயஙகொணடாடலாகாதோ? எலலாம விழுநதும,விழடடேன; நானதுககததுககிடங கொடேன.

௰௩. தீட்பானமாயகைகயெனனைவிடடு விலகவேணுமெனகிறேன; கர்ததாவே,உமமைநான துதிதது, எனசெலவமெனறுபோறறுவேன. அடியானநெஞசுஉமககு ஒபபுககொடுததிருக குது.

௰௪. எனநாவுபேசுமநாளமடடாக, எனநெ ஞ்சசையுமடடுககும நானஉமதனபைபபூரிபபாக இஸதோததிரிபபேனநிததமும. எனவாயஓயந தாலுமஓயநதிரேன, எனஉளளததாலேபோற றுவேன.

௰௫. நானமணணிலப்பாடுமஎழையான துதி யையேர்ததுககொளளுமேன; நானவிணணில தமதெயவதூதருன பிறபாடுநனறுயபபோறறு வேன; அபபோநானவானோர்குமபுடன புதி யபாடடாயபபாடுவேன.

௨௱௭௬. Lobe, lobe, meine Seele.

ஆவியே,கர்ததாவைபபாடு, உனனுடையதயா பார் எததனைபெரியவர், ஆ, நீயவனைக கொணடாடு :!: அவர்செயலப்பெரிதாமே, அவ ர்நிததநிததமுஞ செயயுஙகிரியைகளும மா :/: :!:

மாதயைசகுசசாடசியாமே சுவாமியிநதப்பாககி
யம :!: எனககுணடாயிருபபதறகு நாளெமமா
ததிரம? :!:

௨. உமமாலஉலகததில்வநதேன, உமமாலசூ
சசரிரமாய உருவானசிஷடியாய த்தாயினசர்ப
பததுவபபிறநதேன :/: நான இபபூமியி லிருநது
தஙகுமநாவினயபபோதே உமதாகமததிலே நீர்:/:
:!: நீர்வாைநது கொணடதுணடு. சுவாமியிநதப
பாககியம மிட.

௩. உமமுடையபிளளியாக எனவிஞான
ஸதானததில எர்ததுககொணடு, கிறிஸதுவில
மாபெரியதயவாக :!: தேவரீர்அரவவினததீர்
இநதமடடுமபூரண ஆசீர்வாதமுமவர என:!::/:
எனமேலநீர்இரககமவைததீர், சுவாமியிநதபபாக
கியம மிட.

௪. உமமுடவழியினவாறு ஊணமையாமநீர்
எஙகவிள த்தணடிததும,அததணடவினை தேவய
டசததினமிலாறு :!: நீர்அடியேவினநடததும
பாதைகோணலாயககணடும, நல்வழியைசகாண
பிககும, ஆ:!: ./: ஆ,நானஅறிவேசெலவிடடுளு!
சுவாமியிநதபபாககியம மிட.

௫. இனனதெஙசளுககாசாது எனறுஅதை
சசுவாமியார் வாஙகிபபோடடால அடியார் துய
ரபபடவாகாது :!: வெகுநாளாயஅடியேறும
வரபபார்ததகாரியந தாமதபபடடும,நலம, நான
:!: :/: நானபொறுததிருககவேணுளு. சுவாமி,
யிநதபபாககியம மிட

௬. சததுருககளாலஉணடாகும பொருமுணடு
உளளிலே ஆறுலமுமவருமே; ஆறுலயாவுமநீய
கலாகும :!: அததாலககர்ததரைசசொணடாடும
பூரியபானசததோய, ஆதரிததாரொனறெனவாய

மா :!::!: மாசநதோஷததாலேபாடுஞ. சுவா
மியிநதபபாககியம. மிட

௭. கர்ததரே,எனமேலநீர்வைககுந தயவை
எனமனதுல நானசிநதிததுககொளளையில அது
ககுநானஎனறெனறைககும :!: பாததிரன அல
லாமேதானுமே எனகிறேன,நீர்கர்ததரே, ஊசிற
ஊவுகளே மா :!·:!: மாபெரியலககமாமே.
சுவாமியிநதபபாககியம. மிட

௮. அபபுறம்மகாஅனபாக எனவிணயுமஎன
வீடடையும பார்ததுநிததநிததமும நீர்ஆசீர்வ
திபபீராக :/: ஆ, எனநெஞசிலேஅனறனறும
உமமுடையதயவை மெயயபபடுததுஞசாடசியை
நீர் :!::!: நீர்அனபாயவிளஙகபபணணுஞ.
சுவாமியிநதபபாககியம :/: எனககுஉணடாயி
ருபபதறகு நானஎமமாததிரம? :!:

௨௱௭௭. Halleluja, Lob, Preis und Ehr.

எலலாஞசிஷடிததநமது தயாபரபிதாவுககு
அனநதகாலமாக அல்லேலூயா,மகததுவம,
பெலனதுதிஇஸதோததிரம உணடாயிருபபதாக.
பார்பபார்,காபபார், வலலமையுஙகிருபையும
அனபுமஎஙகும அவர்செயகையாலவிளஙகும.

௨. இநநீசருககுமீடபரும பததாவுமாஞசு
தனுககும மெடசிபபினஅனபுககாக அலலேலூ
யா,புகழ்ச்சியும, அனநதாசரிககமும உணடா
யிருபபதாக. பாவஞ,சாபம. எநததீஙகுமஅ
ததாலநீஙகும,எனறெனறைககும பாககியமஎல
லாஙகிடைககும.

௩. மனநதிருபபி,எஙகளை பததாவாமஇயே
சுவினணை யழைததது,நேறறியாக சிஙகாரிக

ஞுநதெயவாவிககும அல்லேலூயா,புகழசசியும
வணககமும உணடாக. வாராபார வாழவிஞலுஞ
செலவததாலுநதேறறிவாருர், அதினமுனருசி
யைததாருர்.

௪. எலலாசசிஷடிகளாலேயும பிதாகுமா
ரனஆவிககும அனநதகலமாக அல்லேலூயா,
மகததுவம, பெலனதுதிஇஸதோததிரம உண
டாயிருபபதாக. ஆமனஆமன, அவர்அநதம,
அருமநதம,பரிசுதத்ம, பரிசுததம,பரிசுததம.

௨௱௭௮. Lobe den Herren, den machtigen.

எனனுடஆதததுமமே,விழிஉட்கருததாக மகி
மையுளளகர்ததாவைபபுகழுவாயாக. கீதங
களே, எனசுரம்மணடலமே, போறறவிழிடபீர்
களாக :!:

௨. கர்ததரைபபோறறு, விசேஷமாயஉன
னைசசிஷடிததார், மெதத அதிசயமீடபினலே
னனைமெடசிததார். உனனைததாமே தமமுட்
கைகளிலே எநதிஅணுககிறகிததார் :!:

௩. கர்ததரைபபோறறு, எலலாததையுஞசீருந
கமைததார், உனனைககாபபாறறி,சுகததைத்தந
தவனைததார், மோசமவநதால, தமமுடசெட
டைகளால உனனையபபோதும்மறைததார் :!:

௪. கர்ததரைபபோறறு,அனபாயஉனனையா
சீர்வதிததார், நேசவாய்ககாலகளைபபாசிஉன
மேல்வாவிடடார். கர்ததரினகை வலலதுஎன
றுநினனை, தயவாயஉனனைசசநதிததார் :!:

௫. கர்ததரைபபோறறு,எனஉளளமே,சாக்
கிறதையாக ச்சகலசிஷடியுமஅவரைபபோறறு
வதாக. ஆததுமமே, உனஉபகாரியையே போ
றறமறநதிராயாக :!: 2 ப

௨௱௭௯. Mein Hertz sey Gottes Lobethal.

என்னெஞ்சிலத்தோததிரஙகளுங சர்ததாவைப
பாடுஞசததமுந தினநதொனிபபதாக, உயி
ரிருககுமடடுமநீ உனனாணடவருககுததுதி தா
நிஷிணபபாயாக.

௨. எனெனனறுகேளாதே,இதோ உனவிணத
தயாபரரலலோ சிக்ஷிததார்,அவர்தாமே விழு
நதஉனமேலததயவு வைததுனவிணமீடடாரோ அது
பெரியநேசமாமே.

௩. இததன்மையுனவினைககடாடசிததார், மன
னிததுஆறறிததேறறினார், எததீவினைகளுககும
விலககினார்,இவவுனனத தயையைபபோறறவே
மகா கடனஉனமேலிருககும.

௪. எனகர்ததரே,இதுககுநீர் எனனெஞசை
யேவககடவீர், அதுமமுடவீடாக இருநது அ
திலநிததமுந துதியுநதோததிரஙகளும உமககு
ணடாவதாக.

௫. எனமீடபராலுணடாகிற நலலுபகாரஙக
ளுட கணககுமாதிரடசி; எனதேகமஆவிககும
வரும வரமவினைததுககாகவுங கர்ததாவுககுபபு
கழசசி.

௬. நானஇநதமணணிலததஙகியும, மணணு
சையிசசையாவுககும நானதூரமாவேனுசை; என
ஆவிவானவசமாய ப்போய, நிததமஉமமைவாரு
சையாய இஸதோததரிபபதாக.

௨௱௮௰. Lasset uns den Herren preisen und.

கர்ததனைமகிழ்ச்சியோடே தோததிரிபபோம
:!: வாருஙகள்; அவர்பிளளைகளாமேறோ,

இனிதாக :!: ப்பாடுஙகள. அவர்தயவெனறென
றைககும நமமுடையமேலநிலைககுங, குறறத
தையினிஅவர் நினைவுகூராதவர். கர்ததர்நல
லோர் :!: எனறுபாடி, அவர்நாமததைககொ
ணடாடி, அவரைவணககமாக நித்தமபோற
றி :!: க்கொளவோமாக.

௨. நமமைலோகததோறறததுககு முனன
றிநதுமுனனறிநதிருககிருர், கிறிஸதுககுளளே
மோடசததுககு அவர்நமமை:!: நேமிததார்.
கர்ததருககுஇவராலே நாஙகுமாரரானதாலே
விணமணசிஷடியுமெலலாம நமககனுகூல
மாம. நமமைககர்ததர் :!: ஆதரிககும படசம
எனறெனறைககுமநிறகும, அவர்ககெனறுமப
ததியாக க்கீழபபடிநதோர் :!: ஆவோமாக.

௩. விணணிலத்தூதர்:பரிசுதத பரிசுதத:!:வஸ
துவே எனறிஸதோததிரஞசெலுதத வேசமான
:!: படியே நாமுமஇஙகேபததியுளள மனதா
லேமாஅனபுளள சுவாமியையெநநேரமும போ
றறவுமபுகழவும. நமமைமீடட :!: கர்ததரான
இயேசுவினபெரியதான தயவையெலலார்முன
பாக விவரிதது:!: ச்சொலவோமாக.

௪. மாஅனபுளளமீடபரோடே அறிமுகம
:!: ஆகுஙகள, அவரைமாபததியோடே உங
களஇயேசு:!: எனனுஙகள. உஙகளநேசர்அவர்
தாமே; அவர்உஙகளசிவனுமே; அவர்உஙகள
கர்ததரும, உஙகளமணவாளனும. அவராலே
:!: எனறெனறைககும வாழவுநமககுககிடைக
கும, எனறுமஅவர்அனபுககாக அலலேலூயா
:!: எனபோமாக.

௫. கிருபாசனததினகிடட த்திடனாக :!: ச்சேரு
ஙகள; இயேசுஉஙகளவினாடசிதத கிருபையை

:!: நமபுஙகள! நமமைததமமணடைக்கழைத தார், சகலெருஙதேடிவைததார்; விசுவாசிகளு ககு வேணடியதுணடாகுது. மனதார:!: அவர் தாறுர், நமமோடைசகமாசவாறுர், அவர்நே சமநமமைசசூழுங, கேடுசெயய :!: ஆராலக்கூ டும?

௬. அனபினபரிபூரணததை யாவருககுங :!: கூறினுர், ஏழைகளினஆததுமததை யததலொ பப :!: ப்பார்கினுர். யாவருமவெடகாரோராக வநதுவாஙகுவார்களாக, பசிததாகமுளளவர் அத தாலத்திரிததியடைவர். அவர்நமமை:!:ட் பூரிபபிக குங கிருபையெநநாளுமநிறகும, உளறுமஅ வரிலிருநது நனமையாவும :!: பாயவதுணடு.

௭ சுவாமி, மஙகளமாக நாஙகளபாடும:!: பாடடைநீர் அனபாயஏர்ததுககொளவீராக. எஙகளுககு:!:த்தேவரீர் செயதகிருபையையாவும பாடடப்புதுநெஞசுமநாவும எஙகளுககுணடாசப போம, அபபோநனறுயபபாடுவோம. உமக கெனறும :!: வலலமையும ராசசியமுமமகிமை யும உணடு,உமமைபபததியாக எனறுமபோ றறி :!: ககொளவோமாக.

௩௱௮௧. Nun lob, mein Seel, den Herren.

கர்ததாவைபபோறறிபபாடு, எனஆவியே, எனஉளளமே, தெயவானவைநீகொணடாடு, அதைமறககலாகாதே. உனபாவததைமனனித தார், உனகேடடைநீககினுர், உனபிராணவின ொடசிததார், குணமஅளிககிறுர். மகாஇரகக மான சகாயர்ஆணடவர், ஒடுக்குணடோருக கான துவிநதயாபர்.

௨. தாமஆளுமநியாயததாலே மூநநாளமுதல
வெளிபபடடார், உருககசத்தயவாலே நிறையபப
டடிருககிறார்; சினததைதெயனமெறனறைசசும
ளைவககார்,மகாரயை தாமூநதோருககுககிடைக
கும, அருவிணணைததவரா யயர்நததாயிருககுங
கிழககுமேற்குககு இருககுநதூரததுககுங
கேடறறுபபோசசுது.

௩. தமமைநதருககசனபுளள பிதாஇரஙகும
போல,அவர் தமககுபபயமுளள சனமார்ககரு
ககிரஙகிறார். நாம இனனஉருவெனறு நனறுக
அறிவார்; நாநதூளுமமணணுமஎனறு நினை
ததிருககிறார்; நாமபுலவிடபபோலவளர்நது, பூப
போலேபூககிறோங, காறறதினமேலககடநது
போனால்,உலர்நதுபோம.

௪. ஆனாலும,தாமதிருணிதத உடனபடிககைக
ககேர்ததநாய நடநது,காயககறபிதத படியே
தெயவபயமாய ச்செயதோர்மேலெனறெனறை
ககுங கர்ததாவினகிருபை வாயககாததுயநிலை
ககும, அவர்களநனமையை விசாரிககசசமர்த
தர் பாததிலஆளுவர், எலலாததினமேலுஙகர்த
தர் உயர்நதஅரசர்

௫. உறசாகவேகமாக ப்பணசெயயுநதெயவ
தூதரே! கர்ததாவைநேறறியாக த்துதிபபதுங
களவேவலலயே! விணமணணிலஎஙகுமுளள மா
சேனையாகிய எசசிஷடியுமஅனபுளள கர்த
தாவைசசகல விதவசையுமாக த்துதிபபதாகவே.
கர்ததாவைபபததியாக த்துதி,எனஆவியே!

௨௱௮௨. Wunderbarer Kónig.

சருவததையாளுஞ சுவாமி, நாஙகளசொலலுந
தோததிரததைதயேர்ததுககொளளும. மறள

விழுநத எஙகளொடடசிததீர், கேடடைநீககி ஆதரிததீர். எஙகளவாய இனிதாய த்தேவரீரையபாடுந சததுவததைததாரும.

௨. வானமே, நீமெதத ப்பெலனொடப அனறனறு கர்ததரைபபிரஸதாபபபணணு! சூரியநிலாவே, அவர்மேனமைககாக ஒளிவிடுவீர்களாக! பாமபூதல ச்சிஷடி, நீபெரிய கர்ததனைபபணிய.

௩. எனதாததுமாவே, கர்ததனை சகொணடாடு, விசுவாசமாகபபாடு! சீவனுளளயாவுமமாவணககமாக அவனைததுதிபபதாக. நமது சுவாமிககு இபபோதுமஇனியுந தோததிரநதுதியும.

௪. நேசகர்ததரான இயேசுவைபபணிநது, தெயவதயவையறிநது, விசுவாசியானேன நிததநிததமாக அலலேலூயாஎனபாளுக. அபபடிச்செயதீ அஙகேயுஙகளிபபாய ககர்ததனைததுதிபபாய.

௨௱௮௩. Jch singe dir mit Hertz und Mund.

நானதேவரீரை, கர்ததரே, துதிபபேன, அடியேன எலலாரினமுனனுமஉமமையே அறிககைபணணுவேன :!:

௨. ஆ, எநதபபாககியஙகளும உமமாலதான வருதே; உணடானஎநதநனமைகளும ஊறறுனவர்நீரே ! :!:

௩. உணடானநனமையாவையும நீர்தாறீர், கர்ததரே ; உமமாலொழியஎதுவும உணடாககூடாதே ! :!:

௪. நீர்வானததைஉணடாககின கர்ததா, புவிககுநீர் கனிகளைககொடுககிற பலவிளையுநதநதீர்:!:

௫. குளிருககுமறைவையுந தாறீர்,எஙகளுககு
ப்பொசிககிற துககபபமும உமமால உணடா
குது :!:

௬. ஆசாலப்பெலனுமபுஷடியும ஆசாவே
தானஇபபோ நறசாவுஞசமாதானமும வரும;
உமமாலஅலலவோ ? :!:

௭. ஆ,இதெல்லாந,தயாபரா, நீர்செயயுஞ
செயலையே ; நீர்எஙகளினததறசாககிற அன
புளளகர்ததரோ :!:

௮. உமமாலேவெருஷாநதிரம ஆவலோபி
ழைககிறோம ? உமமாலேநாஙகளவிககினம வந
தாலுநதபபிறோம :!:

௯. பாவிகள-னஙகளின ச்சுறுககாயத்தணடி
யீர்; உமமுடவரினபாவததை யனபாயமனனிக
கிறீர் :!:

௰. இககட்டிலநாஙகளகூபபிடடால, நீர்
கேட்டிரஙகுவீர் ; நீர்எஙகளினமாதயவால மொட
சிததுததாஙகிறீர்:!:

௰௧. அடியார்அழுகைசசெலவாரு செவி
கொடுதது,நீர் எஙகளகணணீர்களினயெல்லாம
எணணியிருககிறீர் :!:

௰௨. அனநதவாழவையுமஇனி கொடுககப
போறீரோ. அடியாருககுஅககதி அபபோது
ணடாகுமே :!:

௰௩. ஆ,களிகூர்நதுபூரிதது மகிழ,எனமன
தே! பராபரனதானஉனது அனநதபஙகாமே:!:

௰௪. அவர்உனபஙகு,உனபலன, உனகேடக
ம,நனறுய த்திடபபடுததுமஉனதிடன, நீகைவி
டபபடாய :!:

௰௫. உனநெஞசாவுமபசலுந துககிபபதே
னன?நீ உனசவவல்லியவினததையுங கர்ததாவுக
கொபபுவி:!:

௰௬. உனசிறுவய துமுதல ப்பிராமரிததாரே,
கர்ததாவாலவெகுமோசஙகள விலககபபட்டு
தே :!:

௰௭. கர்ததாவினஆஞைகயெலலாந தபபற
றதலலவோ? ஆம,அவர்செயகிறதெல்லாம நன
றாயமுடியாதோ? :/:

௰௮. ஆகையினாலக்கர்ததாவுக்கு நீபிளளைபப
ததியாய எபபோதுஙகீழபபடிநதரு, அபபோ
தேநீவாழவாய :!:

௨௱௮௪. Gott lebet noch, Seele was.

தயாபரர்இனனமஆளுமஅரசர்; நெஞசேது
ககமவேணடாங,கர்ததர் சகலசகாயமுஞ
செயதிறதுககுசசமர்ததர். நாமநினைககிறதை
யும பார்க்கநனறாயஅவர்தாமே தீஙகைநீககிற
வராமே. எனறுமஆளுஙகர்ததரை நெஞசே,
நீநனறாயநினை !

௨. தயாபரர்இனனமஆளுமஅரசர்; காணுங
கணகளைசசிஷடிதத அவர்காணபதிலலையோ?
நமககுசசெவியளிதத அவர்இபபோகேளாரோ?
நனறாயநமமைககவனிபபார்; தீஙகைநீககிஆதரி
பபார். எனறுமஆளுஙகர்ததரை. மிடை

௩. தயாபரர்இனனமஆளுமஅரசர்; சருவவி
யாபியான கர்ததர்இஙகேஇலலையோ? இஙகே
கஸதிககுளளதான பேருககவர்தூரமோ? தம
மைபபறறினோரைபபார்பபார்; ஆம,அவர்கவனி
ததறகாபபார். எனறுமஆளுஙகர்ததரை. மிடை

௪. தயாபரர்இனனமஆளுமஅரசர்; உனனி
ககட்டிலபபததியாக அவரணடையோடிவா;
வெலஙனளையனபாக த்தேறிககொணடிருககிற

அவர்கிருபைததபபாது; அவர்உணமையுமமா
ளாது. எனறுமஆளுஙகர்ததரை மிடி.
௫. தயாபார்இனனமஆளுமஅரசர்; பாவ
ஙகளினதிகிலாலே வாதிககபபடடாயானால, அ
வரைசசெபததிலுலே தேடிககொள! அபபோ
தனபாவ உனககுஎலலாமனனிபபார்; ஆறுத
லையுமஅளிபபார். எனறுமஆளுஙகர்ததரை மிடி.
௬. தயாபார்இனனமஆளுமஅரசர்; உன
வியாகுலஙகளைவிடடு பயமானாலஉனஇககடடி
லே கர்ததர்உனவியாபாரமரிததது, நீஇககறிரு
ககசசே, உனசகாயராயிருபபார், தேறறரவை
யுஙகொடுபபார். எனறுமஆளுஙகர்ததரை மிடி.
௭. தயாபார்இனனமஆளுமஅரசர்; வானம
பூமியுமஒழிநதுஞ, சாததானஉர்ககஙகாணபித
தும, நரகநதீயாயஎரிநதும, நீயதுககஞசாவு
கருந திகையாதே! கர்ததர்தாமே உனனுடைபக
லோனுமே. எனறுமஆளுஙகர்ததரை மிடி.
௮. தயாபார்இனனமஆளுமஅரசர்; நாமந
டககிறவழியில முளளுககளளுசசுதே; ஆனால
ஒவவொருஅடியில் ஆணடவர்நமமுடனே செவ
குதயவாயிருபபார், மோடசவாழவையுஙகொடு
பபார்; ஆகையாலேகர்ததரை, நெஞசே,பததி
யாயநிவின.

௨௱௮௫. Nun dancket all und bringet Ehr.

தோதாககளவிண்ணிலபபாடிய தயாபரருக
கே துதிசெலுதது,சகல நாரினகூடட
மே :!:
௨. மாசெயலகளைசசெயகிற பராபரவின
பபோல ஆர்எனறவனையுததம ககருததாயப
போறறுஙகள :!:

௩. இநநாளவரைககுமநமககு ச்சுகமஅருளி
னார்; நீஙகா இககடடைததமது காததாலநீககி
னார். :!:

௪. நாஞசெயதிருககுமபாவததை ப்பாராதிரு
ககிறார், தெயவீகஆககினைகளை யனபாயஅக
றறினார் :!:

௫. இனியுமநாம் மகிழ்ச்சியாய இருககச,சகல
பொலலாபபையவர்தயவாய விலககியருள :!:

௬. புவியிலசமாதானததை யவர்தநதென
றைககும அ[illegible]பாயநாஞசெயயுமவேலையை யா
சீர்வதிககவும :!:

௭. நமமோடேயவர்தயவாய இருநது, துக
சமும வியாகுலமுநதூரமாய விலககபபணண
வும :!:

௮. நாஞசாகுமடடுககுஙகர்ததா நாநதஙகுங
கோடடையும நாஞசாகுமபோதுநமமுடை கதியு
மாகவும:/:

௯. பிரிநதுபோற ஆவியை மோட்சானநத
த்திலே அவர்சேர்த்துத்தமமணடை மகிழ்ச்
சியாககவே :!:

௨௱௮௯. Herr Gott, dich loben wir.

பணிநதுஉமமையே
துதிபபோங கர்ததரே !
திரியேகசுவாமி,யுமககு
விண்மண்புகழசெலுததுது.
எலலாபரததுசசேவனையும
வெளிசசகேருபீனகளும
சாஷடாஙகமாககுமபிடடு,
இடுமுழககமாவது:

மாசற்றசுத்தரே,
மாசற்றசுத்தரே,
மாசற்றசுத்தரே, அனாதிவஸ்துவே!

நீர்யாவையும்வியாபித்து,
சுமந்துஆண்டோர்என்குது;
தூதர்களோடப்போஸ்தலர்,
தெய்வீகதிஷ்டிபுருஷர்,
செயித்தசாட்சிகள்எல்லார்,
கர்த்தாவே,உம்மைப்போற்றுவார்,
செகத்திலுள்ளஉம்முட
சபைபணிந்து,உன்னத
பிதாவே, உம்மைநித்தமும்
உம்மோடொன்றுஞ்சுதனையும்
தெய்வாவியையுங்கும்பிட்டு
வணங்கித்தோத்திரிக்குது!

ராசாதிராசா இயேசுவே,
அனாதிதெய்வமைந்தனே!
நரரைமீட்க,தாழ்மையாய்
ப்பிறந்து,சாவைப்பெலனையப்
பரிகரித்து,மோட்சத்தின்
பதவியைத்திறந்தனே,
பிதாவின்பாரிசத்தில்நீர்
போயுளுக்காந்திருக்கிறீர்.
உயிருள்ளோர்செத்தோர்களை
நீர்நியாயந்தீர்க்கிறதுரை!

நீர்ரெத்தஞ்சிந்தித்தேடின
சபையைரெட்சியுங்,கர்த்தா!
எல்லாவானோர்களோடேயும்

அடியார்பேணாயெழுசும.
ஆ, கிறிஸ்துவே, நீர்சமது
சனததைக்மெயததுககடாடசிதது,
ஆசிர்வதிதது, எனறைககும
பாம்பினுககால்சசோடியும!

நினமளபபோதுமஉமககே
இஸ்தோததிர, திரியேசரோ!
பேயபணணுமமோசமயாவையும
விலககி, எஙகளோடிரும.
நீர்எஙகளஆபததிலமகா
அனபாயிருந, தயாபரா!
அடியார்நமபிவாஞசிககும
படி இரககஙகாணபியும.
சர்ததாவே, உமமைநமபிறோங;
கெடாதிருககக்சடவோம! ஆமென.

௨௱அ௭. Kommt! ihr lieben Gottes Kinder.

சஙகீதம. ௬௨,

செபயுமபாவமுஙகெடுதத நமமைமீடட
சுவாமிககே நாமஇஸ்தோததிரஞ
செலுதத வாருஙகளபிரியரே! லோகமே, உன
வாழவைநீ போறறிககொணடு, உனவாததை,
யுனசெருசசையுனபணததை, யுமபினுசசையுந
துத்! சர்ததாவுடநேசததாலமனதைததேறறி,
சர்ததாவைததுதிபபநதலாததினுமநேறறி.
௨. அவர்அனபைககாலததாலே சாமாறவர்
உணமையை பபததிபளளமனதாலே அறிவிப
பதினிமை. லோகமே, நீஉனககு ககேடாயவமமை

பபாடிகொடடு, மெததவேறெநியாயநதொ டடு எஙகளஆவிபாடுது. சர்தர வீடசெல களஎஙகளதியானம, அதேஎஙகளுககுமகாபிர தானம.

௩. சுவாமி,எததனைவிஸதாரம உமமுடைய கிரியை, யெததனைபெரியஆழந தேவரீரின யோசனை! முருடடாடடவோசததார இதில ஒனறையுஙகாணூர்கள; கணடுகணணைமூடினூர் கள, அவர்களஉணர்விலலார். நிஷடூர்நகை ததுச்சசசநதமபணணடுந; தேவர்ப்புதயோசி பபுநமமைததிடததும.

௪. சிலநாளததுனமார்சசர்வாழநது, பூவைம போலசெழிககிறவர், சீககிரம அவர்களதாழநது, தூளிலேதூளாகிறவர். மாயயையானகாறறுககு ஆசையாயவருததபபடடு காலமபோககினூர்வா ழவுறறு சகெடடுபபோமநாளச்சேருது. பரா பரன முகிலிலலாமல இருபபார்; நலலோருககுநி ததியவாழவைக்கொடுபபார்.

௫. சுவாமி,கேடடுககுளளாவார்கள உமககு எதிர்ததவர், சகலதுனமார்ககததார்கள சிதறு ணடுபோமபதர். ஆனநாஙகளபறறின கொம புதானபெலததிருககும, எஙகளவயலிலசெழிக குந துஷடர்திமபுவிருதா. மெயசமபததனை பெயகளஎதிர்தநதிருநதாலும, மெயநிறபதைககா ணகிறேனுசகலநாளும.

௬. நீதிமானமெனமேலபபெலதது, கேதுரு போலவளருவான, கர்ததர்வீடடிலநாடடபப டடு பயிராகிறூர்களதமபிரான முறறததுபபற ஙகளில ப்பூததது,நறகனிதாருர்கள, தஙகளபுஷ டியுமவிடார்கள முதிதபோறவயதில. நலலு ணமையாயசசேவிததிருநத அவரவர் பரததிலஅ னநதசிஙகாரமஅடைவர்.

௭. கர்த்தர்என்றுமநியாயமாக ஆண்டிருக்
கும அரசர் என்றவர்களபூரிப்பாக நித்தம அறி
விப்பவர். அவர்சுத்தத்தயவு; தீது அவரிலிராது,
தீது அவர்களுப்பொறாது, நீதிஅவர்க்கேர்ந்தது.
இவவாண்டவருக்குமனகாநிபதிக்கும புகழ்ச்சி
யாய்நமமுடடகீதநதொனிக்கும.

௮. அபபா,உமதனபுககாக தேவரீருககுத்துதி,
அறறைககறறைநவமாக அதைசசொலலியும இனி!
மீடபரே,அடியாரில யாவுமஉமதாவதாக! ஆவி
யே,நீர்வெளளமாக ப்பாயுமஎஙகளஉளளததில!
திரியேகரே,உமமுடடபடசததைபபாட, உமமால
எஙகளஆத ஆமமஎனறைககுமவாழ.

௨௱௮௯. Sey Lob und Ehr dem hoechsten Gut.

மகா அதிசயஙகளை செயதெனனைபபூரிபபி
தது, உபததிரததினபாரத்தை யிரககமா
ய்க்கழிதது, ரடசிககிறதயாபரர் இஸதோத
திரிககபபடடவர். கர்த்தாவுககுப்புகழ்ச்சி.

௨. கர்த்தாதிகர்ததா,தேவரீர் எலலாததையும
நனறுக ச்சிஷடிததுத்திடடமபணணினீர் என
றுமமைபபணிவாக விணமணகடலஆகாசதது
சேனுமுககஙகளபோறறுது. கர்த்தாவுககு மிட.

௩. சிஷடித்ததைப்பாராபான காபபாறறி,நி
ததநதாமே அனபுளளபராமரிபபுடன கடததச
சிததமாமே. அவருடடவிசாரிபபு குறையிலலாத
தானது. கர்த்தாவுககு மிட.

௪. ஆ,கேளுமஎனறெனதுனபததில ககர்ததா
வைககெஞசிவநதேன, அபபோநானஎர்ததவே
ளையில மகாரடசிபபைககணடேன. இதற
கெனநாவே,கீதஞசொல! எனனோடெலலாரும
பாடுஙகள! கர்த்தாவுககு மிட.

௫. கர்த்தர்எந்நாளுந்தமது சனத்தைக்கைவி
ட்டாரோ; கண்ணோக்கி,த்தெறிக்கட்டாசித்து, சகா
ப்பாராயவாருரோ; இருளிலிட்டொட்டார், தாய
போலக்காத்தழைக்கிறார். கர்த்தாவுக்கு மிட.

௬. பூலோகத்தாரின ஆறுதல் துணையும அ
ன்புங்கூட அவியும்போது, ஏழைகள திரும்ப
க்களிகூர, மிகுந்ததெயவதயவு சமபூரணங்கொ
டுக்குது. கர்த்தாவுக்கு மிட.

௭. நானதேவரீரையெனறைக்கும மகிழச்சி
யாயத்துதிப்பேன; நானஉமமைநித்தநித்தமும
புகழநதுதோத்திரிப்பேன; என ஆத்துமமும
தேகமும, கர்த்தாவே, உமமைப்போறறவும!
கர்த்தாவுக்கு மிட.

௮. மெயமார்க்கத்தாரோ, கர்த்தரை த்துதித
துக்கொண்டிருங்கள, அவருடையநாமத்தை
மெயநேசமுநதொழுங்கள! பொயததேவர்செ
விடூமையர், கர்த்தா கர்த்தாவே ஆணடவர். கர்
த்தாவுக்கு மிட.

௯. நாநதெயவசனநிதியிலே மகாமகிழச்சியாக
வந்துனனதகர்த்தாவையே வணக்கஞ்செயவோ
மாக. பராபரனைப்போலேஆர்? எலலாத்தை
யுமநனருக்கிறார். கர்த்தாவுக்கு மிட.

மெஞ்ஞானத்தினபேரிலே

பாடுகிறபாட்டுகள.

௨௱௮௯. Herr! aller Weisheit Quell.

கர்த்தாவே, ஞானதாறோர்நீர் எனபயித்தியத
தையறிவீர், நீரோ துணைசெயயாவிட்டால,
நானஎனறைக்குமவீணவேலையாள.

௨. என் சென்மத்தால் என் புத்திக்கு இருளப்பட்டிருக்குது; என் நெஞ்சுக்குத் துர்ச்சுவாபமும் உண்டே, கலக்கநினைவும்.

௩. தெய்வீகக்காரியத்திலே என் சுயபுத்தி போதாதே; அடியேனுக்கு நல்வழி என்னுள்தமதரிவதெப்படி ?

௪. எல்லாவெள்ளவுகீசஞானமும் விவேகமுமுண்டாகியும், நானுடனெதாளிவனறியே இருந்தால், நானினஞ்டனே.

௫. யாதொருத்தன் மாகல்வியைக் கற்றாலும்; தெய்வபயத்தை யடையானேயாகில், அவன் கல்லாரினுமதிற்பாக்கியன்.

௬. தன்னிச்சையான அறிவு நாளைமோசம் போக்குது, அடக்கத்தையுள்ளபுத்திமான் எத்திக்கினும் இடறுவான்.

௭. அநேகர் தங்கள் புத்தியைச் சார்ந்ததினாலே தங்களைப் பிசாசுடையகையிலே ஒப்புக்கொடுக்கிறதுண்டே.

௮. ஆ, என்பிதாவே, என்னிலே இருக்கும் பயித்தியத்தையே அகற்றி, புதுநெஞ்சையுங் குணத்தையுந்தந்தருளும் !

௯. நீர் உமதாசனத்தண்டை யிருக்குந்தெய்வஞானத்தை யென் ஆத்துமத்துக்கருளும், இவ்வேளை டுதவஙிச்சேட்டிரும்.

௰. அதினுடைய ஒளிவு இருண்டபுத்திக்கானது. அதனாலே நல்புத்தியுஞ் சீரானமார்க்கமும் வரும்.

௰௧. அதுமயிலேப்பிறந்தது, அதினுடைய மேன்மைக்கு ஒப்பில்லை, புண்ணியமெல்லாம் அதினவாயசளாலுண்டாம்.

௰௨. அது துக்கித்தவர்களை நன்றுகத்தேற

ழி,மனதை யதினவிசாரஙகளுககு ஈனருககீங கலாககுது.

௰௩. பிழைககவுஞ்சுகிககவும அதேவழியை ககாணபிககும. அதினசொறகேடடமனிதன செததுமபிழைததிருபபவன.

௰௪. ஆ,எனககுமநீர்தயவை ச்செயதுமமு டையஞானததை யென ஏழைஆததுமததிலே இறஙகபபணணுங,சர்ததரோ.

௰௫. அதத..லேஎனவினமுழுதும புதியோனு ககியருளும; அததாலஎனவெவவெககுசகு நே ராயவாககடவது.

௰௬. நானஉமமுடையசித்தததை யெபபோ துமநோககிககொணடதை யறிய,நலஉணர்வை யே அததாலஅளியுங,சர்ததரோ!

௰௭. அததாலேதிரமையையும நானசததிய ததையெனறைககுங கோணுதபடிககாககிற குணததையுமநீர்அருள.

௰௮. நானஉமமுடையவார்ததைதயை ச்சிநே கிதது,சனமார்ககரை ச்சேர்நதுமமுடனஎனநேச முளு செபததாலச்சஞசரிககவும.

௰௯. நானநலலபுததியுளளோனுய இருநதே பபோதுநதயவாய அடுததவனைபபார்கக,நீர் வரம அளிக்ககடவீர்.

௨௰. விசேஷமாகஉமமுட சிநேகததிலநான வளர, இநதமெஞஞானந,தேவரீர் நினமூட வினசசிநேகியீர்.

ஞானபப்ததாவாகியகிறிஸது

வோடே ஐககமாகிறதினபேரிலே

பாடுகிறபாடடுகள.

௨௱கூ௯. Wie schoen leucht't uns der Morgen-Stern.

மகா அருளினசோதியை ப்பாராடடுமவெளளிததவன பிரகாசமாயவிளஙகுந! தாவீதினமைநதன இயேசுவே, நீர்நீர்எனமணவாளனே! எனபொககிஷமெனபஙகும! மூறறுஞசுறறுநதயவாலுமஉணமையாலுமநீர்நிறைநதோர், மேனமைநாமமும அடைநதோர்.

௨. எனமுததே,எனகிரீடமே! உமமோடேதெயவபிளளையே, நான ஐககமாகவேணும; உயர்நதஇராசா,உமது நறசுவிசேஷமெனககு அமுர்தமபாலுநதேனும. ஐயா,நய தெயவரூபே, வாடாபபூவே,நீரேயாவுஞ, சீவஊறறுமமெயமனனாவும.

௩. எனகெமபே,வானயஸபபியே, மினுககிககொளளுமநேசமே, எனநெஞசிலஒளிவாடுட! நான உமககுளளேஎனறைககும நிலைகக,நீர்எநநேரமும அனபாகஎனனைபபாரும. ஆனஞானச்செலவமநீரோ,தேவரீரோ,நான அறியும வாழவுமஇனபமுஙகதியும.

௪. சிநேகமுளளபார்வையால அடியேனைநீர்நோககினால, பரமவெளிசசஙகாடடும நீர்சொலலுமஇனபசசொலகளுந, தருஞசரீரமொததமும எனஆததுமததையாறறுந. தேற, சேர கிடடுமஎனனைநறதிடனததநதழையும, அனபுமாயஅரவணையும.

௫. பிதாவே,நீர் அநாதியில எனபேரிலேகு மாரனில ச்சிநேகமவைததகர்ததா! குமாரன எனவினைததமககே மவனிவினன றனைபுடனே தெ ரிநதுகொணடபததா! மெததசெட்ட பாவி யானஎனவினைவானகர்ததர்தாமே நோககினதிர ககமாமே.

௬. கிணனரமயாழுமவீணையுஞ சஙகீதவா ததியததையுஞ சநதோஷமாயககேட்கடடும. அனபுளளஇயேசுவுடனே நானஎனறெனறைக குமவாழவதே எனஆவியைததிடததும. ஆடி, பாடி, கிறிஸதுதாமேநேசராமேஎன றோதுஞ சநத இனபமேஎபபோதும.

௭. மகிழவேன,எனசிநேகிதர் அல்பாஓமே காவெனபவர் எநநேசர்ஆகியநதம. இனிமோ ட்சாணநததிலே நான அவரணடைசேர்வேனே, எனப ககியமஅனநதம. ஆமென, ஆமென, வா,கொ ட்சிபபே,வா,கெவிபபே,யுனககாக வாஞசிப பானேன,சேர்வாயாக.

விசுவாசிகளுடையஉள்ளான

மகிமையினபேரிலேபாடுகிறபாட்டுகள.

௨௱௯௧. Es glaentzet der Christen.

உ பததிரவெயயிலிலேகறுதத கிறிஸதோ ர்களினமேனமைமயாளிபபிடமே, தனத னககுபபாரமாசாமகொடுதத கதியையறிநதவர் அ வர்களே. ஓர்கணணுஙகாணாத,செவியஙகேளாத மகததுவததுககுளளதாககபபட்டார்கள, தெய வீகருணததுககுடாததையாணுர்கள.

௨. புறமபேயோ அவர்கள நீசராயககணடு,
துனமார்ககததாராலேநிநதிககபபடடோர், உள
ளாசயோ அவர்கள கிறிஸதுவுககுசசநது, அவருட
நேசமவலலியானோர். அவர்களின அநதமமகா
அருமநதம, ஆம அவர்களநிததியைபபெறறுமா
சறறோர், மாசாவைசசநதிககவுமஆயததபபட
டோர்.

௩. மெய, அவர்களகூட ஆதாமுடசாதி பிற
பபாலமணணுகிறச யனுமே; எலலாரைபபோல
அவர்களுககுமஉபாதி இமமணணிலததொழிலு
மிளைபபுமஉணடே, உறககமவிழிபபும, பொ
சிபபுஙகுடிபபும இருககுமேபயிததியமாததிரம
இலலை, துரிசசைககவர்களஉளளாகிறதிலலை.

௪. சனமார்ககராம அவர்களதெயவமொழியின
விததாலேபராபரனபிளளைகளே; எருசலேமெ
னகிறவானபுரியின வெளிசசக்குடிகளுமானவரோ
பாததிலஉணடான தூதாககள அனபான சகோ
தரரையாலககர்ததருககேர்ககுளு சஙகீதங
களைவிணணிலுமமணணிலுஙகேட்கும.

௫. புவியிலிருநதுமபாததிலுலாவி, இககற
றுமபூலோகததையாதரிதது, இஙகடடிலுநதா
ழ்விலுமபூரிததஆவி அடைநதிருபபார்களமாமே
னமையது. சலிபபிலததெயயார்கள, களிபபிலஉ
பபார்கள. புறமபேமரிததவர்களபோலானுர்கள,
உளளேவிசுவாசததாலவாழுகிறார்கள.

௬. கிறிஸதெனகிற அவர்களசீவன இறஙகி வெ
ளிபபடுமஅனறைககுஅவர்களுந தெயவீகரூபுள
ளவராயவிளஙகி, அதிசயவாழவுககுமமகிமைக
கும உளளாகி, செலிததுபாததிசசெழிததது,
மினுககுமவெளிசசஙகளாயிருபபார்கள, அப
போ பரிபூரணபூரிபபாவார்கள.

௭. தெயவீகவிததினனமஉனமேலேலஉணடெ
னறு, நரர்களாவககெடடபுவியே,களி, கர்த
தாஉனஇகழசசியையீகருவாரெனறு அததாலே
நீ நிச்சயமாகஅறி. நலலோரினதபபமுஙிநது,
மாடசிபபு வெளிபபடுமபோதுநல்ருபைதரிப
பாய, நீமிகவும அவர்களாலேமெச்சிபப ய.

௮. ஆ,இயேசுவே,எஙகளரசசியயான உயிரே,
ஒளிபபிடபொககிஷமே! உபததிரமஎயககவிாயநத
கஷடான ரூபாககியும,உமமோடிகழசசியை
யே சகிததுஉமமோடேமா நல்மனதோடே புவி
யில அறியபபடாதவராக இருநதுபாரதுகளுள
குவோமாக.

௨௱௯௨. Was hat gethan der heil' ge Christ.

என்நெஞசே,கிறிஸதுவினுட அதிசயத
தைபபாடிவா, கொடியசாவையவர்தான
முழுஙகிபபோடடபலவான.

௨. தாஞசிநதினஇரததத்தின பெலியாலஅ
வர்உலகின கடனகவிசசெலுததினார், பிசாசை
யுஞசெயஙகொணடார்.

௩. பரதத்திலுமபுவியிலும எலலாததின அதி
காரமும அடைநதஇநதஆணடவர் எனகர்ததர்
எனனிடடசசர்.

௪. எனநெஞசையவர்தமமணடை திருபபிக
கொணடடியேனை ததமமோடேசேர்ததிருககி
றார், தாநதாமமஎனககதியானார்.

௫. நான அவராலேநிறகிவிா, யவருடையநீதி
யை த்தரிததுககொணடிருககிறேன, அததாலே
மகிமைய வேன.

௬. அருநதிசூரியனஎனனில வெளிசசமாயவி

ளஙகையில. எனமேனமை தூதர்மேனமைககு
ஒப்பானதாயிருககுது.

௭. பிதா அடியேனபேரிலே இரககமவைத
தெனனுடனே: நீகிருபையடைநதவன, நீநம
மூடையபுததிரன.

௮. நீவேணடியதைநமமைககேள, நாநதா
ரேம,எனனிலேஉனமேல சணஞேககமாநதகப
பனார் நாநதானேஎனறுரைககிறார்.

௯. எனனொடசகராமஇயேசுவால நானசேர்
ககபபடடபடியால, தெயவாவியினவரஙகளும
அடியேனுககககபபடும.

௰. அதுஉளறுமஅவரிலே இருநதெனமே
லபாயுதே. செடியினலககிளைகளும பலதது
பபோயககனிதரும.

௰௧. பேயோடெதிர்பபதறகுநான எனஇ
யேசுவாலேபலவான, எனபாவமயாவுமஎனககு
மனனிககபபடடிருககுது.

௰௨. நியாயபபிரமாணமபாவியை ச்சபிககு
தெனறுமனதை க்கலஙகபபணணபபார்ககிற
பிசாசினவறமமவிருதா.

௰௩. அதெனவினைசசீறவரசசே, நானமீடபர்
மரணததிலே முழுகினஇஸதானததது முழுக
கொணடோடடையானது.

௰௪. சாவெனவினைககுததியும,அததால நான
சாவதிலலை,எனனெனறால நானகிறிஸதுககுளளி
ருககிறேன, நானசாவிலசீவன அடைவேன.

௰௫. அனபுளளதெயவமைநதனே, எனவாழ
வே,எனமகிழ்சசியே! எனறுமேலஉமககெனறை
ககும இஸதோததிரமுணடாகவும.

௨௱௯௩. Wohl dir, du hast es gut.

இயேசு.

நீ பாககியனலலோ? எனமேலேபததியான நீபுதுசகுணமான படியினாலஇபபோ நீபாககியனல்லோ? இனிகுறைவைககானாய, எனனுசகததுககுளளானாய, எனனாலஉனபாடெல்லாம உனசருததிததிபபாம; நீவிசுவாசததாலே என்னில்நிலைபபதாலே மெனமேலப்பெலததுப போ. நீபாககியனலலோ?

ஆததுமம.

௨. நானபாககியனல்லோ? நீர்ஆணடுகொணடிருகக ப்பகைஞர்கையெடுகக அவர்களாலாமோ? நானபாககியனலலோ? பிதாவின கோபததுககு நானதபப அவருககு உமமாலசசரீயாசசே;நானநீஙகலானேனே. உமமாலேசமாதான வாழவெனககுஉணடான படியினாலஇபபோ நானபாககியனல்லோ?

இயேசு.

௩. நீபாககியனலலோ? நீஎனமேலப்பததிவைதது த்துரிசசையைபபசைததது வாறாய, அததால்இதோ, நீபாககியனலலோ? தினமநீநவமாக க்குணபபடடுணமையாக ப்போராடிககொளவினியில யாதொருபாவததில நீசிககினால, துககிதது த்திருமபி,கணணீர்விடடு வநதால, மனனியேனா? நீபாககியனலலோ?

ஆததுமம.

௪. நானபாககியனல்லோ? உமமால்எனககு

ணடான மாஅலஙகாரமான உடுபபிலும இபபோ
நானபாககியனலலவோ? நானநரகாக்கினிககு ப்ப
யபபடாதபடிககு எனககாயஉமது இரததங
கூபபிடடு, எபபாவததினமனனிபபுஞ சமபூர
ணமோடசிபபும எனககுணடாகாதோ? நான
பாககியனலலவோ?

இயேசு.

௩. நீபாககியனலலவோ? ஆசீர்வதிககபபடட
நீஒருகேடுமறற அதிஷடவான, இதோ, நீபா
ககியனலலவோ? இதுநனறுயவிளஙகும, எனஆ
விஉனமேல்ததஙகும, நானஉனனைககைவிடேன,
நானஉனனைததாஙகிறேன; நானஉனனையாதரி
தது முடியவுமமோடசிதது தறகாததுககொள
ளேனோ? நீபாககியனலலவோ?

ஆததுமம.

௪. நானபாககியனலலவோ? பாததினமேல
எனகணணை வைததேன, புவியினமணணை நான
விடடுபபோம அபபோ மாபாககியனலலவோ?
இபபோதுமஎனமேலநீரோ சிநேகமவைககிறீ
ரோ; நீர்மோடசபாதையில த்துணையாயவரு
கில, உமமாலநனறுயகசெவிபபேன, சநதோ
ஷமாயமரிபபேன; இதைநானநமபேனோ? நான
பாககியனலலவோ?

௨௱௬௪. O, wie selig sind, die seelen.

இயேசுவுககுளவார்ததைதநது, லோகததைவெ
றுததுவநது, தஙகளஆததுமததிலே அவ
ரோடே ஐககமான நீதிமானகளுககுணடான
பாககியமபெரியதே :!:

௨. இஙசே அவர்சளமணளுன தேகமூளளவ
ர்களான தறுவ யிலுநதானே அவர்களுடைய
நலல மேனமைகொளுசமானதலல; கயமாயி
ருககுதே :!:

௩. சேருபீனகளமூககாடிடடு இயேசுவை
நமஸ்சரிதது க்கூசசததோடேசெவிபபார்; ஆ
னல்இயேசுமவினஅவிசகு த்திடஞயசசேருமபடிககு
த்தயவாயஇடநதாருர் :!:

௪. பாவிகளநடுககததோடும பயததோடுந்
திகிலோடும அவர்முனனேநிறபவர்; ஆறுல
த்தமமோடைககமான பெருககவர்இன்பமான
சொலவில்சசொலலுமரொடசசர் :!:

௫. பிதாவோடஞதியான மைநதனதமமைச
சேர்நதோரான விசுவாசிசளுககே பததாவாகி
றதிறுலே அவர்மவினவிககிததாலே மெததமே
னமைவநதுதே :!:

௬. அததால்அவளுககிருககும அநதம அழ
குமமினுககும மாபெரியதலலவோ? நேறறி
யானமொததினஙகள, ஒளிவுளளவசசிரஙகள அது
ககொததுவருமோ? :!:

௭. அபபெரியமேனமைககாக யாவையும
வெறுபபோமாக, அதுமாஙகிஷிததுககு ச்சற
றுவிதனமாறுலும, ஒரோநாளினஇனபததாலும
அதுககீடுணடாகுது :!:

௮. உமககுநேமிககபபடட கனனியாகநான
மாசறற நேறறியாயாஙககவும, உலகததைதகு
பலையாக எணணவும,எலககனபாக த்தேவசிந
தையைககொடும :!:

௯. எனனபாடினிவநதாலுந தேவரீரையே
எநநாளும பறறுவேன,என இயேசுவே, நான
உமககடுததோனெனறு கஸதியாவையுமநான

௨௱௯௪ சீயோனுடைய அஙகலாயபபின பேரிலே

வெனறு திடனுயிருபபேனே :!:

௰. அவர்பரமணடலததில அடியாளைதத மயிடததில ச்சேர்ததுககொளளுநதனிலும, நான நோவனுபவிததாலும, இனபததைககாணவிட டாலும, நிலைநிறகவேதகும :!:

சீயோனுடைய வுஙகலாயபபினை

பேரிலேபாடுகிறபாடடுகள.

௨௱௯௫. Gott hat das Evangelium.

ஆ, சுவாமி, சுவிசேஷததை நீர்தநததெயவ தயவை நார்எணணுர்கள, உலகு அதை யசடடைபணணுது. அதுமதாககிவினைககுநோமே.

௨. நறபோதகததைரோசிதது, மணணும பொருளைககுமபிடடு, பயமஎதெனறுமநெஞசி லே மததிருககிறுர்களே. அதுமதாககிவினைக கு மிடி.

௩. அஞஞாயககொடுமையுமாய பபணததை சசேர்ககஆசையாய, எபபோதுமபுதுககசபடு அவர்களிலஉணடாகுது. அதுமதாககிவினைக கு மிடி.

௪. மெயவேதமஎனறுசொல்லியும, மெய்ப்ப ததியுஞசனமார்ககமும இலலாநடககைகர்ததரை நிஸகாரமபணணுமநிநதவனை. அதுமதாககிவினை ககு மிடி.

௫. குரூரமாயததரிததிரர் இடுககணசெயய ப்படடவர், பராபரனஆர்எனபது பூலோகத தாரினநினைவு. அதுமதாககிவினைககு மிடி.

௬. சபையினபாடுஆருககு விசாரமாயிருககு
து? அதைபபொலலாதமனிதர் அதிகமாயப
பாழாககிறவர். அதுமதாககிவிளககு மிட.

௭. துனமாரககததாலேஉமமுடை உசநதநா
மனுசசல அவிசுவாசிகளுககு மூனபாககிநதை
யாகுது. அதுமதாககிவிளககு மிட.

௮. ஓர்அசசிககையமிலலையே; இடுமபால
லோசமநாறுதே, பொயயுமஅசநதையுமஇப
போ நாருககுளளேவெடகமோ? அதுமதாக
கிவிளககு மிட.

௯. சிநேகமஅறறுபபோசசுது, கபடடால
லோசமமொமபிறறு, நிசபேசசிலலை,மனிதர் பண
மேவேணுமஎனபவர். அதுமதாககிவிளககுமிட.

௰. நறபுததிசொனனால்,விருதா; செருககுமம
ஸ்துமாகிற புசிககுதலககுடிககுதல அவர்கள
கறறகலவிகள. அதுமதாககிவிளககு மிட.

௰௧. புவியிலச்செலவஇசசையுந துனமாரக
கமவிபசாரமும எலலாபபொலலாபபுமஉமககு
விரோதமாகமிஞசிறறு. அதுமதாககிவிளககுமிட

௰௨. நீர்மனிதனுககேறறின விளககானுசூரி
யனுட வெளிசசததிலத்திரிநதுத ன இததன்
மைத்துரோகஞசெயகிறுன. அதுமதாககிவின
ககுமிட..

௰௩. நிலாநடசததிரஙகளும ஒளிவிடுமாக
காலமுந தனனிலநடககுநதீயருககு த்துககித
துசசாடசியிடுது. அதுமதாககிவிளககு மிட.

௰௪. பொலலாதவன,தன அழிவை நாடாத
தேவரீரணடை மனநதிருமபி,உததம ப்பிரகார
மாயககுணபபட, ஆ,சுவாமி,இனனநதவனி
கொடும.

௨௱௬௬. Ach Gott! vom Himmel sieh darein.

ஆ,சுவாமி,பரதாபிதது இபபூதலததைபபா
ரும, நலலோ:ர்சபைகுறுகுது, சனமா
ர்ககர்வககநதாழுந; தெயவீகசொலலிககேடபா
ரார்? புவியிலவிசுவாசிபபார் மா அபுருபமா
னோர்.

௨. வீணதோறறலானபோதவின நபர்குதாவ
நடககும, நிசமிலலாததபபறை அநேககாலப
பிறககும. வெவவேறேஉபதேசிதது, இ:ரசொ
லகளாலேமநதைககு மாசேடுணடாககிறுர்கள.

௩. களளததனஉதடெலலாம அறுநதுபோ
வதாக! ஓய, எஙகளவாயமேலவடடமாம என
றும, ஆர்எதிராக நிறபான, ஆர்எஙகளஆணட
வன என றும,மகா இடுமபுடன விஷமஇறைககி
றுர்கள.

௪. பாழானஏழைகளுட ரடசிபபுககாகவா
றேம, அவர்களசெஞசிவேணடின அனுககிர
கததைத்தாறேம, நனறுசநமமுடமொழி தீயோ
ரினமேலேகுமுறி, நலலோரைததேறறுமென
பார்.

௫. கர்ததாவினசொலஏழாமவிசை க்குகைகயி
லேகொடடுணடு உருககபபடடவெளளியைப்
போலச்சுததமாயிருநது, எலலாஉபததிரததிலும
நலமாததாயககணடுஎஙகேயும வெளிசசமாயவி
ளஙகும.

௬. ஆ,அதைசசுததமானதாய நீர்எஙகளுக
குககாரும, அமார்ககர்எஙகளுககுளளாய இட
ஙகொளளாதேபாரும, அதேதெனிலபொயய
போதகம நுழைநதால,தீயோர்சதாரம மகா
விஸதாரமாகும.

சீயோனுடைய அஙகலாயபபின பேரிலே ௩௱௪௭

௨௱௪௭. Zion klagt mit Angst und Schmertzen.

ஆணடவர்தெரிநதுகொணடு, சடடிவித
து,நேசிதது, காததசீயோன இபபோ
நொநது, கெஞசிசசொலவதாவது: கர்ததர்எ
னனைககைவிடடார், எனனைததான எனசுவாமி
யார் சததுருககளகையிலததநதார், எனனையா
ணடவர்மறநதார்.

௨. ஆதரிபபோமெனபதாக வாககுததததம
பணணினர் என இககடடிலேவீணாக எனனைத
தேடபபடடவர். ஆ,எனபேர்சே இபபோ தெ
னறுஙகோபம வைபபாரோ? நீசருககுமனகிடை
ககும மீடபுஎஙகேயெனறுரைககும.

௩. கர்ததரோஉததாரமாக சசொலவது:என
சீயோனே, மெயதான,இபபோ துககிபபாக
நிறகிறுய உனனேஞவிலே; ஆறுலததனகுழநதையை
பபெறறதாயமறநததை பபார்ததிரககமாயிரா
தே போககககூடுமோ? அஞசாதே.

௪. தாய அசசுபாவ அனபிலலாமல பபோற
துணடானாலுமோ, நாமேஎனனைககுமமாறுமல
உணமையானவரலலோ? உனமேல,நேசசீயோ
னே, நிறகும அனனையவைததோமே; நாமஉன
விசுவாசமபார்ததோம, உனனைநாமமறககமா
டடோம.

௫. சாததானுலேநீகலஙிய வேணடாம,அது
பொயயனே, பார்,நாமஉனனைநமமுடைய கை
களிலபபதிததோமே. உனனைநாமநினைபபது
நிசசயம,அஞசாதிரு, நாஙகணேஞககுமஉனம
இலலை நாஙகடடாதிருபபதிலலை.

௬. உனனைநாமஅனபாகபபார்தது, தாய
தனசிறுபிளளையை ககாககுமபோலநனறுககா

தது தாஙகுவோம, திடன அடை உனவினமைம
த்தீஙகுணடாம போது, ஆர்பிரிககலாம? துனப
தநிலீஉணமையாக நிலசொனருர்உததாரமாக.

௨௱௬௰௮. O du Hirt Jsrael! hoere.

இஸ்ருவேலுடையநலலமேயபபரே சேருபீ
னகளமேலமகிமையில உருககாநதுஆ
ருஙகர்ததரோ, இநநாளுஞசோதியாயவிளஙகும,
எஙகளமீடபுககே.

௨. உமமுடசனததினமுனனேஉமமுட பெ
லவினையெழுபபி, நொநதிருககிற இநதககூடடமா
னஎஙகளுககனபான அனுகூலஞசெயயும; மா
தயாபரா !

௩. உமமுடசனததைநீர்மறபபாரேனன? எங
களைததிருபபிககொணடுவாருமேன; உமமுடமு
கததைச்சாய்ததுஇபவிககடடை நீகக, எஙகள
பேரில ஒளிவாருமேன.

௪. எநதமடடுமஎஙகளவேணடுதலில்நீர் கேட
கநதாமதிததுககோபஙகாணபிபபீர்? யாவர்ககு
மமுனபாக நாஙகளநிநதையாக, வெஙகவினகக
ணணீரால த்திரிநதியாககிறீர்.

௫. சேனைகளுடையசுவாமி, யுமது கூடடத
தைததிருபபிககொணடுகொடசிதது, உமமுடமுக
ததின சோதியைசசனததின மேலவிளஙகபப
ணணும அதிமீடபுககு.

௬. நீவிதாடசியானநறசெடியைநீர் கொண
டுவநதுஇஙகேநடடிருககிறீர், அதுககுஇடத
தையுணடுபணணி, அததை வேர்களஊனறபபண
ணி, பயிர்படுததினீர்.

௭. தனநிழலினாலேமேடுகளையும மூடிககொ

ணடிருநது,நாலுதிககிலுங கொமபுகளைவிடடு,
மெததவுஞசெழிதது வநதுதே,இபபோ தும
பாழததுபபோயவிடும.

அ. ஆ,இசசகமாளுமெஙகளகர்ததரே! அது
ககிருநதவேலிசசுவரையே எனதகர்ததுடைததீர்?
எலலாருமமறைததீர்? உமமுடையதோடடமு சே
தமாகுதே.

௯. காடடுபபனறியதைவநதுழுகுது, அநிய
போவெளியின சீவனகளுககு மிகவுநதிறநது, சீர
றககிடநது போசசு,அதைததானே பறறிமே
யுது.

௰. சேனைகளுடையகர்ததராகிய சுவாமி,நீர்தி
ருமபிககொணடுஉமமுட கணணாலஇதைபபாரும!
மீடபுககாகவாரும. சுவாமி,இசசெடியை நீர்வி
சாரிகக.

௰௧. தேவரீருடையவலதுகரம நாடடினகி
ளையைஇயேசுவினமுகம பார்தது,காபபீராக
மெததசசேதமாக பபோற அதுககு நீரே அடை
ககலம.

௰௨. அககினியிலேசுடடபபடடது, உமமு
டசபையினமனிதருககு நீர்குடிககததநதமிகவுங
கசநத பாததிரததிலேயே இதிவநதது.

௰௩. எஙகளுககுதநததேவரீருட மிகவுமபி
ரியமைநதனாகிய ரடசகருககாக மீடபளிபபீ
ராக, எஙகளைககாபபாறறுமேன, தயாபரா!

௰௪. சேனைகளுடையசுவாமி,தேவரீர் எஙக
ளைததிருமபும!எஙகளமேலேநீர் உமதுமுகத
தையனபாயவைததிககடடை நீககிபபோடும.
எஙகளை மீடபர்தேவரீர்.

௨௱௬௬. Unser Herrscher, unser Koenig.

எஙகளஉனனதக்கதியும ஆணடவருமாகிய
சுவாமி,வானமுமபுவியுரு சிஷடியாவும
உமமுட அறபுதஙகளையனறனறுந தஙகளால
விளஙகபபணணும.

௨. ஆனால்உமமைமனதார தேடுமமனிதர்இ
பபோ கொஞசபபேர்தான,இஙகேதாழ பால
கரினவாயாலோ தோததிரததைததேவரீரோ உம
கருணடுபணணனீரோ.

௩. வெகுபேர்வெளிசசமான போதகததனை
டையிலே செடடுபபோய அழிவதான செய
தி அஙகலாயபப மே. தூஙகுமபாவியினஉறக
கம எததனைபொலலாமயககம!

௪. ஆனால உமமைநான,கர்ததாவே, உணமை
யாயசசிநேகிபபேன, நீருமஎனனை,யெனபிதா
வே, நேசிபபீரெனறறிவேன. மணணைவிடடு
மயிடமாக எனனைநீர்இழுபபீராக.

௫. ஆ,கர்ததாவே,லோகமெஙகும உமமு
டையமகிமை மாபிரஸதாபமாயவிளஙகுரு, சூரி
யனதனகதிரை வீசுமஎவவிடததிலேயும யாவும
உமககுபபணிசெயயும.

௬. உமமுடையமெனமையான நாமம அடி
யேனுககும எதிலேயுமஇனபமான நாமமாம
நானமுழுதும உமககெனனையொபபிவிபபேன
உமமையெனறுநதோததிரிபபேன.

சீயோனுடையநமபிக்கையின

பாடடுகள.

௩௱. Herr, wann wirst du Zion bauen.

உமதுபிரியமான சீயோனபடடணததை நீர் எபபோ கடடவருவீர். பாழ்ககடிககபபடடதான அதின அரணிபபெபபோ தெடுபபிககபபடுமோ? சீயோனே,நீதுககமாறு, பூரிபபாயமகிழகொணடாடு, உனமெடசிபபின காலஞசேருந, தெயவவார்சசைதநிறைவேறும.

௨. எநதபபொயயிலுமமுயனறு, அசுததததையுமெலலாம பிறபபிததவேசியாம பாபிலோன விழுநததெனறு றஞசத்ததையெபபோ தெஙகளகாதுகேடகுமோ? சீயோனே மிட.

௩. கடினசிறையிருபபால உமமுடையதாகிய மநதையைவதைசகிற பாபேலதனுடைகொழுபபால மெததப்பெருமைபபடுங! கர்ததரே, விசாரியுஞ; சீயோனே மிட.

௪. இயேசுவே,மொடசிபபுககாக நீர்வருமஅநநாளிலே பரிசுத்ததுடனே நாஙகளஉமககுமுனபாக நிறக,எஙகளுககுநீர் சீர்அளிககககடவீர். சீயோனே மிட.

௫. சேதமஅ்பபோதெஙகளுககு உணடாகாதெனறுமமுட தெயவஆவிமெய்னகிற முதநிரையிருபபதுககு, இதைமெயஙகளுககுநீர் அனபாயததரககடவீர். சீயோனே மிட.

௬. இயேசுவே,நீர்எஙகளுககு உமதடையாளததை நெறறியிலப்போடடெஙகவிள த்துஷடமானசாததானுககும பாவமனிதனுககும நீங்கலாககியருளுங. சீயோனே மிட.

௭. வனுசர்பபததினபெலனும உமகசெகதிரா ளியின ஆளுகையும அறறபின, வெறறியுமமகா திடனும பெறறஉமமுடசபை பாடுமபாட டுளததவினை! சீயோனே மிட.

௮. சீயோனே,மகிழ்ச்சியுளள காலஙகளசமீ பிககுங, கர்ததரினசிநேகமுங கிருபையுமஎன றுமுளள ஆனநததைதயுனககு க்கடடவிளாயிடு வது. சீயோனே மிட.

௧௱௧. Singt dem Herrn nah und fern.

சஙகீதம. ௯௬.

நீதியுநதயவுங கிருபையுமாகிய கர்ததாவை பபததியாலே புதியபாடடினாலே துதி ததுககொணடிருஙகள; கர்ததாவினமுனவிழுங கள, தூரததாரோ,உளளோரோ, உஙகளாலுரு யாவாாலுரு சுவாமிககுததுதிவர.

௨. தோததிரஙகீர்ததனம அவர்பேருககுதத கும. அவர்சொடசிபபுநிததம உலகிலேபிரசித தம பணணபபடுவதாக. எசசாதிசகுமனருங தயவையினவல்லமையின கருமஙகளஅறபு தஙகள விவரிககபபடவும.

௩. ஆணடவர்ஒருததர் மகிமையுடையவர்; அவருககேபுகழ்ச்சி. வீணதேவர்களதிரடசி எல லாமமகா அழுககு, பேயவேலையாம அதுகககு ச்சீவனில்லைஅசசுமில்லை. வானததையுமபூமி யையுங கர்ததரேஉணடாககினர்.

௪. மகிமையவரை ச்சுறறிலுமபிரகாசிககும. நாரோரீஙகளவநது, கர்ததாவுககுபபயநது, கர் ததாவைத்தாழமையோடும மகாவணககததோடுங

சவளிதது,தோததிரிதது, மனதாலுமவாயினாலும போறறிககொணடிருககவும.

௫. நமதுசுவாமிககுத்தோத்திரஙகளெனகிற பெலிகளைசசெலுததி, துனமார்ககததைநிறுததிப் பணிநது,நலவழியில ப்போயஅவர்சனனிதியில அதிருஙகள,சீர்டுஙகள! யாவுமஅநதமாஉயர்நத ஆணடவனைசசேவிகக.

௬. அவர்தானஇசமான, அவர்கையிலேசெஙகோல உணடானபடியாலே, உலகைநியாயததாலே விசாரிததுததிருததி, சீராயநிலைபபடுததி ஆசாக்கணணிநீஙகபபணணி. நியாயததீர்பபார்,நமமைமீடபார் எனறுஎஙகுஞசொலலுஙகள!

௭. உனனதவிணணுட மணடலஞசநதோஷிதது, இஸ்தோததிரபபதாக, புவியவனைததுமாக க்கர்ததாவினமுனமகிழநது, சநதோஷிததால்அதிர்நது, களிகூாஆழஙகூட அசைவோடுஞசத்ததததோடும பூரிககசககடவது.

௮. பயிருமவயலுஞ சகலவெளிகளும, அதுகளிலுணடான அவவளததுமபெரிதான மகிழ்ச்சியால்நிறைய வனஙகளிலுளள காடடிலுளளபசசையுளள எசசெடியுமஎவவிலையும அவர்முனமகிழவும.

௯. நியாயமாயநீதியாய லோகததைவிசாரிககவருமஉனனதமான இராசாஇயேசுவான பெலனுடையமீடபர்; ஆம,அவர்நியாயநதீர்பபர்! அவரணடைசேர்நதமநதை அவரோடேபூரிபபோடே வாழபபோம,அலலேலூயா!

௯௱௨. Nun lobet, lobet Gott.

சங்கீதம். ௱௰௭.

பூலோகத்திலுண்டாய எச்சாதிகளுமான நானாக்களே, மகா தயையைப் பெருத்தோராய கர்த்தவைப் போற்றுங்கள்! மகிழ்ச்சியுடனே இன்றே துதியுங்கள், எல்லாச் சனங்களே!

௨. அதேதென்னறால் இதோ, அவர் விளங்கப்பண்ணின தயையும் உண்மையும் வாங்காத்தாய அன்றன்றும் எத்தேசகாலமும் அடியார் பேரிலே நிலைக்கும், அவர்க்குத் துதியுண்டாகவே.

மரணத்தின் பேரிலும் உயிர்த்தெழுதலின் பேரிலும் பாடுகிற பாட்டுகள்.

௯௱௩. Jch bin ja, Herr, in deiner Macht.

உம்மாலுண்டானேன், கர்த்தரே, உம்மால் இச்சீவனுடனே நானின்னம் இந்தநாள் மட்டாக இருக்கிறேன்; ஆனால் அது எப்போ சரியென்றுமக்குத் தெரியும், எங்கே, என்னமாக, என்றேவாச்சாவேனென்று நீர், பிதாவே, நன்றாய் அறிவீர்.

௨. நீரோ அல்லாமல் என்னது கடையிச்சட்டில் எனக்கு ஆர் எர்த்த ஆறுதல் சொல்வார்? அப்போது ஆர் எனக்குத் துணை? அவஸ்தைப்பட்ட ஆவியை ஆர் அப்போது தாங்கிக்கொள்வார்? ஆ, கர்த்தரே, நீரே அப்போ தென்னவிணத்தறகாய்ய வால்லீலோ?

௩. அபபோ திசகடடுஙகஸ்தியும, எனபாவததாலோ திகிலும வநதால,எனககுமெததநோகும. அபபோசெவியுமபார்வையும, எனபேசசுமறிவெனவுகளும அல்லோ அடஙகிஅறறுபபோகும? பிசாசினாலுமமனது குறறஞசாடடபபடுகுது.

௪. எககாளததினதொனிபபுணடாம அநநாளினநியாயததீர்பபெலலாம அடியேனுககுஉபாதியாகும; நியாயபபிரமாணததுடனே எனககு யமனச்சாடசியே எனறைககுமஅழுகையுணடாககும; அனநதமானவாதைககு எனவினைநோவிதனாகுது.

௫, உலகிலுளளஆஸதியும, சிநேகிதரினபடசமும நானமீடசபபடஉதவாது; எதெனவினைநாசததுககு விலககிககாககததககது? எனநீதியாலஅதுஆகாது, சடஙகுமவீண,நீர்ஒருததர் சகாயமபணணததககவர்.

௬. பேயெனமேலக்குறறஞசாடடினால, மகாஅநியாயம;ஏனனெனறால அததாலததானபாவமவநதிருககும. ஆதலாலே,எனசிஷடிகர் நியாயபபிரமாணநதநதவர், விசாரிபபவர்ககேஅடுககும; என ஆணடவர்நீர்ஒருததர், நீர்எனபிதாவுமானவர்.

௭. பாவநிவிர்ததியெனககு இயேசுவினாலுணடாசசுது, அவருடஇரககததாலே நான அவர்சொநதமானேனே, பயஙகரமஎனநெஞசிலே பிசாசின தீவினையினாலே வருவானேன?என இயேசுவே, பிசாசைநீர்செயிததீரே.

௮. உமயிலநானநிலைநிறகிறேன, எனமீடபர்நீரொனறேவேன, இபபோதுமஎனககெதிராக நியாயபபிரமாணமபேசியும, நாகநதனவினைககாணபிததும, பயபபடாதிருபபேனை. பிழைததுஞசெததுமஅடியேன உமமுடையோனாயிருபபேன.

௩௱௪. Freu dich sehr, o meine Seele.

என இருதயமே,களிதது, உன உபாதியைமற; இஙகேநோவனுபவிதது க்கஸ்தியாலககசங கின உனனை இயேசுசுவாமியார் மோடசதது கழைககிறார்; அஙகேஎனறைககுஙகளிபபாய, ஆணடவரைத்தெரிசிபபாய.

௨. எனபராபரவஸ்தைநோககி நிததநிததஙகூபபிட் டேன, அவர்எனஇககடடைபபோககி ஆதரிகக ககெஞசுகிறேன. எனவழியினமுடிவை ககாண அநுசலககாரனைப்போலவேவெகுஆசையானேன, சாவினமேலேவாஞசிபபானேனே.

௩. எமனனிலஇதோமலர்கள முளளுககளின நடுவே பூககுமபோலேகிறிஸதவர்கள வெகுது யரஙகளிலே இஙகேஅகபபடடவர். சஞசலம இககடடிடடர், ஆபததினபுசலகளதாலும இங கேவெருவாககாணும.

௪. செனமபபாவம,லோகம,பேயும எஙக ளஆததுமஙகளை ஓயவிலலாமலத்துனபஞசெய யும, பலவிதச்சோதனை யெஙகளுககுமோசமும நோவுபததிரததையும இஙகேதஙகையிலஅனற னறும மிருதியுமஉணடுபணணும.

௫. நாஙகளகாலமேஎழுநது சுறறிபபார்தத வுடனே பலவிதமதொலலையுணடு, கவலையுஙகூ டுதே, நோவுமவாதையுமஉணடாங, கணணீர் எஙகளஅபபமாம. சூரியவிளககிருணடு போன போதுநதுககமுணடு.

௬. எனனறககும அனபாயவிளஙகும பொ ழுதே,ஒளிவிடும, இயேசுவே,எனமேலிரஙகும, ஆராமாயிராதேயும! நானசநதோஷிததுடனே செனறுபோகவிடடபினோ, நீர்வழியுமநீர்துணை யும, நீரேஎனவனவரநதமையும.

௭. எனககாககாயமபடட உமமைபபறறி கொளளுவேன; இபபடிநானமுடிவறற சீவனிலப்பிரவேசிபபேன. களளனபோயிருக்கிற பாதீசிலெனனுட ஆவிககுமஇடமஅளிபபீர், அஙகேஎனவிளபபூரிபபிபபீர்.

௮. கணவெளிசசமுஞசெவியும பேசசுமஅறறுபபோயிடும, எனவிளுவுசிதறியும நீரோஎனவெளிசசமும எனஉயிரும,எனனுட ஆததுமாவுமாகிய கர்ததர்,மோடசவாசலநீரோ அஙகேசேர்ததுககொளளுவீரோ.

௯. லாசருவினமரணததில ச்சமபவிததபடியே தெயவதூதர்எனனிடததில வநது,நானமரிககசசே நீஙகளாளுமஆவியை யஙகேதானேஉமமணடை கொணடுபோக,நீர்அனபாக கடடளையிடுவீராக.

௰. என இதையமே,களிதது உனஉபாதியை மற; இஙகேநோவனுபவிதது, கஸதியாககசயின உனனைஇயேசுசுவாமியார் மோடசததுககழைககிறார், அஙகேஎனறைககுஙகளிபபாய, ஆணடவரைததெரிசிபபாய.

௧௱௫. Ich hab mein Sach Gott heimgestellt.

எனகாரியஙகர்ததாவுககு ஒபபுககொடுததிருககுது. பிழைசெயனாலும,அவர்ககெனறே பிழைபபேனே,அழைததால,அஙகேசேர்பபாரோ.

௨. எனசுவாமிககுசேர்ததவேளையில எனநாளவாடடும,எபபொழுதில எனகாலமஅவர்கையிலே இருககுமே, எனமயிருமஎணணபபடடுதே.

௩. பலிதுககிககிறஇடம, உபததிரம,வியாகுலம, இககடடெஙகேயும உணடே புவியிலே நாமபாதேசிகளாமே.

௪. இவவுலகததிலமனிதன நிருவாணமாயச
செனமிததவன; நிருவாணமாசவுமலலோ போ
வான, அபபோ மணணுஸெததுகூடவருதோ?

௫. பணமுமவிததையுமவீணே, பெரியோர்
அனபுதவாதே. சஞசீவியானவஸதுவும அவி
ழதமும புவியிலிலலையெனசேயும.

௬. பூபபோலேஇனறுமனிதர் பெலனும
ருபுமுளளவர் மாகொஞசநாளினபிறகு சாவா
லேவூ அறுககபபடடுபோடுது.

௭. நாமஞொனறினபிறகாலஒனறுய சணமூடி
னசவஙகளாய ககுழிகளுககுபபோறேமே, அத
துடனே நினைபபுமஅறறுபபோகுதே.

௮. ஆ, சுவாமி, பேதைகலவிமான, கதியில
லாதோனகனவான இளைஞனகிழவனுககும அந
நாளவரும எனறெணணுமநெஞசையருளும!

௯. பாவததினலேஉலசகு சாவாணடிருககிற
தலம, அவிளவனையுநதனசகு ககீழாககிறறு,
எலலாரைவாரிககொளளுது.

௰. நானஇஙகேபாதேசியே, எனசுவாமிக
கேர்ததநாளிலே இவவுலகைநானவிடுவேன, பய
பபடேன, அடியேனகிருபைபெறறேன.

௰௧. எனபாவததாலப்பயமவநதால, கிறிஸ
துதானெனனைமீடடததால அதறகுநீஙகலா
வேனே, இவர்தாமே எனபாவததைசசுமநதாரே.

௰௨. எனமீடபுககாசரெடசகர் பெலியாய
ச்சாவடைநதவர், திருமபவெறறியுடனே நான
வாழவே, எனறீதிக்கெனறெழுநதாரே.

௰௩. நானஉயிரோடிருநதநாள அவருடை
யவேலையாள; ஆனகையிலைநான்பாககியன அவ
ருடன நானசெததபினபுநதஙகுவேன.

௰௪. நானஅவர்வாறநாளிலே இககடடும

நோவுமனறியே எழுநதிருபபேனனெனறது இங
கெனககு எனநோவைததீததிபபாககுது.

௰ரு. அடியேனியுணடாககின கர்ததாவி
னாலேஎனனுடை எலுமபெலலாஙகுழியிலே தப
பனறியே தறகாககபபடடிருககுமே.

௰சு. கர்ததாவைமுகமுகமாய முகிவில்லாம
கிழ்ச்சியாய இனிநானதெரிசிககிற யாததுட கதி
யுணடாம; அலலேலூயா.

௰எ. ஆ, இயேசு,தெயவமைநதனே! நீர்என
வினமீடடுககொணடடோ நீரேநானபறறிககொ
ளபவர், நீர்ஒருததர் எனஆறுதல்,எனனொடச
கர்.

௰அ. ஆம,சுவாமி,நாஙகளஉமமுட மோட
சானநதத்திலேவா, நீர்எனககும,எனனோடேயும
எலலாருககும நலமரணததையருளும.

ஙாசு. Christus der ist mein Leben.

எனசீவனகிறிஸதுதாமே, அததாலேஎனககு
எனசாவ-தாயமாமே, நெஞசேமகிழநதிரு.

உ. நானஇயேசுவசமாக ச்சேர்நதேனறும
வாழவே, மகாமகிழ்ச்சியாக ப்பிரிநதுபோ
வேனே.

ங. பாடறறுபபோம,இநநாளே எனனு
வினமுகிவு, எனபாவமஇயேசுவாலே நிவிர்த்தி
யாசசுது.

ச. நானபேசசுமூசசிலலாமல க்குளிர்நதுபோ
கசசே, எனனுசையைததளளாமல க்கணணே
ருஙகர்ததரோ.

ரு. விளககுடகொழுநது அவியுமபோலஎன
னில விறவெலலாமஅறநது கவிழநதுபோகை
யில;

௬. அபபோநனறாய அமைநது கலஙகலன றியே நாளநிததிரையடைநது தூஙகடடுமஇ யேசுவே.

௭. நானஉமமைககெட்டியாக ப்பிடிததும முடனே அனநதபூரிபபாக வாழடடுமஇயேசு வே.

௧௱௭. Herr Jesu Christ, wahr'r Mensch und.

எனஇயேசுவே,தயாபரா, எனமீடபுககாசச சகல உபாதியோடுஞசாவையே அனுபவி ததகர்ததரே.

௨. ஆரோககியமிலலாதோனாய க்கிடககிறஇ பபாவிககாய நீர்படடவாதைநோவையும நினை ததிரஙகியருளும.

௩. எனபார்வையும,எனசெவியும, எனவா யுடையசததமும எலலாமிலலாதேபோகையில எனமூசசொடுஙகிவருகில;

௪. விணுவெலலாமஅமிழுகில, நார்துவிண வீணுசையில; அபபோதுஎன இககடடிலே சகா யமபணணும,இயேசுவே.

௫. இவவழுகையினபளளததை நானவிடும போதெனவாததையை க்குறுககி,பேயினசூதையும விலககபபணணியருளும.

௬. எனஆவியைநீர்உமது வசததிலசசேர்நத பிறகு எனதேகமஅனறுமடடுஙகுழியிலி ளைபபாறவும.

௭. நானபூரியபோடநகாளிலே எழுநதிருகக, கர்ததரே, நீர்சாபததீர்பபவிசேததுககும இவ வேழையைவிலககவும.

௮. அதேதெனில்நீர்சொனனீரே: மெயயாக வே,மெயயாகவே, ஆர்எனனைபபறறிககொண

டிபபோ தெனவார்ததையைககைககொளவானே;
௯. அவனொடசிககபபடுவான, தன ஆககி
னைககுததபபிறுன; ஆம், அவனமரணததையும
ருசிபபதிலலையெனறைககும.
௰. சாவவினைககொலலாதேபோம, நாம அ
வனையெழுபபுவோம, எனமோடசராசசியததி
லே எனறெனறேவாழவானெனறீரோ.
௰௧. ஆ, இநதவார்ததையினபடி நீர்தயவாய
சசெயதருள; அடியேனபாவமயாவுககும மன
னிபபைககடடளையிடும.
௰௨. முடியதெயவபததியாய மிருநதபொ
றுமையுமாய இருககநீர்எனநெஞசிலே திடனை
த்தாரும, இயேசுவே.

௩௱௮. Jesus, meine Zuversicht.

எனனைமீடடுததாஙகிய இயேசுசீவனுள
ளோராமே, அவரையறிகிற நானமகிழ்
நதிருககலாமே. எனவினைசசாவினராததிரி என
கலககுது இனி?
௨. தொடசகர்பிழைககிறுர், நானும அவரோ
டிருநது வாழவேன, சாவைநீககுவார், எனக
கெனனபயமஉணடு? சிரசையவயவஙள சேர்வது
அவசியம.
௩. நமபிககையினகடடினுலே அவரோடே
கடடபபடடேன. விசுவாசபபததியால அவ
ரையணைககககறேன, சாவாலநானும அவரும
வெவவேறுகோமெனறைககும.
௪. நானசதைதான, ஆகையால எபபோவோ
தூளாககசசாவேன; ஆனுலமீணடும அவரால மண
ணைவிடடுயிர்ததோனறுவேன; நிததமமகிமையி
லே அவரோடிருககவே.

௫. இநததோலினாலேதான அபபோமூடப
படுகிறேன, இநததேகததோடேநான தம
பிரானைத தரிசிபபேன; எனறும இசசையு
டன இயேசுவைநானபார்பபவன.

௬. நானஇககணணால அவனை யபபோகண
டறிநதிருபபேன; நான,நானதான எனகைகளி
யவனைததுதிததெடுபபேன. இநததாழவுமாத
திரம எனவிணசசூழாதபபுறம.

௭. இஙகேநானதவிககிறேன, அஙகேமகி
மைதரிபபேன. மணணில்மணணாய்த்தஙகினேன,
விணணில்விணணோனாய்ச்செலிபபேன, சீவக்கூ
றுடையநான அஙகேஆவியஙகததான.

௮. என அவயவஙகளே, நீஙகளபூரிபபாவ
தாக! செததபின,திருமபவே, மாஎககாளசதத
மாக க்கடைசியிலச்சுவாமியார் உஙகளையெழுப
புவார்.

௯. நானகுழிபபாதாளததை நரகததையும
நகைபபேன; மேகஙகளமேலக்காலகளை சிறிஸ
துவாறநாளிலவைபபேன. தினமைகளெலலாம
அபபோ தறறுபபோசசுதலலவோ?

௰. ஆனாலலோகஇசசையை யிபபோதானமி
திததுபபோடு, ஆவியே,நீஇயேசுவை சசேர்நது
எனறுமஅவரோடு தஙகநாடுமவாழவுககு ப்போ
சஆய்த்தபபடு.

௯௱௯. **Wer weiss, wis nahe mir mein Ende.**

நாளபபோம,எனசாவுவேவளிசேரும, இதெ
ததவிணசமீபமோ? எனசீவஓடமநிறை
வேறும அவஸதையெயபபோசாணுதோ? ஆ,கி
றிஸதுவினஒதுககிலே மரிபபேனைக்கர்ததரோ.

௨. நானகாலமேசுகமானாலும, ராசசேருமுன
வேறுகலாம; எனகாலமெயஙகோனவைததா
லும, எனபிராணனுககுமோசமாம. ஆ,கிறிஸ
துவின மிட.

௩. குணபபடஎனதாமதிபபேன? இபபோ
தொடசிபபையபபறறுவேன, தினமஎனமுகிலைச
சிநதிபபேன, எனதீபததைநானசோடிபபேன.
ஆ, மிட.

௪. நானபயணமூஸதிபபாயசிததம இருநது
கொணடேபபோகைககூக, கர்ததாவேஉமமு
டையசிததம எனறசசமறறுசசொலலவும. ஆ, மிட.

௫. விணைஎனககுத்தேனபோலத்திததிதது, ம
ணபிசசைபபோலககசககவும, மயககஙகணடால,
நீர்நேரிடடு எனநெஞசையயாறறும. ஆ, மிட.

௬. ஆ,சுவ மி,கிறிஸதினநீதியாலே எனபா
வழுககைமூடுமேன, நானஅதைவிசுவாசததாலே
உடுததுசசுததமாகிறேன. ஆ, மிட.

௭. ஆம,அவர்காயஙகள அடியேன சுகபப
டும அடைககலம; மரிததோர் அவர்,நானமரி
யேன, சரீரசசாவோபாககியம. ஆ, மிட.

௮. எனசாவொடசகளைவிடடு அடியேனை
பபிரிககாதே; நானஅவர்பககததிலககையிடடு,
எனசுவாமிஎனறுசொலவேனே. ஆ, மிட.

௯. எனஞானஸதானததிலமுனதானும நான
இயேசுவையணிநதவன; இநநாளுநதெயவகடாட
சஙசானும நானுமமுடையபுததிரன. ஆ, மிட.

௰. நானஅவர்மாஙகிஷததையுணடு, நானஅவ
ர்ரொததஞசாபபிடடேன; நானஉமதனபைப்பெ
றறிருநது, அவருககுளத்தரிககிறேன. ஆ, மிட.

௰௧. எனசீவனஇனறைககுபபோனாலும, என
பீடபாலிகானபாககியன; எனகாலமநாவிககது

வநதாலும, நான அவர்களுளிருபபவன. ஆ, மிட
௰௨. ஆனாலநீர்எனவிழியிஙகேளைவககும நாள
மடடுமஎனவிழியுமககே சரிபபோனைபபோலஎன
றெனறைககும நடததுஙகடைசியிலே நான
இநிலெதுவின ஒதுககிலே மரிபபேனெனகர்த
தரோ !

௩௱௰. Wie fleucht dahin der Menschen Zeit.

நாள்வேகமாய்ககழியுதே, நாமமறுமைககு
ப்போறேமே. ஆனாலுஞசாவைமனிதர்,
அவாவர், நனறாயநினைசக அசடடர்.

௨. நீர்க்குமிளிககுஙகிறைவுககும ஒபபாய்சசுக
முஞசீவனும ஓர்நிமிஷததிலபபோகாதோ? அ
றியாதே, இனம அதைநாஙகாணுமோ?

௩. ஆனால,கர்ததாவே,எனறுமநீர் அடியே
னுககிருககிறீர், எல்லாமபோனாலும போகட
டேன, பயபபடேன, கர்ததாவாமஉமமைபப
றறினேன.

௪. ஆ,இயேசுவே,எனமுடிவைத்தினமநினைக
குமபுததியை நானஉமமாலததான அடையவும,
முழிககவும, சகாயமபணணியருளும.

௫. கடைஇககடடிலலோகமும வெளகேவாழ்
வுமஇசசையும உதவுதோ?மனிதனே, பாழாகு
மே, அழியாநனமைதேவையே.

௬. ஆகாதமாயையே,நீபோ! நீசாரமறற
தல்லவோ? எனஆவிதேடுமபாககியம, மெய்
ப்பாககியம, நீர்இயேசுதானஎனபொககிஷம.

௭. நானஉமமையஙகேமோட்சததில எனக
ணகளாலேகாணகையில, அபபோநானபாககிய
னாமே; ஆ,இயேசுவே, அதுககுதவிசெயவீரோ!

கா௰க. Eilt Jahr und Stunden dieser Zeit.

நாள்ப்போகுது,போசட்டுமேன, அனித்தி
யத்தைநானநாடேன; நானபறறிககொ.ள
ளுமநித்திய பொருளெனபாமபிதா.

உ. எனஆவிககெனநெருககமும எனநோவும
பாரமாகியும, பாகதியின நினைவு மாஆறுதலு
ணடாககுது.

௩. இககட்டாலெனமனதிலே வியாகுலமு
ணடாகசசே, அதெனனமோடசணருககு நே
ாநடசசவது.

௪. இழவுககுசகோவிலமணி அடிபடுகிற
தொனி எனஆவிககினபமெனககு ப்பாதத்தைதி
வனபபூடடுது.

ரு. ஓர்நேசனசெனறுபோகையில், நானது
ககபபடடுட,மோட்சததில நாளுமஇனிபபிர
வேசிபபேன எனறெணணியாறறிததேறறு
வேன.

௬. சவஙகளகலலறைகளில இஙகடடுமநோ
வுமனறியில ககிடககும,நாளுமஅபபடி கிடங
துதூஙகுவேனினி

எ. எததுனபசதுககுமநீஙகலாம எனஆவி
இயேசுவசமாய இருககும,எனஎலுமபுககும புது
உயிர்தரபபடும.

அ. எனசாவில்த்தானெனசெலவமும அளவில
லாமகிழ்சசியுந துவககுது,புவியைநான விடும
போதேநானமோட்சவான.

௯. அபபோபிரிநதஆததுமம நறறுதாா
லேபாககியம நிறைநதபாதீசசகு ககொணடு
போகபபடுகுது.

௰. அததால்நலமாறுதலுணடே, எனஆவிக

குஅசசணமே கர்ததாவைபபார்ககுமமேனமை
ககு வழிதிறநதுபோகுது.

௰௧ அவர்ககுமஆடடுககுடடிககும எல்லா
வணககததோடேடும அஙகேளாளவானவர்
துதிசெலுததநிறகிறவர்.

௰௨ என ஆவியில அபபாம இஸதோததிரத
ததைககேளககிற நான இநதலோகததைஇனி இசசி
ததுககொ ள்வதெபபடி?

௰௨. என மீட்பரையென ஆவியால நானபற
றிககொணடபடியால இபபூமியினநலமபொ
லம எல்லாமபினனுனகாரியம.

௰௪. அஙகேசேர்நதோரினபாககியம ம உ
றுதி,மாபததிரம, பாததினநனமையெனறை
ககும இருககுமஇனபததைததரும.

௰௫. மோடசானநததின ஒளிவு அஙகேவந
தேறினோனுககு மாஆசசரியஅழகும நேறறி
யுமாய்பபிரகாசிககும.

௰௬. ஆதிமுதலப்பாகதி யடைநதவர்களோ
டினி நான அஙகேவாழவதெனககு மாயினப
மாயிருககுது.

௰௭. வெணணவஸதிராசிஙகாரததை த்தரிததமோ
ட்சவானகளி நானசேர்நதுஅவர்களுடன வா
சமபணணமாபாககியன.

௰௮. நானதீர்ககதெரிசிகளும மகாததுமா
ககளயாவரும பெரியமகிமையுடன இருககும
வாழவைபபார்பபவன.

௰௯. நானுமஅவர்களோடினி தெயவாட்
டுககுடடிககுத்துதி செலுததபபோறேன என
ககும அபபாககியமஅகபபடும.

௨௰. இசசிககபபடடசிவனே, என ஆவிநா
டுஞசெலவமே, உனனுளளபபோநானபூரிப
பேன? எபபோநானஅஙகேசேருவேன?

௩௱௰௨. Wann mein Stuendlein vorhanden ist.

நானசாவமபணணுமநேரததில அடியேனின
த்தறசாரும, எனஇயேசுவே,நானபோகை
யில நீரே துணையாயவாரும. எனஆவியையெ
னமுகிவில நீர்உமமுடையகைகளில அனபாயஎந
திககொளளும.

உ. எனபாவஙகளினபாரததால எனமனதே
னவினைகருததி வியாகுலபபடுததுறல, நீர்த ன
கடனசெலுததி அடைநதமரணததையே நிவின
ததுககொளவேன,இயேசுவே, அததாலமனனிப
புணடாமே.

௩. நானஉமமுட அவயவம எனறெனமனங
களிககும, அவைகளைககுளளுமஉமமிடம என்
ஆததுமநதரிககும. நானசெததுஞசாகேன,எ
னனாலு நீர்எனககாகமாணடததால அனநத
வாழவடைவேன.

௪. உயிர்தெழுநதீர்,ஆகையால் க்குழியிலநான
தரியேன, பாததுககேறினீர்,அததால ச்சநதோ
ஷமாய அடியேன என கணவினமூடலாமலலோ?
நீர்எஙகேஏறிபபோனீரோ அஙகெனனையுமநீர்
சேர்பபீர்.

௫. எனஆததுமததைஇயேசுவின காததில
ஒபபுவிபபேன, நானநிததிரையடைநதபின திரு
மபவுமவிழிபபேன. எனமீட்பாளவர்அனறே
வநதெனனைமகிமையிலே அழைததுககொணடு
போவார்.

௩௱௰௩. Valet will ich dir geben.

போறேன,துனமார்ககமான பொல
லாதலோகமே, எனஆததுமதது

ககான தாவாயிருககாயே. எனவாளுசைமோ டசததுககு நோககுதஙகேறான எனமார்ககன இயேசுவுககு முனபாகவாழுவான.

௨. எனகாரியஙகளுககு உசாவு, இயேசுவே, அடியேனரோகததுககு நீர்பரியாரியே. என நோவையாறறிவநது, திடனளியருளும, நலமா னதைததநது, அனபாகரடசியும.

௩. எனநெஞசில்உமமுடைய திவவியநாம மே, திகிலெல்லாம்மறைய, விளஙகும,இயேசு வே. அவஸதையிலநீர்இடட இருநதெநதோ மும நீர்எனககாயமரிதத ரூபாககாணபியும.

௪. எனஆவியையனபாக எலலாலயததுககும விலககி,தயவாக ஏகையேநதியருளும. இநதட வாயஇறநதோன இககடடைததாணடினன, பாககிககுவநதோன பிழைததிருககிறான.

௫. ஆ, சீவபுஸதகததில எனபேரையெழு தும, உமமணடைநானபாததில எலலாவாழு வோடேயும இருககுஙகூடடததோடே. இனி சோடடுமேன! அஙகுமமைநலலோரோடே நானெனறுமபோறறுவேன.

௧௱௰௪. Ach! wie nichtig, ach wie fluechtig.

மனிதருடையசீவனபூமியிலஊதத காறறினால அடிககபபடட ஓர்புகைககுமமேகததுக கும அவனிவோஒபபாயிருககும?

௨. மனிதருடையநாட்களாசீககிரஙகழியும ஆறுகவளபபோலவடியும; வேகததோடுநதுரு சோடும ஓடுமஓடடமபோலேஓடும.

௩. மனிதர்மகிழ்ச்சிகருளளமாறுதலகளயிசசம; ராபபகல,இருளவெளிசசம மாறுமபோல,சந தோஷிததுககும வெகுமாறுதலிருககும.

௪. மனிதருடையரூபமபூவைபபோலவிளங
கும பூவைபபோலவுமவதஙகும, இதைபபோ
லதுவுமவாடும இவவிரணடினவாணம்மாறும.
௫. மனிதர்பெலவிபபார்ததால, பெரிதாசக
காணும; ஆனாலுமபெல்சாலியானாலுங கொஞச
நாளச்செயலுசிறபபான, கொஞசநோயவநதால
க்கிடபபான.
௬. மனிதரினவாழவுளளநிச்சயஙகொடுக
கும? உருவிலையைபபோலிருககுங, கீழிருநதது
மேலாகும, மேலிருநததுகீழாகும.
௭. மனிதரினலோகமேனமைசீககிரம அடங
கும, இபபோயாவருமவணஙகும ராயனுக்கி
பபனுககும எசமுநவுஇருககும.
௮. மனிதருடையசலவஎததவிலையாலும; எத
தவிலையவனாகறறாலும, பேதைககுசசரியாயச்சா
வான, இவவிலைபபோலமணணுமாவான.
௯. மனிதர்வெளகீசஞானமநுணணிமையாலு
லும, மாபுகழசசிலையபம்பரறுலும, ஞானிம
ணமடையும நோததிலஎலலாஙசவலியும.
௰. மனிதருடையஆஸதிவெளளசசேதததுககும
பலவிசகினஙகளுககும அலவேநோயிருநது;
சடுதியிலபபோறதுணடு.
௰௧. மனிதர்ஸதானஙகளவெகுவாகமாறும;
அரசாணடவரிலஆரும ஆசனஙகளமேலிரார்கள,
ஒருநாளஇறஙகிறார்கள.
௰௨. மனிதருடசிறபபுகொஞசநாளமிநுககும,
அதைபபூசசிகளசெடுககும, சமபிரமஙகளியிச
சிககும பெருமையைசசாவழிககும.
௰௩. மனிதருககுளளயாவும ஓடடமாகபபாயும;
யாவுமஅழிவுககுசசாயுந; தெயவபததியேசெலி
ககும, நலலோர்வாழவுளளருமதிறககும.

௩௱௰௫. O wie selig seyd ihr doch.

மோட்சத்துக்குள்ளாகியநல்லோரோ, நீ
ங்கள்வெகு பாக்கியமுள்ளோரோ ;
செயங்கொண்டீர்கள் ! இவ்வியகட்டுக்குப்புறம்
பானீர்கள் !

௨. இம்மைசிறைச்சாலைக்குச்சமானம், உல
கம்விசாரமொம்புந்தானம். புவியினலாபம் வே
ஷயே டே—டும்மனஸ்தாபம்.

௩. நீங்களே வெளிவப்புதைக்கப்பட்டு உங்கள்
மண்ணறைகளிலே நோவற்று கிடக்கிறீர்கள் உங்
கள் ஓய்வித்துயரப்படீர்கள்.

௪. கிறிஸ்துஉங்கள்கண்ணீரைத்துடைத்தார்,
உங்கவிபாசத்திக்கழுத்தார்; நாரினகாது நீங்
கள்கேட்டுப ஓசையைச்சேராது.

௫. பமத்திந-புஎங்களுக்கும் இதைப்பார்க்
கவ சியாயிருக்கும் ; இங்கேதேவிப்பு அங்கே
சேர்ந்தோமேயானலைக்கேவிப்பு.

௬. கிறிஸ்துவே, அடியாரையழையும், எங்
கலிொட்டித்து அங்கேகலையுஞு ! சன்மார்க்கத்
தார்கள் அங்கேஉம்மண்டையில்வாழுவார்கள்.

கடைசிநியாயத்தீர்ப்பின்

பேரிலேபாடுகிறபாட்டுகள்.

௩௱௰௬. Es ist gewisslich an der Zeit.

எல்லாரைநியாயந்தீர்ப்பாய க்கர்த்தாவின
மைந்தனை அதியதிபிரஸ்தாயமாய இறங
கிவாறதான நாள்கிட்டும், அப்போதீயிலே எல்
லாங்கரைந்துபோகச்சே, நகைப்புஅரிதாகும்.

௨. எககாளததினமுழககஙகள எததிசையிலுமதொ னிககும, அசுபபிசசமசெததவர்கள எல்லாம எழு நதுநிறகும; உயிருடனிருககிறோர ஒருக்ஷ ஷணததிலேஅபபோ அழியாரூபாவார்கள.

௩. எலலாரினஇருதயசெயகையும வெளிபப டுவதறகு, இரணடுபுஸ்தகஙகளுந திறநதவாவ ர்ககு நடநதததுககுததக்கதாய பபலன அநநத காலமாய கொடுககபபடுமபோகும.

௪. கர்ததாவினவேதவார்ததையை எணணாமலவு உலகதது பபொயவாழவுமேனமைமசெலவததை ததொடர்நதுவநதோயவறறு இசசிததவர்களுக கயயோ, அவர்களசாததானோடேயபோ உபா தைக்குளளாவார்கள.

௫. சுவாமி, எனபேர்அககாலமே சீவாசமத இலககாண, நீர்படடகாயஙகளிலே ஒதுஙகிய ததியான விணணபபததைககேடகிறேன; ஆ, சுவாமி,உமமைபபறறினேன, நீர்எனனைததளள மாடடீர்!

௬. நானநீதிமானகளுடனே நீர்எஙகளுககுத தேடி ததிறநதபாதையிலே சநதோஷமாயெனறு பிழைககஎனனைநீர்தாமே: ஆசீர்வதிககபபட டோனே, வாஎனறபபோஅழையும.

௭. ஆதியேசுவே,இவவுலகம வியாகுலமுண டாககும இளைபபிருபபும,சஞசலம நிறைநத பளளததாககும. நியாயாதிகர்ததா,இவையெலலாம முடியுஙகாலமெபபோவாம? ரடசிககவாரும! ஆமென.

மோட்சமகிமையினை

பேரின்பதெறிப்பாட்டுகள.

ராகம். Ermuntert euch, ihr frommen.

ஆ,சாககிராதைபபடுஙகள, எலலாதீவடடி
யும எரியபபாரததிருஙகள, நலலோரே
ளாவருஞ. செபததிலேபோராடி விழிககததே
வையே, பததா எழும்புமநாழிகை எததனைறறி
யோமே.

௨. அபபோதெதிர்ககொணடோடி மகிழந
துபூரிகக, உனனுளவிளககைசசோடி எனறெ
சசரிககிற சீயோனினகாவலககாரர் சொலககே
டடு,சேர்பட இருஙகள;திறவிசாரர் நிவினயபு
விருதா.

௩. ஓயவுபுததியுறறிருககும நறசனனிககளே!
தவிலையையெடுககும முககாநதிரமுனனேடே. பா
நதுககசலியான வாழவாயததபபடும, நாமநம
பிககுனாகான இசசிததநாளவரும.

௪. நாளசசெலவததிவலல,வாருர், உறககநதளரு
வோம; முனனடையாளநதாருர், மாஙகளபூதது
பபோம; வசநதகாலததுககு சசமீபமாகிறோம்,
துககிததவர்களுககு ப்பகலஉதிககபபோம.

௫. விழிபபபரேநதமபுதததி, அதேனனருளக்
கர்ததா பதர்விளககொளுததி, மகாபயஙகரப்ப
லவிஷத்துவிடருசதும பேயமிருசதததையும பணி
நதவர்களுசகுங கொடுககுமநாளவரும.

௬. சீயோனநேசிததோரே, முனனீஙகளஅ
ழுதபோல இனிமகிழசசியோடே செயத்தைப
பாடுஙகள. உபததிரப்பஙகளி ஆனபடியினால
பபததவாலமணவாளி கிரீடமபெறுவாள.

௭. உடநதையாயசசகிதது மரிததவர்களே, உடநதையாயககளிதது கிலேசமனறியே தேய வாசஸதலததைசசூழ கனமேறிததாசர் சிஙகா ரஙகொணடு,கூட ப்பிழைதது ஆளுவர்.

௮. வெனறோரினதோரணஙகள, மாதுய யவஸதிரஙு, சாகாமையினவாஙகள, அனநத பாககியம, மகிமையினசெழிபபும, அழுபபுக காலமும, போர்செயதவினகெலிபபும அங கேஅசபபடும.

௯. யெருசலேமினஊருரு, செயிததோர் யாவரும மகிழ்ச்சியோடேகூடும அரமனைக ளும, பொனவீதி,கலியாண விருநதுங,தமபிரான கணணீர்துடைபபதான இடமும அஙகேதான.

௰. ஆ,இயேசுசுவாமி,வாரும, எழுமபுமேன, கர்ததா! உதிததுஒளிவரடும பொடசிபபினசூரி யா! அடியார்போர்நாளதோறும அதிகரிக குதே, அதைமுகிததுபபோடும, அனடளஇ யேசுவே!

௧௱௰௮. Wie schoen ist unsers Koenigs Braut.

ஆ, எஙகளராசாவினுடை மவிவிசகவர்நே மிதத அலஙகரிபபுஎததனை, யவனனை யுமமகிமை வெளியாயகமாகிறதபபோ அவள பிரகாசமஎததனையாமோ?

௨. தெயவீகவார்ததைபபடி புதுயெருசலே மினி விணணிலிருநதிறஙகுமே; அவர்மணவாடடி அதுவே, அதினமினுககுமாபெரியதாம, புதி யவானமபூமியுமஉணடாம.

௩. இதோ,அதுபாரபான தாநதானேமணி தருடன அனபாகவாசமாகிற கூடாரமாம,அ தினுடை பிரகாசநதோததிலனைஆவிககு ககர்த தாவினவார்ததையாலதெரியுது.

௪. இபபோபழையபூமியில இருககும்மரணந,
நிவ, வருததந,துககமும அஙகே காணபபடா
திருககுமே; ராசாசனததுளளசுவாமியார் எல
லாததையுமபுதியதாககுவார்

௫. இஙகேஇபபோமவளவிககு நறசீர்கொ
டுககுது ; ராசாவினகணணுககுஅததால அ
வளபிரியமாகிறள; அஙகேஅபபோதவளுககுஉ
ணடாம அலஙகாரிபபைசசொலலஆராலாம?

௬. பழையசூரியன அஙகே பிரகாசிககாமல,
ககர்ததரோ அபபடடணததிலெனறைககும மகி
மையாயபபிரகாசிககும பகலோனதான,தேய
வாடடுககுடடியும அதினுடைவிளககுமபொழு
தும.

௭. அதினசெருககணறுடைககு ஒபபாகியபொ
னனுனது, உனனதமானகர்ததரும சுதனுமஆட
டுககுடடியும அதினுடைதேவாலயமானோர், அ
தினகுடிகளபாககியமுளளோர்.

௮. உனபனிரணடுவாசலகள சுததாஙகமா
னமுததுகள, உயர்நதஉன அலஙகாரமும உனமகி
மையைககாணபிககும நானஉனவீதியாவியிலகக
ணணேஙகுகிறேன; ஆ,உனககுளஎபபோபிரவேசி
பபேன!

௯. உனஅலஙகாரஙகளெலலாம மினுககும
ரததினஙகளாம, சுததாஙகமானபேருககு உன
வாசலகளதிறநதது; ஆனாலததீடடுளளபாவமனிதர்
எலலாருமபுறமபேயிருபபவர்.

௰. என நாமமோசாவுககே நேமிககபபட
டோர்டாபபிலே பதிநததால்எனமனது எத
தன்மையாயமகிழுது; அவருககேஎனநெஞசைத
தநதநான வேறெநதநேசததுககுநேராநதேன.

௰௧. பழையமாயகைகயானவையும எனமனது

அரோசிகமும; எனவிசுவாசம அதுககு விடை
கொடுததிருககுது, புதுயெருசலேமினபாககி
யம என ஆததுமததுககான பொககிஷம.

௰௨. நானகலியாணநாளுககு நலலாயததபப
டுவது என அலுவல,வேறொனறிலே நானசிக
கிககொளளேன,அதுவே எனவேலையாளென
றொருவனாகிலும அதிசயபபடாதிருககவும.

௰௩. நானஇனனுஞசிறுபிளளைககு ஒபபா
வதறகெனமனது நனறாயததிருபபபபடடபின,
அபபடடணததிலஇயேசுவின இரககததாலேய
ஙகடைகிறேன, கிரீடமுநதரிககபபடுவேன.

௰௪. பழையசேடெலலாம அபபோ ஆவிந
துபோசசுதலலவோ, எலலாமபுதியதானது பத
தாவே,தேவரீருககு இனிஅடியாராலேநிததிய
துதியுணடாகபபோம. அலலேலூயா.

௩௱௰௬. Wie wird das Perlen-Thor.

இஙகேபோராடின பிறபாடுஅஙகேமோட
சவாசலாலே ஓர்கிறிஸதவனபிரவேசிபபதி
னாலே சநதோஷமாயஎலலாததூதாககளின திர
ளுமமெததககளிகூருவர்கள; மகாமகிழ்ச்சியாய
எதிர்கொணடோர்களாய அவனைககர்ததாவண
டைசேர்ககிறார்கள.

௨. அபபோமாததயவால த்தயாபார்அவனமேல
க்கணவிளைவைபபார், அவனுடைகணணீரையுநது
டைபபார். ஆனபுளளஇயேசுசொலவதேதென
றால: நமமைபபினசெனறீநமமோடேவாழு;
நமககிருககிற மகிமையாகியராசாசனததிலநீயும
உளுககாரு.

௩. நாமஉனனிமிததியம மரிததுமொததஞசிந

தினதினாலே உனககுணடாகுமபாககியஙகளா
லே நீயெனறுநதிரிததியாகஇவவிடம நமமோ
டிருபபாயெனறுஇயேசுசொலவார்: செயிதது
வநதாயே, உனபோர்முகிநதுதே, எனறவனை
யெனறைககுநதேறறிககொளவார்.

௪. ஓர்தீஙகுமஅஙகுணடோ? பிசாசுபாவம
லோகமூதலான எசசததுருககளாலுமஇஙகுண
டான இககடடுககுபபுறமபானலலவோ? இங
கேபோராடினன, அஙகேகெலிபபான, ஆ, அ
வனபாககியன, பாததிலேஅவன எனறைககும
வாழநதுகொணடோறுயககளிபபான.

௩௱௨௭. Du meiner Augen Licht.

எனஏழைமனதே நீகணணெடுததுமோடச
உளளைநோககு, அததாலஉனபெலனைத
துநீபோககு, நீதிடனறறிருககலாகாதே; உன
நோவையேநீநோககிககொணடிருநது, தயாப
ரனையும வருஙககினையும, நோககாதிருககை
யாலெத்தியககுறுணடு.

௨. வேணடாந,திடனஅறற யிமமையிலமா
ததிரமுளளனவினைததைககும, அததாலஇருக
குமநோவும எனறெனறைககும இராதுஎனறு
நீநனறாயநினை; நீஇயேசுவைபபின[illegible]செலலு, என
இவிபபாய? இஙகேசகிககிறாய, அஙகேசந
தோஷமாய மகிழநதுகொணடுஎனறைககும
பிழைபபாய.

௩. அடிககபபடடபின தேவாடடுககுட
டிததமமையபபததியோடே பினசெனறுவாறநீதி
மானகளோடே அஙகேயிருககிறமகிமையின
பிணககைசசொலலஎவனாலேயாகும? அஙகேவ

ணககமாய மகாகளிபபுமாய வானோர்களபாடுஞ
சததமஓசையாகும.

௪. கர்ததாவினமேனமைககு நீபேசஇஙகே
செததுவாயருக இருநதாய,அஙகேயோநீ அவ
னாநனருக ப்புகழுமவாயஉனககுணடாகுது, வா
னோருடனநீஅவனைததுதிபபாய, மாஅலஙகார
மாய உடுககபபடடோனாய எனறைககுமபா
ககியம அநுபவிபபாய.

௫. ஆனாலசசெயிததோனாய நீஅஙகேசேர
நதுமகிமையடைய, உனகெடடமாஙகிஷீதது
டபழைய குணஙகளைநீமுழுமனதாய வெறுத
துபபோடடுமடிவிபபாயாக; உனகெடட
சிநதையை உனஆசையிசசையை நீசிலுவையி
லே அறைவாயாக.

௬. நீபரிசுததமாய எல்லாருககுமமுனபாயந
டநதுவா க்கர்ததர்உனஉளளததில்பெலவினததா
நீவேணடிககொணடு,இயேசுவுககுளளாய நீஉ
யிரோடிருககுமநாளவரைககும நிலைததுககொ
ணடிரு, அபபோதுஉனககு அஙகவாணடை
யிலக்கதிகிடைககும.

௭. உனமனதெனனமோ? உனகெடடமாங
கிஷீததுடவழியை வெறுததுஇயேசுவினநுகதத
டியை யெடுககுமநிருவிளையமஉனனிலுணடோ?
நீலோகததுககுசசெததோனாயிருநது, பாமசிந
தையாலக்கர்ததாவைபபறறினால, அபபோது
மோடசததிலபபஙகுனககுணடு.

௮. ஆ,நலலமனதாய எனசிலுவையைநான
தினஞசுமபபேன, சனமார்ககமாயஎநநாளிலும
நடபபேன; பெருமையே,நீவெகுதூரமாய வில
கிபபோ,நீயெனனிலததஙகாயாக; பொருளின
ஆசையே, பொலலாதஇசசையே,போ, போஎ
னனிலவேறறுபபோவாயாக!

௯. பொல்லாபபவினைததையுங கழிகசளென
வினைநீர்பெலபபடுததும, என இயேசுவே,பிசாசு
எனனைசசுறறும அதினவிலஙகளைய றுததிரும;
என ஆததுமததைநீர்அரவணையும; உமமைபப
ணிகிற எனமனதுமமுட ஒததாசையாலஅப
போசெயமஅடையும.

௰. பிரியமோடசமே, உன்இராசாவையெப
போநானதெரிசிபபேன? எபபோஉனநறகனியை
நானருசிபபேன? சீவவிருடசததினகனியையே
எபபோபொசிபபேன? உனமேலவாஞசையாகும
எனசிததமபொஙகுது, எனனில்என்மனது அவ
வாழவைநாடிபபரவசமாகும.

௰௧. ஆ,மணவேபொறு! உனபொழுதாய
போனபினனுதிககும, அதுனவிசாரததையப
பேர்கழிககும, பொறுமையாயஅதுககுககாத
திரு ஆறல்உனபததாவாறவேவிளககாக த்தீவட
டிசசெணணெயயே குறைசசலனறியே இரு
ககபபார்,விழிததிருபபாயாக.

௰௨. ஓய,சனனிகைகளே! நாமபாவககணணி
யில்ச்சிககுணடோமாக பபததாவைபபோயசசந
திககததககதாக நாமமுஸதிபபாயிருககவேணு
மே; தவிலககளெயடுஙகள,அவர்வாறுர், நாமஆ
யததததுடன இருநதால,தமமுடன பிரவேசிக
கஅவர்உததாரநதாறுர்.

௰௩. ஆறுலப்புகழ்ச்சியை க்கர்ததாவுககுமகாவ
ணககமாக எலலாருமாயசசெலுததுவீர்களாக.
தயாபரர்இபபாககியஙகளை க்கொடுககுநதயவா
சசரிபமாமே; அவருககெனறைககும எலலாத
துதியையுஞ செலுததிவாமெததநதேவையாமே.

௩௱௨௧. Wachet auf ruft uns die Stimme.

ஓய,யெருசலேமியாரோ! விழியுஙகள,மெய
மார்சகததாரோ, இபபாதிராததிரியிலே
பததாவாருர்,வேகமாக எழுநதிருஙகளபுததியாக
இருககுஙகள விளககெஙகே? தீவட்டிகளையே
எடுததெதிர்சகொணடே போடடோமாம, என
றிரவில் அலஙகததில நிறபாரிஙகூசசுரால உண
டாம.

௨. சீயோனுகியமவளாவி சநதோஷமமனதில
பபாவி, விழிததெழுநதிருககிறுள. அவளநே
சர்மேனமையோடுஞ, சிநேகததோடுந,தயவோ
டும வெளிபபடுகிறதினுல கசிலேசமநீஙகிறறு,
ஆ,சுவாமி,உமககு ஓசியனனு! அடியாருங கெ
மபீரிகருங கதிகருவாரேமே,சர்ததா !

௩. சுரமணடலஙகளாலும சாரதாதா கசளநா
விறுனுந துதிககபபடடோர்தேவரீர். மோடச
ணர்மகாமிளுககு, நீர்எஙகவிளவாஞோர்சளுககு
உமமாலேதோழராககினீர். அவவாழவைககண
டோரார்? காதாலேகேடடோரார்? நாமஉன
னத சநதோஷததுமம மகிழசசியும அடைகி
றேம. அலலேலூயா.

௩௱௨௨. Nach einer Prúfung kurtzer Tage.

நாஙகொஞசநாளவருததபபடட பிறபாடு,
மறுமையிலே உபததிரமுமநோவுமறற
மகிழசசியாயிருபபோமே; விளைவிளைததவனு
ககு அஙகே அறுபபுணடாகுது.

௨. சனமார்ககன இஙகேயுநதிததிபபு ருசிதது
மகிழுகிறுன; ஆனுல இதுஙிலலாககளிபபு, இங
கவலைபர்தேசததான, புவியிலஅவனபூரிபபு மா
றுதலாயிருககுது.

௩. இஙகேசரீரநோவுமுணடு, லௌகீகதொ நதரைகளுந, துறிசஞசயோடேபோருமுணடு, பலவிதசவிசாரமுங குறைகளுமஅவனுககு வே றேபோவஉணடாகுது.

௪. பலவிதசசனமார்ககனநாமுவை யடைந தொடுககபபடுவான; ஆகாதவரேஇஙகேவாழ வை யனுபவிததிருககிறான. ஆ,இஙகேமனித னுககு அநேகமபாடிருககுது!

௫. இஙகேமெயவாழவகபபடாது, அஙகேசுகி ர்தம அடைவேன; அஙகேமநதாரஙகளிராது, அஙகேஉபததிரபபடேன, அஙகேநானவாழந தெனகணணிலே கர்ததாவைததெரிசிபபேனே.

௬. கர்ததாவினசைககடஙகிவநத நானஅவர் சனனிதியிலே அபபோகளிததுககொணடானநத மகிழசசியையடைவேனே, அஙகெனககெனறை ககெனறைககுங கதியினமேறகதிவரும.

௭. எனகணணுககிஙகேதெளிவாக்காணாத தும,எனபுததிககு ஆராயநதறிய அரிதாக இரு நததுமஉணடே,அது தனவயணஙகளோடெல லாம அஙகெனககுவெளிசசமாம.

௮. நீர்பரிசுததர்,நீர்மாசறற வெளிசசமென றெனபரம பிதாவுககும,அடிககபபடட தேவா டடுககுடடிககுமமகா புகழசசியைவாரேருடன அபபோநானதரபபோறவன.

௯. அஙகேநானதேவதூதரோடே ஏகசுத தாயகமேனமையாய இருககுமபோதவர்களோ டே நெருஙகியசாவாசமாய இருபபேன,அதி னாலேஅபபோ இருககுமஇனபஙகொளுசமோ?

௰. நறபாதையிஙகுணமையாக எனககுக காடடினவனை நானஅஙகேமெததவெணணமாக அநேகமஆயிரமவிசை பணிவேன,அவனுடன கர்ததாவைநான துதிபபேன.

௰௧. எனஎழையூழியததிலுவே ஒடடிகசபப டட ஒருததன இருநதால, அவனபூரிபபாலே நி றைநதுளளவனாயபபார்பபவன; நாஙகளிருவருமஅ பபோ எததன்மையாயமகிழோமோ?

௰௨. இமமையிலேநமககுறைசசலும எலலாக கசபபுகளிலும மோடசானநதததிலனறே றைசகுடி நமககுககாததாலவரும பவினிலமுன எமமாததிரம? ஆ, அதுகொளுசககாரியம!

௩௱௨௩. Alle Menschen muessen sterben.

புலலைபபோலஎலலாருமவாடி போருரு சாகார்இலலையே, சாவிலலாமலசிருமாறி புதிதாகககூடாதே. நீதிமானகளபரலோக வா ழ்வினமகிமைககுபபோக, இசசரீரபபாடெலலா ம மணணாயழியததேவையாம.

௨. ஆகையாலசசநதோஷமாக, சுவாமிககே கருமவேலையில நானுமபோறேன; இதுககாக நதுககமிலலை; எனனில எனககாயககுததுண டிறநத இயேசுவாலமனனிபபைககணட என கணவர்காயஙகள சாவிலபபோர்நதஆறுதல.

௩. இயேசுஎனககாயமரிததார், அவர்சாவெ ஜலாபமாம, எனககுஜோடடியபலிததார், ஆகை யாலசிஙகாரிபபாம மேனமைபெயவமணடல ததை சசேர்நது, எததிரியததுவததை நிததமயா ர்ககமணவினனான விடடுபபோகஆசைதான.

௪. அஙகேமெயசசநதோஷமுணடு, அஙகே கோடிநீதியர் வானசோதியாலசசுறறுணடு, அப போதேகொணடாடுவர். ஆ, நீஙகோடனறுய கருலாவி: ஆ, பிதாகுமாரனஆவி சுததசுதத மோ எனறுபாடுவார்களே.

௫. அஙகேசோததிரப் பிதாககள, ஞானதிஷடிபுருஷர், இயேசுசுவாமியினசிஷடாககள யாவர்வாசமபணணுவர். சகலசனமார்ககததார்கள அஙகேசேர்நதிருககிறுர்கள. அஙகேஎன்றுமோதிய இனபசசொல அலலேலூயா.

௬. ஆ,யெருசலேமே,வாழ, உனமினுககே அழகு, உனனிலசதோததிரக்கினனார வாததியந தொனிககுது! ஆ,சநதோஷம,ஆ,களிபபு! இபபோயசசோனஉதிபபு, இபபோநிததஒளிவு எனகருவிடடியது.

௭. அநதமோடசமகிமையை யபபோதேககணணேககினேன, வானவரினவெணணுடையைப்பெறறு,பூணடுகொளளுவேன. நானபொறகிரீடததைததரிககை மாளாவாழவமாயசசெலிசக, சுவாமியாசனததுககு சசேருமவேவளிவநதது.

௩௱௨௪. Unter Lilien jener Freuden.

வானவரகுமாரததிபபின மாகளிபபின பூரணம இருககுதே; அதிலப்பஙகெனககுணடாச, பணிவாக வேணடுவேன,என இயேசுவே!

௨. அபபடிவாரப்படிசகு எநதசசிககு க்காணபபடடும, அதையே நீரோ நீககிபபோடவாரும, எனனிககாரு, தயவுளளகர்ததரே.

௩. நேர்வழிஎனககுணடாக நீர்அனபாக எனசகாயராயிரும, தேவரீரிலலநானதேற, சரையேற நீர்சகாயததைககொடும.

௪. இநதலோகததிலவாழவெனன? நனமையெனன? துபபையாயிருககுதே; எனககிதுபா தேசம இதுகிலேசம வாயபபணணுஙகாடடாமே.

௫. இயேசுவே,என ஈசமானே, உமமைததா
னே எனதாவிதேடுதே. எனவினையஙசேவாபப
ணணும, ஆ,அனறனறும வெறறித ருங,கர்
த்தரே!

௬. உமசருபபெலனுணடாமே, உமமாலா
மே, எனதவிகலஉணடாந துககத்தையெல
லாம நீர்ஆறறி அதைமாறறி பூரிபப ககஉ
மமாலாம.

௭. எனதாசகிலவினையுமமாலே தீர்நததாலே
திகில எனவினவிடுதே. சாவினகூர்உடை நததா
லு சாவிஞனும பயம ஒனறுமஇலலையே.

௮. உமமைமுழுமனதாலும ஆவியாலும
நேசிககவிருமபினேன. உமமையெனறசகந
துதிபபேன, தோததிரிபபேன, அஙகேஎன
வினசசேருமேன.

உதயகாலததுபபாடடுகள்.

௩௱௨[illegible]. Gott des Himmels und der Erden.

ஆ,பிதாகுமாரனஆவி! விணமணஉலகை
யெலலாந தாஙகுஞசருவவியாபி, உம
மாலிராபபகலுமாம, உமமாலச்சூரியனநிலா
ஓடுது,தயாபரா!

௨. சாததான தீவினைவீணாக, எனனைபபோ
னராவிலே தேவரீர்மாதயவாக க்கேடுநீதும
அனறியே காததுககொணமனது தேவரீரைப்
போறறுது.

௩. ராபபோனபோலப்பாவராவும போக
பபணணுங,கர்த்தரே! அநதகாரஞசாபமயாவும
நீஙக,உமமை,இயேசுவே, அணடிககொணடு

நோககிறேண, உமமால்ச்சீர்பொருநதுவேன.

௪. நியாயததீர்பபிலத்திகிலறறு நிறக,இபபோதுளிலும வெணணுடையுடுததபபட்டு, பயததோடேநிததமும எனசொடடசிபபையததேட,நீர் ஜவலிக்கககடவீர்.

௫. வேதஙகாணபிககுமவழியில எனனைநீர் நடபபியும, இனறுமஒவவொருஅடியில எனனையாதரிததிரும, எனககுநீர்மாததிரம பததிர அடைககலம.

௬. தேகமஆவிஎனனிலுளள சிநதைபுததியாவையுஞ சுவாமிஉமதுணமையுளள கைககுமபராமரிபபுககும ஒபபுவிபபேன,எனனைநீர் பிளளையாகநோககுவீர்.

௭. வானதூதரெனககாக, எனனைபபேயின கணணிககுத தபபுவிககவும,அனபாக க்கடைசியில்மோடசதது வாழவிறகொணடுபோகவுந தயவாகக்கறபியும.

௮. எனசெபததையேர்ததுககொளளும, ஆ,திரியேகவஸதுவே! எனமனுககாமஎனறுசொலலும, வேணடிககொளளசசொனனீரோ. ஆமென உமககெனறைககுந தோததிரமபுகழ்ச்சியும.

௩௱௨௬. Ich danck dir schon.

கர்ததாவே,போனராவிலே நீர்எனனைதயவாக க்காததுககாசஉமககே துதியுணடாவதாக.

௨. இருளிலஎனனைநீர்அனபால எவவிககினஙகளுககும விலககிககாததிராவிடடால, என சீளைப்பேயகெடுககும.

௩. எனநாட்களிலேஉமது மொழிகளோத

தாக நானசெயதததைநீர்எனககு அனபாயமன
னிபபீராக.

௪. இநநாளுமஎனவிணசசததுரு தனசூதினால
ப்பிடிகக ப்பிவினைககபபோறகணணிககு நீர்
எனனைததபபுவிகக.

௫. அடியேனைபபொலலாபபுககு விலகக
மாககககாரும; ஆ,எனனைநீரோஉமது கையால
நடததிவாரும!

௬. எனஆவிதேகமயாவையும நான உமக
கொபபுவிபபேன; இககடடில்நீரோஅருளுஞ
சகாயததாலககெலிபபேன.

௭. பிசாசினாலஉணடாகிய சததியையேஅகற
றும, இலலாவிடடாலஅதினுட மயககமநெஞ
சைக்கடடும.

௮. நார்ஒததாசைவிருதா, மோடசிககததக
கோர்ஆரும இஙகிலலையே,தயாபரா, நீரோது
விளககுவாரும.

௯. பிதாகுமாரனஆவியே, திரியேகதெயவ
மாக ப்பாததிலஆளுமஉமககே துதியுணடாவ
தாக.

௧௱௨௭. Morgen—Glantz der Ewigkeit.

கிருபையினசூரியா, நிததியவெளிசசமான நீர்
பகலஉதிககிற இபபோதெஙகளமேலுண
டான ராவிருளஅவினததையும நீககவும.

௨. ஆதிததாயததகபபனின பாவததாலேலோ
கமெஙகும மூடினமநதாரததின விககினதது
கருஇராஙகும. ஆ,ஒளிவிடுவீரோ, இயேசுவே!

௩. உமதனபுடபனி மிகவுமவறடசியான நெ
ஞசினமேலபபெய்நதருளி, உமமுடவிவிளாசசவான
எஙகவினையெலலாரையும மொபபவும.

௪. உமமுடையநேசததின இனபமாமஅன
வில்காடடி, எஙகளகெடடமனதின துர்க்குணந
தனைதயததவிமாறறி, அதைபபுதிதாகவுஞ சிஷ
டியும.

௫. இயேசுவே,நானபாவததின அசுததத
தையெவெறுதது, உமமுடையநீதியின வெள
ளியஙகியையுடுதது, அதையினறுமெனனறைக
குங காககவும.

௬. நீர்வெளிபபடுமஅனறே நாஙகளமாச
நதோஷததோடே மணபடுககைகளிலே நின
றெழுநதிருநதுமமோடே சேர்நதுமமோடே
எனறைககுந தஙகவும.

௭. அழுகையினபளளததை த்தாணடி,பரமக
திககு பபோகநீரேஎஙகளை கூடடிககொண
டுஅவவழிககு நீரேஎஙகளசோதியும ஆகவும.

௩௱௨௮. Vor deinen Thron tret ich hiermit.

பராபரனே,உமது ராசாசனததினணடைக
குபபணிநதுதாழமையாயவரும இபபாவி
யைததளளாதேயும.

௨. பிதாவே,எனனவிணததேவரீர் தெயவீகரு
பாயசஙிஷடிததீர், நீர்தானெனசிவன,உமமையே
அலலாமலநான அழிவேனே.

௩. நானசாவுககுசசாணதூரமாய இருநத
போதெலலாம அனபாய உணடானமோசஙகளி
நீர் விலககிபபோடடிருககிறீர்.

௪. எனஆததுமததையுமது மனறுவிறலே
போஷிதது, எனனுடைதேகததையுமநீர் தினம
பராமரிககிறீர்.

௫. திவவியமைநதனே,உமமால நானமீடக

பபடடோன,எனனொனறுல அடியேனறபபததே வரீர் பெலியாயசசீவவனவிடடீர்.

௬. எனமனசசாடசியோடுமபேய எனகுற றததைபபாராடடசசே, எனமததியஸ்தருககுநீர் மனனிபபையுணடாககிறீர்.

௭. நீர்எனனுடைஆசாரியர், எனஆறுதல்,என ரடசகர். நானமோடசததைபபெறுஙகதி நீர் உததரிததினகனி.

௮. தெயவாவியே,எனநெஞசைநீர் திருபபி, புதிதாககிறீர்; எனனொனனனமையெனனிலே உணடோ,உமமாலேதானஉணடே.

௯. உமமாலககர்ததாவையறிவேன, உமமால ப்பிதாவேஎனகிறேன, நீர்எனவிசுவசததியததிலே முடியவுநதறகாபபீரோ.

௰. நீர்சோதனையிலதாஙகிறீர், உபததிரத திலசகைகவிடீர், உமமாலததிடனுமவெறறியும மனமகிழசசியுமவரும.

௰௧. ஆகையினுலேஉமது மகாபெரியஅன புககு இபபோதெபபோதுமஎனறைககும இஸ் தோததிரமஉணடாகவும.

௰௨. இநநாளிலுமஎனபேரிலும எனவீடடார் நேசர்மேலேயுங, கர்ததாவே,நீரோ உமமுடை கா வலவினைவைததருளா.

௰௩. நானசுததெயவபததியாய நடககஉம ககுமுனபாய எனகிறிஸதுமார்ககமாயமுங கறையுமறறிருககவும.

௰௪. எனபாவஙகளகடனையே அனயாயம னனியுஙகர்ததரோ, எனவிசுவாசமநேசமுமஉம மாலமேனமேலவளரவும.

௰௫. நலமரணததையருளுமஅடியேனஅ ஙகேஎனறைசசேருங கர்ததாவே;உமமைபபார்கக வே எனவேணடுதலகேடபீரோ.

௩௱௨௬. Ich danck dir, lieber Herre.

மகாஇரககமான தயாபரா,இபபோ கழிநது
போனதான இராவிலெநீர்அலலோ அடியா
னைககேடற ததறகாததீர்?இதறகே துதிசெலு
ததிவா எழுமபெனஆவியே!

௨. நானமுழுமனதாலுங, கர்ததாவே,உம
மையே துதிககிறேன;இநநாளும நீர்நலவழி
யிலே அடியானைநடததும, நீர்சிததமாம
படி எனவேணடுதலவாடடும, நீர்என அதி
பதி.

௩. நானசெலவையாயநடநது, பொலலாப
பைவிலக, நீரோகைகலாகைதநது, காபபாறறி,
பேயுட சதிகளையகறறுட; பெலடசியததிலே
எனஆவியைததிடததும, அனபுளளகர்ததரோ!

௪. நானஉமமுடைய ஒனறான குமாரனதேடின
பாககியததைககாண நீர்எனனிலநாடடிய எனவிசு
வாசததுககு வளர்ததியைககொடும, என அககி
ரமஙகளுககு மனனிபபையருளும.

௫. தெயவாவியாலமெயயாக ரடசிபபின
நமபிககை யெனஆவிககுஉணடாக, நீர்தெ
யவநேசததை அடியானநெஞசிலஊறறி, புற
னாநேசிககும தயையையததிலமூடடி மேன
மேலவளர்பபியும.

௬. அடியானஎவருககும பயபபடாதோ
னய ததிவவியநியாயததுககும மொழிசளுககுசா
டசியாய இருககிறதுககாக, நீர்எனககினறைக
கும மனிதரினமுனபாக வாரநதருளும.

௭. தினமநான உமககேர்கக நடநதுஉமது
சொலசசாவுமடடுஙகேட்க, துவினைசெயதென
ககு உணடானதைததறகாரும, அடுததவனையும
இரககததோடேபாரும, காபபாறறியருளும.

௮. ஆ,இயேசுவே,எஙநாளும நீர்செயததயவு
என்றுமே ஒருககாலுஞ சொலலததீராதது! மாமீ
டபாளனீரோ எனபாமமனனு, ஆ,எனவினததே
வரீரோ எபபோதுமபோஷிகக!

௯. மகததுவமுளளோரே, நாதயாபரா, அ
டியாரையனபோடே நீர்பார்ததது,உமமுடைய முக
ததின ஒளிவாலும, எசசோதவினையயுஞ செயிக
குமபெலனுலும ஆசீர்வதிககவும.

௩௱௩௰. Danck sey Gott in der Hoehe.

விடியககாலமான இபபோதிருமபவும வெ
ளிசசததைநானகாண, எலலாபபொலலா
பபையும அடியேனைவிடடோடடி, ஓடசித
தீர்,கர்ததரே, அததாலநானஉமமைபபோறறி
ததுதிககநியாயமே.

௨ ஆ,இஸறவேலிககாககுங கர்ததாவே,
இனறைககும நீர்எனனையனபாயபபார்ககுந
தகபபனுயிருந! துனைகவிததறகாருஞ, சபை
யனைததையும இரககமாகபபாருமம; அடியா
ரோடிருமம.

௩. அடியாருமம,பினனுக வாறேருமஉமமை
யே வணஙகுகிறதுககாக, எஙகளிடததிலே
மெயபபோதகநதரிததது, நனறுயவிளஙகநீர்
பேயசசெயலையழிததது விலககககடவீர்.

௪. சரீரஅவதிககும இராஙகியருளும, இக
கடடனுபவிககுஞ சனததைநொடசியும. மெய
ககிறிஸதவர்களநாடும அமர்நதசிவனம உணடா
கபபார்ததுவாருமம, அதுமடடாவாம.

௫. அவனவனசிருளள சுநதரஙகமார்ககததில
நடநது,தனககுளள தொழிலிலை--விலிபில பபா

டடாளியாயுழைததது, தனபததியாவையும நீர்
சொனனசொலமேல்வைததது, சகிததிருககவும.

௬. தெயவீககிரியைககுரு சபைககுமானதை
ப்பிசாசுஎனறெனறைககுந தடுசசள னறதைக்
செயதாலும,வீணயசெயயும ஆசுடோர்நீர்,
இயேசுவே, சபைககெநநாளிலேயும நீர்தான
துவிணயாமே !

௭. நீாதீவிதாடசியான செடியும,அதிலே
அடியார்கள பயிரான கொடிகளுமாமே.
ஆ,நாஙகளவெகுவாக க்கனிகொடுகக,நீர் அனு
ககிரகம அனபாக அளிககககடவீர்!

௬௱௩௧. Aus meines Hertzens Grunde.

விடியுஙகாலமான இபபோதுமஎனறை
ககும நானமுழுமனதான வணககததோ
டேயுங கர்ததாவைபபோறறுவேன; ஆம,இ
யேசுமூலமாக நானஉமமைபபததியாக இஸ
தோததிரிககிறேன.

௨. நிறபநததைபனபாக நீர்போனராவி
லே விலககின துககாக த்துதி,எனகர்ததரோ;
ஆ,இநதமட்டுககும நானசெயதபாவததுககும
எலலாபபிழைகளுககும மனனிபபையருளும.

௩. பிசாசினமூர்ககததுககும எபபாவஙகளு
ககும நிறபாககியஙகளுககும, அசபபிலேவருந
துர்ச்சாவினுககுமே நீர்எனவிணநீஙகலாக
இநநாளுஙகாபபீராக, அனபுளளகர்ததரோ!

௪. எனதேகமஆததுமாவும, அடுததிருக
கிற சனததினகூடடமயாவும, எனசிவன,என
னுட இருபபும,வெலவிடுளு, சசருளுசீருமாக
இருககிறதுககாக நீரேரடசிககவும.

௫. மகா பொல்லாங்கனான பிசாசு தனது
விஷமுங்கேடுமான விண்ணியாலெனக்குப் பொ
ல்லாப்பொன்றையுஞ் செய்யாதிருப்பதுக்குப் ப
ரத்தின் தூதருக்கு நீர் கட்டளையிடும்.

௬. சருவத்துக்கும் வல்ல பராபரனுட குறை
வில்லாத நல்ல விசாரிப்புக்கெல்லா விசாரங்க
ளையும் நான் ஒப்புவிப்பேனாக, அப்பொழுதெ
ல்லாமானந்த [illegible] வரும்.

௭. இப்போ சந்தேகமற நான் ஆமென் என்கி
றேன்; நான் வேண்டினதைத் தாப்போறீர் என்
றறிவேன். இனி நான் உம்மையே முன்னிட்டு உ
ண்மையாக என் வேலைசெய்வேனாக, துணை
நீர் கர்த்தரே!

சாயங்காலத்துப்பாட்டுகள்

௯௱௯௨. Nun sich der Tag geendet hat.

இருட்டுவந்ததால் இந்நாள் முகிந்துபோச்
சே, இனி நித்தியாவுந்தூக்கத்தால் சுகுனி
ப்பார்க்குதே.

௨. நீரோ விழித்திருக்கிற கர்த்தா, நீர் ஒருத்
தர் இருளுந்தூக்கமுமில்லா வெளிச்சமானவர்.

௩. ஆ, சுவாமி, என்வி[illegible]தயவாய் நீர் இந்தரா
விலும் நின்றுதந்து, என் தகப்பனையக் காப்பாற்றி
யருளும்!

௪. நற்றூதரால் பிசாசுட சதிகளெல்லா
ம் விலக்குமென, பயமற அப்போ நான் தூ
ங்கலாம்.

௫. மெய்தானே, என்னிலிப்பாவத்தால் மன
ங்கலங்குது; ஆனால் என் மீட்பரின் அன்பால் என்
குற்றம் நீங்கிறது.

௬. நியாயஸதலததில அவரோ அடியேனின பிணை; மனனிபபடைவேனெனபதே அததால எனநமபிககை.

௭. இததோடே தூஙகிபபோகநான எனகண ணைமூடுவேன; எஙகாவலககாரர்கர்ததர்தான, நான துககமாயிரேன.

௮. அகனறுபோயவிலஙகுகள, வீணநினைவுகளே! கர்ததாவுககெனனைபபிளளைபோல நான ஒபபுவிததேனே.

௯. எனசீவன இநதராவிலே மூகிநதுபோயியும; என ஆவியையுமமணணடையே அனபாயச சேர்ததருளும.

௰. பிழைததுஞசெததும, கர்ததரோ, நானஉமமுடையவன; இநதவாயக்கேடிலலையே, நீர் எனபாராபரன.

௩௱௩௩. Unerschafne Lebens Sonne,

சீவனின அறுதியான சூரியா, இருளையே நீககிறவெளிசசமே, இநதராவிலதயவான சோதியாயநீர் அடியேன பூரிபபுககுதியுமேன.

௨. மெதத அநதகாரபபடட எனனிலசசோதிஉமமாலததான வநதாலேயொழியநான மிகுதியுமபார்வையறற குருடன, அபபடியே நான நிறபாககியனுமே.

௩. ஆ, இவவநதகாரததாலே விதனபபடுகிற எனதாவி, உமமுட இனபமான சோதியாலே சீர்பட, உமமணடைககு ஆசையாகச்சேருது.

௪. எனனெனறுல்மூனனேயிருநத உமதனபுககெஙகலின ப்புறமபாககி, நானை விழபபணணி உடபுகுநத பேயாலவநததுர்சகுணங கேடுணடாககிறவிஷம.

௫. ஆறுலநீர்வெளிசசநதநதால், சீவனஎங
களிலெவருஞ, சகலமுஞசீர்படும; ஆம,தெயவீக
சோதிவநதால், துககபபடடமனது பூரியயா
யமெழுது!

௬. எனனிலஒளிவுஉணடாகும போது,சற
புருஷதசமம உணடெவலொததுறிசசைசசும என
தாவிதாரமாகும. ஆ,இருளவனதனையுங, கர்த
தரே,நீர்நீககவும!

௭. மநதையாவுககும இமமடடும பேயினகூட
டததாருககுள இனனமலோகததில இருள உண
டே;ஆ,செயமவரடடும! எஙகும நலவெளிசசத
தை நாஙகளசணடாலததாவிலா.

௮. வெறறிவநதபினபுணடாகும மகிமை
பெரியதே. மோடசப்பட்டணததிலே எனறைக
கும்பிரகாசமாகும; பொழுதானவர்கிர்ததா அல
லவோ? அலலேலூயா.

௩௱௩௪. Werde munter, mein gemüthe.

நலலயோசிபபாயவிழிதது, தெளிவாகென
மனதே, தெயவதயவைச்சிநதிததுத்தோததிரி
எனஉளளமே! எனனையிநதநாளிலும பேயக
குமபலவாதைககுந தபபக்காததனகணகாணி
கர்ததர்எனபதைத்தியாணி.

௨. ஆ,பிதாவே,தயவுளள சுவாமிநீர்எனவே
லலையை வாய்ககபபணணி,துககமுளள சகலஇ
டர்களி ச்சததுருககளால்வரும பாரமோசங்க
ளியுந தாராமாககினதுககாக உமககுததுதி
யுணடாக.

௩. உமமுடதயையசளயாவும எணணிமுடிய
யாதது, எநதசசாதுரியநாவும உமமுடைய அ

ன்புக்குத் தக்கதோத்திரங்களைச் சொல்வதற்குப் பெலனைப் பெற்றதில்லை, மாவிஸ்தாரம் உம்முடைய உபகாரம்.

௪. இன்றையத்தினங்கழிந்து ராவிருட்டு வந்தது, சூரியவிளக்கவிந்து, அதின்சோதி நீங்கிற்று; கர்த்தரே, என்மனதில் இந்த அந்தகாரத்தில் உம்முடைய விளக்கையேற்றும், அதனாலென்னையாற்றித்தேற்றும்.

௫. ஆ, என் கெட்ட சுவாபத்தாலே நெஞ்சில் உளறினன்னிலே கண்ட பாவத்தையெல்லாம் பாலே நீர் மன்னியுங் கர்த்தரே! தண்டிக்காமல், ஒட்டியும் என்னை வெவ்விதத்திலும் விழப்பண்ணப்பேய் திரியும், அதுக்கென்னைத் தப்புவியும்.

௬. உம்மைவிட்டுப்போய் அலைந்த நான் திரும்பவாறேனே, உம்முடைய சுதன் அடைந்த சாவாலச்சேர்த்துக்கைக்கொண்டே! நானென் குற்றங்களுக்குப் போக்குச்சொல்லேனே, உமது அன்போ அதின்பாரத்துக்கும் மா அதிகமாயிருக்கும்.

௭. கிருபையின்பொழுதன சுவாமி, இந்தராவிலும் என்மேலத் தேவரீர் அன்பான சோதியாய்ப் பிரகாசியும்! என்னை நீர் இருட்டிலே கைவிடாமல், அண்டையே தங்கி, என்னை நேசமாகப் பராமரித்துக்கொள்வீராக.

௮. எனக்குச்சந்நிதிவரைக்கும் அந்தகாரப்பிரபுவைக்குங் கண்ணிக்கும், வலைக்குந், தப்பத் தேவரீருக்கு என்னையொப்புவிக்கிறேன்; சுவாமி! உம்மையப் பற்றினேன்; நெஞ்சிலே நீர் ஒளிவீயும், அப்போமோசங்கள் தணியும்.

௯. என்னிமைகள் தூக்கத்தாலே மூடிக்கொண்டுபோயியும், என்மனந்தன் வாஞ்சையாலே உம்மையண்டிக்கொள்ளவும்; தூங்கியும் உம்மோ

டேதான ஐககயபபடடிருகக,நான தேவரீர்மேல
சசிநதிபபாக ச்சொற்பனததைககாணபேனறு.
௰. ஆசீர்வாதநதநதகாரும, எனககிநதரா வி
லே சுகநிததிரையைததாரும. உடதாதரிபபுககே
விடடார்இனததார்களும நேசருமபலைருரும,
ஆவிதேகமஎலலாமாக ஐபபுவிதநதிருபபதாக.
௰௧. அமளி,கிசில,வியாதி, உயிசததினசல
சந தீயினவெளளததின உபததி, பெருவாரிவிக
கினம, அசசபபானஅழிவும அணுகவொடடா
தேயும. கர்ததரே,நானபாவியாக ச்செததுககெ
டடுபபோகேனறு.
௰௨. அபபா,எனவிணணபபததுககு த்தயவா
ய்சசெவிகொடும; இயேசுவே,எனமனதுககு
நிததஒளிவாயிரும; பரிசுததஆவியே, நேசஅ
னுகூலரே, வேணடிணனமேலததயவாரும,
ஆமென,உமமாலயாவும ஆகும.

௩௱௯[illegible]. Die Sonn hat sich mit ihrem Glantz.

பகலுடவெளிசசம அஸ்தமிததது மறைநததுஎ
லலாருமவேலைவிடடு ககுளிர்ததியையடை
றதற்கு ப்போறுர்கள,ராவிருடடுவநதது.
௨. இராவையுமபகலையுஞசிருஷ்டிதத கர்ததா
வே,நீர்இனறெனவிளையாதரிதத விசேஷிததஇர
ககததுககெலலாம ஒஸ்தோததிரஞசெலுததநியா
யமாம.
௩. இநநாளிலேஎனமனதுமமைவிடடு விலகி
ததேயாலைஅனபாயமனனிதது, எனகுறறததை
ஒழிததுஎனனிடம புதியசீர்உணடாககும,கருத
தரே.
௪. மாஎலலையாமஎன ஆவிககிவவிருணட இ

ராவிலேநீர்உமமுடனேகுளிர்நத முகததிலேவெளிசச
ஙகாணபியும, எனதேகமுஞசுகமாயத்தூஙகவும.

௫. எனனணடையிலநறறூதர்காவறபணணி,
அடியேனைபபொலலாபபுஙகேடுமனறி தறகா
ததது,எனனைபபேயினகுஞசகலும விலககமாயக
காபபாறறககறபியும.

௬. எனசாவுடநெடுமாககாலமவாற அநநே
ரமநானஉமமைமனதார ச்சார்நதாறுதலஆடை
யெனனைநீர் இரககமாயககணணோககககடவீர்.

௭. சனமார்ககர்மேல அனநதசோதியான
அநநாளஇனியுதிககையிலமணணுள அடியேனை
யெழுபபி,எனறைககும உமமணடையிலநீர்தங
கபபணணவும.

௩௱௩௬. Christe, der du bist Tag und Licht.

மெயப்பொழுதானகிறிஸதுவே, புகுந
துபோறதிலலியே; ஆஙகளுக
கெநநேரமும வெளிசசஙகாணபிததருளும!

௨. பொலலாதவிககினஙகளை விலககிப
போடடடியாரை நீர்இநதராததிரியிலே அன
பாயககாபபாறறும,கர்ததரே!

௩. ஆகாதபாவததூககமும பிசாசினசற
பிளளைகளும விலகபபணணி,உளளிலே சுததாங
கநதாரும,இயேசுவே!

௪. அடியார்தூஙககொளளவே, அடி
யார்நெஞசுமமுடனே சஞசாரமபணண அதைநீர்
எழுபபிவரககடவீர்.

௫. ஆ,உமதுசபையையும இரககமாயககா
ததருளும; நீர்படடவாதையைபபார்ததே அத
றகுதவும,கர்ததரே!

௬. நோவாலததவிபபவருககு அனுககிரகத
தைககாணபிதது, நெருஙகியஎல்லாரையும அ
னபாகததேறறியருளும.

௭. பிதா,குமாரன,ஆவிககுந துதியுநதோத
திரஙகளும அனநதகாலஙகளுககு உணடாகவே
கடவது!

௯௱௩௭. Christ der du biſt der helle Tag.

வெளிசசமான இயேசுவே, இருளிரிக
குமபொழுதே, அடியாருககுநீதத
நீர் வெளிசசததுககழைககிறீர்.

௨. பேயினதாவிலெஙகளை த்தொடாப்படி
ககடியாரை க்காப்பாறறி,உமமணடையிலே சே
ர்ததாதரியுஙகர்ததரே !

௩. கண தூஙககொளளநெஞசைநீர் தூங
காதேகாககககடவீர். அடியார்பாவமனறியே
இருககபபணணும இயேசுவே!

௪. கெர்சிககுஞசிஙகமபோலேபேய் பொல
லாபபுசசெயயபபார்ககுதே; அதினசதியவினைத
தையும நீரொழிககியருளும.

௫. அடியார்நீரோஉமட இரததததாலசசம
பாதிதத சனமும,உமககெனறைககும பிதாக்
கொடுததசொநதமும.

௬. நறதூதர்எஙகளிலயிபாய ப்பிசாசுககு
விலககமாய சகாதமதெஙகளகிடட ச்சுறறிலுமஇ
றஙககககடடவிளியிடும.

௭. அநதவாயபபயபபடோம, நறசுகமா
கத்தூஙகிறோம; திரியேகராளஉமககு இஸ
தோததிரமஉணடாவது.

௩௱௩௮. Nun ruhen alle Walder.

வெளியிலுள்ளவையாவும், எல்லாச் சீவாத்துமாவும் இப்போதமையுது. என்மனதே, நீ பாடி, உன் கர்த்தனைக் கொண்டாடி, செபத்தியானமாயிரு.

௨. பகலோன் அஸ்தமித்து, ராவந்ததால் ஒளித்துக் காணாமற்போச்சு. போகட்டும்! இயேசுவான பகலோனென்றன் ஞான வெளிச்சமேனுதிப்பு.

௩. பங்கொளிகிரகத்தினாலும் நட்சேத்திரங்களினாலும் விண்மண்டலத்திலே என்னுள்ளவே வலியான பிறப்பட்டவண்ணமான சிங்காரந்தாருங், கர்த்தரே!

௪. என் சிறுமையிருப்பைக் காண்பிக்கிற உடுப்பை யிப்போ கழிக்கிறேன்; அதற்குப் பதிலாக அந்நாளிலே நன்றாக அலங்கரிக்கப்படுவேன்.

௫. இந்நாளின் வேலையாலுந் தலையுங்கையுங் காலுஞ் சலித்துப்போச்சு; ஆறுதலிளைப்பு படும் எப்பாவக்கேடும் மாறும், என்மனதே மகிழ்ந்திரு.

௬. இப்போ சுகமாகப் படுத்துக்கொள்ள வாயாரே, இளைத்த தேகமே! எல்லா ஆயாசமும் ஆற இனிப்படுக்கைத்தாழ் அகப்படுங் குழியிலே.

௭. உறக்கத்தாலக் கண்மூடும், இருட்டுமென் விலாசக்குழும்; ஆனாலென்னவாயியே, என் ஆவி தேகத்துக்குஞ் சதிவாராதிருக்கும் படிக்குக் காப்பவர் நீரே.

௮. இக்குஞ்சைப் பட்சமாக அரவணைப்பீராக, அன்புள்ள இயேசுவே! பேய்த்தந்திரம் விலக, நற்றூதர் காவலாக இருக்கப்பண்ணுங், கர்த்தரே!

௯. அடுததவர்களமீதும இரவில்ச்சேடுநதிதும வாராமலயாவரும அருளநிழலி ந ஓ ழ சுகிததுத்தூஙக, நீரோ அனபாககடடவிழிடும.

அசனமபணணினபிறபாடு

பாடுமபாடடுகள.

௲௱௩௯. Nun lasst uns Gott den Herren.

இபபோபடியளநத கர்ததாவை, யவர் நந நனலிவுகளுககாக இனறேோததிரிபபோமாக.

௨. மணணுஞசரீரததுகளும, சரீரசீவனுக்குமபிழைபபையவர்தாறுர், பாரமரிததுவாறுர்.

௩. பேயெஙகளஆசதுமததை யசெபுததிருநதும, அவை த்தயாபாரிடடசிததார், பேய்கையிலேபறிததார்.

௪. பாகதுனஅதிகாரி அடியார்பரியாரி, செரதேருக வர்தாமே உததசீவனுமே.

௫ திவவியவாறதையனும நல்முததிகாகளாலுந தெயவாவியார்அளிசசும ஙவாலுஞசீர்பளிசசும.

௬. நாமஇயேசுவால்மனனிபபுங குறைவிலலாரொடடிபபும அடைநததால்ச்செனிபபோம, இடசிததோரைததுதிபபோம.

௭. ஆளஙகவினமுடிய நீர்உமமூடதிவவியஇரககததாலகளாபபாறறும, உபததிரவததில்ஆறறும!

௮. மெயயெஙகளிலததரிகக, அததாலநறசீர்வர்ததிகக, நீர்இயேசுவாயிககாக க்சகாயனுமசயவீராக.

சாருமை அசனமபணணினபிறபாடுபாடுகிறது

௩௱௪௰. Dancket dem Herren, dann er ist.

கர்ததாவைபபோறறுஙகள, அனபுளளோரா
மே, அவருடையதயையனநதமாமே.

௨. அனபாசநமதாததுமததைமீடடார், இ
நதோடுமதேகததினபசியைபத்தீர்ததார்.

௩. அபபாபிதாவே,உமமையுணமையாக
வணஙகி;எனறைககுநதுதிபபோமாக!

௪. அடியாருககுநீர்புசிககததாறீர், நீர்
வஸதிராமுநதாவுநதநதுவாறீர்.

௫. ஆ, தேவரீரைததாவேவாஞசையாக அடி
யார்பறறிககொளளுவதறகாகு.

௬. நீர்இயேசுவினநிமிததியமஒததாசை செ
யதருளும,இதெஙகளநெஞசினஆசை.

௭. மோடசானநதததிலேநீர்தயவாக இவ
வேழைகளைசசேர்ததுககொளவீராக.

௮. அஙகெனறுமஇவவிரககததைத துதிப
போம, புதியபாடடாயஉமமைததோததிரிப
போம.

௩௱௪௰௧. Herr Gott, nun sey gepreiset.

நீர்உமமுடையதயையை நனறுககாணபிதது
அடியார்நமபிககையை த்திடததஉமது சா
லையைநீர்திறநது, தினமபுசிககததநது வாறீ
ரோ, கர்ததரே!

௨. நீர்அனபாயஙகிறதை யடியார்வாழ
கையில, அநததநத்துர்க்குணததை க்காணபித
தோமேயாகில, நீர்மோடசகருககாக அதைமன
னியபீராக, நாதயாபரா!

௩. ஆ, நாஙகளஆததுமததில ப்பெலதது,புஷ
டியாய ப்போய,இஙகுபததிரததில மாபொ

றுமையுமாய இருக்கிறதுக்காக, நீர்எங்கவினா
னைருக க்குணைப்படுத்தும்மென.

௪. பிதாவே,உமமுடைய பேர்மகிமைப்பட,
பேயாாசீியங்களுறைய, நீர்வேணுமெனகிற ப்ர
காமாயநடக்க ப்படியைநீர்ஆளுக்க த்தயை
செயதருளும.

௫. அடியார்குறறத்துக்கு மனனிபபையரு
ளுந; துர்சசோதவளைகளுக்கு ஒவவொருத்தனை
யும விலக்கம யதத்றசாருந, நனமமொடகிகக
வாருமை, ஆம,ஆமன,கர்த்தரே.

௩௱௪௨. Lobet den Herren, dann er ist.

நித்தபுகழ்ச்சி :!: கர்த்தருக்குணடாக, அவரு
டையஅனபுபெரிதாமே :!: துதிக்கபபட
த்தக்கஅவருக்கு நித்தபுகழ்ச்சி :!:

௨. ஆணடவருக்கு :!: தோத்திரஞ்செலுத்த சங
கீதமபாடி,சாமணடலத்தால் :!: துதிபுங்கள
பெலத்தகர்த்தருக்கு நித்தபுகழ்ச்சி :!:

௩. மேகங்களாலே :!: விணவிணமூடபப
ணணி, மவிசளபே னுமபுல்முளைப்பதறகு :!:
மழையைபபெயயபபணணும அவருக்கு நித்தம
புகழ்ச்சி :!:

௪. சகலமான :!: ஜீவசெந்துவுக்குங கத்து
ஙகாக்காயகளுக்குங ஆகாரம :!: கொடுத்து
வாருர்,அவர்படசத்துக்கு நித்தபுகழ்ச்சி :!:

௫. தங்களுடைய :!: மாஙகிஷபெலவினச்
சார்நதோரையலல, தமமைநமபுவனை :!: ப்பி
ரியமாகபபார்ககிறவருக்கு நித்தபுகழ்ச்சி :!:

௬. கர்த்தரைநித்தம :!: போறறககடவீர்
கள; எலலாருமிஷடித்த அவர்நனமையாவும:!:

சாக்குருசிலுளாற்று, அவருக்கு நித்தபுகழ்ச்சி :!:
எ ஆ, இயேசுசுவாமி :!: நாங்களதேவரீரை
மூணிட்டுப்பாடுபட்டஎளைழ த்தோத்திரத்தை :!: ப்பி
ரியம் · கூம்! உமக்கெங்களாலே நித்தபுகழ்
ச்சி :!:

சமுதாய அவதியிலே

பாடுகிறபாட்டுகள்.

௩௱௪௩. Litaney.

கர வாயிகிருபையாயிரும்!
கிறிஸ்துவே, கிருபையாயிரும்!
சுவாமி, கிருபையாயிரும்!
பரமண்டலங்களிலே யிருக்கிறபிதாவாகியபரா
பரனே, எங்களமேலிரங்கும்!
லோகத்தினொடசகரா யிருக்கிற சுதனாகியபரா
பரனே, எங்களமேலிரங்கும்!
பரிசுத்தஆவியாகியபராபரனே, எங்களமேலி
ரங்கும்!
பரிசுத்ததிரியேகபராபரனே, எங்களமேலக்கிரு
பைகூரும்!
தயாபராகிய கர்த்தாவே, எங்களை தப்பவி
டும்!
தயாபராகியகர்த்தாவே, எங்களைரட்சியும்!
சகலபாவங்களுக்கும்,
சகலமோசங்களுக்கும்,
பிசாசினசறபனைகளுக்குங்கண்ணிகளுக்கும்,
அசுப்பான துன்மரணத்துக்கும்,
பெருவாரிக்காச்சலுக்கும், பஞ்சத்துக்கும்,
யுத்தத்துக்குங், கொள்ளிகளுக்கும்,

கலகத்துக்கும், பிரிவினைகளுக்கும்,
இடிச்சேதத்துக்கும், பெருங்காற்றுக்கும்,
அக்கினிச்சேதத்துக்கும், பெருவெள்ளத்துக்கும்,
நித்திய மரணத்துக்கும்,
எங்களை விலக்கிக் காத்தருளும்:
கிருபையுள்ள பராபரனே!
உம்முடைய பரிசுத்த மனித அவதாரத்தினாலும்,
உம்முடைய உபவாசத்தினாலும், சோதனையினாலும்,
உம்முடைய மரண அவஸ்தையினாலும், இரத்த வேர்வையினாலும்,
தேவரீர் சிலுவையில் அறையுண்டடைந்த மரணத்தினாலும்,
தேவரீர் மகிமையாய் உயிர்த்தெழுந்து பரமண்டலத்துக்கேறினதினாலும்,
எங்கள் மரண வேளையிலும்; நியாயத்தீர்ப்பின் நாளிலும்,
எங்களை ரட்சியும்,
கிருபையுள்ள கர்த்தரே!
தேவரீர் உமது பரிசுத்த சபையை யாண்டு காப்பாற்றவும்,
சபையின் போதகராகிய உம்முடைய ஊழியக்காரரை யாரோக்கியமான வசனத்திலும் பரிசுத்த நடக்கையிலும் நிலைப்படுத்தவும்,
சகல வேத புரட்டுகளையும் இடறல்களையும் மறித்துத் தடுக்கவும்,
வழி தப்பி மோசம் போனவர்களை யெல்லாந் திருப்பவும்,
சாத்தானை யெங்கள் பாதத்தின் கீழ் நசுக்கிப்போடவும்,
உமதறுப்புக்கு உண்மையான வேலையாட்களை யனுப்பவும்,

தெயவவசனமபலிககும படிககு உமமுடைய ஆவி யையுமபெலததையுங கூடககடடளையிடவும,

துககபபடடு, இடைஞறறிருககிற அவரவரை யுமஆதரிததுததேறறவும,

கிறிஸதுவர்களாகிய சகல ராசாககளுககும பிரபு ககளுககும உடககுளசமாதானததையும ஒறறுமை யையுந்தரவும,

எஙகளராசாவுககு சமாதானததையுஞசுகச ரீரததையுங கடடளையிடவும,

எஙகள ஆலயஙகளையும மேயபபரையும பளளிககூ டஙகளையுஞசபையையும ஆசீர்வதிததுககாக ககவும,

எஙகளையுமமுடைய பரிசுதத ஊழியததிலநிலை பபடுததிபபெலபபடபபணணவும,

உமமுடைய பரிசுதத சுவிசேஷம பிரசிததம பணண பபட,யூதரையும,சகல பொயமததககாரரையும,அ ஞஞானிகளையுந திருபபும வேலையை நடநதேற பபணணவும,

அவதியையும, இககடடையும அநுபவிககிற யாவருககுஞ சகாயமாயதெனபடவும,

யாததிரையும பயணமுமபணணுகிற யாவரை யுஙகாபபாறறவும,

கெர்பபவதிகளுககு சநதோஷமான பேறை ககடடளையிடவும,

சகலபிளளைகளையும, வியாதிககாரரையும பார் ததுககொணடுபராமரிககவும,

குறறமிலலாமலககாவறபணணபபடடவர்களை நீஙகலுமவிடுதலையுமாககவும,

சகலகைமபெணசாதிகளையுந தாய தகபபனில லாதபிளளைகளையும ஆதரிககவும,

சகலமனிதருககுமஇரஙகவும,

எஙகள உபகாரிகளுககெல்லாங கிருபையுள்ள
நித்தியபலனகளைககொடுககவும,

எஙகளைபபகைககிறவர்களுககும, துனபபபடு
த்துகிறவர்களுககும, தூஷணிககிறவர்களுககும
மனனித்து, அவர்களமனதை திருபபவும,

நிலத்தின பயிரைககட்டளையிட்டு காபபாறற
வும,

எஙகள விணணபபஙகளைக கேட்டருளவும,

ஏழைபபாவிகளாகிய அடியார் வேண்டிக
கொள்ளுகிறோம.

பரமபிதாவுடைய குமாரனாகிய இயேசுகிறிஸ
துவே, இரககமுள்ள கர்த்தரே,

அடியாரைககேட்டருளும!

லோகத்தின பாவததைசசுமநது தீர்ககிற தே
யவ ஆட்டுககுட்டியே,

எஙகளுககிரஙகும !

லோகத்தின பாவததைசசுமநது தீர்ககிற தே
யவ ஆட்டுககுட்டியே,

எஙகளுககிரஙகும !

லோகத்தின பாவததைசசுமநது தீர்ககிற தே
யவ ஆட்டுககுட்டியே,

உமமுடைய சமாதானததையெஙகளுககு
கட்டளையிடும !

ஆ, கிறிஸ்துவே, எஙகளைககேட்டருளும !

சுவாமி, கிருபையாயிரும !

கிறிஸ்துவே, கிருபையாயிரும

சுவாமி, கிருபையாயிரும ! ஆமென.

௩௱௪௪. O grosser Gott von Macht.

௧. மோசே. ௯௦:

பெலத்தகர்த்தரோ,மகாதயாபரா, நீர்தே
சத்தையெல்லாஞ்சினமாயத்தண்டிக்க
ப்போறீரோ?சிலநீதியர் ஓர்வேளையிலிருப்பவர்
இருந்தாற்கோபமாகச் சங்காரஞ்செய்யீராக.

௨. நிதானகர்த்தரோ, நீர்நீதிபரரல்லவே ? பொ
ல்லார்நல்லாரையுமநீர்சங்கரிப்பீரோ ? ஓர்வேளை
யைம்பதுத்தமர் குடிகளிருப்பவர் இருந்தால்,மிட.

௩. பிதாவாங்கர்த்தரே,இரங்கியருளும, மா
உக்கிரமறமட்டாகத்தண்டியும ! ஓர்வேளைநெ
ஞ்சிலநல்லவோர் உடையோர்நாற்பத்தைந்துபேர்
இருந்தால், மிட.

௪. சர்வதாபிகர்த்தரோ, தயையைச்சாணமியுங்
கோபாக்கினியைத்திருப்பியருளும! ஓர்வேளை
தெய்வசொல்லுக்கு கீழ்ப்பட்டபேர்கணாற
பது இருந்தால், மிட.

௫. அன்புள்ளகர்த்தரோ, இம்மண்ணுஞ்சாம்ப
லுந் துணிந்துகேட்பதையல்லத்தட்டாதேயும !
ஓர்வேளைத்தேவரீருக்கு பயந்தபேர்முப்பது
இருந்தால், மிட.

௬. தயைமிககர்த்தரோ,அடியார்மிகவும பணி
ந்துசெய்யுஞ்செபத்தையருளும! ஓர்வேளைநீதி
மான்களாம இருபதாகிலுமுண்டாம, இருந்
தால், மிட.

௭. மன்னிப்பின்கர்த்தரே,சினத்திராதேயும்,
செய்ததுக்கப்புறஞ்செவிதந்தருளும ! ஓர்வேளை
பத்துநீதியர் எங்களுக்குள்ளிருப்பவர், இருந்
தால், மிட.

௮. பெரியகர்ததரோ, மகா துனமார்ககததால
இததேசமுழுதும நிறைநதுதேயாளுல, சிறிய
பிளளைகளிலே அநியாயச்செயவிலலையே. ஆ,சு
வாமி,கோபமாக ச்சஙகாரஞசெயயீராக!

௯. ரொடசிபபினசர்ததரோ, நீர்தாழமைநத
னே அலலாமலச்சுததவான வேறுருமிலலையே,
அவருடையநோவையும வாதையையுமபார்தத
ருளும. ஆசுவாமி,கோபமாக சசஙகாரஞசெய
யீராக!

காசரு. Wann wir in hoechsten Noethen seyn.

மகாஇககட்டாமஆபதது உணடாய,அடி
யார்மனது ஓர்யோசனையுமனறியே சலன
இககொணடிருககசசே;

௨. சர்ததாவே,மனததாழமையாய உமமண
டைசேர்நது,ஏகமாய அநுககிரகததைக்கேட
பதே அடியார்ஆறுதலாமே.

௩. நொறுஙகியநெஞசுடனே வாரொம,இரக
குயசர்ததரே! மனனிததுககொளளும,மிகவுஞ
சுறுககாயததணடியாதேயும.

௪. இககட்டிலஇயேசுமூலமாய மனறாடிறே
ணர்ததயவாய ரொடசிபபோமெனறுதேவரீர்
நலவர்ககுசததமபணணினீர்.

௫. இபபோதுமஇநதமோசமுந தெரியப
பணணிரொடசியும எனறுமமைசகெஞசிககேட
கிறோம, அதேனெனிலததிடுககிடடோம.

௬. ஆ,எஙகளமீறுதலகளை பபாராமல,இயே
சுகிறிஸதுவை பபார்ததெஙகளவாதையாவையும
அனபாகநீககியருளும!

எ. பிறபாடுநாஙகளஉமது தயையைபபோ
றறி,உமககுப்பயநதோராககிததமும நடககக
டடவிளியிடும.

மாரிமறுததகால்ததிலே

பாடும பாடடு.

௩௱௪௪. Ach Herre, du gerechter Gott.

அ,நீதியுளளகர்ததரோ! வெளிவறணடதா
லே எசசீவனுமவாடுகிறதே, இககேடு
எஙகளாலே நடநதபாவஙகளபலன எனறெங
களில ஒவவொருததன துககிததுசசொலலவே
ணும.

உ. ஆ,எஙகளமீறுதலகளி பிரககமாயமன
னியும! நீரோஅடியார்நமபிககை, சகாயததை
யளியுங கர்ததாவே,சுததததயவால மழையைத்த
நது அதினால நிலததைபபூரிபபாககும.

ங. தயாபரா,நீர்உமது உடனபடிககைக
காக தொடசிதது,காயநதபூமிககு த்தணணீர்இ
றைபபீராக ஆகாசததின கர்ததாநீரே, மழையை
யுமமையனறியேஆர் பெயயபபணணககூடும?

ச. மூசசறறவிககிரகஙகளால ஆகாதே,தே
வரீரே பாததையுமமூடகையால விரிததீர்அ
திலநீரே அளவிலலாமலஆளுவர்; நீரேபிதா,
நீர்தொடசகர், உமமாலேயாவுமஆகும.

பயணபபாடடு.

௧௱௪௭. O Gott, im Namen JesuCrist.

இபபோதுமஇயேசுநாமததில நானபோ றேனஎனகர்ததாவே; போமபோது நீர் எனனணடையில இருபபீரோ,பிதாவே! என தேகமஆவியாவையும, நானபோஙகவைகளைக கூடவும நானஉமககொபபுவிபபேன.

௨. வழியிலஎனனவினமோசஙகள சுறறுதிருபப திலலை, மெயயானஇளைபபாறுதல ப்புவியில எனககிலலை; நான இஙகும அஙகுமவேலையாய நிலையிலலாதவனுமாய நடககுமபாதேசி.

௩. ஆறுதலஎனசகாயர்நீர், நானஎனசுமையின கீழே விழாபபடிககுததேவரீர் இனமரடசி ககிறீரோ. பிறபாடுமோடசஊரிலே உமமண டைமூகிவனழியே நானவாழவேனே,கர்ததாவே!

௪. எனபயணததில அவவிட நிலையபுஎன விளையாறறும; அவவூருககுநேராகிய வழியை யேநீர்காடடுங கைதநதழையுங,கர்ததரோ, அ டியேனுககனபுடனே நீர்ஆசீர்வாதநதாரும.

௫. எனஉததியோகததினபடி இபபோதென வீடடைவிடடு .போமஎனவினககாததோர்அ வதி அணுகினல்,ரடசிதது, நாமபோஙக வைகளைநேரிட, சுகமுமாயநானபோயவா ஒத தாசைசெயயுளு,சுவாமி!

௬. நானவிடடுபபோறஎனது வீடடாரை தயவாக நீர்இதறருளளேதீஙகுககு விலககிக காபபீராக. திருமபிவநதவர்களி ச்சிராககககா ணுமபூரிபபை யடியேனுககுணடாககும.

௭. நானசெயயபபோறவேலையில நலலெச

சரிசகைகயாக இருநது,தாசகோததில ஒவவொன
றைஞானமாக நடததுமயோசவிசவின யடைய;
உமதாவியை யடியேனுக்களியும.

௮. நீர்உமமுடைய தூததை யெனனோடே
தயவாக அனுபபி,விககினஙகளை பபரிகரிபபீ
ராக. ஆசாதமனிதருடைய விகினஙகளாலஉணடா
கிய சததிகளையகறறும.

௯. பிதாவேநீர்எனசநகை, நீரோஇரககமாக
எனனோடுமஅடியேனை நடததிககாபபீராக.
எனனாளுமஎனவருததமும முடிநதபினபுஎனனை
சருமம அஙகெனவிணவாழபபணணும.

கிறிஸ்து மார்ககததினுடைய உபதேச மெய்ஞஞானசசுருககமாய

அடஙகியிருககிறபாடடு.

௧௱௪௮. Mel. Herr Iesu Christ, bich zu.

ஒரேகர்ததாவிருககிறார், பிதா,குமாரனஆவி
யார், அவர்எலலாரூசிஷடிததவர் முடி
யவுமவிசாரிபபர்.

௨. சிஷடிபபிலஆதிமனுஷர் தெயவீகசா
யலானவர், அபபோது அவர்களவாம மெஞ
ஞானசுததமபாககியம.

௩. அதைபபிசாசினசூதினால நாமபோகக
டிததபபடியால நாஙகெனமததாலுஙகெடடவர்
நடசசையாலுமபாதகர்.

௪. சீர்ஒன றுமிலலை,போசசது, இருதயத
தினாநிலைவு எலலாநதுரோசரு,சறபிலன, துறி
சசை,மோகம,பெருமை.

ரு. அததாலேதெயவகோபமும எரியது, பேயகையிலும விழுநதோரு, சாவடைகிறோம, பாதாளத்திலுமநோறோம.

சா. நாநதபபிசகொணடுசேர்பட வகையார்த தாலுமவிருதா, கூடாது, சுவாமிஒருத்தர் மொட சிபபுண்டாககவலலவர்.

எ. இதோஅநேகஅறபுதம! பிதாஇரஙகி உலகம சீர்கொளளஎகமைநதனை க்கொடுத தார், இயேசுநாதரை.

அ. பொலலாருககாகஇவரோ பெலியாயசசி லுவையிலே மரிதது, பாவநீககுதல உணடாககி னதிமமாறுவேல.

கூ. கர்ததாவின அனபைமீளவும, மாளாத மோடசவாழவையும எலலாருககுஞசமபாதித தார். கொடுபபோமஎன றுமநிறகிறார்.

ய. இவவாழவைநீவிருமபினால், தெயவாவியின ஒததாசையால உனபாவககேடடையழுது மெய மனஸதாபபபடடிரு.

யக. அநியாயமாமஎலலாததையும, அருவ ருதது, எனறைகளும உனஇயேசுவைநனறாக நீ மெயவிசுவாசததாலபறறிடு.

யஉ. அபபோதுனபாவமநீஙகிறறு, குமா ரனநீதிஉனது, பிதாவினபிளளையாகிறாய, தெய வாவியையுமபெறுவாய.

யங. நீஇபபடிசேர்படடபின எபபோதும இயேசுகிறிஸதுவின பெலததாலபபரிசுததமாய நடககநாடககடவாய.

யச. இவவணணமாயநீகிறிஸதுவில வேரூ னறி, இவர்பககையில இவர்அடிகளுககுளளாய நடநதாலமோடசமடைவாய.

யரு. இசசுவிசேஷஉணமையை விளஙகபப

ணணுமமுததிரை யிரணடு,ஞானஸநானமும ராப
போசனபபுசிததலும.

௰௬. இமமையிலஉளதவஸிவர்போல உபததி
ரஙசகிததுககொளள, பொலலாதசோதனைகளில
ப்பெலனதரிததெதிர்ததுநில.

௰௭. எல்லாததிலுமநல்லறிவை க்கொடுககுந
தெயவவார்ததையை எநநேரமுநதியானிதது, செ
பமபணணிவிழிததிரு.

௰௮. வெனறேறுககாகமோடசதது க்கிரீ
டமவைததிருககுது; ஆனலபொலலாதமார்கக
ததான அனநதவாதையடைவான.

௰௯. இரககமுளளஇயேசுவே, நானமோட்
சாசசியததிலே உமமோடிருகக,இபபோதும
எபபோதுமஎனனைரடசியும.

ஞானபபாடடுகளுடைய

அடடவணை.

இ. ஏடு.

உ.

எடு.

ஏ

ஒ.

ஓ.

கி.

கு.

கெ.

ச.

சி.

சீ.

ஏடு.

எடு.

பி.

பு.

பூ.

பெ.

பே.

போ.

ம.

மா.

ஏடு.

மூ.

மெ.

மோ.

ரா.

ரொ.

வ.

எடு.

வருததபபடடுபாாததை	௩௱௩௩
வறணடபுவிகளுககுளிர்ததியுணடாககி	௱௪௯

வா.

வாருநதெயவஆவிவாருமே	௱௰௧
வாருமலோகமீடபரே	௰
வாழ,சிறுவைபேவாழ	௧௱௩௫
வானவறகுமாதிததிபபின	௬௱௩௨

வி.

விடியககால்மான	௬௱௩௬
விடியுஙகாலமான	௪௱௪௰
விணமணணிலுமணடாம	௱௨௧

வெ.

வெகுபேருககினபமான	௩௱௰௮
வெளிசசமானஇயேசுவே	௪௱௪௭
வெளியிலஉளரிலயாவும	௪௱௪௮
வெனறெறுககேஇளித்தாராளமாக	௩௱௧

www.ingramcontent.com/pod-product-compliance
Lightning Source LLC
Chambersburg PA
CBHW052339110726
47901CB00005B/1292
9783337815417